ഗ്രീൻ ബുക്സ്

നക്സൽ ചരിതം
അടിയന്തരാവസ്ഥയ്ക്കു മുൻപ്

ടി.അജീഷ്

മലപ്പുറം ജില്ലയിലെ ചേലേമ്പ്രയിൽ ജനനം. മലയാള മനോരമ മലപ്പുറം യൂണിറ്റിൽ സീനിയർ സബ് എഡിറ്റർ. പത്രപ്രവർത്തനത്തിൽ പ്രസ് ഇൻസ്റ്റിറ്റ്യൂട്ട് ഓഫ് ഇന്ത്യയുടെ ദേശീയ പുരസ്കാരം, കേരള പ്രസ് അക്കാദമിയുടെ എൻ.എൻ. സത്യവ്രതൻ പുരസ്കാരം, സാന്ത്വനം ട്രസ്റ്റിന്റെ നെടുങ്ങാടി പുരസ്കാരം എന്നിവ ലഭിച്ചു. കഥാകൃത്ത് ടി.പത്മനാഭന്റെ കഥകളെക്കുറിച്ചെഴുതിയ കഥകൾക്കിടയിൽ, യാത്രാമധ്യേ, വി.പോസിറ്റീവ്, ജീവദായിനി, ജൈവകർഷൻ എന്നിവയാണു പ്രസിദ്ധീകരിച്ച മറ്റു കൃതികൾ.

ചരിത്രം

നക്സൽ ചരിതം
അടിയന്തരാവസ്ഥയ്ക്കു മുൻപ്

ടി.അജീഷ്

ഗ്രീൻ ബുക്സ്

green books private limited
little road, ayyanthole, thrissur- 680 003
ph: 0487-2361038
website: www.greenbooksindia.com
e-mail: info@greenbooksindia.com

(malayalam)
naxal charitham
atiyantharavasthakku munpu
(history)
by
t. ajeesh

first published july 2016

cover design : rajesh chalode

branches:
thrissur 0487-2422515
palakkad 0491-2546162
kannur 0497-2763038
thiruvananthapuram 9846670899

isbn : 978-93-86120-25-0

GBPL/795/2016

മുഖക്കുറി

'നക്സൽ ചരിതം - അടിയന്തരാവസ്ഥയ്ക്കു മുൻപ്' 'അടിയന്തരാവസ്ഥയ്ക്കു ശേഷം' രണ്ട് ഭാഗങ്ങളായി ഗ്രീൻ ബുക്സ് പ്രസിദ്ധീകരിക്കുന്നു. ഇനിയൊരു നക്സൽ ചരിതത്തിന് പ്രസക്തിയില്ലാത്തവിധം ഈ കൃതി സമ്പൂർണ്ണമാണെന്നാണ് ഞങ്ങളുടെ വിശ്വാസം. ലോകത്തെവിടെയും കേരളത്തിലെ നക്സലൈറ്റ് ആക്ഷനുകൾക്ക് സമാന്തരമായ പോരാട്ടങ്ങൾ തീർത്തും അപൂർവ്വമായിരിക്കും. പിളർപ്പുകൾ, വ്യക്തിവാദങ്ങൾ, ആശയസംഘട്ടനങ്ങൾ, സായുധസമരമാണോ ജനകീയ സമരമാണോ വേണ്ടത് തുടങ്ങിയ വിഷയങ്ങൾ, ഒരു രഹസ്യമറയുമില്ലാതെ ഈ പുസ്തകം വെളിപ്പെടുത്തുന്നു. ആ പഴയ നക്സലൈറ്റ് പ്രസ്ഥാനത്തിന്റെ അവശേഷിച്ച സഖാക്കൾ എവിടെയൊക്കെയോ അറിയപ്പെടാതെ ജീവിക്കുന്നു. വളരെയധികം ക്ലേശങ്ങൾ സഹിച്ചാണ് ശ്രീ. അജീഷ് ഈ പുസ്തകം തയ്യാറാക്കിയിട്ടുള്ളത് എന്ന് ഈ പുസ്തകത്തിലൂടെ കടന്നുപോകുമ്പോൾ ബോധ്യമാകും. അദ്ദേഹത്തിന് അഭിനന്ദനങ്ങൾ.

കൃഷ്ണദാസ്
മാനേജിങ് എഡിറ്റർ

ഒരു തിരുത്തൽ ശക്തി ഉയർന്നു വരണം

എം.മുകുന്ദൻ

കേരളത്തിലെ നക്സൽ പ്രസ്ഥാനത്തിന്റെ വളർച്ചയും തളർച്ചയും എനിക്കു ദൂരെ നിന്നുള്ള കാഴ്ചയായിരുന്നു. ഇവിടെ നക്സലൈറ്റ് പ്രവർത്തനം സജീവമാകുമ്പോഴേക്കും ഞാൻ ഡൽഹിയിലെത്തിയിരുന്നു. എങ്കിലും ബംഗാളിലെയും ആന്ധ്രയിലെയും കേരളത്തിലെയും നക്സലൈറ്റ് പ്രവർത്തനത്തിന്റെ അലയൊലികൾ ഡൽഹിയിലുമുണ്ടായിരുന്നു. നക്സൽ അനുഭാവികളുടെ വലിയ വലിയ ചർച്ചകളൊക്കെ ഡൽഹിയിൽ നടക്കുമായിരുന്നു. ചാരു മജുംദാറുടെയൊക്കെ ധാരാളം ആരാധകർ അവിടെയുണ്ടായിരുന്നു. ഡൽഹിയിലെ സാധാരണക്കാരായ ധാരാളം മലയാളികൾ നക്സൽ അനുഭാവമുള്ളവരായിരുന്നു. എന്നിരുന്നാലും കേരളത്തിലുള്ളവരെപ്പോലെ യുള്ള അനുഭവങ്ങളൊന്നും അവർക്കില്ലായിരുന്നു. നക്സലൈറ്റ് എന്നു സംശയിച്ച് ഡൽഹിയിൽ ആരെയും അറസ്റ്റ് ചെയ്തിരുന്നില്ല.

ആർഇസിയിലെ വിദ്യാർത്ഥിയായിരുന്ന രാജന്റെ കൊലപാതകം ഇവിടെ വലിയ ചർച്ചയായിരുന്നെങ്കിൽ ഡൽഹിയിൽ അത്തരമൊരു ചർച്ചയേ ഉണ്ടായില്ല. ചോരകണ്ടു വളർന്നൊരു സമൂഹമാണ് ഡൽഹി യിലേത്. ഒരു വ്യക്തിയെ കൊലപ്പെടുത്തുകയെന്നുപറഞ്ഞാൽ അവിടെ അതൊരു പ്രശ്നമേയല്ല. ആരും പ്രതികരിക്കില്ല. രാജന്റെ മരണവുമായി ബന്ധപ്പെട്ട് പത്രങ്ങളിൽ ഒരു വാർത്തപോലും വന്നിരുന്നില്ല.

കേരള ക്ലബ്ബിൽ എല്ലാ വെള്ളിയാഴ്ചയും നടക്കുന്ന സാഹിത്യ ചർച്ചയ്ക്കിടെ മലയാളികളായ കുറച്ചു ചെറുപ്പക്കാർ മാറിയിരുന്ന് സംസാരിക്കുന്നതു കാണാമായിരുന്നു. അവർ മജുംദാറുടെയും കനു സന്യാലിന്റെയുമൊക്കെ ആരാധകരായിരുന്നു.

ചർച്ച കഴിഞ്ഞാൽ അവർ ഞങ്ങൾക്കിടയിൽ നിന്നു പിരിവെടുക്കും. ചെറിയ തുകയേ ചോദിക്കുകയുള്ളൂ. അത് ആന്ധ്രയിലെയും ബംഗാളിലെയും നക്സൽ ഗ്രൂപ്പുകളുടെ പ്രവർത്തനത്തിന് അയച്ചുകൊടുക്കാനായിരുന്നു. ചർച്ചയ്ക്കുശേഷം നവകേരള ഹോട്ടലിൽ ചായകുടിക്കാൻ കയറിയാൽ ഈ സുഹൃത്തുക്കളെ അവിടെയും കാണാം. അവരോടുള്ള സംസാരത്തിൽ നിന്നാണു കേരളത്തിൽ നടക്കുന്ന കാര്യങ്ങളൊക്കെ അറിഞ്ഞിരുന്നത്. ഇവിടത്തെ കാര്യങ്ങളൊക്കെ വൈകി മാത്രമേ അന്ന് അറിയാൻ പറ്റുമായിരുന്നുള്ളൂ. ഫോണൊന്നും ഇത്ര ജനകീയമായിരുന്നില്ലല്ലോ. പ്രധാനമായും ആശ്രയം റേഡിയോ യായിരുന്നു. അതിൽ സർക്കാർ നൽകുന്ന വിവരങ്ങൾ മാത്രമേ ഉണ്ടാകുമായിരുന്നുള്ളൂ. പിന്നെ വിവരങ്ങളൊക്കെ കിട്ടുന്നത് ഇത്തരം ചെറിയ ഗ്രൂപ്പുകൾക്കിടയിലുള്ള ചർച്ചയിലായിരുന്നു.

ഡൽഹിയിൽ നക്സൽ ആഭിമുഖ്യമുള്ള മറ്റൊരു വിഭാഗം ബുദ്ധിജീവികളായിരുന്നു സെന്റ് സ്റ്റീഫൻസ് കോളേജിലെ വിദ്യാർഥികൾ. നക്സൽ ചർച്ച സജീവമായിരുന്നു അവർക്കിടയിലും.

അന്ന് നക്സലൈറ്റുകൾ ചെറിയ സംഘങ്ങളായിരുന്നെങ്കിലും എല്ലാവരും നല്ല അർപ്പണ ബോധമുള്ളവരായിരുന്നു. ഇന്ന് മാവോയിസ്റ്റ് എന്നുപറയുമ്പോൾ ആരാണെന്ന് നമുക്കറിയില്ല. അന്ന് അതല്ല, ചെഗുവേര എന്നൊക്കെ പറയുന്നതുപോലെയായിരുന്നു മജുംദാറും സന്യാലുമൊക്കെ. അന്നത്തെ സാമൂഹിക പശ്ചാത്തലവും അങ്ങനെയായിരുന്നു. ദാരിദ്ര്യവും തൊഴിലില്ലായ്മയുമൊക്കെയായിരുന്നു യുവാക്കളെ ഇതിലേക്ക് ആകർഷിച്ചത്. അന്ന് കലഹിക്കാൻ ജന്മിമാരുണ്ടായിരുന്നു. ഫ്യൂഡലിസമായിരുന്നു അന്നത്തെ വർഗശത്രു. ഇന്ന് ഫ്യൂഡലിസമില്ലല്ലോ. കലഹിക്കാൻ ജന്മിമാരുമില്ല. ഇന്ന് സാമ്രാജ്യത്വമാണ് പ്രധാന ശത്രു.

തൊഴിലാളികളും കർഷകരും ശരിക്കും പീഡിപ്പിക്കപ്പെട്ടിരുന്നു അന്ന്. ശരിയായ കൂലി നൽകാതെ ജന്മിമാർ അവരെ ചൂഷണം ചെയ്യുകയായിരുന്നു. എല്ലാ തിന്മകളെയും പ്രതിനിധീകരിക്കുന്നവരായിരുന്നു ജന്മികൾ. പാലക്കാട്ടെ കോങ്ങാട് ജന്മി കൊല്ലപ്പെട്ടപ്പോൾ ആളുകൾ സന്തോഷിച്ചിരുന്നു. ആ ഒരു കാലത്തിൽ നിന്നു ചിന്തിക്കുമ്പോൾ മനസ്സുകൊണ്ട് എല്ലാവരും നക്സൽ പ്രസ്ഥാനത്തിന്റെ കൂടെയായിരുന്നു. അതുകൊണ്ട് തന്നെ ജനകീയമായൊരു പ്രസ്ഥാനമായിരുന്നു അത്.

അന്ന് ഡൽഹിയിലെ സാഹിത്യകാരൻമാരുടെ എഴുത്തിൽ നക്സലിസം പ്രതിഫലിച്ചിരുന്നില്ല. രാജൻ കാക്കനാടനൊക്കെ

സജീവമായിരുന്നു. നക്സലൈറ്റുകൾക്കു വേണ്ടി പണം പിരിക്കാനൊക്കെ രാജൻ മുന്നിട്ടിറങ്ങിയിരുന്നു. രാജൻ ഭയമില്ലാതെ പ്രവർത്തിച്ചിരുന്നു. ബംഗാളിയെ വിവാഹം കഴിച്ചൊരു മലയാളി ചെറുപ്പക്കാരൻ രാജന്റെ സുഹൃത്തായിരുന്നു. ധാരാളം ബംഗാളികൾ ആ ചെറുപ്പക്കാരനെ കാണാൻ വരുമായിരുന്നു. അവർ വഴി ബംഗാളിലെ കാര്യങ്ങളും ഞങ്ങൾക്കറിയമായിരുന്നു.

അന്ന് ഞാനൊക്കെ ആധുനികതയുടെ പിന്നാലെയായിരുന്നു. നിരാശപ്പെടുന്നവർക്ക് രണ്ടുവഴികളായിരുന്നു അന്ന് ഉണ്ടായിരുന്നത്. നക്സൽ പ്രസ്ഥാനത്തിൽ ചേർന്ന് ആയുധമെടുക്കുക. അല്ലെങ്കിൽ ആധുനികതയിൽ ചേരുക. ആധുനികതയിൽ ചോയ്സ് കൂടുതലാണ്. എന്തും ചെയ്യാം. വേണമെങ്കിൽ കുടിച്ചു ചാകാം. നക്സലൈറ്റ് പ്രസ്ഥാനത്തിന് കൃത്യമായ അജണ്ടയുണ്ടായിരുന്നു. ആധുനികതയ്ക്ക് അങ്ങനെയൊന്നുണ്ടായിരുന്നില്ല. ഇന്ന് പലരും ആധുനികതയെ വിമർശിക്കുന്നുണ്ടെങ്കിലും ആധുനികതയ്ക്ക് വ്യാപക അംഗീകാരം അന്നു ലഭിച്ചിരുന്നു. നക്സൽ പ്രസ്ഥാനത്തേക്കാൾ കൂടുതൽ കാലം നിലനിന്നത് ആധുനികതയായിരുന്നു. ആധുനികതനക്ക് മണ്ണിന്റെ മണമില്ല എന്നൊക്കെയായിരുന്നു ആക്ഷേപം. മറ്റൊന്ന് വിദേശമണ്ണിൽ ജനിച്ചെന്നതായിരുന്നു. കമ്യൂണിസത്തിനു പ്രത്യയശാസ്ത്രപരമായ പിന്തുണ നൽകിയതു വിദേശികളായിരുന്നില്ലേ. മാർക്സും സ്റ്റാലിനും ലെനിനുമൊക്കെ വിദേശികളായിരുന്നില്ലേ. സാർത്ര് ഇല്ലായിരുന്നെങ്കിലും ആധുനികത ഉണ്ടാകുമായിരുന്നു. അദ്ദേഹമല്ലല്ലോ ഇവിടെ ദാരിദ്ര്യമുണ്ടാക്കിയത്. ദാരിദ്ര്യമായിരുന്നു, അതിൽ നിന്നുള്ള നിരാശയായിരുന്നു ആധുനികതയും നക്സലിസവും ഉണ്ടാക്കിയത്.

അന്ന് നക്സലൈറ്റുകൾക്ക് ഒരു ശത്രുവേയുണ്ടായിരുന്നുള്ളൂ. ഇന്ന് സാധാരണക്കാരനു ധാരാളം ശത്രുക്കളുണ്ട്. അതുകൊണ്ടുതന്നെ നക്സലിസം പുനർജീവിച്ചിരുന്നെങ്കിൽ എന്നാശിച്ചു പോകാറുണ്ട്. അത്രയും ജീർണതകളാണ് ഇപ്പോഴത്തെ സമൂഹത്തിലുള്ളത്. നക്സലിസം പുനർജീവിച്ചാലും അക്കാലത്തുള്ളവരെ പോലെ എല്ലാം ത്യജിച്ചിറങ്ങാൻ ഇപ്പോൾ ആളെ കിട്ടുമെന്നു തോന്നുന്നില്ല. കാരണം മലയാളികൾ സുഖിയൻമാരായിപ്പോയി. സംസാരത്തിൽ വിയോജിപ്പ് പ്രകടിപ്പിക്കുമെങ്കിലും പ്രായോഗികതലത്തിൽ ആരും മുന്നോട്ടുവരില്ല. ഇന്ന് സുഖത്തോടെ ജീവിക്കാൻ അനുകൂലസാഹചര്യം അത്രയ്ക്കുണ്ട്.

തിരുത്തൽശക്തികളായി നക്സൽ പ്രസ്ഥാനം നിലനിൽക്കേണ്ടതായിരുന്നു. ഞങ്ങൾ ഇവിടെയുണ്ട് എന്ന് തെറ്റുചെയ്യുന്നവരെ ബോധ്യപ്പെടുത്തണമായിരുന്നു. എന്നാൽ പ്രത്യയ

ശാസ്ത്രപരമായ ഭിന്നതകാരണം നക്സൽ പ്രസ്ഥാനം തകർന്നു പോയി. കമ്യൂണിസ്റ്റ് പാർട്ടിയുടെ പിളർപ്പുപോലെ സങ്കട മുണ്ടാക്കിയ കാര്യമായിരുന്നു അത്. അവർക്കിടയിലെ ആശയ ക്കുഴപ്പവും പിളർപ്പുമൊക്കെ സങ്കടത്തോടെയാണ് ഞാനൊക്കെ നോക്കിക്കണ്ടത്. മനഃസാക്ഷി മരവിക്കാത്തതുകൊണ്ടാണ് ഇതു പോലെയൊരു മുന്നേറ്റം വീണ്ടും വേണമെന്ന് ആഗ്രഹിക്കുന്നത്. അങ്ങനെയൊന്നിനെ നക്സലൈറ്റ് എന്നു പേരിട്ടു വിളിക്കണ മെന്നൊന്നുമില്ല. ഒരു തിരുത്തൽ ശക്തിയായി, ഞങ്ങൾ ഇവിടെ യുണ്ടെന്ന് അപഥസഞ്ചാരം നടത്തുന്നവരെ അറിയിക്കണം. ■

ഇത് ചരിത്രവിവരണമല്ല, ചരിത്രത്തോടൊപ്പം സഞ്ചരിച്ചവരുടെ ജീവിതമാണ്. വരാനിരിക്കുന്ന സമത്വസുന്ദരമായ ലോകത്തിനു വേണ്ടി, മറ്റൊരു ചിന്തയുമില്ലാതെ സ്വന്തം ജീവിതസുഖങ്ങൾ ത്യജിച്ചവരുടെ അനുഭവങ്ങൾ. നേടാനുണ്ടായിരുന്നത് വലിയൊരു ലോകമായിരുന്നു, അവർക്കു നഷ്ടപ്പെട്ടത് സ്വന്തം ജീവിതവും. അവരെ കാത്തിരുന്നത് പൊലീസിന്റെ ക്രൂരമർദനവും ജയിലിലെ ആകാശം കാണാത്ത ഇടുങ്ങിയ ജീവിതവുമായിരുന്നു. ഇതൊക്കെയാണെന്നറിഞ്ഞിട്ടും എല്ലാ സുഖസൗകര്യങ്ങളും വിട്ട് അവർ വിപ്ലവപാതയിലേക്കു നീങ്ങി.

കേരളത്തിൽ പൊലീസ് ഭീകരതയ്ക്ക് ഏറ്റവുമധികം ഇരയായത് നക്സലൈറ്റുകളായിരിക്കും. ജയറാം പടിക്കലിന്റെ ക്രൈംബ്രാഞ്ച് ക്യാംപിലെ ബഞ്ചിൽ മലർത്തിക്കിടത്തി, കൈകാലുകൾ കൂട്ടിക്കെട്ടി, തുടകളിലൂടെ ഇരുമ്പുദണ്ഡ് കയറിയിറങ്ങുമ്പോൾ അനുഭവിച്ച വേദനയെക്കുറിച്ചു പറയുമ്പോൾ ഒരു നക്സലൈറ്റും കരഞ്ഞിരുന്നില്ല. കാരണം കണ്ണീരെല്ലാം ക്രൈംബ്രാഞ്ച് ക്യാംപിൽ നിന്നു തന്നെ വറ്റിയിരുന്നു. അന്നത്തെ പൊലീസ് ഉരുട്ടലിന്റെ ദുരന്തം ഇപ്പോഴും ഇവരുടെ ശരീരത്തെ വേട്ടയാടുന്നുണ്ട്. എന്നാൽ മനസ്സിൽനിന്ന് അതെല്ലാം എന്നോ മാഞ്ഞുപോയിരുന്നു.

തലശേരി പൊലീസ് സ്റ്റേഷൻ ആക്രമണം മുതൽ വയനാട്ടിലെ കേണിച്ചിറ മത്തായി വധം വരെ, കേരളത്തിൽ അരങ്ങേറിയ നക്സലൈറ്റ് ആക്ഷനുകളെക്കുറിച്ചാണ് ഈ പുസ്തകം. കാസർകോട് മുതൽ തിരുവനന്തപുരം വരെ, ഇപ്പോൾ ജീവിച്ചിരിക്കുന്ന നക്സലൈറ്റ് പ്രവർത്തകരെ

നേരിട്ടു കണ്ടു തയ്യാറാക്കിയ അനുഭവ വിവരണമാണിത്. ഗ്രന്ഥകർത്താവിന്റേതായ ഒരു ഇടപെടലും ഈ കൃതിയിലില്ല. കാരണം ഇത് ചരിത്രത്തോടൊപ്പം സഞ്ചരിച്ച കുറേപേരുടെ ജീവിതമാണ്. മറ്റൊരാളുടെ ജീവിതത്തിൽ, അത്രമേൽ തീവ്രമായ അനുഭവങ്ങളില്ലാത്ത നമുക്കിടപെടാൻ പറ്റില്ലല്ലോ.

കേണിച്ചിറ മത്തായി വധക്കേസിലെ ഒൻപതാം പ്രതിയായിരുന്ന മധുസൂദനൻ എന്ന മധുവേട്ടനാണ് ഈ പുസ്തകരചനയുടെ കാരണക്കാരൻ. ഒരു മഴക്കാലത്ത് കേണിച്ചിറയിലെ വീട്ടിലെ കോലായയിൽ ഇരുന്ന് അദ്ദേഹം പറഞ്ഞ അന്നത്തെ കാര്യങ്ങളിൽ നിന്നു പിന്നോട്ടുള്ളൊരു യാത്രയായിരുന്നു. വെള്ളത്തൂവൽ സ്റ്റീഫൻ തൊട്ട് മായനാട് വിജയൻ വരെ വിപ്ലവം നെഞ്ചേറ്റിയ വലിയൊരു വിഭാഗത്തെ കണ്ടു. ചെയ്തത് ശരിയായിരുന്നുവെന്ന് ചിലർ പറയുമ്പോൾ മറ്റുചിലർക്ക് അന്ന് ഞങ്ങളൊരു കാല്പനിക ലോകത്തായിരുന്നു എന്ന മറുപടിയായിരുന്നു. എങ്കിലും എല്ലാവരെയും നയിച്ചിരുന്നത് അനീതിയില്ലാത്ത, സമത്വം നിലകൊള്ളുന്ന ലോകത്തിനു വേണ്ടിയുള്ള പോരാട്ടം എന്ന കാഴ്ചപ്പാടായിരുന്നു.

താവം ബാലകൃഷ്ണൻ, പി.ടി. തോമസ്, കെ. വേണു, കെ.എൻ. രാമചന്ദ്രൻ, വെള്ളത്തൂവൽ സ്റ്റീഫൻ, കുന്നേൽ കൃഷ്ണൻ, കാനങ്ങോട്ട് രാജൻ, മാവോ രാജൻ, മധുമാസ്റ്റർ, എം.എം. സോമശേഖരൻ, വി.കെ. പ്രഭാകരൻ, കവിയൂർ ബാലൻ, സിവിക് ചന്ദ്രൻ, മായനാട് വിജയൻ, കേണിച്ചിറ മധുസൂദനൻ തുടങ്ങിയവരോടുള്ള നന്ദി പ്രത്യേകം എടുത്തുപറയുന്നു. ആമുഖം എഴുതിത്തന്ന നോവലിസ്റ്റ് എം. മുകുന്ദൻ, എ.വി. ശ്രീകുമാർ, പത്രപ്രവർത്തക സുഹൃത്തുക്കളായ അരുൺ എഴുത്തച്ഛൻ, സക്കീർ ഹുസൈൻ, ശരത് വംശ, ബിജുകുമാർ, എം.ടി. വിധുരാജ്, സമീർ എ. ഹമീദ്, രചനാവേളയിൽ സഹായം നൽകിയ സി. നമീത, ടി. അനൈന, ടി. അലൈന, ടി. അലൻ എന്നിവരോടും നന്ദി രേഖപ്പെടുത്തുന്നു.

ടി. അജീഷ്

ഉള്ളടക്കം

വസന്തത്തിന്റെ ഇടിമുഴക്കം 15

നക്സൽബാരിയിൽനിന്ന്
തലശേരിയിലേക്ക് 31

വയനാടും കണ്ണൂരും കോഴിക്കോടും
കലാപത്തിലേക്ക് 53

തലശ്ശേരി-പുൽപ്പള്ളി ആക്ഷനുകൾ 65

കുറ്റ്യാടി സ്റ്റേഷൻ ആക്രമണം 102

തൃശിലേരി-തിരുനെല്ലി ആക്രമണം 122

താവം കൊലപാതകം 146

കോങ്ങാട് കൊലപാതകം 162

വെള്ളത്തൂവൽ
നഗരൂർ-കുമ്മിൾ-കിളിമാനൂർ 177

വേണു മജുംദാറെ സന്ദർശിക്കുന്നു 190

ഒന്ന്

വസന്തത്തിന്റെ ഇടിമുഴക്കം

ഇന്ത്യൻ ചക്രവാളത്തിൽ വസന്തത്തിന്റെ ഇടിമുഴക്കം- നക്സൽ പ്രസ്ഥാനത്തെക്കുറിച്ചു പറഞ്ഞുതുടങ്ങുന്നത് ഇവിടെ നിന്നാണ്. 1967 ജൂലൈ അഞ്ചിന് ചൈനയിലെ പീപ്പിൾസ് ഡെയ്‌ലി പത്രത്തിലെ മുഖപ്രസംഗം പീക്കിങ്ങ് റേഡിയോ പ്രക്ഷേപണം ചെയ്തതോടെയാണ് നക്സൽബാരി എന്ന കൊച്ചുഗ്രാമത്തിൽ നടന്ന കർഷകരുടെ സായുധ വിപ്ലവത്തിന് ലോകപ്രശസ്തി ലഭിക്കുന്നത്. കൃഷിഭൂമി കർഷകന് എന്ന മുദ്രാവാക്യവുമായി ഭൂവുടമകൾക്കെതിരെ സമരം നയിച്ച കർഷകർക്കുനേരെ നടന്ന പൊലീസ് വെടിവയ്പിൽ പതിനൊന്നു പേരായിരുന്നു അതിദാരുണമായി കൊല്ലപ്പെട്ടത്.

പീക്കിങ്ങ് റേഡിയോ പ്രക്ഷേപണം വരുന്നതുവരെ പത്രവാർത്തകളിലൂടെ ചെറിയ തോതിൽ മാത്രമേ ഈ സംഭവത്തെക്കുറിച്ച് അറിയാൻ സാധിച്ചിരുന്നുള്ളൂ. കമ്യൂണിസ്റ്റ് പാർട്ടി ഓഫ് ഇന്ത്യ (മാർക്സിസ്റ്റ്)യും മറ്റ് ഇടതു പാർട്ടികളും ചേർന്നുള്ള ഐക്യമുന്നണിയായിരുന്നു ആ സമയത്ത് ബംഗാളിൽ ഭരണത്തിലുണ്ടായിരുന്നത്. അജയ്മുഖർജി മുഖ്യമന്ത്രിയും ജ്യോതിബസു ആഭ്യന്തരമന്ത്രിയുമായ ഐക്യമുന്നണി മാർച്ച് രണ്ടിനാണ് ബംഗാളിൽ അധികാരത്തിൽ വന്നത്.

കൃഷി ഭൂമി കർഷകന് എന്ന മുദ്രാവാക്യം ഉയർത്തി അധികാരത്തിൽ വന്ന കമ്യൂണിസ്റ്റ് പാർട്ടി പക്ഷേ, ഭരണം ലഭിച്ചപ്പോൾ കർഷകരെ മറക്കുന്നതാണ് സാധാരണ പ്രവർത്തകർ കാണുന്നത്. അങ്ങനെയാണ് ചാരു മജുംദാർ, കനു സന്യാൽ, ജംഗൽ സന്താൾ എന്നിവരുടെ നേതൃത്വത്തിൽ കർഷകർ പ്രക്ഷോഭത്തിനൊരുങ്ങുന്നത്. പശ്ചിമബംഗാളിലെ ഇന്ത്യ-നേപ്പാൾ അതിർത്തിയിലുള്ള നക്സൽബാരി, ഖാരിബാരി, ഫാൻസിഡേവ എന്നീ ഭൂപ്രദേശത്താണ് വിപ്ലവത്തിനു തുടക്കം കുറിച്ചത്.

ആദിവാസികളായ സന്താളരുടെ വിപ്ലവമായിരുന്നു യഥാർഥത്തിൽ നക്സൽബാരിയിൽ നടന്നത്. അമ്പും വില്ലും ഉപയോഗിച്ച് പൊലീസിനെ നേരിട്ട ആദിവാസികളുടെ പോരാട്ടം കേരളത്തിലെ പുന്നപ്ര- വയലാറിനെ അനുസ്മരിപ്പിക്കുന്നതായിരുന്നു. കമ്യൂണിസ്റ്റ് പാർട്ടി നേതൃത്വം നൽകുന്ന സർക്കാരിനെതിരെ കമ്യൂണിസ്റ്റുകാരായ കുറച്ചുപേരുടെ നേതൃത്വത്തിൽ നടന്ന വിപ്ലവം എന്നും ഈ പോരാട്ടത്തെ വിളിക്കാം.

ചാരുമജുംദാർ

ഇന്ത്യയുടെ വടക്കേ അതിരിൽ കിടക്കുന്ന നക്സൽബാരിയുടെ വടക്ക് സിക്കിം, പടിഞ്ഞാറ് നേപ്പാൾ, വടക്കുകിഴക്ക് ഭൂട്ടാൻ, തെക്കുകിഴക്ക് ബംഗ്ലാദേശ് എന്നിങ്ങനെയാണ് അതിർത്തി. മാവോ സേ തുങ്ങിന്റെ ആശയങ്ങൾക്കാണ് ഈ പ്രദേശങ്ങളിൽ കൂടുതൽ വേരോട്ടം ലഭിച്ചത്. ചൈനയുടെ ചെയർമാൻ നമ്മുടെ ചെയർമാൻ, ചൈനീസ് പാത നമ്മുടെ പാത എന്നതായിരുന്നു ഇവിടങ്ങളിലെ വിപ്ലവനേതാക്കളുടെ മുദ്രാവാക്യം.

ചാരുമജും‌ദാർ

കമ്യൂണിസ്റ്റ് നേതാക്കളായിരുന്ന ചാരുമജുംദാർ, കനുസന്യാൽ എന്നിവരാണ് ബംഗാളിൽ വിപ്ലവചിന്തകളുടെ വിത്തുകൾ പാകുന്നത്. 1918ൽ സിലിഗുരിയിലെ സ്വാതന്ത്ര്യ സമര സേനാനിയുടെ മകനായിട്ടാണ് സിഎം എന്നു വിളിക്കുന്ന ചാരുമജുംദാർ ജനിക്കുന്നത്. അച്ഛനിൽ നിന്നു കിട്ടിയ പോരാട്ടവീര്യം കോളേജ് പഠനകാലത്തു തന്നെ മജുംദാർ കാട്ടിയിരുന്നു. സമൂഹത്തിലെ അനീതിക്കെതിരെ യൗവനത്തിൽ തന്നെ അദ്ദേഹം പോരാട്ടം ആരംഭിച്ചു. ആൾ ഇന്ത്യ ബംഗാൾ സ്റ്റുഡന്റ്സ് അസോസിയേഷനിൽ അംഗമായ അദ്ദേഹം കോളേജ് പഠനം പൂർത്തിയാക്കാതെ രാഷ്ട്രീയത്തിൽ പ്രവേശിച്ചു. കോൺഗ്രസിൽ ചേർന്നുകൊണ്ട് ബീഡി തൊഴിലാളികൾക്കിടയിൽ രാഷ്ട്രീയ പ്രവർത്തനം നടത്താനാണ് ഇഷ്ടപ്പെട്ടത്. പക്ഷേ കോൺഗ്രസിന്റെ നയങ്ങളോട് കൂടുതൽ കാലം ചേർന്നു നിൽക്കാൻ സാധിക്കാതെ കമ്യൂണിസ്റ്റ് പാർട്ടിയിൽ ചേർന്നു. കമ്യൂണിസ്റ്റ് പാർട്ടി ഇന്ത്യയിൽ നിരോധിച്ചപ്പോൾ എല്ലാ സഖാക്കളെയും പോലെ ഒളിവിൽ കഴിഞ്ഞുകൊണ്ടായിരുന്നു പ്രവർത്തിച്ചിരുന്നത്.

ബംഗാളിലെ കർഷകരുടെ ദയനീയ സ്ഥിതി മനസ്സിലാക്കി അദ്ദേഹം പ്രവർത്തനം അവർക്കിടയിലേക്കു മാറ്റി. 'മൂന്നിലൊന്നു സമരം' നടക്കുമ്പോഴാണ് ഇന്ത്യയിലെ കർഷകരുടെ പ്രശ്നങ്ങൾ പരിഹരിക്കാൻ സായുധ മാർഗം മാത്രമേ ഫലവത്താകുകയുള്ളൂ എന്ന ബോധ്യം വന്നത്. ഇതിനിടെ മൂന്നുവർഷം ജയിൽവാസവും അനുഷ്ഠിച്ചു. 1954ൽ പാർട്ടി പ്രവർത്തകയായ ലിലാ മജുംദാർ സെൻഗുപ്തയെ വിവാഹം കഴിച്ചു. ശേഷകാലം ജീവിതം സിലിഗുരിയിലേക്കു തന്നെ മാറ്റി. ഇന്തോ– ചൈന യുദ്ധസമയത്ത് ചൈനാ ചാരൻ എന്ന മുദ്രകുത്തി 1962ൽ അദ്ദേഹം വീണ്ടും ജയിലിലായി. 1963ൽ കമ്യൂണിസ്റ്റ് സ്ഥാനാർഥിയായി മത്സരിച്ചിരുന്ന മജുംദാർ കെട്ടിവച്ച പണം പോലും ലഭിക്കാതെയാണ് പരാജയപ്പെട്ടത്.

1964ൽ കമ്യൂണിസ്റ്റ് പാർട്ടി പിളർന്നപ്പോൾ സിപിഎമ്മിനൊപ്പം നിന്ന മജുംദാർ ഇന്ത്യൻ കമ്യൂണിസറ്റ് പാർട്ടി ചൈനീസ് പാർട്ടിയുടെ ഘടകമായി പ്രവർത്തിക്കണമെന്ന ആശയക്കാരനായിരുന്നു. സിപിഐ റഷ്യൻ ആശയത്തിൽ നിന്നപ്പോൾ സിപിഎം ചൈനീസ് പാതയായിരുന്നല്ലോ സ്വീകരിച്ചിരുന്നത്. എന്നാൽ പാർട്ടിയിലെ ബഹുഭൂരിപക്ഷത്തിനും ചൈനയെ അന്ധമായി പിന്തുടരുന്നതിനോടു യോജിപ്പില്ലായിരുന്നു. കുറേയേറെ കാര്യങ്ങളിൽ കടുംപിടിത്തക്കാരനായിരുന്നു മജുംദാർ. 1967ൽ

ബംഗാളിൽ തിരഞ്ഞെടുപ്പ് നടന്നപ്പോൾ പാർട്ടി മത്സരിക്കരുതെന്ന വാദമായിരുന്നു അദ്ദേഹം മുന്നോട്ടു വച്ചത്. എന്നാൽ പാർട്ടി നേതൃത്വം അതു തള്ളുകയായിരുന്നു. 1963ലെ ഉപതിരഞ്ഞെടുപ്പിലെ കനത്ത തോൽവിയാണ് മജുംദാറെക്കൊണ്ട് തിരഞ്ഞെടുപ്പ് ബഹിഷ്കരിക്കാൻ ആഹ്വാനം ചെയ്യിച്ചതെന്നായിരുന്നു ഒരു വിഭാഗം ആരോപിച്ചിരുന്നത്. എന്നാൽ തിരഞ്ഞെടുപ്പിൽ ഇടതുമുന്നണി അധികാരത്തിൽ വരുന്നതിന് ബംഗാൾ ജനത സാക്ഷിയായി. പതിന്നാലു കക്ഷികൾ ചേർന്നാണ് അധികാരം പങ്കിട്ടത്. ഇതിനെയൊന്നും അംഗീകരിക്കാൻ മജുംദാറിനാവുമായിരുന്നില്ല.

തോക്കിൻകുഴലിലൂടെ വരുന്ന അധികാരത്തിലൂടെ മാത്രമേ സാധാരണക്കാരുടെ പ്രശ്നങ്ങൾ പരിഹരിക്കാൻ കഴിയൂ എന്നായിരുന്നു മജുംദാറുടെ നിലപാട്. മാവോയുടെ സിദ്ധാന്തവും അതായിരുന്നു. മാവോ പറയുന്നതുപോലെ പ്രവർത്തിക്കുന്നൊരു പാർട്ടിയാണ് മജുംദാർ മനസ്സിൽ കണ്ടിരുന്നത്.

സായുധ സമരമാണ് ഇന്ത്യൻവിപ്ലവത്തിന്റെ ശരിയായ പാത. മറ്റൊരു വഴി അതിനില്ല. എവിടെയെങ്കിലുമൊരു തീപ്പൊരി വീണാൽ അതു കാട്ടുതീയായി ആളിപ്പടരും. ഇന്ത്യയുടെ വിശാലഭൂവിഭാഗങ്ങളിലാകെ കത്തിജ്ജ്വലിക്കും. ഇതായിരുന്നു മജുംദാറും സഹപ്രവർത്തകരും പ്രസംഗിച്ചിരുന്നത്.

അത്തരമൊരു തീപ്പൊരിയാണ് നക്സൽബാരിയിൽ വീണത്. സഹനത്തിന്റെ നെല്ലിപ്പടിയിൽ നിൽക്കുകയായിരുന്നു അവിടത്തെ കർഷകരും ആദിവാസികളും. ജോട്ടോദാർ എന്ന പേരിൽ അറിയപ്പെട്ടിരുന്ന ജന്മികളാണ് ഇവിടെ കാര്യങ്ങൾ തീരുമാനിച്ചിരുന്നത്. കർഷകരെയും സന്താൾ വർഗത്തിൽപ്പെട്ട ആദിവാസികളെയും അവർ ശരിക്കും ചൂഷണം ചെയ്തു. ജന്മികളിൽ ഭൂരിഭാഗവും കമ്യൂണിസ്റ്റ് പാർട്ടിയിൽ അംഗങ്ങളായിരുന്നു. അതുകൊണ്ടുതന്നെ ഭരണം ലഭിച്ചതോടെ ജന്മികളുടെ വേട്ടയാടലിനു ശക്തിയേറി. കർഷകരെ ചൂഷണം ചെയ്യുന്നതിന് തങ്ങൾ എതിരാണെന്ന് പാർട്ടിനേതാക്കൾ പ്രസംഗിക്കുകയും അതേസമയം ജന്മിമാർക്ക് അനുകൂലമായ നിടപാട് എടുക്കുകയും ചെയ്തു.

യഥാർഥത്തിൽ നക്സൽബാരിയിൽ കലാപം പൊട്ടിപ്പുറപ്പെടുന്നത് 1967ൽ അല്ല. ഒരു സുപ്രഭാതത്തിൽ അവിടത്തുകാർ വിപ്ലവകാരികളാകുകയായിരുന്നില്ല. ചൂഷണത്തിനെതിരെ അൻപതുകളിൽ തന്നെ അവിടങ്ങളിൽ ഒറ്റപ്പെട്ട സമരങ്ങൾ ഉണ്ടായിട്ടുണ്ട്. അതിലൊന്നായിരുന്നു തേഭാഗ സമരം (മൂന്നിലൊന്ന് സമരം). കൃഷിഭൂമിയിൽ അധ്വാനിക്കുന്നവർക്ക് ചെറിയൊരു പങ്കു മാത്രമേ ജോട്ടോദാർമാർ കൊടുത്തിരുന്നുള്ളൂ. സാധാരണജനങ്ങളുടെ ജീവിതം എന്നും ദാരിദ്ര്യത്തിൽ തന്നെയായിരുന്നു. എതിർത്തൊരക്ഷരം പറയാൻ അവർക്കാവുമായിരുന്നില്ല. മൂന്നിലൊന്നു മാത്രം ജോട്ടോദാർമാർക്ക് എന്ന മുദ്രാവാക്യമുയർത്തി നടത്തിയ സമരം പക്ഷേ, അധികദിവസം നീണ്ടുനിന്നില്ല. അതിനു മുൻപു തന്നെ അടിച്ചമർത്താൻ ജന്മിമാർക്കു സാധിച്ചു.

കനു സന്യാൽ

എന്നാൽ ഇവിടത്തെ അധ്വാനിക്കുന്നവരുടെ പോരാട്ടം നിലച്ചിരുന്നില്ല. ഇടയ്ക്കിടെ അത് ശക്തിയാർജിക്കും. ശക്തമായൊരു നേതൃത്വം നൽകാൻ ആരുമുണ്ടായിരുന്നില്ല എന്നതായിരുന്നു സമരക്കാർ നേരിട്ടിരുന്ന പ്രധാന പ്രശ്നം. എരിഞ്ഞുകൊണ്ടിരിക്കുന്ന കനലിലേക്കാണ് കനു സന്യാൽ എത്തുന്നത്. വിളവു പിടിച്ചെടുക്കുക, പിന്നെ ഭൂമി പിടിച്ചെടുക്കുക, ഒടുവിൽ അധികാരം പിടിച്ചെടുക്കുക എന്നതായിരുന്നു ഇവരുടെ രീതി. അതിന് അവർ സ്വീകരിച്ചത് മാവോയുടെ പ്രവർത്തനരീതിയും.

സിലിഗുരിക്കടുത്ത് ജയ്പാൽഗുരിയിലാണ് കനുസന്യാൽ ജനിച്ചത്. സുഭാഷ് ചന്ദ്രബോസിന്റെ കീഴിൽ രാഷ്ട്രീയപ്രവർത്തനം നടത്താൻ സാധിച്ചിരുന്ന സന്യാൽ വിദ്യാർഥിയായിരിക്കുമ്പോഴേ രാഷ്ട്രീയത്തിൽ ശ്രദ്ധേയനായിരുന്നു. മുഖ്യമന്ത്രിയായിരുന്ന ബി.സി. റോയിക്കെതിരെ കരിങ്കൊടി കാട്ടിയതിനു കോളജിൽനിന്നു പുറത്താക്കപ്പെട്ട നേതാവായിരുന്നു സന്യാൽ. കോടതി ക്ലാർക്കായി കുറച്ചുകാലം ജോലി ചെയ്തിരുന്നെങ്കിലും കമ്യൂണിസ്റ്റ് ആശയത്താൽ പ്രചോദിതനായി ജോലി ഉപേക്ഷിച്ചു.

കനു സന്യാൽ

നക്സൽബാരിയിലെ ദരിദ്രകർഷകരുടെ പ്രശ്നങ്ങൾ പഠിക്കാനാണ് പാർട്ടി സന്യാലിനെ അവിടേക്ക് അയയ്ക്കുന്നത്. കേരളത്തിൽ വർഗീസിനെ വയനാട്ടിലേക്ക് അയച്ചതുപോലെ.

1952ൽ ആണ് സന്യാൽ നക്സൽബാരിയിൽ എത്തുന്നത്. അതുവരെ കണ്ടൊരു ലോകമായിരുന്നില്ല അവിടെയുണ്ടായിരുന്നത്. കുട ചൂടി നടക്കാൻ പോലും പറ്റാത്തൊരു വിഭാഗമായിരുന്നു കൃഷിയിടത്തിലും തേയിലത്തോട്ടത്തിലും ജോലി ചെയ്തിരുന്നത്. ചായത്തോട്ടങ്ങളിലെല്ലാം ആദിവാസികളായിരുന്നു ജോലിക്കാർ. കുറഞ്ഞ കൂലി മാത്രമേ ലഭിക്കുമായിരുന്നുള്ളൂ. കിട്ടുന്നതിൽ കുറേഭാഗം പണമിടപാടുകാർ കൊണ്ടുപോകുകയും ചെയ്യും. മാർവാഡികളും നേപ്പാളികളുമായിരുന്നു ഇങ്ങനെ അവരെ ചൂഷണം ചെയ്തിരുന്നത്. ശരിക്കും പറഞ്ഞാൽ കുറേ അടിമകളെയാണ് സന്യാൽ അവിടെ കണ്ടത്. പിന്നീട് അദ്ദേഹം അവർക്കിടയിൽ ഒരാളായി. അവരുടെ ഭാഷ പഠിച്ചു. അവരുടെ രീതിയിൽ ജീവിച്ചു. സംഘടനാ പ്രവർത്തനം എന്തെന്നറിയാത്ത അവരെ അദ്ദേഹം പതുക്കെ പതുക്കെ ഒരു കുടക്കീഴിൽ കൊണ്ടുവന്നു. ഇവിടത്തുകാർക്കു എന്തു പ്രശ്നമുണ്ടെങ്കിലും സന്യാൽ മുന്നിലുണ്ടാകും എന്നതായി സ്ഥിതി. സന്യാൽ ഏതു രാഷ്ട്രീയക്കാരനാണോ അതായി മാറി ഈ ജനതയും. അത്രയ്ക്കു വിശ്വാസം ആർജിക്കാൻ അദ്ദേഹത്തിനു സാധിച്ചു. വയനാട്ടിലെ ആദിവാസികൾ വർഗീസിനെ എങ്ങനെ വിശ്വസിച്ചുവോ അതുപോലെയായിരുന്നു സന്യാലിനെ നക്സൽബാരിയിലുള്ളവരും വിശ്വാസത്തിലെടുത്തത്.

ജംഗൽ സന്താൾ

ഈ സമയത്താണ് സന്താൾ വിഭാഗത്തിൽനിന്ന് ജംഗൽ എന്ന നേതാവ് ഉയർന്നുവരുന്നത്. സന്യാൽ വളർത്തിക്കൊണ്ടുവന്ന നേതാവായിരുന്നു ജംഗൽ. ബിഹാറിൽ നിന്നു ജോലി തേടി ബംഗാളിലെത്തിയ കാന്തന സന്താളിന്റെയും ചമ്പോതോഡയുടെയും മകനായിരുന്നു ജംഗൽ. എല്ലാ ആദിവാസികളെയും പോലെ അദ്ദേഹത്തിനും സ്കൂളിൽ പോകാൻ ഭാഗ്യമുണ്ടായിരുന്നില്ല. കുഞ്ഞുപ്രായത്തിലേ ചായത്തോട്ടത്തിൽ കൊളുന്തു നുള്ളുന്ന ജോലി ചെയ്യേണ്ടി വന്നു. പുരുഷൻമാർക്ക് നാലണയും സ്ത്രീകൾക്ക് രണ്ടണയും കുട്ടികൾക്ക് ഒരണയുമായിരുന്നു അക്കാലത്ത് ദിവസക്കൂലി. നേപ്പാളിലെ സമ്പന്ന കർഷകന്റെ മകളെ വിവാഹം കഴിക്കുന്നതു വരെ ഈ തോട്ടത്തിൽ തന്നെയായിരുന്നു ജംഗൽ ജോലി ചെയ്തിരുന്നത്. പ്രതികരണശേഷിയില്ലാത്തവരുടെ കൂട്ടത്തിൽ ഒരാൾ മാത്രമായിരുന്നു അക്കാലത്ത് ജംഗലും. നേപ്പാളിലെ കമ്യൂണിസ്റ്റ് നേതാവായ ഗോപാൽ പ്രസാദുമായി അടുത്തു ബന്ധപ്പെട്ടതോടെ ഇദ്ദേഹത്തിന്റെ ജീവിതം വഴി മാറി. കമ്യൂണിസ്റ്റ് ആശയങ്ങൾ പതുക്കെ തലയിൽ കയറാൻ തുടങ്ങി. പക്ഷേ, മരുമകൻ കമ്യൂണിസ്റ്റായി എന്നറിഞ്ഞതോടെ ഭാര്യാപിതാവ് ജംഗലിനെ വീട്ടിൽ നിന്നുപുറത്താക്കി. ഭാര്യാപിതാവിന്റെ കീഴിൽ ജോലി ചെയ്തിരുന്നവർക്കു കൂലി വർധിപ്പിക്കണമെന്ന് ആവശ്യപ്പെട്ട് ഒട്ടേറെ

തവണ ഗോപാൽ പ്രസാദ് വന്നിരുന്നു. അദ്ദേഹവുമായിട്ടാണ് മരുമകൻ ബന്ധപ്പെടുന്നതെന്നറിഞ്ഞതോടെ സ്ഥാനം വീടിനു പുറത്താക്കുകയായിരുന്നു. ജംഗൽ വീണ്ടും സ്വന്തം നാട്ടിലേക്കു പോന്നു. ദിവസങ്ങൾക്കകം അദ്ദേഹത്തിന്റെ ഭാര്യ ഗംഗയും എല്ലാം ഉപേക്ഷിച്ചെത്തി.

വീണ്ടും തോട്ടപ്പണി തന്നെ. ദേവീ നാരായണ പ്രസാദ് എന്ന ജന്മിയുടെ കീഴിലായിരുന്നു ജോലി. കമ്യൂണിസ്റ്റ് ആശയം തലയിൽകയറിയാണ് ജംഗൽ തിരിച്ചെത്തിയതെന്ന് ജന്മി അറിഞ്ഞിരുന്നില്ല. തോട്ടത്തിലെ ചൂഷണത്തെ ജംഗൽ ചോദ്യം ചെയ്യാൻ തുടങ്ങി. ഈ സമയത്താണ് കനു സന്യാൽ നക്സൽബാരിയിലെത്തുന്നത്. അതോടെ ചേരേണ്ടവർ ചേർന്നു. ജംഗൽ കനുസന്യാലിന്റെ വലംകൈ ആയി.

അധികാരത്തിലെത്തിയ പാർട്ടിയുമായി അകന്ന മജുംദാറും സന്യാലും വിപ്ലവത്തിലൂടെ മാത്രമേ സാധാരണക്കാരുടെ പ്രശ്നങ്ങൾ പരിഹരിക്കാൻ പറ്റൂ എന്ന നിലപാടിൽ ഉറച്ചിരുന്നു.

ഈ സമയത്താണ് മജുംദാർ 'ചരിത്രപരമായ എട്ടു രേഖകൾ'എഴുതുന്നത്. അതാണ് പോരാട്ടങ്ങളുടെ മാർഗരേഖയായി കണക്കാക്കിയിരുന്നത്.

എന്നാൽ മജുംദാറും സന്യാലും രണ്ടു രീതിയുടെ വക്താക്കളായിരുന്നു. നക്സൽബാരി സമരം നടക്കുന്നതിനുമുൻപു തന്നെ രണ്ടുപേരും തമ്മിലുള്ള ആശയസംഘട്ടനം ആരംഭിച്ചിരുന്നു. രഹസ്യ ഗറില്ലാ സംഘങ്ങൾ രൂപീകരിച്ച് ജോട്ടേദാർമാരുടെ വീടുകൾ ആക്രമിച്ച് അവരെ കൊലപ്പെടുത്തി ആയുധങ്ങൾ പിടിച്ചെടുക്കുക എന്നതായിരുന്നു മജുംദാർ നടപ്പാക്കാൻ നിർദേശിച്ചിരുന്നത്. ബഹുജന സംഘടനകളുടെയോ പ്രസ്ഥാനങ്ങളുടെയോ പിന്തുണ ആവശ്യമില്ലാതെ, ഗറില്ലാ സംഘങ്ങൾ കൊണ്ടു മാത്രം വിപ്ലവം നടപ്പാക്കാമെന്നായിരുന്നു അദ്ദേഹം പറഞ്ഞത്. ജോട്ടേദാർമാരെ കൊലപ്പെടുത്തി ആയുധങ്ങൾ പിടിച്ചെടുക്കുന്നതോടെ ജനങ്ങൾ താനേ സംഘടിക്കും. അതൊരു വൻ മുന്നേറ്റമായി മാറും. ഇതായിരുന്നു അദ്ദേഹം മുന്നോട്ടു വച്ചത്. എന്നാൽ ഇതിൽ നിന്ന് ഏറെ അകലെയായിരുന്നു സന്യാലിന്റെ പ്രവർത്തന ആശയം. ചൈനയിൽ നടന്ന രീതിയാണ് അതിനദ്ദേഹം മാതൃകയായി അവതരിപ്പിച്ചത്. സായുധ കലാപത്തിലൂടെ കാർഷിക വിപ്ലവം. കാർഷിക വിപ്ലവത്തിന്റെ തത്വശാസ്ത്രത്തെക്കുറിച്ച് തൊഴിലാളികളെയും കർഷരെയും ബോധവൽക്കരിച്ച് ഒരു മുന്നേറ്റം. അതിന് ബഹുജന പ്രസ്ഥാനങ്ങളും ബഹുജന സംഘടനകളും ഒഴിച്ചുകൂടാൻ പറ്റാത്തതാണെന്നും അദ്ദേഹം വാദിച്ചു. കൂടെയുള്ളവരിൽ കൂടുതൽ ആളുകളും സന്യാലിന്റെ ആശയത്തെയാണു പിന്താങ്ങിയിരുന്നതെങ്കിലും മജുംദാറുടെ വാദത്തെ തള്ളാനും തയ്യാറായില്ല. ഒടുവിൽ ഒരു ഒത്തുതീർപ്പ് എന്ന നിലയിൽ രണ്ടുപേരുടെയും ആശയങ്ങൾ രണ്ടിടത്ത് നടപ്പാക്കാൻ തീരുമാനിച്ചു. സന്യാൽ വർഷങ്ങളായി നക്സൽബാരിയിൽ പ്രവർത്തിക്കുന്നതിനാൽ അദ്ദേഹത്തിന്റെ ആശയം അവിടെ നടപ്പാക്കാനും മജുംദാറുടേത് ചാറ്റർഹത് ഇസ്ലാംപൂർ എന്ന സ്ഥലത്തു പരീക്ഷിക്കാനും തീരുമാനമായി.

രക്തം കൊണ്ട് ചുവപ്പിച്ചവരേ...

ഭൂമി പിടിച്ചെടുത്ത് കൃഷി ആരംഭിക്കുക എന്ന സമരരീതിയാണ് സന്യാലും കൂട്ടരും ആദ്യം ചെയ്തത്. ജംഗൽ സന്താൾ നേതൃത്വം നൽകുന്ന സിലിഗുരി കിസാൻസഭയിലെ അംഗങ്ങളാണ് സമരത്തിൽ അണിനിരന്നത്. 1953ൽ ആണ് ജംഗൽ സിലിഗുരി സബ് ഡിവിഷൻ കൃഷക്സഭ (കിസാൻസഭ)യുടെ പ്രസിഡന്റാകുന്നത്. യഥാർഥത്തിൽ സമരക്കാർക്കു തുണയായത് ഒരു റവന്യൂ ഉദ്യോഗസ്ഥനായിരുന്നു. രണ്ടായിരം ഏക്കറോളം വരുന്ന മിച്ചഭൂമിയുടെ ലിസ്റ്റ് അദ്ദേഹം സമരക്കാർക്കു നൽകുകയുണ്ടായി. അതെല്ലാം ജോട്ടേദാർമാർ കൈവശം വച്ചുകൊണ്ടിരിക്കുകയായിരുന്നു. വെറുതെ കിടന്നിരുന്ന ഈ ഭൂമിയിൽ കിസാൻസഭയുടെ നേതൃത്വത്തിൽ കൃഷി ആരംഭിച്ചു. അപ്പോഴേക്കും ജോട്ടേദാർമാർ സ്ഥലത്തെത്തി എല്ലാവരോടും ഒഴിഞ്ഞുപോകാൻ ആവശ്യപ്പെട്ടു. ഈ സ്ഥലങ്ങൾ സ്വന്തമാണെന്നു തെളിയിക്കാനുള്ള രേഖകൾ കാണിക്കാൻ സമരക്കാർ ആവശ്യപ്പെട്ടപ്പോൾ അതിനു ജോട്ടേദാർമാർക്കു സാധിച്ചില്ല. ഒരാഴ്ച സമയം നൽകാമെന്ന് സന്യാൽ പറഞ്ഞെങ്കിലും അതിനും ജന്മിമാർ തയ്യാറായില്ല. അപ്പോഴേക്കും നക്സൽബാരി ജില്ലയിലെ പലഭാഗത്തും തരിശുഭൂമി കൈയേറി ചെങ്കൊടി നാട്ടിക്കഴിഞ്ഞിരുന്നു. അടിച്ചമർത്തപ്പെട്ടവന്റെ സ്വാതന്ത്ര്യപ്രഖ്യാപനമായിരുന്നു തുടർദിവസങ്ങളിൽ നടന്നത്. വർഷങ്ങളായി അടിമപ്പണി ചെയ്തിരുന്ന ഭൂമി സ്വന്തമായി ലഭിക്കാൻ പോകുകയാണെന്ന് ആദിവാസികൾ സ്വപ്നം കണ്ടു. ആ സ്വപ്നം നൽകിയ ഊർജമായിരുന്നു സമരത്തിന്റെ വരുംദിവസങ്ങളിൽ കണ്ടത്. ഏറ്റുമുട്ടലിന്റെ പാതയിലേക്കാണു നീങ്ങുന്നതെന്ന് നേതാക്കൾ തിരിച്ചറിഞ്ഞിരുന്നു.

അമ്പും വില്ലും ഉപയോഗിക്കുന്നതിൽ അതിസമർഥരായിരുന്നു സന്താളർ. പുരുഷൻമാരും സ്ത്രീകളും കുട്ടികളുമെല്ലാം ഇതിൽ ഒന്നിനൊന്നു മെച്ചമായിരുന്നു. അതിശക്തരായ രണ്ടായിരത്തോളം സന്നദ്ധഭടൻമാരെ ജംഗൽ സമരക്കാരിൽ നിന്നു പോരാളികളായി മാറ്റിനിർത്തി. ജോട്ടേദാർമാർ തിരിച്ചടിക്കുമെന്ന് ഉറപ്പുള്ളതിനാൽ ഒരു ഏറ്റുമുട്ടൽ ഏതു സമയവും അവർ പ്രതീക്ഷിച്ചിരുന്നു.

കനു സന്യാലും ജംഗൽ സന്താളുമായിരുന്നു സമരമെല്ലാം ആസൂത്രണം ചെയ്തിരുന്നത്. ഒരു ഭാഗത്ത് സായുധസേന എന്തും നേരിടാനായി ഒരുക്കി നിർത്തി. മറുഭാഗത്ത് കർഷകരെക്കൊണ്ട് കൃഷിഭൂമി പിടിച്ചെടുപ്പിച്ചു. മറ്റൊരു വിഭാഗത്തെക്കൊണ്ട് ജോട്ടേദാർമാരുടെ നെല്ലു സൂക്ഷിച്ച കലവറ കൊള്ളയടിപ്പിച്ചു. ഈ കലവറയിലെ നെല്ലെല്ലാം പരസ്യമായിത്തന്നെ പാവപ്പെട്ട കർഷകർക്കു വിതരണം ചെയ്തു.

കമ്യൂണിസ്റ്റ് പാർട്ടി നേതൃത്വം നൽകുന്നൊരു സർക്കാർ പാവപ്പെട്ട കർഷകർക്കെതിരായി ഒന്നും ചെയ്യില്ലെന്നൊരു ധാരണ പൊതുവെ സമരക്കാർക്കുണ്ടായിരുന്നു. പക്ഷേ, ഭരണകൂടത്തിന്റെ സഹായം മുഴുവൻ ലഭിച്ചത് ഭൂവുടമകൾക്കായിരുന്നു. ഇതോടെ കർഷകപ്രതിരോധ

സേനയിലെ അംഗസംഖ്യ അനുദിനം കൂടിവന്നു. കൃഷിഭൂമി കർഷകർക്കു ലഭിക്കാൻ ആയുധം കൈയിലെടുക്കുമെന്നു പ്രഖ്യാപിച്ചിരുന്ന കമ്യൂണിസ്റ്റ് പാർട്ടിയിൽ നിന്ന് അനുകൂലമായൊരു നിലപാടായിരുന്നു കർഷകർ പ്രതീക്ഷിച്ചിരുന്നത്. എന്നാൽ അതുണ്ടായില്ല. പൊലീസ് സഹായം മുഴുവൻ ജോട്ടേദാർമാർക്കു നൽകാൻ ഭരണകൂടം തീരുമാനിക്കുകയും ചെയ്തു.

പ്രക്ഷോഭകാരികളായ കർഷകനേതാക്കളെ അറസ്റ്റ് ചെയ്യാൻ പൊലീസിന് ഉത്തരവ് ലഭിച്ചു. സന്യാലിനെയും ജംഗലിനെയും അറസ്റ്റ് ചെയ്യാനുള്ള വാറണ്ടുമായി പൊലീസെത്തി. എന്നാൽ അവരെ പിടികൂടാൻ കഴിഞ്ഞില്ല. 1967 മെയ് 22ന് അർധരാത്രി രഘുറാംജോട്ട് എന്ന സ്ഥലത്തു നിന്ന് പൊലീസ് കുറേപേരെ അറസ്റ്റ് ചെയ്തുകൊണ്ടുപോയി. ഇനിയുള്ള ദിവസങ്ങളിൽ പൊലീസ് വെറുതെയിരിക്കില്ലെന്ന് നേതാക്കൾക്കറിയാമായിരുന്നു. അവർ അടുത്ത ദിവസം തന്നെ എല്ലാവരെയും വിളിച്ചുകൂട്ടി സായുധ സമരം ആരംഭിക്കുന്നതിനെക്കുറിച്ചു പറഞ്ഞു. അതോടെ അണികൾക്കെല്ലാം ആവേശമായി. ഓരോ ജോട്ടിനും പ്രത്യേക സന്നദ്ധ ഭട സംഘത്തെ നിയോഗിച്ചു. പൊലീസെത്തുമ്പോൾ ആയുധവുമായി നേരിടാൻ ജനം തയ്യാറെടുത്തു നിന്നു. സമരക്കാരെ അറസ്റ്റ് ചെയ്യാൻ 24ന് രാവിലെ ബരാജ് ഹരിഞ്ചോട്ടിൽ കുറേ പൊലീസുകാരെത്തി. പൊലീസിനെ നേരിടാൻ സന്നദ്ധ ഭടൻമാർ കാത്തുനിൽക്കുകയാണെന്ന് അവർക്കറിയില്ലായിരുന്നു. ആയുധവുമായി പാഞ്ഞടുക്കുന്ന സമരക്കാരെ കണ്ടതോടെ പൊലീസ് പിൻവാങ്ങി. അല്പസമയത്തിനുള്ളിൽ എസ്ഐ സോണി വാങ്ഡിയുടെ നേതൃത്വത്തിൽ കൂടുതൽ പൊലീസെത്തി. സന്യാലിന്റെ അടുത്ത ആളായ ഖേണ്ടാകന്റെ നേതൃത്വത്തിൽ മറ്റൊരു ജോട്ടിൽ നിന്ന് കൂടുതൽ സമരക്കാരുമെത്തി. ആർത്തലച്ചെത്തുന്ന ജനക്കൂട്ടത്തിനു മുന്നിൽ പൊലീസിന് ഒന്നും ചെയ്യാൻ പറ്റുമായിരുന്നില്ല. വർഷങ്ങളോളം അവർ അനുഭവിച്ച അമിടത്തം പ്രതിഷേധമായി അണപൊട്ടിയൊഴുകി. നാനാഭാഗത്തു നിന്നും കൂരമ്പുകൾ പാഞ്ഞുവന്നു. എന്താണു സംഭവിക്കുന്നതെന്നു തിരിച്ചറിയുമ്പോഴേക്കും നെഞ്ചിൽ അമ്പുതറച്ചു എസ്ഐ വീണിരുന്നു. കൂടെയുണ്ടായിരുന്ന മറ്റൊരു എസ്ഐ മുഖർജിക്കും അമ്പേറ്റു. രണ്ടുപേരും വേദനയിൽ നിലത്തുകിടന്ന് പുളയുമ്പോൾ പൊലീസുകാർ പ്രാണരക്ഷാർഥം ഓടിരക്ഷപ്പെട്ടു. അമ്പേറ്റു വീണവരെ സമരക്കാർ തന്നെ സിലിഗുരി ആശുപത്രിയിൽ എത്തിച്ചു. അവിടെയെത്തിയപ്പോഴേക്കും സോണി വാങ്ഡി മരിച്ചിരുന്നു.

ഏതുസമയവും കൂടുതൽ പൊലീസെത്തി തങ്ങളെ അറസ്റ്റ് ചെയ്യുമെന്ന് നേതാക്കൾക്ക് ഉറപ്പായിരുന്നു. അവരെല്ലാം ഒളിവിൽപോയി. പുരുഷൻമാരെല്ലാം കൂട്ടത്തോടെ കാട്ടിലേക്കു കയറി. വൈകീട്ടോടെ ആയിരക്കണക്കിനു പൊലീസുകാരെത്തി ആദിവാസി കുടിലുകളിൽ നിരങ്ങി. ആരെയും അറസ്റ്റ് ചെയ്യാൻ കഴിയാതെ നിരാശരായ പൊലീസ് എല്ലാം തല്ലിത്തകർത്തു. കുടിലുകൾക്കു തീയിട്ടു. ഒരു കുടിലിൽ അവശയായി കിടന്നിരുന്ന ഗർഭിണി പൊലീസുകാരന്റെ ചവിട്ടേറ്റ് തൽക്ഷണം മരിച്ചു. അവരെ

പരിചരിക്കാൻ നിന്നിരുന്ന സ്ത്രീ ഇതുകണ്ട് കുഴഞ്ഞുവീണു മരിച്ചു. കുടിലുകളിൽ ഉണ്ടായിരുന്ന ആട്, കോഴി എന്നിവയെയെല്ലാം പൊലീസ് പിടിച്ചുകൊണ്ടുപോയി.

രണ്ടു സ്ത്രീകളുടെ അതിദാരുണമായ അന്ത്യം വലിയൊരു പ്രതിഷേധത്തിലേക്കാണു വാതിൽ തുറന്നത്. അതോടെ പൊലീസുകാർ ജനത്തിന്റെ മുഖ്യശത്രുക്കളായി; പ്രത്യേകിച്ച് സ്ത്രീകളുടെ.

അടുത്ത ദിവസം പ്രസാദ് ജോട്ട് എന്ന സ്ഥലത്ത് എല്ലാ സ്ത്രീകളും ഒന്നിച്ചു. അപ്പോഴും പുരുഷന്മാർ കാട്ടിൽ തന്നെയായിരുന്നു. ഡാർജിലിങ് പൊലീസ് സൂപ്രണ്ടും സിലിഗുരി ആർഡിഒയും ചർച്ചയ്ക്കായി സ്ഥലത്തെത്തി. ചർച്ചയ്ക്കെന്ന പേരിൽ സമരക്കാരെ അറസ്റ്റ് ചെയ്യാനായിരുന്നു പൊലീസിന്റെ നീക്കം. എന്നാൽ പൊലീസിനെ കണ്ടതും സ്ത്രീകൾ ക്രുദ്ധരായി പാഞ്ഞടുത്തു. ആർഡിഒ ജനക്കൂട്ടത്തിനു നടുവിലായിപ്പോയി. തലേദിവസം എസ്ഐ അമ്പേറ്റു മരിച്ചതിനാൽ വളരെ ഒരുങ്ങിയിട്ടായിരുന്നു പൊലീസും നിന്നിരുന്നത്. പെട്ടെന്ന് വെടിപൊട്ടി. സ്ത്രീകൾ ചിതറിയോടി. വെടിവയ്പിൽ പതിനൊന്നു പേരാണു കൊല്ലപ്പെട്ടത്. അതിൽ രണ്ടുപേർ കുട്ടികളും. സ്ത്രീകൾക്കു നേരെ വെടിവയ്പ് ആരും പ്രതീക്ഷിച്ചതായിരുന്നില്ല. അങ്ങനെ 1967 മെയ് 25 നക്സൽബാരി ചരിത്രത്തിൽ ഇടം നേടി. അവിടെ പുതിയൊരു അധ്യായം തുറക്കുകയായി. ചൈനീസ് റേഡിയോ പ്രക്ഷേപണം ചെയ്തതുപോലെ ഇന്ത്യൻ ചക്രവാളത്തിൽ വസന്തത്തിന്റെ ഇടിമുഴക്കം കേട്ടു. പതിനൊന്നുപേരുടെ രക്തത്തിൽ നിന്നാണ് നക്സൽ പ്രസ്ഥാനം എന്ന ചോരചിന്തിയ മാർഗം ഉടലെടുക്കുന്നത്. ചരിത്രത്തിന്റെ നിയോഗം പോലെ തുടർന്നുള്ള ഓരോ പോരാട്ടവും രക്തംചിന്തിക്കൊണ്ടായിരുന്നു.

എന്നാൽ നക്സൽബാരിയിൽ നടന്ന ഈ സമരത്തിന് ഇന്ത്യൻ മാധ്യമങ്ങൾ വേണ്ടത്ര പ്രാധാന്യം നൽകിയില്ല. ചൈനയിലെ മാധ്യമങ്ങളാണ് ഇന്ത്യയിലും കർഷകരുടെ സായുധകലാപം ആരംഭിച്ചിരിക്കുന്നുവെന്ന രീതിയിൽ വാർത്ത കൊടുത്തത്. പീപ്പിൾസ് ഡെയ്‌ലിയിൽ വന്ന മുഖപ്രസംഗം പീക്കിങ്ങ് റേഡിയോ പ്രക്ഷേപണം ചെയ്തു. നക്സൽബാരിയിലെ കാർഷികസമരത്തെ വലിയൊരു സംഭവമായിട്ടായിരുന്നു അതിൽ പറഞ്ഞിരുന്നത്. ഇന്ത്യയിലെ പ്രശ്നങ്ങൾ യഥാർഥത്തിൽ കർഷക പ്രശ്നമാണെന്നും സായുധ പോരാട്ടത്തിലൂടെ മാത്രമേ പ്രശ്നപരിഹാരം സാധ്യമാകൂയെന്നും പീപ്പിൾസ് ഡെയ്‌ലിയിൽ എഴുതിയിരുന്നു. ഇന്ത്യൻ ജനസംഖ്യയിലെ ഭൂരിപക്ഷവും നാട്ടിൻപുറങ്ങളിലായതുകൊണ്ട് കാർഷിക പ്രശ്നം പരിഹരിക്കുന്നതിലൂടെയാണ് യഥാർഥവിമോചനം വന്നുചേരുക. ജനാധിപത്യം, അഹിംസ എന്നിവ ഇന്ത്യക്കാരെ വഴിപിഴപ്പിക്കാനുള്ള വ്യാമോഹം മാത്രമാണ്. ഇന്ത്യാ ഗവൺമെന്റ് വിദേശതാത്പര്യങ്ങളെ ഉള്ളഴിഞ്ഞു സേവിക്കുകയും ഭൂരിപക്ഷം ജനങ്ങളെ മൃഗീയമായി അടിച്ചമർത്തുകയുമാണ് ചെയ്യുന്നത്. ഇടതും വലതുമായ കമ്യൂണിസ്റ്റ് പാർട്ടികളുടെ

നേതൃത്വം കർഷകരുടെ കാര്യത്തിൽ നിരുത്തരവാദിത്വപരമായ നയമാണ് സ്വീകരിച്ചതെന്നും ചൈനീസ് മാധ്യമം വിലയിരുത്തി. ഈ പ്രക്ഷേപണമാണ് കേരളത്തിലും വിപ്ലവത്തിനു വിത്തുപാകുന്നത്.

സ്വയം കെട്ടടങ്ങിയ വിപ്ലവം

പ്രസാദ് ജോട്ടിലെ വെടിവയ്പോടെ കാര്യങ്ങൾ അവസാനിച്ചില്ല. ചില നേതാക്കൾ ഒളിവിൽപ്പോയെങ്കിലും ബാക്കിയുള്ളവർ ബുരാഗഞ്ച് എന്ന പ്രദേശത്ത് ഒത്തുകൂടി. വിപ്ലവം ചോർന്നുപോകാത്ത ഒരു മുൻനിര പോരാളികൾ അവരുടെ കൂടെയുണ്ടായിരുന്നു. അവർ തന്നെ കാര്യങ്ങൾ തീരുമാനിച്ചു. ബുരാഗഞ്ചിനെ അവർ മുക്താഞ്ചൽ (വിമോചനമേഖല) ആയി പ്രഖ്യാപിച്ചു. മാവോയുടെ സിദ്ധാന്തത്തിൽ പറയുന്നതുപോലെയുള്ളൊരു വിപ്ലവ ഗവൺമെന്റിന്റെ ഭരണപ്രദേശമാക്കി മാറ്റുകയായിരുന്നു. ഈ മേഖലയിലേക്ക് പൊലീസിനോ സർക്കാർ ഉദ്യോഗസ്ഥർക്കോ പ്രവേശനമുണ്ടായിരുന്നില്ല. വിപ്ലവ ഗവൺമെന്റിന്റെ ജനകീയ കോടതിയും അവരുടെ വിപ്ലവസേനയുമായിരുന്നു കാര്യങ്ങൾ തീരുമാനിച്ചിരുന്നത്. ഇന്ത്യൻ ഗവൺമെന്റിന്റെ നിയമങ്ങളും കോടതിയും റദ്ദാക്കി. വിപ്ലവസമിതികളുടെ തീരുമാനങ്ങളായിരിക്കും സ്വയംപ്രഖ്യാപിത ഭരണപ്രദേശത്ത് നടപ്പാക്കുകയെന്ന് അറിയിപ്പുണ്ടായി. ബുരാഗഞ്ച്, ചൗക്ക്പുക്രി, സെവ്ദുള്ളാ ജോട്ട് എന്നിവിടങ്ങളിലാണ് ജനകീയ കോടതികൾ സ്ഥാപിച്ചത്. പ്രാദേശിക നേതാക്കൾ അടങ്ങുന്നതാണ് ജനകീയ കോടതി. അവർ ആദ്യം കാര്യങ്ങൾ പഠിക്കും. പിന്നീട് പാർട്ടിക്കു മുൻപിൽ കാര്യങ്ങൾ അവതരിപ്പിക്കും. തുറന്ന ചർച്ചയിലൂടെയാണ് ഒരാൾ കുറ്റവാളിയാണോ അല്ലയോ എന്നു തീരുമാനിച്ചിരുന്നത്.

ജനകീയ കോടതി വന്നതോടെ ജോട്ടോദാർമാരും പണമിടപാടുകാരും ഇവിടം വിട്ട് നഗരത്തിൽ അഭയം പ്രാപിച്ചു. മിക്കവരുടെയും വീടുകളിൽ വിപ്ലവസൈന്യം കയറി ആയുധവും ഭൂരേഖകളും പിടിച്ചെടുത്തു. ഭൂരേഖകളെല്ലാം അവർ പൊതുജനമധ്യത്തിൽ തീയിട്ടു. പൂഴ്ത്തിവച്ചിരുന്ന ധാന്യങ്ങളെല്ലാം പാവപ്പെട്ടവർക്കു വിതരണം ചെയ്തു. ജനങ്ങളുടെ വിശ്വാസമാർജിക്കാൻ കഴിഞ്ഞതാണ് വിപ്ലവഗവൺമെന്റിന് നല്ലരീതിയിൽ മുന്നേറാൻ കഴിഞ്ഞത്. എന്നാൽ ജൂൺ പത്തിന് നഗിൻ റോയ് ചൗധരി എന്ന ജോട്ടോദാറെ മൃഗീയമായി കഴുത്തറുത്തു കൊന്നതോടെ വിപ്ലവഗവൺമെന്റിന്റെ നാളുകളും എണ്ണപ്പെട്ടു.

വിപ്ലവ ഗവൺമെന്റ് വന്നതോടെ ഭൂരിഭാഗം ജോട്ടോദാർമാരും നഗരത്തിലേക്കു ചേക്കേറിയിരുന്നു. ചിലർ വിപ്ലവ ഗവൺമെന്റിനു കീഴ്പ്പെട്ടു ജീവിച്ചു. എന്നാൽ നഗിൻ റോയ് ചൗധരി ഈ രണ്ടിനും നിന്നില്ല. വിപ്ലവ ഗവൺമെന്റിനെ അംഗീകരിക്കാൻ അദ്ദേഹം തയാറായില്ല. എന്നുമാത്രമല്ല അവിടെ നടക്കുന്ന കാര്യങ്ങൾ പൊലീസിനെ അറിയിച്ചുകൊണ്ടിരുന്നു. തങ്ങളുടെ ഭരണപ്രദേശത്തു നടക്കുന്ന കാര്യങ്ങൾ പൊലീസിനു

ചോർത്തി നൽകുന്നത് ചൗധരിയാണെന്നു തിരിച്ചറിഞ്ഞതോടെ വലിയൊരു ജനക്കൂട്ടം അദ്ദേഹത്തിന്റെ വീടുവളഞ്ഞു. എന്നാൽ ക്ഷുഭിതരായ ജനക്കൂട്ടത്തെ തോക്കുമായിട്ടാണ് അദ്ദേഹം നേരിട്ടത്. അതോടെ അവർ അദ്ദേഹത്തെ പിടികൂടാൻ പാഞ്ഞടുത്തു. നിരായുധനാക്കപ്പെട്ട ചൗധരി അവിടെ നിന്നു രക്ഷപ്പെട്ട് മറ്റൊരു ജോട്ടാദാറുടെ വീട്ടിൽ അഭയം പ്രാപിച്ചു. എന്നാൽ അവിടെ വച്ച് ജനം അദ്ദേഹത്തെ പിടികൂടുകയും നഗരമധ്യത്തിൽ കൊണ്ടുവന്ന് ജനകീയ വിചാരണ ചെയ്തു. ജനകീയ കോടതി അദ്ദേഹത്തെ കഴുത്തറുത്തുകൊലപ്പെടുത്താൻ വിധിച്ചു. ആർത്തലച്ചു നിൽക്കുന്ന ജനക്കൂട്ടത്തിനു മധ്യത്തിൽ വച്ച് അദ്ദേഹം അരിവാളിനാൽ കഴുത്തറുത്തു കൊല്ലപ്പെട്ടു. അദ്ദേഹത്തിന്റെ വീട്ടിൽ നിന്നു പിടിച്ചെടുത്ത ധാന്യങ്ങൾ പൊതുസ്ഥലത്തു വച്ച് പാവപ്പെട്ടവർക്കു വിതരണം ചെയ്തു.

ചൗധരിയുടെ കൊലപാതകം പാർലമെന്റിൽ വൻ ഒച്ചപ്പാടുണ്ടാക്കി. ബംഗാളിൽ അധികാരത്തിലിരിക്കുന്ന സർക്കാർ വിപ്ലവ സർക്കാരിനെതിരെ ഒന്നും ചെയ്യുന്നില്ലെന്ന് കോൺഗ്രസ് എംപിമാർ തുറന്നടിച്ചു. സമാന്തര സർക്കാരിനു പിന്നിൽ ചൈനയാണെന്നും തുറന്നുപറയുകയുണ്ടായി. പ്രശ്നം ഇത്ര രൂക്ഷമായിട്ടും ബംഗാൾ സർക്കാർ അതിന്റെ ഗൗരവത്തിൽ കാര്യങ്ങൾ കണ്ടിരുന്നില്ല. കേന്ദ്രസർക്കാരിന്റെ ശ്രദ്ധയിൽപ്പെട്ടതോടെ ഇനിയും വെറുതെ നോക്കിനിൽക്കാൻ പറ്റില്ലെന്ന് ഉറപ്പായി. മന്ത്രിസഭാ സമിതിയെ നക്സൽബാരി സന്ദർശിക്കാനായി മുഖ്യമന്ത്രി അജയ് മുഖർജി നിയോഗിച്ചു. എന്നാൽ മന്ത്രിസഭാ സമിതിയംഗങ്ങൾക്കും വിപ്ലവ ഗവൺമെന്റിന്റെ പ്രദേശത്തേക്കു കടക്കാൻ സാധിച്ചില്ല. അക്രമ പ്രദേശങ്ങൾ സന്ദർശിച്ച സമിതിയംഗങ്ങൾക്കു പരാതി കേൾക്കാനേ സമയം ലഭിച്ചുള്ളൂ.

സാധാരണ കർഷകരുടെ പ്രശ്നങ്ങൾ ഉടൻ തന്നെ പരിഹരിക്കുമെന്ന് സമിതിയംഗങ്ങൾ നൽകിയ ഉറപ്പ് സ്വീകരിക്കാൻ വിപ്ലവകാരികൾ തയ്യാറായില്ല. ആയുധം താഴെ വച്ച് ചർച്ചയ്ക്ക് തയ്യാറാകണമെന്ന നിർദേശവും അവർ തള്ളി. ഒടുവിൽ ജൂലൈ നാലുവരെ വിപ്ലവകാരികൾക്കു കീഴടങ്ങാൻ അവസരം നൽകി. പക്ഷേ, അതിനും അവർ ഒരുക്കമായിരുന്നില്ല. വിപ്ലവ ഗവൺമെന്റിനു നേതൃത്വം നൽകുന്നവരെ അറസ്റ്റ് ചെയ്യാൻ സർക്കാർ ഉത്തരവിട്ടു. വലിയൊരു സൈന്യം അവിടേക്കെത്തിയെങ്കിലും കാര്യമായ എതിർപ്പില്ലാതെ പലരും പൊലീസിനു കീഴടങ്ങി. കനു സന്യാൽ നേപ്പാളിലേക്കു കടന്നു. ജംഗൽ സന്താൾ ആദ്യം പിടികൊടുത്തില്ലെങ്കിലും കുറച്ചുദിവസങ്ങൾക്കുശേഷം അറസ്റ്റിലായി. അതോടെ നക്സൽബാരിയിലെ കാർഷിക വിപ്ലവം അവസാനിച്ചു. ചോരചിന്തിത്തുടങ്ങിയ കലാപം, തുടങ്ങിയ നാട്ടിൽ ചോരപ്പാടില്ലാതെ തന്നെ അവസാനിക്കുമ്പോൾ ഇന്ത്യയുടെ മറ്റു ഭാഗങ്ങളിൽ രക്തരൂഷിതമായി മുന്നേറുകയായിരുന്നു.

നക്സൽബാരിയിൽ കനുസന്യാലിന്റെ നേതൃത്വത്തിൽ കാർഷിക കലാപം നടക്കുമ്പോൾ ചാരുമജുംദാറുടെ നേതൃത്വത്തിൽ ഇസ്ലാംപൂരിൽ മറ്റൊരു രീതിയിൽ വിപ്ലവപരീക്ഷണം നടക്കുകയായിരുന്നു. ജോട്ടേദാർ മാരെ വ്യക്തിഹത്യ ചെയ്യുന്ന സമരമായിരുന്നു അദ്ദേഹം ആസൂത്രണം ചെയ്തത്. ജനങ്ങളെ ദ്രോഹിക്കുന്നവരെ കണ്ടെത്തി കുറ്റപത്രം തയ്യാ റാക്കി അവർക്കുള്ള ശിക്ഷ- കൊലപാതകം- നടപ്പാക്കുക. എന്നാൽ ഇസ്ലാംപൂരിലെ ജനങ്ങളിൽനിന്ന് ഇതിനു പിന്തുണ കിട്ടിയില്ല. അതോടെ ആ സമരം തുടക്കത്തിൽ തന്നെ പാളിപ്പോയി.

മജുംദാറുടെ ഉന്മൂലന സിദ്ധാന്തം

നക്സൽബാരിയിൽ കെട്ടടങ്ങിയ സമരം മറ്റിടങ്ങളിലേക്കു പെട്ടെന്നു പടർന്നു. ബംഗാളിലെ തന്നെ മുഷാഹരി, ബിർഭും, ദ്രേബ, ഗോപി ബല്ലവപൂർ എന്നിവിടങ്ങളിൽ വിപ്ലവം തുടങ്ങിയെങ്കിലും അധിക നാൾ നീണ്ടുനിന്നില്ല. എന്നാൽ ആന്ധ്രപ്രദേശ്, ബീഹാർ, ഒറീസ, കേരളം എന്നിവിടങ്ങളിൽ നക്സൽബാരി ആവേശമായി കുറേപേർ രംഗത്തെ ത്തിയതോടെ നക്സൽപ്രസ്ഥാനം രൂപംകൊള്ളുകയായി. ആദ്യകാലത്ത് വ്യക്തമായ സംഘടനയായിട്ടല്ല പ്രവർത്തനങ്ങൾ നടത്തിയത്. ചെറു ചെറു സംഘങ്ങളായിട്ടായിരുന്നു ഇടതു തീവ്രവാദികൾ എന്നുവിളിച്ചിരുന്ന ഇവർ പ്രവർത്തിച്ചത്. ബംഗാളിലെ ഗ്രാമങ്ങളിൽ സമരങ്ങൾ പരാജയപ്പെട്ടപ്പോൾ ചാരുമജുംദാറുടെ വ്യക്തിഹത്യ സിദ്ധാന്തത്തിന് നഗരത്തിൽ പെട്ടെന്നു വേരോട്ടം ലഭിച്ചു. ഗറില്ലാ സ്ക്വാഡുകൾ രൂപീകരിച്ച് വർഗശത്രുക്കളെ ഉന്മൂലനം ചെയ്യുന്ന രീതിക്കാണ് മജുംദാർ പ്രോത്സാഹനം നൽകിയത്.

വർഗബഹുജന സംഘടനകളോ ബഹുജനപ്രസ്ഥാനങ്ങളോ ഇല്ലാതെ, ഓരോ പ്രദേശത്തും ചെറിയ സ്ക്വാഡുകൾ രൂപീകരിച്ച് ആക്ഷൻ നടത്തുക. ആക്ഷൻ എങ്ങനെ വേണമെന്ന് സ്ക്വാഡുകൾക്കു തീരുമാനിക്കാം. വർഗശത്രുവാണെന്നു കണ്ടെത്തിയാൽ കുറ്റപത്രം തയ്യാ റാക്കി അയാളെ ശാരീരികമായി ഉന്മൂലനം ചെയ്യുക. ഇതായിരുന്നു മജും ദാർ അണികൾക്കു നൽകിയ നിർദേശങ്ങൾ. ബംഗാളിനു പുറത്തെ സം സ്ഥാനങ്ങളിലും അദ്ദേഹം ഗറില്ലാ സ്ക്വാഡുകൾ രൂപീകരിക്കുന്നതിനായി യാത്രചെയ്തു. കേരളത്തിലും കുറച്ചുദിവസം അദ്ദേഹം തങ്ങിയിരുന്നു.

ഉന്മൂലനസിദ്ധാന്തത്തിനു പെട്ടെന്നു വേരോട്ടം ലഭിച്ചുവെന്നു പറ ഞ്ഞല്ലോ. കൊൽക്കത്ത നഗരത്തിൽ തന്നെ ഇത്തരത്തിൽ ധാരാളം കൊലപാതകം നടന്നു. വർഗശത്രുവിന്റെ രക്തം കൈകളിൽ പുരളാത്ത വിപ്ലവകാരി കമ്യൂണിസ്റ്റല്ല എന്നൊരു തത്ത്വവും പ്രചരിപ്പിക്കപ്പെട്ടു.

നക്സൽബാരി സമരത്തിനുശേഷം മാസങ്ങൾക്കുള്ളിൽ അജയ് മുഖർജിയുടെ നേതൃത്വത്തിലുള്ള സർക്കാർ താഴെവീണെങ്കിലും രണ്ടു വർഷത്തിനു ശേഷം വീണ്ടും അധികാരത്തിൽ വന്നു. ജയിലിൽ കിടന്ന ധാരാളം നക്സൽപ്രവർത്തകരെ സർക്കാർ മോചിപ്പിച്ചു. പക്ഷേ, വീണ്ടും

ഒന്നിച്ച ഇവർ വർഗശത്രുവധം നടപ്പാക്കിക്കൊണ്ടിരുന്നു. അക്കുറി തലയറുക്കപ്പെട്ടതിൽ അധികവും അവരുടെ തന്നെ മുൻകാല പ്രവർത്തകരായിരുന്നു. ചൈന മാതൃകയിൽ ഗറില്ലാ ഗ്രൂപ്പുകളായി തുടങ്ങിയ ഇന്ത്യൻ വിപ്ലവകാരികൾക്കു വഴിതെറ്റിപ്പോയി. പരസ്പരം പോരടിക്കുക എന്നത് നക്സൽ ഗ്രൂപ്പുകളുടെ ശാപമായി തുടർന്നു. ചാരുമജുംദാറും കനുസന്യാലും തുടക്കത്തിൽ തന്നെ ആശയപരമായി പോരടിച്ചതുപോലെ പിന്നാലെ വന്നവരും ഗ്രൂപ്പുകളും ഈ പോരാട്ടം തുടർന്നു. വർഗശത്രുക്കളെ വിട്ട് പരസ്പരം കൊലപ്പെടുത്തുക എന്ന രീതിയിലേക്കു അതു വഴിമാറിപ്പോയി. ഒടുവിലെ കാലത്ത് മജുംദാറിനു കാര്യം ബോധ്യമായി. ഉന്മൂലനം കണക്കിലധികമായിപ്പോയി. പാകപ്പിഴ സംഭവിച്ചു എന്ന് അദ്ദേഹം തുറന്നുപറഞ്ഞു. 1972 ജൂലൈയിൽ അദ്ദേഹം അറസ്റ്റ് ചെയ്യപ്പെട്ടു. ദിവസങ്ങൾക്കുള്ളിൽ കസ്റ്റഡിയിൽ വച്ച് മരണപ്പെട്ടു. മരിക്കുന്നതിനു മുൻപു തന്നെ അദ്ദേഹത്തിന്റെ പ്രവർത്തന രീതിയെ പാർട്ടി അണികൾ രൂക്ഷമായി വിമർശിച്ചിരുന്നു. അപ്പോഴാണ് തെറ്റുപറ്റിയിട്ടുണ്ടെന്ന് മജുംദാർ തുറന്നു പറഞ്ഞത്.

നക്സൽബാരി കലാപത്തിനു ശേഷം കനുസന്യാലിന്റെ നേതൃത്വത്തിൽ നാലുപേർ മാവോയെ കാണാൻ ചൈനയിലേക്കു പുറപ്പെട്ടു. സന്യാലും മജുംദാറും തമ്മിലുള്ള ആശയ സംഘട്ടനത്തെ തുടർന്നായിരുന്നു ഈ യാത്ര. കനു സന്യാൽ, ഖോകൻ മജുംദാർ, ദീപക് ബിശ്വാസ്, ഖുദൻ മല്ലിക് എന്നിവരാണ് ചൈനയിലേക്കു പുറപ്പെട്ടത്. മജുംദാർ അറിഞ്ഞാൽ ഒരുപക്ഷേ യാത്ര തരപ്പെടില്ല എന്നറിയുന്നതിനാൽ അദ്ദേഹത്തെ അറിയിക്കാതെയായിരുന്നു യാത്ര. ഇതേക്കുറിച്ച് ഖോകൻ മജുംദാർ അഭിമുഖത്തിൽ പറഞ്ഞത്– മജുംദാർ അറിഞ്ഞാൽ ചിലപ്പോൾ നിരുത്സാഹപ്പെടുത്തും. അതിനാൽ പോകുന്നതിനു മുൻപ് അദ്ദേഹത്തെ എഴുതി അറിയിച്ചു എന്നായിരുന്നു.

1967 ജൂലൈയിൽ ആണ് യാത്ര പുറപ്പെട്ടത്. നേപ്പാൾ വഴി ടിബറ്റ് കടന്നാണ് ചൈനയിലെത്തിയത്. അതിസാഹസികമായ യാത്രയായിരുന്നു. പീക്കിങ് (ബീജിങ്) എത്തി ദിവസങ്ങൾക്കു ശേഷമാണ് പട്ടാളക്കാർ വഴി മാവോ താമസിക്കുന്ന ക്യാംപിലേക്കു പോകാൻ സാധിച്ചത്. പീക്കിങ്ങിലെ ഗ്രേറ്റ് ഹാൾ ഓഫ് പീപ്പിളിൽ വച്ചാണ് സന്യാലും കൂട്ടരും മാവോയെ കണ്ടത്. ചൈനയെ അനുകരിക്കാതെ ഇന്ത്യയുടെ പരിതഃസ്ഥിതിക്കനുസരിച്ച് മാർക്സിസം- ലെനിനിസം എങ്ങനെ കൊണ്ടുപോകാമെന്ന് നിങ്ങൾക്കു തന്നെ തീരുമാനിക്കാമെന്നാണ് അദ്ദേഹം നിർദേശം നൽകിയത്. ചൈനീസ് പ്രധാനമന്ത്രി ചൗ എൻലായുമായും അവർ സംഭാഷണം നടത്തി.

1967 നവംബർ 12ന് ആണ് മജുംദാർ, കനു സന്യാൽ എന്നിവരെല്ലാം ചേർന്നുകൊണ്ട് അൾ ഇന്ത്യ കോ–ഓർഡിനേഷൻ കമ്മിറ്റി ഓഫ് റവല്യൂഷണറീസ് (എഐസിസിആർ) രൂപീകരിക്കുന്നത്. കേരളം, തമിഴ്നാട്, യുപി, ബിഹാർ, കർണാടക, ഒഡീഷ, ബംഗാൾ എന്നിവിടങ്ങളിലെ

നേതാക്കളായിരുന്നു കോ-ഓർഡിനേഷൻ കമ്മിറ്റിയിൽ ഉണ്ടായിരുന്നത്. അതു പിന്നീട് ആൾ ഇന്ത്യ കോ-ഓർഡിനേഷൻ കമ്മിറ്റി ഓഫ് കമ്യൂണിസ്റ്റ് റവല്യൂഷണറീസ് എന്നു പേരുമാറ്റി. 1969ൽ ചാരു മജുംദാർ ജനറൽ സെക്രട്ടറിയായി സിപിഐ (എംഎൽ) രൂപീകരിക്കുന്നത് ഈ കമ്മിറ്റിയാണ്. ലെനിന്റെ ജന്മദിനമായ ഏപ്രിൽ 22ന് ആയിരുന്നു പാർട്ടി രൂപീകരണം. കനു സന്യാൽ, ചാരു മജുംദാർ എന്നിവർ തന്നെയായിരുന്നു പാർട്ടി രൂപീകരണത്തിൽ മുൻപിൽ ഉണ്ടായിരുന്നത്. എന്നാൽ കുറച്ചു കഴിഞ്ഞപ്പോഴേക്കും പാർട്ടിയിൽ നിന്ന് വ്യത്യസ്ത ഗ്രൂപ്പുകൾ പിരിഞ്ഞു പോകുകയുണ്ടായി.

പാർട്ടിയിൽ നിന്നു തെറ്റിപ്പോയവരെ തിരിച്ചുകൊണ്ടുവരാൻ കനു സന്യാൽ പലതവണ ശ്രമം നടത്തിയിരുന്നു. പക്ഷേ, അതിനു ഫലമുണ്ടായില്ല.

മരിക്കുന്നതിനു മുൻപുവരെ സർക്കാരിന്റെ ഉറക്കം നഷ്ടപ്പെടുത്താൻ മജുംദാറിനു സാധിച്ചിരുന്നു. ഒളിവിലായിരുന്ന അദ്ദേഹം 1972 ജൂലൈ 16ന് ആണ് പിടിയിലാകുന്നത്. പൊലീസ് മർദനത്തിനു പേരുകേട്ട ലാൽ ബസാർ ലോക്കപ്പിലേക്കാണ് അദ്ദേഹത്തെ കൊണ്ടുപോയത്. ബന്ധുക്കൾക്കോ അഭിഭാഷകനോ അദ്ദേഹത്തെ കാണാൻ അനുമതി നൽകിയില്ല. ജൂലൈ 28ന് പുലർച്ചെ അദ്ദേഹം കസ്റ്റഡിയിൽ മരണപ്പെട്ടു. അദ്ദേഹത്തിന്റെ മൃതദേഹം ബന്ധുക്കൾക്കു വിട്ടുകൊടുക്കാതെ പൊലീസ് തന്നെയാണ് സംസ്കരിച്ചത്. വിപ്ലവകാരിയുടെ അതിദാരുണമായ അന്ത്യം പ്രവർത്തകർക്കു വലിയൊരു ആഘാതമായിരുന്നു. പൊലീസ് കസ്റ്റഡിയിൽ ഒരു നക്ഷത്രം കൂടി പൊലിഞ്ഞു.

മജുംദാറുടെ മരണശേഷമാണ് സന്യാൽ അദ്ദേഹവുമായുള്ള വിയോജിപ്പ് തുറന്നുപറയാൻ തയ്യാറായത്. നക്സൽബാരി കലാപം നടക്കുന്നതിനു ദിവസങ്ങൾക്കുമുൻപ് ബംഗാൾ റവന്യൂമന്ത്രി ഹരേകൃഷ്ണ കോനാർ സിലിഗുരിയിൽ വച്ച് സന്യാലിനെ രഹസ്യമായി കണ്ടിരുന്നുവത്രെ. മന്ത്രിയാകുന്നതിനു മുൻപ് ബംഗാൾ കർഷകസഭാ സെക്രട്ടറിയായിരുന്നു കോനാർ. മജുംദാറുടെയും സന്യാലിന്റെയും പഴയ സഹപ്രവർത്തകൻ കൂടിയായിരുന്നു. ബംഗാളിൽ ഭൂപരിഷ്കരണം നടപ്പാക്കാൻ അല്പസമയം തരണമെന്നും അതുവരെ സമരം ആരംഭിക്കരുതെന്നുമായിരുന്നു അദ്ദേഹം ആവശ്യപ്പെട്ടത്. ഇതേക്കുറിച്ച് മജുംദാറുമായി ചർച്ച ചെയ്ത ശേഷം അറിയിക്കാമെന്നായിരുന്നു സന്യാലിന്റെ മറുപടി. എന്നാൽ ഇത് മജുംദാർ അംഗീകരിച്ചിരുന്നില്ലത്രെ. വിപ്ലവകാരിക്കു ചേർന്നതല്ല അതെന്നായിരുന്നുവത്രെ അദ്ദേഹത്തിന്റെ മറുപടി.

നക്സൽബാരി കലാപത്തിൽ പങ്കെടുത്തതിനു ജയിലിലായ ജംഗൽ സന്താൾ മോചിതനായ ശേഷം എല്ലാം വിട്ടു. കനു സന്യാലുമായി അദ്ദേഹം വഴിപിരിഞ്ഞു. ബംഗാൾ സർക്കാർ അനുവദിച്ച ബസ്പെർമിറ്റ് വാങ്ങി കുടുംബത്തിനു മാത്രമായി ജീവിച്ചു. കടുത്ത മദ്യപാനത്തിന് അടിമപ്പെട്ട അദ്ദേഹം 1981ൽ അസുഖബാധിതനായി മരണപ്പെട്ടു.

കനു സന്യാലും ജംഗലും അടുത്തടുത്ത വീടുകളിലായിരുന്നു കഴിഞ്ഞിരുന്നതെങ്കിലും മൂന്നു പതിറ്റാണ്ട് ഒന്നിച്ചു പ്രവർത്തിച്ചവരായിരുന്നെന്നതരത്തിലുള്ള ഒരു ബന്ധവും ഉണ്ടായിരുന്നില്ല. പാർട്ടി അനേകം സംഘങ്ങളായി പിരിഞ്ഞുപോകുന്നതു കണ്ട് നിരാശനായ കനു സന്യാലും പതുക്കെ പിൻവാങ്ങി. ആദ്യകാലത്ത് താൻ സഹായിച്ച ആദിവാസികളാണ് അദ്ദേഹത്തെ സംരക്ഷിക്കാനുണ്ടായിരുന്നത്. അവരായിരുന്നു ഭക്ഷണമൊക്കെ ഉണ്ടാക്കിക്കൊടുത്തിരുന്നത്. ആദിവാസികൾക്കിടയിൽ ചെറിയൊരു കുടിലിലാണ് അദ്ദേഹം താമസിച്ചിരുന്നത്. ബംഗാളിൽ നന്ദിഗ്രാം കർഷക സമരം ഉണ്ടായപ്പോൾ വിപ്ലവവീര്യം വീണ്ടെടുത്ത് അദ്ദേഹം മുൻപന്തിയിലുണ്ടായിരുന്നു. പലതവണ അദ്ദേഹത്തെ ജ്യോതിബസു പാർട്ടിയിലേക്കു തിരിച്ചുവിളിച്ചിരുന്നെങ്കിലും പോകാൻ ആ വിപ്ലവകാരിക്കു കഴിയുമായിരുന്നില്ല. പാർലമെന്ററി വ്യാമോഹം ഒരിക്കൽപോലും ആ മനസ്സിൽ ഇടംപിടിച്ചിരുന്നില്ല.

2010 മാർച്ച് 23ന് എല്ലാവരെയും ഞെട്ടിച്ചുകൊണ്ട് കൃഷ്ണകുമാർ സന്യാൽ എന്ന കനു സന്യാൽ ആത്മഹത്യ ചെയ്തു. ഒട്ടേറെ അസുഖങ്ങൾ കാരണം ബുദ്ധിമുട്ടുകയായിരുന്ന അദ്ദേഹത്തെ വീടിന്റെ ഉത്തരത്തിൽ തൂങ്ങിമരിച്ച നിലയിൽ കണ്ടെത്തുകയായിരുന്നു.

നക്സൽ പ്രസ്ഥാനത്തിനു തുടക്കമിട്ട ആ മൂന്നുപേരുടെയും മരണം അത്യന്തം ദയനീയമായിരുന്നു എന്നതായിരുന്നു ചരിത്രത്തിലെ കറുത്ത അധ്യായം. തുടങ്ങിവച്ച പോരാട്ടം വഴിപിഴച്ചു പോയതിൽ മൂന്നുപേരും ദുഃഖിച്ചിരുന്നു. തങ്ങൾ സഞ്ചരിച്ചിരുന്ന മാർഗം തെറ്റായിരുന്നെന്ന് ചെറിയൊരു കാലം കൊണ്ടു തന്നെ അവർക്കു ബോധ്യമായി. പക്ഷേ, രക്തംപുരണ്ട പോരാട്ടം അപ്പോഴേക്കും മറ്റു പലരും ഏറ്റുപിടിച്ചിരുന്നു. തോക്കിൻകുഴലിലൂടെ ഭരണം പിടിച്ചടക്കാൻ ആഗ്രഹിച്ച് ഒരു ജനതയെ കൂടെകൂട്ടിയവർ യാത്ര തുടങ്ങിയപ്പോൾ തന്നെ ഇരുട്ടിലാണ്ടുപോയി. പിന്നെ മടക്കം സാധ്യമല്ലല്ലോ.

രണ്ട്

നക്സൽബാരിയിൽനിന്ന് തലശേരിയിലേക്ക്

'കുന്നിക്കൽ നാരായണൻ,
ടൗൺഹാൾ,
കോഴിക്കോട്'.

ഇങ്ങനെയൊരു മേൽവിലാസത്തിൽ വയനാട്ടിലെ പുൽപ്പള്ളിയിൽ നിന്ന് ആ കർഷകൻ എഴുതിയ കത്ത് കുന്നിക്കൽ നാരായണന്റെ കൈവശം തന്നെ ലഭിച്ചു. സാംസ്കാരിക പരിപാടികൾക്കു സാക്ഷ്യംവഹിക്കുന്ന കോഴിക്കോട് ടൗൺഹാളിന്റെ മേൽവിലാസത്തിൽ ഒരു വ്യക്തിക്ക് കത്തയയ്ക്കാൻ കുടിയേറ്റക്കാരനായ കർഷകനു തോന്നാൻ കാരണം കുന്നിക്കൽ നാരായണനെങ്കിലും തങ്ങളുടെ പ്രശ്നത്തിനൊരു പരിഹാരം കാണാൻ കഴിയുമെന്നു തോന്നിയതുകൊണ്ടായിരിക്കും. നിലവിൽ അവർ വിശ്വസിച്ചിരുന്ന രാഷ്ട്രീയപാർട്ടികളെല്ലാം വെറും ചൂഷകർ മാത്രമാണെന്ന തിരിച്ചറിവു കൂടിയുണ്ടായിരുന്നു ആ കത്തിനു പിന്നിൽ.

ആരായിരുന്നു കുന്നിക്കൽ നാരായണൻ?

ഇതുവരെ കാണുകപോലുമുണ്ടായിട്ടില്ലാത്ത കുന്നിക്കൽ നാരായണന് അങ്ങകലെ കിടക്കുന്ന വയനാട്ടിലെ കർഷകന്റെ പ്രശ്നങ്ങൾ പരിഹരിക്കാൻ കഴിയുമെന്ന് പാവം കർഷകന് എങ്ങനെ തോന്നി? ചരിത്രത്തിൽ ഓരോരുത്തർക്കും ഓരോ നിയോഗമുണ്ടാകുമല്ലോ. ചരിത്രത്തിൽ ഇടപെടാൻ ഓരോരുത്തർക്കും സമയമാകുമ്പോൾ ഇടപെട്ടല്ലേ മതിയാകൂ.

കുന്നിക്കൽ നാരായണൻ കോഴിക്കോട്ടെ ഒരു തിയ്യ കുടുംബത്തിലാണ് ജനിച്ചത്. നാരായണന്റെ ചെറുപ്രായത്തിൽ അച്ഛൻ മരിച്ചു. അമ്മയെ പതിമൂന്നാം വയസ്സിലും നഷ്ടമായി. പിന്നെ സ്വതന്ത്ര ജീവിതമായിരുന്നു. കണ്ണൂർ ജില്ലയിലെ പാപ്പിനിശേരിയിലെ ആറോൺ ടെക്സ്റ്റൈൽ ഫാക്ടറിയിൽ തൊഴിലാളിയായി എത്തുമ്പോൾ പ്രായം പതിനെട്ട്. കമ്യൂണിസ്റ്റ് പാർട്ടിയുടെ കോട്ടയായ പാപ്പിനിശേരിയിൽ എത്തിയതോടെ നാരായണനും കമ്യൂണിസ്റ്റ് ആശയത്താൽ പ്രചോദിതനായി. ജോലി കഴിഞ്ഞെത്തിയാൽ വായന. അവിടെയുള്ള വായനശാലയിൽ നിത്യസന്ദർശകനായിരുന്നു നാരായണൻ.

കുന്നിക്കൽ നാരായണൻ

കോൺഗ്രസുകാരനായിരുന്നു ആറോൺ. അദ്ദേഹത്തിനു കീഴിൽ ജോലി ചെയ്തിരുന്നതിൽ ഭൂരിഭാഗവും കമ്യൂണിസ്റ്റുകാരും. സ്വാഭാവികമായും വർഗവൈരുധ്യം ഉണ്ടാകുമല്ലോ. തൊഴിലാളികളുടെ പ്രശ്നത്തിൽ ഇടപെട്ടുകൊണ്ട് നാരായണനും ചെറിയൊരു നേതാവായി. കമ്യൂണിസ്റ്റുകാരൻ ജീവിതത്തിൽ സൂക്ഷിക്കേണ്ട എല്ലാ നന്മകളും അദ്ദേഹത്തിനുണ്ടായിരുന്നു. സുന്ദരവും ആകർഷകവുമായ വ്യക്തിത്വം ആരെയും പെട്ടെന്നു സ്വാധീനിക്കുന്നതായിരുന്നു. മുപ്പതാം വയസ്സിൽ നാരായണൻ ബോംബെയിലേക്കു ട്രെയിൻ കയറി. അതോടെ ജീവിതത്തിൽ പുതിയൊരു അധ്യായം തുറക്കുകയായി.

മികച്ചൊരു സഹകാരിയായിരുന്ന നാരായണന് ബോംബെയിൽ പെട്ടെന്നുതന്നെ നല്ലൊരു മേൽവിലാസമുണ്ടാക്കാൻ സാധിച്ചു. ഇംഗ്ലീഷ് നന്നായി ഉപയോഗിക്കാൻ പഠിച്ചതോടെ തൊഴിലാളികൾക്കിടയിൽ നല്ല പേരായി. ബോംബെ പോലെയുള്ളൊരു സ്ഥലത്ത് നന്മനിറഞ്ഞൊരു മലയാളിക്ക് പെട്ടെന്ന് വളരാൻ സാധിച്ചു. 1949ൽ ആണ് നാരായണൻ ഗുജറാത്തിയായ മന്ദാകിനിയെ വിവാഹം കഴിക്കുന്നത്.

ഗുജറാത്തിലെ ഭാവ്നഗർ സ്വദേശികളായ നവീൻ ചന്ദ്ര ഓസയുടെയും ഉർവശി നവീൻ ചന്ദ്ര ഓസയുടെയും ഇളയമകളായിരുന്നു മന്ദാകിനി. ഗുജറാത്തിയായിരുന്നെങ്കിലും പഠിച്ചതൊക്കെ ബോംബെയിലായിരുന്നു. അച്ഛനു ജോലി ബോംബെയിലായിരുന്നു. വിദ്യാഭ്യാസ വകുപ്പിൽ ജീവനക്കാരനായിരുന്നു അച്ഛൻ നവീൻ ചന്ദ്ര ഓസ. ന്യൂ എറാ സ്കൂളിലായിരുന്നു മന്ദാകിനിയുടെ പഠനം.

രണ്ടാം ലോക മഹായുദ്ധ കാലത്ത് സോവിയറ്റ് യൂണിയനെ ഹിറ്റ്ലർ ആക്രമിച്ചപ്പോൾ രൂപംകൊണ്ട ഫാസിസ്റ്റ് വിരുദ്ധ മുന്നണി ശക്തിയാർജിച്ചുവരികയായിരുന്നു. ബോംബെയിൽ കമ്യൂണിസ്റ്റ് പാർട്ടി ശക്തിയായിരുന്ന കാലമായിരുന്നു. വിദ്യാർഥികളെല്ലാം കൂട്ടത്തോടെ കമ്യൂണിസ്റ്റ് പാർട്ടിയിൽ ചേരുന്ന കാഴ്ചയായിരുന്നു അന്ന് എവിടെയും. കാരണം സോവിയറ്റ് യൂണിയനിൽ സോഷ്യലിസം ശക്തിയാർജിക്കുന്നതിലെ ആവേശം ഏറ്റവും സ്വാധീനിച്ചത് വിദ്യാർഥികളെയും തൊഴിലാളികളെയുമായിരുന്നു. വിദ്യാർഥി ഫെഡറേഷന്റെ ശക്തയായ പ്രവർത്തകയായിരുന്നു മന്ദാകിനി.

1942ലെ ക്വിറ്റ് ഇന്ത്യാസമരത്തിൽ പങ്കെടുത്തുകൊണ്ട് മന്ദാകിനിയും രാഷ്ട്രീയ ജീവിതത്തിനു തുടക്കമിട്ടു. എൽഫിൻസ്റ്റൻ കോളജിൽ പഠിക്കുമ്പോൾ സ്റ്റുഡന്റ്സ് ഫെഡറേഷന്റെ സജീവ പ്രവർത്തകയായി. സ്വാതന്ത്ര്യസമരം കൊടുമ്പിരിക്കൊള്ളുമ്പോൾ മന്ദാകിനിയും അതിലെല്ലാം ഉണ്ടായിരുന്നു.

കോൺഗ്രസ് സോഷ്യലിസ്റ്റ് പാർട്ടി പ്രവർത്തകനായിരുന്ന ചരിത്രാധ്യാപകൻ മേനോൻ മാഷ് ആണ് മന്ദാകിനിയെ പുരോഗമന ചിന്തയിലേക്കു നയിക്കുന്നത്. സരോജിനി നായിഡുവിന്റെ സഹോദരി

സുഹാസിനി ജാംബേദ്ക്കറുടെ പോരാട്ടത്തെക്കുറിച്ചെല്ലാം അറിയുന്നത് ഈ അധ്യാപകനിലൂടെയായിരുന്നു. പിന്നീട് സുഹാസിനിയുടെ അടുത്ത ആളായിമാറാൻ മന്ദാകിനിക്കു സാധിച്ചു. ജർമനിയിൽ രഹസ്യ കമ്യൂണിസ്റ്റ് പാർട്ടിയിലെ പ്രവർത്തകയായിരുന്നു സുഹാസിനി. സോവിയറ്റ് യൂണിയന്റെ നേതൃത്വത്തിലുള്ള കമ്യൂണിസ്റ്റ് ഇന്റർനാഷനൽ അവരോട് ഇന്ത്യയിലെത്തി പ്രവർത്തിക്കാൻ ആവശ്യപ്പെട്ടു. അങ്ങനെ അവരുടെ നേതൃത്വത്തിൽ ഫ്രണ്ട്സ് ഓഫ് സോവിയറ്റ് യൂണിയൻ (എഫ്.എസ്.യു) രൂപീകരിച്ചു. സുഹാസിനിയെ പരിചയപ്പെട്ടതു മുതൽ മന്ദാകിനിയും അതിന്റെ പ്രവർത്തകയായി.

1947ൽ അച്ഛന്റെ അപകട മരണത്തോടെ മന്ദാകിനിക്ക് ആ ജോലി ലഭിച്ചു. പൊള്ളലേറ്റാണ് അദ്ദേഹം മരിച്ചത്. കമ്യൂണിസ്റ്റ് പാർട്ടി പ്രവർത്തകയായിരുന്നതിനാൽ മന്ദാകിനി ഉദ്യോഗസ്ഥരുടെ കണ്ണിൽകരടായി. ഓഫീസ് വിട്ടുവന്നാൽ മുഴുവൻ സമയവും രാഷ്ട്രീയപ്രവർത്തനത്തിനായി മാറ്റിവയ്ക്കുകയായിരുന്നു. ഈ സമയത്താണ് കുന്നിക്കൽ നാരായണനുമായി പരിചയപ്പെടുന്നത്. മഹാരാഷ്ട്രയിലെ തൊഴിലാളികൾക്കിടയിൽ സമുന്നതനായ നേതാവായി മാറിയിരുന്നു അപ്പോഴേക്കും കുന്നിക്കൽ. ഒരുമിച്ചുള്ള പ്രവർത്തനം, യാത്രകൾ എന്നിവയെല്ലാം നാരായണനെയും മന്ദാകിനിയെയും കൂടുതൽ അടുപ്പിച്ചു. രണ്ടു പുരോഗമന കാഴ്ചപ്പാടുകൾ ഒന്നിക്കുകയായിരുന്നു. ഒടുവിൽ ജീവിതത്തിലും ഒന്നിക്കാൻ അവർ തീരുമാനിച്ചു.

മഹാരാഷ്ട്രയിലെ റവന്യൂ മന്ത്രിയായിരുന്ന മൊറാർജി ദേശായിക്ക് മന്ദാകിനിയുടെ രാഷ്ട്രീയ പ്രവർത്തനം തീരെ ഇഷ്ടപ്പെട്ടിരുന്നില്ല. അദ്ദേഹത്തിന്റെ കീഴ്ജീവനക്കാരനായിരുന്നു മന്ദാകിനിയുടെ അച്ഛൻ. വളരെ വിശ്വസ്തൻ. അത്തരത്തിലുള്ളൊരാളുടെ മകൾ വിപ്ലവപാർട്ടിയുടെ പ്രവർത്തകയായത് അദ്ദേഹത്തിന് അംഗീകരിക്കാൻ പറ്റുമായിരുന്നില്ല. എഫ്.എസ്.യു പ്രവർത്തനം നിർത്തണമെന്നു വരെ ഒരിക്കൽ അദ്ദേഹം വിളിച്ചു താക്കീതു ചെയ്തു.

വിജയലക്ഷ്മി പണ്ഡിറ്റ് പ്രസിഡന്റായുള്ള എഫ്.എസ്.യുവിൽ പ്രവർത്തിക്കാനുള്ള സ്വാതന്ത്ര്യത്തെ മന്ത്രി ചോദ്യം ചെയ്തത് മന്ദാകിനിക്ക് ഇഷ്ടമായില്ല. ഒരു വാദപ്രതിവാദം നടന്നെങ്കിലും മന്ത്രി വിചാരിച്ചതു തന്നെ സംഭവിച്ചു. 1948 ഫെബ്രുവരിയിൽ മന്ദാകിനിയെ കമ്യൂണിസ്റ്റ് പാർട്ടിയുമായുള്ള ബന്ധത്തിന്റെ പേരിൽ ജോലിയിൽ നിന്നു പിരിച്ചുവിടാൻ തീരുമാനമായി.

റെയിൽവേ യൂണിയൻ അഖിലേന്ത്യാസമരം പ്രഖ്യാപിച്ച സമയമായിരുന്നു അത്. സമരത്തെ അടിച്ചമർത്താൻ നേതാക്കന്മാരെയെല്ലാം അറസ്റ്റ് ചെയ്യാൻ തുടങ്ങി. സമരത്തിനു നേതൃത്വം നൽകിയിരുന്ന നാരായണൻ ഒളിവിൽപ്പോയി. കേരളത്തിലേക്കായിരുന്നു വന്നത്. തുണിമിൽ തൊഴിലാളിയായിരുന്ന നാരായണൻ അറിയപ്പെടുന്ന കമ്യൂണിസ്റ്റ്

ആയിരുന്നു. ബോംബെയിൽ അന്ന് തൊഴിലാളി യൂണിയൻ ശക്തവുമായിരുന്നു. പൊലീസ് നാരായണനെ തേടി കേരളത്തിൽ വന്നപ്പോൾ അദ്ദേഹം അഹമ്മദാബാദിലേക്കു പോയി. അവിടെ നിന്ന് വീണ്ടും ബോംബെയിലെത്തി. സുഹൃത്തിന്റെ ഫ്ളാറ്റിൽ ഒളിച്ചുതാമസിക്കുകയായിരുന്നു. ഇടയ്ക്ക് മന്ദാകിനി അവിടെ സന്ദർശിക്കും. ജീവിതത്തിൽ ഒന്നിക്കാൻ തീരുമാനിക്കുന്നത് ഇവിടെ വച്ചാണ്. 1949 ജൂലൈ 24ന് രണ്ടുപേരും വിവാഹിതരായി.

മന്ദാകിനിയുടെ ചില ബന്ധുക്കൾക്ക് ഈ ബന്ധം അംഗീകരിക്കാൻ പ്രയാസമായിരുന്നു. കാരണം സവർണ സമുദായത്തിൽപ്പെട്ടവരായിരുന്നു അവർ. അന്യസംസ്ഥാനത്തിലുള്ളവരുമായി വിവാഹം കഴിക്കുന്നതും പതിവില്ലായിരുന്നു. സുഹൃത്തിന്റെ വീട്ടിൽ നടന്ന ചടങ്ങിൽ ബന്ധുക്കളാരും പങ്കെടുത്തിരുന്നില്ല.

കമ്യൂണിസ്റ്റ് പാർട്ടിയിൽ ഉൾപ്പാർട്ടി പോര് രൂക്ഷമാകുകയായിരുന്നു. രണദിവെ ലൈനും സുന്ദരയ്യ ലൈനും. ജനകീയ ജനാധിപത്യ വിപ്ലവത്തിനുവേണ്ടി ദേശീയ ബൂർഷ്വാസിയെ ചെറുത്തുതോൽപ്പിക്കണമെന്ന ചൈനാനയമായിരുന്നു നാരായണൻ സ്വീകരിച്ചിരുന്നത്. അതോടെ നാരായണൻ പല നേതാക്കളുടെയും കണ്ണിൽ കരടായി. ഇതു പാർട്ടിയിൽ നിന്നു പുറത്തേക്കുള്ള വഴി തുറന്നു.

രണദിവെയുടെ കൽക്കത്ത തീസിസിനെ തുടർന്നാണ് പാർട്ടിയിൽ ആശയക്കുഴപ്പം ശക്തിയാർജിക്കുന്നത്. ഇന്ത്യയിലെ വിപ്ലവത്തിനു ഘട്ടങ്ങളില്ലെന്നും സ്വാതന്ത്ര്യം കിട്ടിയതോടെ പാശ്ചാത്യ രാജ്യങ്ങളിലെ മുതലാളിവർഗത്തെപോലെ ഒരു മുതലാളിവർഗമാണ് ഇന്ത്യയിൽ അധികാരത്തിൽ വന്നതെന്നും ഇവിടെ ജനകീയ ജനാധിപത്യ വിപ്ലവത്തിന്റെ ഘട്ടവും സോഷ്യലിസ്റ്റ് വിപ്ലവത്തിന്റെ ഘട്ടവും ഒന്നായിത്തീർന്നിരിക്കുകയാണെന്നുമായിരുന്നു രണദിവെയുടെ വാദം. പലരും രണദിവെയെ പരസ്യമായി എതിർത്തു. അക്കൂട്ടത്തിൽ പ്രധാനിയായിരുന്നു നാരായണൻ. രണദിവെയുടെ ഈ വാദത്തിനെതിരെ പലയിടത്തും അദ്ദേഹം പ്രസംഗിക്കുകയുണ്ടായി. ഇക്കാരണം കൊണ്ടാണ് നാരായണനെ പാർട്ടിയിൽ നിന്നു പുറത്താക്കാൻ തീരുമാനിച്ചത്.

പാർട്ടി മുൻകൈ എടുത്തായിരുന്നല്ലോ നാരായണന്റെയും മന്ദാകിനിയുടെയും വിവാഹം നടത്തികൊടുത്തിരുന്നത്. നാരായണൻ പാർട്ടിയിൽ നിന്നു പുറത്തായതോടെ വിവാഹമോചനം നേടാൻ പല സഹപ്രവർത്തകരും ആവശ്യപ്പെട്ടുകൊണ്ടിരുന്നു. പക്ഷേ, മന്ദാകിനി അതിനു തയ്യാറായില്ല. പാർട്ടി പ്രവർത്തനത്തിലൂടെയാണു പരിചയപ്പെട്ടതെങ്കിലും പരസ്പരം മനസ്സിലാക്കിയ രണ്ടുപേരായിരുന്നു അവർ. നാരായണനുമായി വേർപിരിയാൻ മന്ദാകിനി ഒരുക്കമല്ല എന്നു പറഞ്ഞതോടെ അവരെയും പാർട്ടിയിൽ നിന്നു പുറത്താക്കി. രണ്ടുപേർക്കും ഈ സമയത്ത് ജോലിയൊന്നുമുണ്ടായിരുന്നില്ല. സാമ്പത്തിക ഞെരുക്കം ദൈനംദിന ജീവിതത്തെ

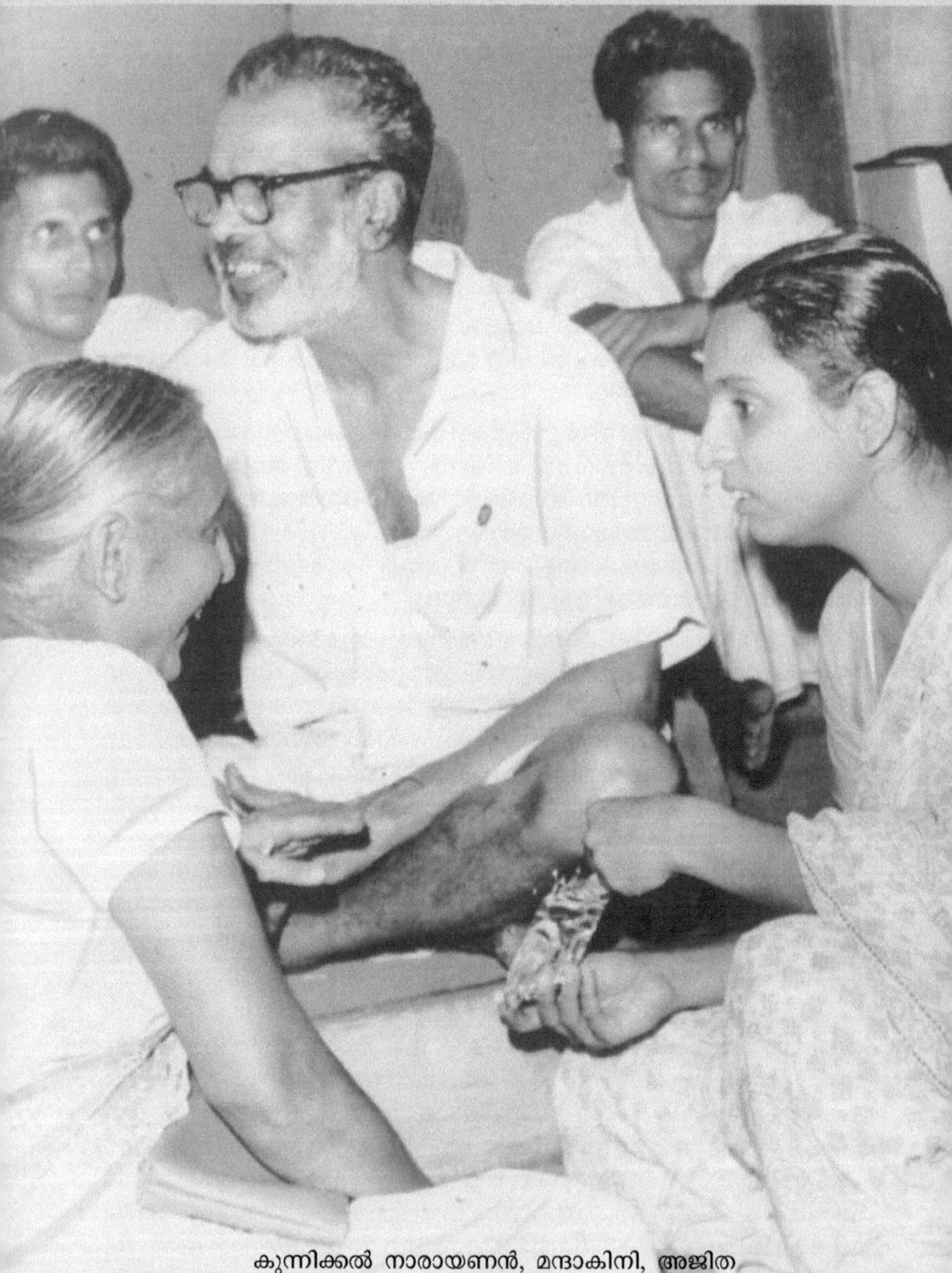

കുന്നിക്കൽ നാരായണൻ, മന്ദാകിനി, അജിത

ബാധിച്ചിരുന്നു. നാരായണനെ വിട്ട് മന്ദാകിനി തിരിച്ചുവരുമെന്ന് ചില ബന്ധുക്കളും കണക്കുകൂട്ടി. എന്നാൽ അതൊന്നുമുണ്ടായില്ല. ചില സുഹൃത്തുക്കളുടെയും മന്ദാകിനിയുടെ അമ്മയുടെയും ബന്ധുവായ ബാഷിബയുടെയും സഹായങ്ങൾ കിട്ടിക്കൊണ്ടിരുന്നു. ഈ സമയം മന്ദാകിനി ഗർഭിണിയായിരുന്നു. 1950 ഏപ്രിൽ 13-ന് അവർ ഒരു പെൺകുഞ്ഞിനെ പ്രസവിച്ചു. ധൂമകേതുവിന്റെ ഗുജറാത്തി നോവലിൽ നിന്ന് അജിതയെന്ന പേര് അവർ മനസ്സിൽ കുറിച്ചിരുന്നു. അതു തന്നെ മകൾക്കുമിട്ടു.

രണദിവെയ്ക്കെതിരെ പാർട്ടിയിലാകെ എതിർപ്പു കൂടിയതോടെ കൽക്കത്ത തീസീസ് പിൻവലിച്ചു. ആറുമാസത്തിനു ശേഷം നാരായണനെ പാർട്ടിയിലേക്കു തിരിച്ചെടുത്തു.

ഈ സമയം കോഴിക്കോട് നാരായണന്റെ കുടുംബം വലിയൊരു പ്രതിസന്ധിയിലായി. മൂത്ത സഹോദരൻ മാധവൻ മരിച്ചു. അദ്ദേഹമായിരുന്നു കുടുംബമെല്ലാം നോക്കിയിരുന്നത്. ജ്യേഷ്ഠന്റെ മരണമറിഞ്ഞ് നാരായണൻ കോഴിക്കോട്ടേക്കു പോയി. ചേട്ടന്റെ കച്ചവടം ഏറ്റെടുത്തു നടത്താൻ ആളില്ലാതെയായിരുന്നു. കുടുംബത്തിന്റെ ആവശ്യം നാരായണൻ അതെല്ലാം നോക്കിനടത്തണമെന്നായിരുന്നു. കുറച്ചുദിവസശേഷം നാരായണൻ ബോംബെയിലേക്കു തിരിച്ചെത്തിയെങ്കിലും മന്ദാകിനിയെയും അജിതയേയും കൂട്ടി കോഴിക്കോട്ടേക്കു വരിക എന്നതായിരുന്നു തീരുമാനം.

റെയിൽവേ സമരം പരാജയപ്പെട്ടതോടെ തൊഴിലാളികളെല്ലാം വളരെ നിരാശരായിരുന്നു. നാരായണനാണെങ്കിൽ ജോലിയുമില്ല. കുടുംബം പുലർത്തുക ഏറെ പ്രയാസമായി. ഇതെല്ലാം നാരായണനെ നാട്ടിലേക്കു പോകാൻ പ്രേരിപ്പിച്ച ഘടകങ്ങളായിരുന്നു. പാർട്ടി നേതൃത്വത്തിന്റെ അനുവാദത്തോടെയാണ് നാരായണനും മന്ദാകിനിയും കോഴിക്കോട്ടേക്കു പോന്നത്. ബോംബെയിൽ നിന്നു തന്നെ സുഹൃത്തുക്കൾ വഴി മന്ദാകിനിക്കൊരു ജോലി നാരായണൻ ശരിയാക്കിയിരുന്നു. ഗുജറാത്തികൾ കൂട്ടത്തോടെ കോഴിക്കോട് താമസിക്കുന്നുണ്ട്. അവരുടെ ഗുജറാത്തി സ്കൂളിൽ അധ്യാപികയായി ജോലി ലഭിച്ചു. 1950 ജൂലൈ ഒന്നിനാണ് അവർ പുതിയൊരു പോരാട്ട ജീവിതം നയിക്കാൻ കോഴിക്കോട്ടേക്കു ട്രെയിൻ കയറുന്നത്. കേരളത്തിന്റെ തന്നെ ചരിത്രത്തിൽ വലിയൊരു സ്ഥാനം പിടിച്ച പോരാട്ടനാളുകളായിരുന്നല്ലോ തുടർന്നുണ്ടായത്.

നാരായണൻ കോഴിക്കോട്ട്

കുട്ടിക്കാലത്തേ നാടുവിട്ടുപോയ നാരായണൻ ദീർഘകാലത്തെ പുറംലോക ജീവിതത്തിനു ശേഷം തിരിച്ചെത്തുകയായിരുന്നു. വലിയൊരു നഗരത്തിൽ നിന്നു തിരക്കില്ലാത്തൊരു സ്ഥലത്തെത്തിയ മന്ദാകിനിക്ക് കോഴിക്കോട്ടെ ജീവിതം ഏറെ ദുസ്സഹമായി. നാരായണന്റെ സഹോദരൻ മാധവന്റെ ഭാര്യയുടെ സ്നേഹത്തോടെയുള്ള പെരുമാറ്റം വലിയൊരു ആശ്വാസമായിരുന്നു. കുടുംബത്തിലുള്ളവർക്ക് ഹിന്ദിയോ മന്ദാകിനിക്കു

മലയാളമോ അറിയില്ലായിരുന്നു. അതും കുറച്ചുകാലം പ്രശ്നമുണ്ടാക്കി. വന്നു കുറച്ചുദിവസത്തിനുശേഷം ഗുജറാത്തി സ്കൂളിൽ ജോലി ലഭിച്ച തോടെ ഇത്തരം പ്രശ്നങ്ങളെയൊക്കെ മറക്കാൻ സഹായിച്ചു. 60 രൂപ യായിരുന്നു ശമ്പളം.

നാരായണൻ കമ്യൂണിസ്റ്റുകാരനായിരുന്നെങ്കിലും മരിച്ച സഹോദരൻ മാധവൻ കോൺഗ്രസുകാരനായിരുന്നു. സ്വാതന്ത്ര്യസമര സേനാനിയാ യിരുന്ന അദ്ദേഹത്തിന്റെ പേരിൽ പൊതുജനങ്ങൾക്കായി വായനശാലയും ലൈബ്രറിയും തുടങ്ങാൻ നാരായണൻ തീരുമാനിച്ചു. കല്ലായി റോഡിൽ 1953 ഡിസംബർ ഏഴിനായിരുന്നു കുന്നിക്കൽ മാധവൻ സ്മാരക വായന ശാലയുടെ ഉദ്ഘാടനം. കോഴിക്കോട്ടെ സാംസ്കാരിക പ്രവർത്തകരെല്ലാം ഒന്നിക്കുന്ന കേന്ദ്രമായി ഈ വായനശാല പെട്ടെന്നു തന്നെ മാറി. എസ്.കെ. പൊറ്റെക്കാട്ട് ആയിരുന്നു വായനശാലയുടെ എക്സിക്യൂട്ടീവ് കമ്മറ്റി ചെയർമാൻ. അദ്ദേഹത്തെ കൂടാതെ കുഞ്ഞുണ്ണിമാസ്റ്റർ, എൻ.എൻ. കക്കാട്, എം.ജി.എസ്. നാരായണൻ എന്നിവരൊക്കെ ഇവിടെ വരാറുണ്ടായിരുന്നു.

ഈ വായനശാല സ്ഥാപിച്ചുകൊണ്ടാണ് നാരായണൻ കോഴിക്കോട്ടെ സാമൂഹിക പ്രവർത്തനങ്ങൾക്കു തുടക്കം കുറിക്കുന്നത്. നാരായണനും മന്ദാകിനിയും പാർട്ടിയുമായി ബന്ധപ്പെട്ടും പ്രവർത്തിക്കാൻ തുടങ്ങി. പാർട്ടിയിൽ അംഗത്വം എടുത്തിരുന്നില്ല. സ്കൂൾ വിട്ടുകഴിഞ്ഞുവന്നാൽ മന്ദാകിനി പാർട്ടി പരിപാടികളിൽ പങ്കെടുക്കാൻ പോകും. അല്ലാത്ത ദിവസ ങ്ങളിൽ മകളെയും കൂട്ടി ലൈബ്രറിയിൽ എത്തും. നാരായണന്റെ കോഴി ക്കോട്ടെ റേഡിയോ ബിസിനസ് പെട്ടെന്നു പച്ചപിടിച്ചു. പുതിയൊരു ഷോറൂം കൂടി നഗരത്തിൽ തുടങ്ങി. പാർട്ടി പ്രവർത്തനവും കച്ചവടവും സാമൂഹിക പ്രവർത്തനവുമായെല്ലാം നല്ല രീതിയിൽ മുന്നോട്ടുപോകു മ്പോഴാണ് സോവിയറ്റ് യൂണിയനിൽ പാർട്ടിയിൽ പ്രശ്നമുണ്ടാകുന്നത്. സാർവദേശീയ പ്രസ്ഥാനത്തിലെ ആശയക്കുഴപ്പം ഇന്ത്യയിലും പാർട്ടി യിൽ വലിയ ഇളക്കങ്ങളുണ്ടാക്കി. 1956ൽ സോവിയറ്റ് കമ്യൂണിസ്റ്റ് പാർട്ടി യുടെ ഇരുപതാം പാർട്ടി കോൺഗ്രസിൽ സ്റ്റാലിനെതിരെ ക്രൂഷ്ചേവ് തിരിഞ്ഞു. വ്യക്തിരാഷ്ട്രീയം ഉയർത്തിപ്പിടിക്കുന്നു എന്നാരോപിച്ച് സ്റ്റാലിനെ കുറ്റക്കാരനാക്കി. സ്റ്റാലിനെതിരെ ക്രൂഷ്ചേവ് എടുത്ത പര സ്യനിലപാട് ലോകത്താകെയുള്ള കമ്യൂണിസ്റ്റുകാരെ ആശങ്കയിലാക്കി. കാരണം ഇന്ത്യയിലടക്കമുള്ള പാർട്ടി പ്രവർത്തകർക്ക് ദിശാബോധം നൽ കിയിരുന്നത് സോവിയറ്റ് കമ്യൂണിസ്റ്റ് പാർട്ടിയായിരുന്നു. സ്റ്റാലിൻ ആ യിരുന്നു എല്ലാവരുടെയും ആരാധ്യനേതാവ്. ഏഷ്യയിലെയും ലാറ്റിന മേരിക്കൻരാജ്യങ്ങളിലെയും ആഫ്രിക്കയിലെ കമ്യൂണിസ്റ്റ് പ്രവർത്തകർ എപ്പോഴും ഉറ്റുനോക്കിക്കൊണ്ടിരുന്നത് സ്റ്റാലിനെയായിരുന്നു. സ്റ്റാലി നെ കുറ്റക്കാരനാക്കുന്നത് അവർക്കാർക്കും ഉൾക്കൊള്ളാൻ കഴിയുന്ന തായിരുന്നില്ല.

ഈ പ്രശ്നത്തിൽ ഇന്ത്യയിലെ പാർട്ടി നേതൃത്വം എന്തു നിലപാടെടുക്കുന്നു എന്നതായിരുന്നു അടുത്തതായി ഈ പ്രവർത്തകരെല്ലാം നോക്കിയിരുന്നത്. സ്റ്റാലിനെ പിന്തുണയ്ക്കുന്നതിനു പകരം ക്രൂഷ്ചേവിനോടായിരുന്നു പലർക്കും ആഭിമുഖ്യം. ഇതും അണികളെ ആശയക്കുഴപ്പത്തിലാക്കി. ക്രൂഷ്ചേവിന്റെ നയങ്ങളോട് ഇവിടത്തെ സാധാരണക്കാർക്കു പൊരുത്തപ്പെടാൻ കഴിയുമായിരുന്നില്ല. പലരും പാർട്ടിയിൽ നിന്നു രാജി വയ്ക്കാൻ തീരുമാനിച്ചു.

ഇതേയൊരു മാനസികാവസ്ഥയിലായിരുന്നു കുന്നിക്കൽ നാരായണനും മന്ദാകിനിയും. പാർട്ടി നേതൃത്വത്തിന്റെ നിലപാടിനോട് അവർക്കു യോജിക്കാൻ പറ്റുമായിരുന്നില്ല. വീണ്ടും ബോംബെയിലേക്കു പോയാലോ എന്നുവരെ നാരായണൻ ആലോചിക്കുകയുണ്ടായി. ഈ സമയത്താണ് ഒരു സുഹൃത്ത് മരക്കച്ചവടത്തിൽ പങ്കുചേരാൻ നാരായണനെ ക്ഷണിക്കുന്നത്. വല്ലാത്തൊരു മാനസികാവസ്ഥയിലായിരുന്ന നാരായണൻ പാർട്ടി പ്രവർത്തനം തത്ക്കാലം മതിയാക്കി പങ്കുകച്ചവടത്തിൽ ചേർന്നു. കച്ചവടം പെട്ടെന്നു തന്നെ പുരോഗമിച്ചു, സാമ്പത്തികമായി ഉന്നതിയിലെത്തുകയും ചെയ്തു. ഇതോടെ നാരായണന്റെ ജീവിതം തന്നെയാകെ മാറി. ഒരു കമ്യൂണിസ്റ്റുകാരന്റെ ജീവിതരീതിയായിരുന്നില്ല പിന്നീട്. പണക്കാരുടെ ക്ലബ്ബുകളിൽ നിത്യസന്ദർശനം, ചീട്ടുകളി, മദ്യപാനം എന്നിവയിലൊക്കെ കമ്പം കയറി.

നാരായണന്റെ ജീവിതമാറ്റം മന്ദാകിനിക്ക് ഉൾക്കൊള്ളാൻ കഴിയുന്നതായിരുന്നില്ല. അവർ അതിനെ എതിർത്തു. രണ്ടുപേരും മാനസികമായി അകലാൻ അതു കാരണമാക്കി. ആത്മാവു നഷ്ടപ്പെട്ട നാരായണനൊപ്പം ജീവിക്കാൻ പറ്റില്ലെന്നു വരെ മന്ദാകിനി പറയുകയുണ്ടായി. നാരായണനുമായുള്ള ബന്ധം ഉപേക്ഷിക്കുന്നതിനെക്കുറിച്ച് മന്ദാകിനി ആലോചിച്ചെങ്കിലും മകളെ ഓർത്തു ആ തീരുമാനം ഉപേക്ഷിച്ചു.

അച്ഛനമ്മമാരുടെ ഈ അകൽച്ച ഒൻപതുകാരിയായ അജിതയേയാണ് കൂടുതൽ ബാധിച്ചത്. ഈ സമയമാകുമ്പോഴേക്കും മന്ദാകിനി സ്കൂളിലെ പ്രധാനാധ്യാപികയായിരുന്നു. ഏറെ വൈകിട്ടേ അവർ സ്കൂളിൽ നിന്നെത്തുകയുള്ളൂ. കൂട്ടുകാർക്കൊപ്പമുള്ള ക്ലബ്ബ് സന്ദർശനം കഴിഞ്ഞെത്താൻ നാരായണനും വൈകും. ബന്ധുക്കൾക്കൊപ്പമാണ് ഈ സമയത്തെല്ലാം അജിത കഴിച്ചുകൂട്ടിയിരുന്നത്. അച്ഛനമ്മമാരോടുള്ള അടുപ്പം അവൾക്കു കുറഞ്ഞു. ഇത് മന്ദാകിനിയെ ഏറെ വിഷമത്തിലാക്കിയിരുന്നെങ്കിലും ഒരു പരിഹാരം അവരുടെ കൈവശവും ഇല്ലായിരുന്നു.

പങ്കുകച്ചവടം ഉപേക്ഷിച്ച് നാരായണൻ സ്വന്തമായി മരക്കച്ചവടം ആരംഭിച്ചു. അധികം കഴിയുന്നതിനു മുൻപ് കച്ചവടം തകരുകയും നാരായണൻ കടത്തിൽ മുങ്ങുകയും ചെയ്തു. രണ്ടുവർഷം കൊണ്ട് എല്ലാം തകർന്നടിഞ്ഞു. ക്ലബ്ബും കൂട്ടുകാരുമൊന്നുമില്ലാതെയായി. സദാസമയവും വീട്ടിൽ അടച്ചിട്ട മുറിയിൽ കഴിഞ്ഞുകൂടി.

പക്ഷേ, ഈ സമയം കമ്യൂണിസ്റ്റ് പാർട്ടിയിൽ പുതിയൊരു ശക്തി ഉയർന്നുവരികയായിരുന്നു. ക്രൂഷ്ചേവിന്റെ നയങ്ങളെ പരസ്യമായി എതിർത്തുകൊണ്ട് ചൈനീസ് പാർട്ടി രംഗത്തെത്തി. സ്റ്റാലിനെതിരെ ക്രൂഷ്ചേവ് എടുത്ത നിലപാടിനെ ചൈനീസ് കമ്യൂണിസ്റ്റ് പാർട്ടി ശക്തമായി വിമർശിച്ചു. റേഡിയോ പീക്കിങ് വഴി മാവോയുടെ നിലപാടുകൾ ലോകത്തെല്ലാമുള്ള കമ്യൂണിസ്റ്റുകാർ കേട്ടുതുടങ്ങി. അത് അവരിൽ പ്രത്യാശയ്ക്കു വഴിവച്ചു. 1963ലെ ചൈനീസ് കമ്യൂണിസ്റ്റ് പാർട്ടിയുടെ ഈ നിലപാടിനെ അംഗീകരിച്ചുകൊണ്ട് ഇവിടെയും കുറേ പേർ രംഗത്തെത്തി.

കമ്യൂണിസ്റ്റ് പാർട്ടിയിലെ പിളർപ്പ്

ഈ സമയമാകുമ്പോഴേക്കും ഇന്ത്യയിലെ കമ്യൂണിസ്റ്റ് പാർട്ടിയിലും ആശയക്കുഴപ്പം ശക്തമായിരുന്നു. കോൺഗ്രസിനോടു മൃദുസമീപനമെന്ന പൊതു പ്രശ്നത്തിന്റെ അടിസ്ഥാനത്തിലായിരുന്നു പാർട്ടിക്കകത്ത് ഇടതു-വലത് വിഭാഗങ്ങൾ എന്ന ചേരി രൂപപ്പെടുന്നത്. 1962ലെ ഇന്ത്യാ-ചൈന യുദ്ധത്തോടെ ഈ ഗ്രൂപ്പ് പോര് അതിന്റെ മൂർധന്യത്തിലെത്തി എന്നു തന്നെ പറയാം. രണ്ടു ചേരികളുടെയും നിലപാട് ഇങ്ങനെയായിരുന്നു.

ഒരു ദേശീയ പാർട്ടിയെന്ന നിലയ്ക്ക് കമ്യൂണിസ്റ്റ് പാർട്ടി ദേശീയ വികാരം ഉൾക്കൊള്ളണം, ആക്രമി ചൈനയ്ക്കെതിരെ എല്ലാ ദേശാഭിമാനികളോടും ചേർന്ന് ഇന്ത്യയ്ക്കെതിരായ കടന്നാക്രമണത്തെ എതിർത്തു തോൽപ്പിക്കണം, ഇതായിരുന്നു വലതു വിഭാഗമെന്നു പറയുന്നവരുടെ നിലപാട്.

ഇടതു വിഭാഗം പറഞ്ഞത്, ഇന്ത്യൻ ദേശീയതയെ തൊഴിലാളി വർഗ സാർവദേശീയതയുമായി കൂട്ടിയിണക്കുന്ന പാർട്ടിയെന്ന നിലയ്ക്ക് ഇന്ത്യാ- ചൈന തർക്കം അന്യോന്യം ചർച്ചകളിലൂടെ പരിഹരിക്കണമെന്നായിരുന്നു. ഈ വിഭാഗത്തെയാണ് പിന്നീട് 'ചൈനാ ചാരന്മാർ' എന്നു വിളിച്ചിരുന്നത്.

ലോക കമ്യൂണിസ്റ്റ് പ്രസ്ഥാനങ്ങളെ പിടിച്ചുലച്ചുകൊണ്ട് സോവിയറ്റ്- ചൈന തർക്കവും അതിന്റെ മൂർധന്യത്തിലേക്കു കടക്കുകയായിരുന്നു. വലതുപക്ഷ റിവിഷനിസത്തിന്റേതായ നിലപാട് സോവിയറ്റ് കമ്യൂണിസ്റ്റ് പാർട്ടി അംഗീകരിക്കുന്നുവെന്നായിരുന്നു ചൈനീസ് പാർട്ടിയുടെ ആരോപണം. ചൈനീസ് പാർട്ടിയുടേത് സൈദ്ധാന്തിക പിടിവാശിയുടേതും ഇടതുപക്ഷ കമ്യൂണിസത്തിന്റെതാണെന്നുമാണ് സോവിയറ്റ് പാർട്ടി മറുപടിയായി ആരോപിച്ചിരുന്നത്. ലോക കമ്യൂണിസ്റ്റ് പ്രസ്ഥാനത്തിൽ ഭൂരിപക്ഷവും സോവിയറ്റ് നിലപാടിനെയായിരുന്നു ശരിവച്ചിരുന്നത്. വിവാദത്തിനു പരിഹാരം കാണാൻ മോസ്കോയിൽ ലോക കമ്യൂണിസ്റ്റ് സമ്മേളനം ചേർന്നെങ്കിലും അവിടെയും ഏറ്റുമുട്ടൽ ശക്തമായിരുന്നു. 81 ലോക കമ്യൂണിസ്റ്റ് പാർട്ടികളുടെ സമ്മേളനത്തിൽ

ഒരു സമവായത്തിലെത്തിയെങ്കിലും അതു പ്രാബല്യത്തിൽ വരുന്നതിനു മുൻപു തന്നെ സോവിയറ്റ്- ചൈന ഏറ്റുമുട്ടൽ വീണ്ടും ആരംഭിച്ചു.

ലോക കമ്യൂണിസ്റ്റ് പ്രസ്ഥാനം പിളർപ്പിലേക്കാണെന്ന് ഏതാണ്ടുറപ്പായി. സ്വാഭാവികമായും അത് ഇന്ത്യയിലും പ്രതിഫലിക്കുമല്ലോ. ചൈനാ ചാരന്മാർ എന്നു ഇടതു വിഭാഗത്തെ വിളിച്ചിരുന്ന വലതു വിഭാഗം സോവിയറ്റ് വിരോധികളെന്നും കൂടി വിളിക്കാൻ തുടങ്ങി. അതോടെ പൊതുവെ വലതു വിഭാഗത്തെ സോവിയറ്റ് പക്ഷപാതികളെന്നും ഇടതു വിഭാഗത്തെ ചൈനാപക്ഷക്കാരെന്നും മാധ്യമങ്ങൾ വിശേഷിപ്പിക്കാൻ തുടങ്ങി. മൂന്നു കാര്യങ്ങളിലാണ് ഇരുവിഭാഗവും തമ്മിൽ പ്രധാനമായും ആശയസംഘട്ടനം ഉണ്ടായിരുന്നത്.

നെഹ്റു സർക്കാരിനെ വിലയിരുത്തുന്ന കാര്യം, ഇന്ത്യാ-ചൈന തർക്കം, ആഗോള കമ്യൂണിസ്റ്റ് പാർട്ടിയിലെ തർക്കത്തിൽ ഏതു പക്ഷം പിടിക്കണം. ഈ മൂന്നു കാര്യത്തിലും സ്വീകാര്യമായ നിലപാടെടുക്കാൻ പറ്റാത്തത്ര അകലത്തിലായിരുന്നു ഇരുവിഭാഗവും. ഈ സമയത്താണ് 1961 ഏപ്രിലിൽ ആന്ധ്രയിലെ വിജയവാഡയിൽ പാർട്ടിയുടെ ആറാം കോൺഗ്രസ് നടക്കുന്നത്. ഇരുവിഭാഗവും തമ്മിലുള്ള രൂക്ഷമായ ആശയ പോരാട്ടമാണ് അവിടെ നടന്നത്. ഡാങ്കെയുടെ നേതൃത്വത്തിൽ വലതു വിഭാഗത്തിന്റെ കരടുരേഖയും സുന്ദരയ്യയുടെ നേതൃത്വത്തിൽ ഇടതു വിഭാഗത്തിന്റെ കരടുരേഖയും തയ്യാറാക്കി പ്രതിനിധികൾക്കിടയിൽ വിതരണം ചെയ്തു. ഇരുവിഭാഗവും തങ്ങളുടെ ന്യായങ്ങൾ പാർട്ടി കോൺ ഗ്രസിൽ അവതരിപ്പിച്ചു. ചർച്ച അവസാനിച്ചപ്പോഴും ഇരുവിഭാഗത്തിനും സമന്വയത്തിൽ എത്താൻ സാധിച്ചില്ല. അതുകൊണ്ടു തന്നെ കരടുപരി പാടിയോ കരടു രാഷ്ട്രീയ പ്രമേയമോ അവതരിപ്പിച്ച രൂപത്തിൽ അംഗീ കരിക്കാൻ സാധിച്ചില്ല. ജനറൽ സെക്രട്ടറി അജയഘോഷ് നടത്തിയ പ്രസംഗം കോൺഗ്രസിന്റെ രാഷ്ട്രീയ പ്രമേയമായി അംഗീകരിക്കുകയാ യിരുന്നു ഒടുവിൽ. പുതിയ കേന്ദ്രകമ്മിറ്റി തിരഞ്ഞെടുപ്പ് വന്നപ്പോൾ ഭിന്നത എല്ലാ മറയും നീക്കി പുറത്തുവന്നു. പുതിയ കേന്ദ്ര കമ്മിറ്റിയി ലേക്കു പഴയകമ്മിറ്റി നിർദേശിച്ച പാനൽ സ്വീകാര്യമായില്ല. ഒത്തുതീർ പ്പെന്ന നിലയ്ക്ക് ദേശീയ കൗൺസിലിലേക്കുള്ള അംഗങ്ങളുടെ എണ്ണം വർധിപ്പിച്ച് താത്ക്കാലികമായി പരിഹാരം കാണുകയായിരുന്നു. ഇരുപത് പേരെയാണ് പുതുതായി ദേശീയ കൗൺസിലിലേക്കു തിരഞ്ഞെടുത്തത്.

കൊടുങ്കാറ്റിനു മുൻപുള്ള ശാന്തതയായിരുന്നു അത്. ഒരു വർഷ ശേഷം ജനറൽ സെക്രട്ടറി അജയഘോഷ് മരിച്ചു. പുതിയ സെക്രട്ടറി ആരായിരിക്കണമെന്ന കാര്യമെത്തിയപ്പോൾ വിഭാഗീയത വീണ്ടും കൊടി കുത്തി. പാർട്ടി ഭരണഘടനയിൽ ഭേദഗതി വരുത്തി ഡാങ്കെയെ ചെയർ മാൻ സ്ഥാനത്തു കൊണ്ടുവന്നാണ് പരിഹാരം കണ്ടത്. ഇ.എം.എസിനെ ജനറൽ സെക്രട്ടറിയുമാക്കി. ചൈനാ വിഭാഗക്കാരനായ ജനറൽ സെക്രട്ടറിയും അതിനും മുകളിൽ സോവിയറ്റ് വിഭാഗക്കാരനായ ചെയർ മാനും. അത് വിഭാഗീയത കൂടുതൽ ശക്തിപ്പെടുത്തുകയായിരുന്നു.

ഡാങ്കെയുമായി ഒത്തുപോകാനാകാതെ ഇ.എം.എസ്. ജനറൽ സെക്രട്ടറി സ്ഥാനം രാജിവച്ചു. 'നിങ്ങളൊരു ജനറൽ സെക്രട്ടറിയല്ല, ആ സ്ഥാനത്തിരിക്കുന്ന ബൊമ്മയാണെന്ന്' ഡാങ്കെ ഇ.എം.എസിനെ കുറ്റപ്പെടുത്തുകയുണ്ടായി.

ഇന്ത്യാ– ചൈനാ യുദ്ധം നടക്കുമ്പോൾ ചൈനാചാരന്മാർ എന്ന മുദ്ര കുത്തി നൂറുക്കണക്കിനു നേതാക്കളെ അറസ്റ്റ് ചെയ്തിരുന്നു. ഈ നേതാക്കളെ വിട്ടയയ്ക്കണമെന്നാവശ്യപ്പെട്ട് ഒരു പ്രക്ഷോഭം നയിക്കാൻ പാർട്ടി തയ്യാറായില്ല. അറസ്റ്റിലായവരെ വിട്ടയയ്ക്കണമെന്നാവശ്യപ്പെട്ട് ഇ.എം.എസ്. എഴുതിയ മുഖപ്രസംഗം അദ്ദേഹം തന്നെ പത്രാധിപരായ ന്യൂ ഏജിൽ പ്രസിദ്ധീകരിക്കുകയുണ്ടായില്ല. ഇതും ഇ.എം.എസിന്റെ രാജിയുടെ ആക്കംകൂട്ടി. 1964 ഏപ്രിലിലെ നാഷണൽ കൗൺസിലിൽ നിന്ന് 32 പേർ ഇറങ്ങിപ്പോരുന്നതിലാണ് വിഭാഗീയത കലാശിച്ചത്. ഇറങ്ങിപ്പോയവരുടെ പേരിൽ ദേശീയ കൗൺസിൽ നടപടിയുമെടുത്തു. ഈ 32 പേരുടെ കൺവെൻഷൻ ആന്ധ്രയിലെ ഗുണ്ടൂർ ജില്ലയിലെ തെന്നാലിയിൽ ചേർന്നു. ഈ കൺവെൻഷനിലാണ് ഇവരുടെ നേതൃത്വത്തിൽ ഏഴാം പാർട്ടി കോൺഗ്രസ് വിളിച്ചുകൂട്ടാൻ തീരുമാനിച്ചത്. പിളർപ്പൊഴിവാക്കാൻ അവസാന ശ്രമം നടന്നുവെങ്കിലും ഫലമുണ്ടായില്ല. 1964 ഒക്ടോബർ 31 മുതൽ നവംബർ ഏഴുവരെ കൊൽക്കത്തയിൽ ചേർന്ന പാർട്ടി കോൺഗ്രസിലാണ് സിപിഐ (എം) രൂപീകൃതമാകുന്നത്. പാർട്ടി പരിപാടികളും ഭരണഘടനയും അംഗീകരിച്ചു.

ഈ സമയം വലതുവിഭാഗത്തിന്റെ പാർട്ടി കോൺഗ്രസ് ബോംബെയിലാണു ചേർന്നത്. അങ്ങനെ ഇന്ത്യയിലെ രണ്ടു പ്രധാനനഗരങ്ങളിൽ കമ്യൂണിസ്റ്റ് പാർട്ടിയുടെ രണ്ട് ഏഴാം കോൺഗ്രസ് നടന്നു. ഇരുവിഭാഗവും തങ്ങളാണ് യഥാർഥ കമ്യൂണിസ്റ്റ് പാർട്ടിയെന്ന് അവകാശപ്പെടാൻ തുടങ്ങി. സോവിയറ്റ് യൂണിയൻ പ്രതിനിധി ബോംബെ കോൺഗ്രസിൽ പങ്കെടുത്തിരുന്നു. ഇന്ത്യൻ കമ്യൂണിസ്റ്റ് പാർട്ടിക്ക് സോവിയറ്റ് പാർട്ടിയുടെ ഉപഹാരമായി ഒരു ചുവപ്പ് കൊടിയും നൽകുകയുണ്ടായി. തങ്ങളാണ് യഥാർഥ കമ്യൂണിസ്റ്റ് പാർട്ടിയെന്ന് സിപിഐക്ക് അവകാശപ്പെട്ടാൻ ആ കൊടി ഒരു കാരണമായി.

മാവോയുടെ അനുയായികൾ

നേതാക്കൾ ഇരു പാർട്ടിയിലും സ്ഥാനം ഉറപ്പിച്ചെങ്കിലും യഥാർഥ കമ്യൂണിസ്റ്റുകാരെ സംബന്ധിച്ചിടത്തോളം പിളർപ്പ് വലിയൊരു ആഘാതമായിരുന്നു. പലരും ഇഷ്ടപ്പെട്ട പാർട്ടിയിലേക്കു ചേക്കേറി. ചിലർ മൗനം പാലിച്ചു. മറ്റു ചിലർ രാഷ്ട്രീയം എന്നന്നേക്കുമായി ഉപേക്ഷിച്ചു.

സ്വന്തമായി തുടങ്ങിയ മരക്കച്ചവടം തകർന്ന് നിരാശയിലായിരിക്കുകയായിരുന്ന കുന്നിക്കൽ നാരായണൻ പീക്കിങ് റേഡിയോ, ബ്രിട്ടീഷ് ബ്രോഡ്കാസ്റ്റിങ് എന്നിവ കേൾക്കാൻ കൂടുതൽ സമയം ചെലവിട്ടു.

വീണ്ടും ആ മനസ്സിലേക്കു രാഷ്ട്രീയചിന്തകൾ കടന്നുവന്നു. മാനസിക മായി തകർന്നിരിക്കുകയായിരുന്ന നാരായണന് മാവോയുടെ നയങ്ങൾ പെട്ടെന്നു സ്വീകാര്യമായി തോന്നി. അതോടെ ആ പടക്കുതിര വീണ്ടും ശക്തിയാർജിക്കാൻ തുടങ്ങി. പീക്കിങ് റേഡിയോ എന്നും കേൾക്കും. മാവോ പറയുന്നതാണ് ശരിയെന്ന നിലപാടിൽ അദ്ദേഹം എത്തിച്ചേർന്നു. മാവോ സേ തുങ്ങിന്റെ നേതൃത്വത്തിലുള്ള ജനകീയ ചൈനയാണ് കമ്യൂണിസ്റ്റ് തത്ത്വത്തിൽ ഉറച്ചുനിൽക്കുന്ന രാജ്യമെന്ന് നാരായണന് ഉറപ്പായി. മുഴുവൻ സമയ പാർട്ടി പ്രവർത്തകനാകുക എന്ന തീരുമാന ത്തോടെ 1964ൽ അദ്ദേഹം പാർട്ടിയിൽ അംഗത്വമെടുത്തു. കമ്യൂണിസ്റ്റ് പാർട്ടിയിലെ പിളർപ്പു കഴിഞ്ഞ സമയമായിരുന്നു അത്. സിപിഎം പ്രവർ ത്തകനായ നാരായണൻ തടിമിൽ, ഓട്ടുകമ്പനി, നെയ്ത്ത് എന്നിവിട ങ്ങളിലെ തൊഴിലാളികൾക്കിടയിലാണു പ്രവർത്തിക്കാൻ താത്പര്യ പ്പെട്ടത്. അവരുടെ എല്ലാ പ്രശ്നങ്ങളിലും അദ്ദേഹം ഇടപെട്ടു. പ്രത്യേ കിച്ച് ഓണക്കാലത്തെ ബോണസ് തർക്കങ്ങളിൽ. നിരാഹാരസമരം, പിക്കറ്റിങ് എന്നിവ ആ ജീവിതത്തിലെ നിത്യസംഭവങ്ങളായി.

ഈ സമയമാകുമ്പോഴേക്കും നാരായണൻ ഡൽഹിയിലെ ചൈനീസ് എംബസിയുമായി ബന്ധം സ്ഥാപിച്ചിരുന്നു. അന്താരാഷ്ട്ര തലത്തിൽ കമ്യൂണിസ്റ്റ് പാർട്ടിയിൽ ഉണ്ടായിക്കൊണ്ടിരുന്ന കാര്യങ്ങളൊന്നും ഇവിടെ യുള്ള സാധാരണ പ്രവർത്തകർ അറിഞ്ഞിരുന്നില്ല. ഭാഷ തന്നെയായി രുന്നു പ്രധാന പ്രശ്നം. ഇംഗ്ലീഷ് അന്ന് സാധാരണക്കാർക്കു മനസ്സിലാ കുന്ന ഭാഷയായിരുന്നില്ലല്ലോ. ചൈനീസ് എംബസിയിൽ ലഭിക്കുന്ന സാഹിത്യമെല്ലാം മലയാളത്തിലേക്കു തർജമ ചെയ്ത് പ്രവർത്തകർക്ക് എത്തിച്ചുകൊടുക്കാൻ നാരായണൻ തീരുമാനിച്ചു. മാവോ സൂക്തങ്ങൾ അടങ്ങിയ ചുവന്ന പുസ്തകമാണ് ആദ്യം തർജമ ചെയ്തത്. കോഴി ക്കോട്ടെ 27-ാം ഡിവിഷനിലെ പ്രവർത്തകരുടെ സഹായത്തോടെയായി രുന്നു നാരായണൻ എല്ലാറ്റിനും മുന്നിട്ടിറങ്ങിയത്. സിപിഎം ചൈനീസ് ലൈൻ ആണ് പിന്തുടരുന്നതെന്ന് പ്രവർത്തകർക്കും അനുഭാവികൾക്കും അറിയാമെങ്കിലും എന്താണ് ചൈനയുടെ നയമെന്ന് വ്യക്തമാക്കുകയാ യിരുന്നു നാരായണന്റെ ഉദ്ദേശ്യം. എന്നാൽ ഇതിനെ സിപിഎം സംസ്ഥാന നേതാക്കൾ എതിർക്കുകയാണുണ്ടായത്. പ്രത്യേകിച്ച് ഇ.എം.എസ്. അണികൾക്ക് അറിയേണ്ട കാര്യങ്ങൾ പാർട്ടി പത്രത്തിലൂടെയും മറ്റു പ്രസിദ്ധീകരണങ്ങളിലൂടെയും അറിയിക്കുന്നുണ്ടെന്നായിരുന്നു മറുപടി. പക്ഷേ പാർട്ടി പ്രസിദ്ധീകരണങ്ങളിൽ പ്രവർത്തകർ അറിയേണ്ട അടിസ്ഥാന കാര്യങ്ങൾ പോലും വരുന്നില്ലെന്നായിരുന്നു നാരായണൻ വാദിച്ചിരുന്നത്. അതുകൊണ്ടു തന്നെ സ്വന്തം ചെലവിൽ ചൈനീസ് പ്രസി ദ്ധീകരണങ്ങൾ തർജമ ചെയ്തു പ്രസിദ്ധപ്പെടുത്താൻ നാരായണൻ ചങ്കൂറ്റം കാണിച്ചു. ചൈനീസ് പുസ്തകങ്ങൾ വില്പന നടത്താൻ കല്ലായ് റോഡിൽ മാർക്സിസ്റ്റ് പബ്ലിക്കേഷൻസ് എന്ന പുസ്തകവില്പന ശാലയും തുറന്നു. നാരായണന്റെ ഈ പ്രവൃത്തിയെ പാർട്ടിയോടുള്ള

വെല്ലുവിളിയായിട്ടായിരുന്നു നേതാക്കൾ കണ്ടിരുന്നത്. വളരെ അടുപ്പമുള്ള നേതാക്കൾ നാരായണനെ സന്ദർശിച്ച് ഇപ്പോഴത്തെ നിലപാടിൽ നിന്നു പിൻമാറാൻ ആവശ്യപ്പെട്ടു. എന്നാൽ മാവോ തത്ത്വങ്ങളിൽ അടിയുറച്ചു നിൽക്കുന്ന നാരായണന്റെ മനസ്സിനെ ഇളക്കാൻ അവർക്കാർക്കും സാധിച്ചില്ല. അതോടെ നാരായണന് പാർട്ടിയിൽനിന്നു പുറത്തേക്കുള്ള വഴി തുറക്കാൻ ചിലർ മാർഗം ചിന്തിച്ചു തുടങ്ങി.

പാർട്ടിയുടെ ബഹുജന സംഘടനയായ എൻ.ജി.ഒ. യൂണിയൻ പ്രഖ്യാപിച്ച സമരത്തോടനുബന്ധിച്ച് നാരായണൻ അറസ്റ്റിലായി. പാർട്ടിയിലും കുടുംബത്തിലും തങ്ങൾ എത്രത്തോളം ഒറ്റപ്പെട്ടുവെന്നു നാരായണനും മന്ദാകിനിക്കും മനസ്സിലായ സംഭവമായിരുന്നു അറസ്റ്റ്. നാരായണനെ ജാമ്യത്തിലെടുക്കാൻ പാർട്ടിയോ കുടുംബത്തിലുള്ളവരോ തയ്യാറായില്ല. പാർട്ടിയെ വെല്ലുവിളിച്ചുകൊണ്ടുള്ള നാരായണന്റെ പ്രവർത്തനങ്ങൾ വീട്ടിലെ മറ്റു ചിലരിൽ എതിർപ്പുണ്ടാക്കിയിരുന്നു. അതുകൊണ്ടു തന്നെ പാർട്ടി തയ്യാറാകാത്ത ഒന്നിനും കുടുംബത്തിലുള്ളവരും മുന്നിട്ടിറങ്ങിയില്ല. അഞ്ചു ദിവസം കഴിഞ്ഞാണ് സുഹൃത്തു മുഖേന മന്ദാകിനി നാരായണനെ ജാമ്യത്തിലിറക്കുന്നത്.

പാർട്ടിയിൽ നാരായണൻ ഒറ്റപ്പെട്ടു എന്നു മാത്രമല്ല, അദ്ദേഹം അമേരിക്കൻ ചാരസംഘടനയായ സിഐഎയുടെ ഏജന്റാണെന്നുവരെ ചിലർ പറയാൻ തുടങ്ങി. ഈ പ്രചാരണത്തിനു കൊടുങ്കാറ്റിന്റെ വേഗമായിരുന്നു. പെട്ടെന്നു തന്നെ നാരായണൻ സിഐഎ ഏജന്റ് എന്ന കാര്യം നാടാകെ പാട്ടായി. 1967 ജനുവരിയിൽ നാരായണനെ സിപിഎമ്മിൽ നിന്നു പുറത്താക്കി. നാരായണനുമായി സൗഹൃദമുണ്ടായിരുന്ന നേതാക്കളെല്ലാം പാർട്ടിയെ പേടിച്ച് ബന്ധപ്പെടാനൊന്നും വന്നില്ല. 27-ാം ഡിവിഷനിലെ കുറേപേർ നാരായണനോടൊപ്പം തന്നെ നിലയുറപ്പിച്ചു.

രാഷ്ട്രീയ ചിന്തകൾ ഉണ്ടായിരുന്നെങ്കിലും അതുവരെ കാര്യമായ പ്രവർത്തനത്തിലൊന്നും ഇറങ്ങാതിരുന്ന മകൾ അജിത ഇതോടെ സജീവ പ്രവർത്തകയാകാൻ തീരുമാനിച്ചു. അച്ഛന്റെ അറസ്റ്റും പാർട്ടിയിലും കുടുംബത്തിലുമുണ്ടായ ഒറ്റപ്പെടുത്തലും അജിതയെ വല്ലാതെ ബാധിച്ചിരുന്നു. മുഴുവൻ സമയ പ്രവർത്തകയാകാനുള്ള ആഗ്രഹം അജിത അച്ഛനെ അറിയിച്ചു. ഗുജറാത്ത് സ്കൂളിലെ പ്രധാനാധ്യാപികയായിരുന്നു മന്ദാകിനി ഈ സമയത്ത്. നാരായണനെ പാർട്ടിയിൽ നിന്നു പുറത്താക്കിയതിന്റെ പ്രത്യാഘാതം അവരുടെ ഔദ്യോഗിക ജീവിതത്തിലും പ്രതിഫലിച്ചു തുടങ്ങി. സ്കൂൾ മാനേജ്മെന്റിനും വിദ്യാഭ്യാസ വകുപ്പിലെ ഉന്നത ഉദ്യോഗസ്ഥർക്കുമെല്ലാം മന്ദാകിനിയെക്കുറിച്ചുള്ള പരാതികൾ ഊമക്കത്തുകളായി ലഭിക്കാൻ തുടങ്ങി. ഇതിന്റെ അടിസ്ഥാനത്തിൽ ഒട്ടേറെ തവണ പൊലീസെത്തി സ്കൂളിൽ വച്ച് അവരെ ചോദ്യം ചെയ്യുകയുണ്ടായി. ശമ്പള വർധനയുടെ കാര്യത്തിലുണ്ടായ പ്രശ്നത്തെ തുടർന്ന് 1968 ഓഗസ്റ്റ് 31-ന് മന്ദാകിനി ജോലി രാജിവച്ചു. പതിനെട്ടു

വർഷമാണ് മന്ദാകിനി ആ സ്കൂളിൽ ജോലി ചെയ്തത്. അവരുടെ കാലത്തായിരുന്നു ഗുജറാത്തി സ്കൂൾ ഹൈസ്കൂളായി ഉയർത്തിയത്. അതിനു വേണ്ടി പ്രയത്നിച്ചതെല്ലാം മന്ദാകിനി തന്നെയായിരുന്നു. എന്നാൽ രാഷ്ട്രീയ സമ്മർദ്ദത്തെ തുടർന്ന് മന്ദാകിനി മാനേജ്മെന്റിന്റെ കണ്ണിൽ കരടാകുയായിരുന്നു. അഭിമാനത്തെ ചോദ്യം ചെയ്യുന്ന ഘട്ടമെത്തിയപ്പോൾ അവർ രാജിവയ്ക്കാൻ തയ്യാറാകുകയായിരുന്നു. കുടുംബത്തിലെ ഏക വരുമാനവും നിലച്ചു.

കോഴിക്കോട് പ്രൊവിഡൻസ് കോളജിൽ പ്രീഡിഗ്രി വിദ്യാർഥിയായിരുന്ന അജിത രണ്ടാം വർഷത്തിൽ വച്ചു പഠനം നിർത്തി. പഠനം തുടരാൻ പലരും നിർബന്ധിച്ചെങ്കിലും അജിത തയ്യാറായില്ല. അച്ഛനോടൊപ്പം സജീവ രാഷ്ട്രീയമായിരുന്നു അജിതയുടെയും ലക്ഷ്യം. ജോലി നഷ്ടമായതോടെ മന്ദാകിനിയും രാഷ്ട്രീയ പ്രവർത്തനത്തിൽ സജീവമായി.

27-ാം ഡിവിഷനിലെ കുറേ സുഹൃത്തുക്കളും ഓട്ടുകമ്പനിയിലെയും നെയ്ത്തുശാലയിലെയും തൊഴിലാളി സുഹൃത്തുക്കളുമെല്ലാമായി നാരായണനോടൊപ്പം വലിയൊരു സംഘമുണ്ടായിരുന്നു. മാവോയുടെ ആശയങ്ങളിൽ പ്രചോദനം കൊണ്ട് രാഷ്ട്രീയ പ്രവർത്തനത്തിനിറങ്ങിയവരായിരുന്നു അക്കൂട്ടരെല്ലാം. വിപ്ലവത്തിലൂടെ മാത്രമേ സമൂഹത്തിൽ മാറ്റംവരുത്താൻ കഴിയുകയുള്ളൂവെന്ന ആശയമായിരുന്നു അവരെ ഒന്നിപ്പിച്ചിരുന്നത്. ഈ സമയത്താണ് നക്സൽബാരിയിൽ കർഷക കലാപം പൊട്ടിപ്പുറപ്പെട്ടത്. അതോടെ ഇവരുടെയും ചിന്തകളിൽ വിപ്ലവ വീര്യം ആളിക്കത്താൻ തുടങ്ങി.

ചക്രവാളം കൂടുതൽ ചുവക്കുന്നു

ഇന്ത്യൻ ചക്രവാളത്തിൽ വസന്തത്തിന്റെ ഇടിമുഴക്കം എന്ന ചൈനയുടെ വിശേഷണം അക്ഷരാർഥത്തിൽ ശരിയാകുകയായിരുന്നു. ചൈനീസ് ലൈൻ പിൻതുടർന്നിരുന്ന സിപിഎമ്മിന്റെ നിലപാടിൽ വന്ന മാറ്റം പല പ്രവർത്തകരെയും റിബലുകളാക്കി മാറ്റിയിരുന്നു. സോവിയറ്റ് നിലപാടിനോട് വിയോജിച്ചും ചൈനീസ് നിലപാട് സ്വീകരിച്ചുമാണ് സിപിഎം സ്ഥാപിതമാകുന്നതു തന്നെ. എന്നാൽ അധികാരത്തിലേറാൻ വേണ്ടി സിപിഎം നിലപാടു മാറ്റുന്നതാണു പിന്നീടു കാണുന്നത്. വിപ്ലവരാഷ്ട്രീയത്തെ ശക്തിപ്പെടുത്താൻ ബൂർഷ്വാ പാർലമെന്ററി വ്യവസ്ഥ ഉപയോഗപ്പെടുത്തണമെന്ന നിലപാടാണ് സിപിഎം പിന്നീടെടുക്കുന്നത്. ഇതിന്റെ അടിസ്ഥാനത്തിൽ കേരളത്തിൽ 1965ലെ ഇടക്കാല തിരഞ്ഞെടുപ്പിലും 1967ലെ ദേശീയ തിരഞ്ഞെടുപ്പിലും പാർട്ടി മൽസരിച്ചു. 1967ൽ കേരളത്തിലും ബംഗാളിലും സിപിഎം നേതൃത്വത്തിൽ കൂട്ടുകക്ഷി മന്ത്രിസഭ നിലവിൽ വരികയും ചെയ്തു. ബഹുജന പ്രക്ഷോഭങ്ങൾക്കു പകരം പാർലമെന്ററി പ്രവർത്തനങ്ങളെ ആശ്രയിക്കുന്നു എന്നതായിരുന്നു പാർട്ടിയിലെ പിളർപ്പിനു മുൻപ് വലതുവിഭാഗത്തിനെതിരെ ഇടതുവിഭാഗം

(ചൈനീസ് പാത) ആഞ്ഞടിച്ചിരുന്നത്. തിരഞ്ഞെടുപ്പിലും തിരഞ്ഞെടുക്കപ്പെട്ട സ്ഥാനങ്ങളിലും കമ്യൂണിസ്റ്റുകാർക്കു പങ്കെടുക്കാമെന്ന നിലപാടിലേക്കാണ് പിന്നീട് സിപിഎം എത്തിച്ചേർന്നത്. ജനങ്ങളുടെ രാഷ്ട്രീയ ബോധം ഉയർത്തുന്നതിനും രാജ്യത്തിന്റെ സാമൂഹിക സാമ്പത്തിക മണ്ഡലവും രാഷ്ട്രീയ സംവിധാനവും മൗലികമായി അഴിച്ചുപണിയുന്നതിനെ ബോധ്യപ്പെടുത്തുന്നതിനും ഗവൺമെന്റുകളെ ഉപയോഗപ്പെടുത്താമെന്നാണ് ഇതിനു പാർട്ടി നൽകിയ വ്യാഖ്യാനം. തൊഴിലാളി വർഗ വിപ്ലവത്തിനുള്ള മാർക്സിസ്റ്റ്- ലെനിനിസ്റ്റ് സമീപനത്തിന്റെ നഗ്നമായ ലംഘനമായിട്ടാണിതിനെ ചൈനീസ് കമ്യൂണിസ്റ്റ് പാർട്ടി വിലയിരുത്തിയത്. പുത്തൻ റിവിഷനിസമെന്നാണ് ചൈനീസ് പാർട്ടി ഇതിനെ വിലയിരുത്തിയത്. സിപിഎം രൂപീകരിച്ചതുതൊട്ട് ചൈനീസ് പാർട്ടി നൽകിയിരുന്ന ഔപചാരികമായ അംഗീകാരം അതോടെ പിൻവലിച്ചു.

ചൈനയുടെ പാത പിൻതുടർന്നിരുന്നവർ അതതു സംസ്ഥാനങ്ങളിൽ ഒന്നിക്കാൻ തുടങ്ങി. പാർട്ടിയിൽ നിന്നു പുറത്താക്കപ്പെട്ട കുന്നിക്കൽ നാരായണന്റെ നേതൃത്വത്തിലായിരുന്നു കേരളത്തിലെ ഗ്രൂപ്പ് പ്രവർത്തിച്ചിരുന്നത്. നക്സൽബാരി സംഭവത്തോടെ 'കേരളത്തിൽ നക്സൽബാരി കർഷക സമര സഹായ സമിതി' രൂപീകരിച്ചു. അഖിലേന്ത്യാതലത്തിൽ രൂപീകരിച്ച കോ-ഓർഡിനേഷൻ കമ്മിറ്റിയുടെ ആഹ്വാനപ്രകാരം കേരളത്തിൽ സംസ്ഥാന കോ-ഓർഡിനേഷൻ കമ്മിറ്റിയും രൂപീകരിച്ചു. കുന്നിക്കൽ നാരായണൻ ആയിരുന്നു സെക്രട്ടറി.

ഇതേ ആശയം പുലർത്തുന്നവർ അതതിടങ്ങളിൽ ഗ്രൂപ്പുകൾ രൂപീകരിക്കാൻ തുടങ്ങി. മുണ്ടൂർ രാവുണ്ണിയുടെ നേതൃത്വത്തിലായിരുന്നു പാലക്കാട് ജില്ലയിൽ സമര സമിതി രൂപീകരിച്ചത്. പീപ്പിൾസ് ഡെയിലിയുടെ മുഖപ്രസംഗം റേഡിയോയിൽ നിന്നു കേട്ട് പകർത്തിയെഴുതി മലയാളത്തിലേക്കു തർജമ ചെയ്തത് മുണ്ടൂർ രാവുണ്ണിയുടെ നേതൃത്വത്തിലായിരുന്നു.

നക്സൽബാരി കർഷക സമര സഹായ സമിതിയുടെ നേതൃത്വത്തിൽ സിപിഎം കേന്ദ്രങ്ങളിലെല്ലാം നോട്ടീസുകളും വാൾപോസ്റ്ററുകളും ഒട്ടിക്കാൻ തുടങ്ങി. തൃശൂർ, പാലക്കാട്, കോഴിക്കോട്, കണ്ണൂർ ജില്ലകളിലായിരുന്നു ഇവരുടെ ശക്തമായ പ്രവർത്തനം.

സിപിഎം ജനറൽ സെക്രട്ടറി സുന്ദരയ്യ ഈ സമയത്താണു കോഴിക്കോട് ടൗൺഹാളിൽ പാർട്ടി പരിപാടിയിൽ പങ്കെടുക്കാനെത്തിയത്. അദ്ദേഹത്തിന്റെ വരവ് പത്രങ്ങളിലൂടെ മുൻകൂട്ടി അറിഞ്ഞ നക്സൽബാരി കർഷക സമര സഹായ സമിതി പ്രവർത്തകർ സുന്ദരയ്യയുടെ മുൻപിൽ പ്രതിഷേധം രേഖപ്പെടുത്താൻ തീരുമാനിച്ചു. ഇരുപതോളം പേർ പ്ലക്കാർഡുമേന്തി ടൗൺഹാളിനു മുൻപിൽ പ്രതിഷേധ മുദ്രാവാക്യം വിളിച്ചു. രാവിലെ പത്തിനു വരേണ്ട സുന്ദരയ്യ പ്രതിഷേധക്കാർ കാരണം ഉച്ചയോടെയാണ് എത്തിയത്. അദ്ദേഹത്തിന്റെ കാറിനു ചുറ്റും നിന്നുകൊണ്ട് സമരക്കാർ മുദ്രാവാക്യം വിളിച്ചു.

അങ്ങനെ പാർട്ടിക്കു ശക്തമായൊരു താക്കീതു നൽകാൻ കഴിഞ്ഞെന്ന ആശ്വാസത്തിലായിരുന്നു സമരക്കാർ. സുന്ദരയ്യയെ തടഞ്ഞ സംഭവം രാജ്യം മുഴുവൻ അറിഞ്ഞു. ഇതിൽ ആവേശം കൊണ്ട് സംസ്ഥാനത്തിന്റെ വിവിധ ഭാഗങ്ങളിലുള്ള ചൈനീസ് ലൈൻ പിന്തുടരുന്ന പ്രവർത്തകർ പാർട്ടി വിട്ടുപോരാൻ തീരുമാനമെടുത്തു.

കുന്നിക്കൽ നാരായണന്റെ നേതൃത്വത്തിൽ തുടങ്ങിയ മാർക്സിസ്റ്റ് പബ്ലിക്കേഷൻസ്, റിബൽ പബ്ലിക്കേഷൻസ് എന്നു പേരു മാറ്റി. ചൈനീസ് സാഹിത്യമായിരുന്നു ഇവർ റിബൽ പബ്ലിക്കേഷൻസ് വഴി പ്രസിദ്ധീകരിച്ചതും വിറ്റതും. ചെയർമാൻ മാവോ സേതൂങ്ങിന്റെ ഉദ്ധരണികൾ എന്ന പുസ്തകമാണ് കൂടുതലും വിറ്റിരുന്നത്.

പാരീസിലെ ന്യൂ ചൈന ന്യൂസ് ഏജൻസി വഴിയാണ് ഇവർക്കു ചൈനയിലെ പ്രസിദ്ധീകരണങ്ങൾ ലഭിച്ചുകൊണ്ടിരുന്നത്. മാവോയുടെയും സാംസ്കാരിക വിപ്ലവത്തിന്റെയുമെല്ലാം ഫോട്ടോകളും ന്യൂസ് ഏജൻസി വഴി ലഭിച്ചു. ഈ ഫോട്ടോകളെല്ലാം ബുക്സ്റ്റാളിൽ പ്രദർശിപ്പിക്കാനും തുടങ്ങി.

സിപിഎം നയവ്യതിയാനത്തിൽ പ്രതിഷേധിച്ച് കൂടുതൽ യുവജന സംഘടനാ പ്രവർത്തകർ ഈ ബുക്സ്റ്റാളുമായി ചേർന്നു പ്രവർത്തിക്കാൻ തുടങ്ങി. ഒരു സ്റ്റഡി ഗ്രൂപ്പ് എന്ന നിലയിലായിരുന്നു പ്രവർത്തനമെല്ലാം. പുസ്തകവില്പനയും ചർച്ചകളുമെല്ലാമായി എല്ലാവരും വലിയ ആവേശത്തിലായിരുന്നു.

1967 ഒക്ടോബറിൽ സിപിഎം പ്ലീനം കോഴിക്കോട്ടാണു നടന്നത്. പ്ലീനം നടക്കുന്നിടത്ത് മാവോ സാഹിത്യം വിറ്റുകൊണ്ടായിരുന്നു ഈ ഗ്രൂപ്പിന്റെ അടുത്ത ശക്തി തെളിയിക്കൽ. കോഴിക്കോട്ടെ സ്റ്റേഡിയം ഗ്രൗണ്ടിനു സമീപമായിരുന്നു പ്ലീനം നടന്നിരുന്നത്. സുന്ദരയ്യ, രണദിവെ, ജ്യോതിബസു, ഇ.എം.എസ്.എന്നിവർ പങ്കെടുത്ത വൻ പൊതുയോഗവും അവസാനദിവസം ഉണ്ടായിരുന്നു. ആയിരത്തോളം വരുന്ന പാർട്ടി പ്രവർത്തകർ പങ്കെടുത്ത റാലിക്കു മുൻപിലും ഇവർ മാവോ സാഹിത്യ വില്പന നടത്തി. സിപിഎം നേതാക്കളെ ഏറെ പ്രകോപിപ്പിച്ച സംഭവമായിരുന്നു ഇതും. കാര്യങ്ങൾ ഏറ്റുമുട്ടലിന്റെ വഴിയിലേക്കു നീങ്ങുകയായിരുന്നു. കണ്ണൂരും പാലക്കാട്ടുമെല്ലാം ധാരാളം തൊഴിലാളികൾ പാർട്ടി വിട്ടു. മിക്ക കോളേജുകളിലും സ്റ്റുഡന്റ്സ് ഫെഡറേഷൻ പ്രവർത്തകർ ഇവരോടൊപ്പം ചേർന്നു.

കേരളത്തിലെ ഈ സംഭവങ്ങളെല്ലാം ബംഗാളിലെ നക്സൽബാരി കർഷക സമര സഹായ സമിതി നേതാക്കൾ അറിയുന്നുണ്ടായിരുന്നു. എല്ലാ സംസ്ഥാനങ്ങളിലും പ്രവർത്തിക്കുന്ന ഗ്രൂപ്പുകളെ ഏകോപിപ്പിച്ചുകൊണ്ട് അഖിലേന്ത്യാ കമ്മിറ്റി രൂപീകരിക്കണമെന്ന ആശയം അപ്പോഴേക്കും ശക്തമായിരുന്നു. സമര സഹായ സമിതിയുടെ

നേതാവായിരുന്ന ശശി തൽ റായി ചൗധരി ഈ വിവരമെല്ലാം വച്ച് കുന്നിക്കൽ നാരായണനു കത്തെഴുതി. ബംഗാൾ, ബിഹാർ, പഞ്ചാബ്, ആന്ധ്ര, തമിഴ്നാട്, കേരളം എന്നിവിടങ്ങളിലെ സമാന ചിന്താഗതിക്കാരുടെ ഒരു കോ-ഓർഡിനേഷനാണ് ബംഗാളിലെ നേതാക്കൾ തീരുമാനിച്ചത്. കേരളത്തിൽ നിന്നു കുന്നിക്കൽ നാരായണനും എൻ.സി. ശേഖറിനുമാണ് കോ-ഓർഡിനേഷൻ യോഗത്തിലേക്കു ക്ഷണം ലഭിച്ചത്. ഇങ്ങനെയൊരു ക്ഷണം ഇവിടത്തെ ഗ്രൂപ്പുകൾക്കു വലിയൊരു പ്രതീക്ഷയാണു നൽകിയത്. സുന്ദരയ്യയെ തടഞ്ഞതും പ്ലീനത്തിൽ മാവോ സാഹിത്യം വിറ്റതുമെല്ലാം നല്ലൊരു മുന്നേറ്റമായിട്ടായിരുന്നു ബംഗാൾ നേതാക്കൾ കണ്ടത്. ബംഗാളിലെ ക്ഷണം എൻ.സി. ശേഖർ സ്വീകരിക്കുകയുണ്ടായില്ല. ഒടുവിൽ തിരുവനന്തപുരം കേന്ദ്രീകരിച്ചു പ്രവർത്തിക്കുകയായിരുന്ന ഫിലിപ്പ് എം. പ്രസാദും കുന്നിക്കൽ നാരായണനും സമ്മേളനത്തിൽ പങ്കെടുക്കാൻ പുറപ്പെട്ടു. 1967 നവംബർ 12ന് ആണ് മജുംദാർ, കനു സന്യാൽ എന്നിവരെല്ലാം ചേർന്നുകൊണ്ട് ആൾ ഇന്ത്യാ കോ-ഓർഡിനേഷൻ കമ്മിറ്റി ഓഫ് റവല്യൂഷണറീസ് (എഐസിസിആർ) രൂപീകരിക്കുന്നത്. സിപിഎമ്മിന്റെ തിരുത്തൽവാദപരവും സായുധവിപ്ലവത്തിനെതിരായ നയത്തിനെതിരെയും കലാപം ചെയ്യാനും നക്സൽബാരി മാതൃകയിലുള്ള കർഷക സമരങ്ങൾ സംഘടിപ്പിക്കാനുമാണ് കോ-ഓർഡിനേഷൻ കമ്മിറ്റി യോഗത്തിൽ തീരുമാനിച്ചത്. കോ-ഓർഡിനേഷൻ കമ്മിറ്റിയുടെ തീരുമാനം അച്ചടിച്ചുകൊണ്ട് കേരളത്തിലെ എല്ലാ ജില്ലയിലെ പ്രവർത്തകർക്കും അയച്ചുകൊടുത്തു. സിപിഎമ്മിനോടു വിയോജിപ്പുള്ള പ്രവർത്തകർ കൂടുതലായി കുന്നിക്കൽ നാരായണൻ നേതൃത്വം നൽകുന്ന ഗ്രൂപ്പിനോടു യോജിച്ചുകൊണ്ടു പ്രവർത്തിക്കാൻ തുടങ്ങി. മിക്ക ജില്ലകളിലും റിബൽ പബ്ലിക്കേഷൻസിന്റെ ഓഫീസ് തുറന്നു. അഖിലേന്ത്യാ കോ-ഓർഡിനേഷൻ മാതൃകയിൽ സംസ്ഥാന ഘടകം രൂപീകരിക്കണമെന്ന നിർദേശം വന്നപ്പോൾ എല്ലാ ജില്ലയിലെ ഗ്രൂപ്പുകളുടെയും നേതൃത്വത്തിലുള്ളവർ വിളിച്ച് തിരുവനന്തപുരത്തൊരു യോഗം ചേർന്നു. ഒരു ദിവസം മുഴുവൻ ചർച്ച ചെയ്തിട്ടും യോജിച്ചൊരു തീരുമാനത്തിലെത്താൻ സാധിച്ചില്ല. കേരളത്തിലെ പ്രവർത്തനം എങ്ങനെ വേണമെന്ന കാര്യത്തിലാണ് തീരുമാനമെടുക്കാൻ കഴിയാതിരുന്നത്. പിന്നീട് എറണാകുളത്ത് വീണ്ടുമൊരു യോഗം ചേർന്നു. തൊഴിലാളികളും സർക്കാർ ജീവന ക്കാരും അധ്യാപകരും യുവജനങ്ങളുമെല്ലാമായി ധാരാളം പേർ ആ യോഗത്തിൽ പങ്കെടുത്തു. അഖിലേന്ത്യാ കോ-ഓർഡിനേഷൻ കമ്മിറ്റിയുടെ തീരുമാനപ്രകാരം പ്രവർത്തിക്കാമെന്ന യോജിപ്പിലെത്താൻ ഈ യോഗത്തിൽ സാധിച്ചു. കുന്നിക്കൽ ആയിരുന്നു സംസ്ഥാന സെക്രട്ടറി.

നക്സൽബാരി മാതൃകയിൽ കേരളത്തിലെ ഓരോ പ്രദേശത്തും സമരങ്ങൾ നടത്തുകയെന്നതായിരുന്നു കമ്മിറ്റിയുടെ പ്രധാന തീരുമാനം.

അതതു പ്രദേശത്തുള്ളവർക്കു തീരുമാനിക്കാം പ്രവർത്തനം എങ്ങനെ നടത്തണമെന്ന്. എല്ലാ പ്രവർത്തനവും ഏകോപിപ്പിക്കാനായി ഇടതു പക്ഷം എന്നൊരു മാസികയും പ്രസിദ്ധീകരിക്കാൻ തീരുമാനിച്ചിരുന്നു. എന്നാൽ മൂന്നു ലക്കം മാത്രമേ ഇടതുപക്ഷം പ്രസിദ്ധീകരിച്ചുള്ളൂ.

1969ൽ അഖിലേന്ത്യാ കോ-ഓർഡിനേഷന്റെ രണ്ടാമത്തെ യോഗം നടത്താൻ തീരുമാനിച്ചപ്പോൾ കേരളത്തിൽ നിന്നു കുന്നിക്കൽ നാരായണനും ഫിലിപ്പ് എം. പ്രസാദും തന്നെയാണു പങ്കെടുത്തത്. ഈ യോഗത്തിലാണു ചാരുമജുംദാർ ജനറൽ സെക്രട്ടറിയായി സിപിഐ (എംഎൽ) രൂപീകരിച്ചത്. എന്നാൽ അവിടെ കൂടിയിരുന്ന പ്രതിനിധികൾ ക്കിടയിലും അഭിപ്രായ ഭിന്നത ഉടലെടുത്തിരുന്നു. കേരളത്തിൽ നിന്നുള്ള സംഘത്തിന്റെ അഭിപ്രായത്തെ സംശയത്തോടെയാണ് ചാരുമജുംദാർ കണ്ടിരുന്നത്. കേരള കോ-ഓർഡിനേഷൻ കമ്മിറ്റിയുടെ പ്രഖ്യാപനം അഖിലേന്ത്യാ കമ്മിറ്റിയുടെ മുഖപത്രമായ ലിബറേഷനിൽ പ്രസിദ്ധീ കരിക്കാത്തത് ഒച്ചപ്പാടിനിട നൽകി.

ഇനി ചർച്ചകളിലും യോഗങ്ങളിലും സമയം നഷ്ടപ്പെടുത്താതെ ആക്ഷനുകൾ സംഘടിപ്പിക്കണമെന്നായിരുന്നു കൽക്കത്തയിലെ യോഗത്തിലെ പ്രധാന തീരുമാനം. പ്രവർത്തിക്കാൻ തയ്യാറുള്ളവർ സർവസ്വവും ത്യജിച്ച് ആത്മധൈര്യത്തോടെ നാട്ടിൻപുറങ്ങളിലേക്ക് ഇറങ്ങാനും വിപ്ലവകരമായ കർഷക സമരങ്ങൾ നടത്താനും നേതൃത്വം ആഹ്വാനം ചെയ്തു.

സമ്മേളനം കഴിഞ്ഞെത്തിയ കുന്നിക്കലും ഫിലിപ്പ് എം. പ്രസാദും കേരള കോ-ഓർഡിനേഷൻ കമ്മിറ്റി അംഗങ്ങളെ കണ്ട് തീരുമാനങ്ങൾ അറിയിച്ചു. നാട്ടിൻപുറങ്ങളിലെ കർഷക ബഹുജനങ്ങൾക്കിടയിൽ ചെന്നു പ്രവർത്തിക്കാൻ എല്ലാവരും തീരുമാനിച്ചു.

വിപ്ലവകാരികളുമായുള്ള ബന്ധത്തിന്റെ പേരിൽ സിപിഎമ്മിൽ നിന്നു പുറത്താക്കപ്പെട്ടവരെല്ലാം സിപിഐ (എംഎൽ)യുമായി ചേർന്നു പ്രവർ ത്തിക്കാൻ തുടങ്ങി. സിപിഐ (എംഎൽ) എന്നായിരുന്നില്ല ആരും വിളിച്ചി രുന്നത്. നക്സലൈറ്റുകൾ എന്ന പേരിനു തന്നെ പ്രചാരം ലഭിച്ചു. ഓരോ ഗ്രാമപ്രദേശങ്ങളിലും ചെറു സംഘങ്ങൾ പ്രവർത്തനം ശക്തമാക്കാൻ തുടങ്ങി. മാവോ സേ തൂങ് ചിന്താ സ്റ്റഡിക്ലാസുകൾ മിക്കയിടത്തും രൂപീകരിക്കപ്പെട്ടു. സിപിഎമ്മിന്റെ കോട്ടകളിൽ വരെ വിള്ളലുണ്ടായി. കണ്ണൂരിൽ യുവജന ഫെഡറേഷനിലെ ധാരാളം ചെറുപ്പക്കാർ നേതൃ ത്വത്തെ വെല്ലുവിളിച്ചു പുറത്തുവന്നു. ഈ സമയത്താണ് കുന്നിക്കൽ നാരായണനെ തേടി ആ കത്തു വന്നത്.

'കുന്നിക്കൽ നാരായണൻ,
ടൗൺഹാൾ,
കോഴിക്കോട്'.

അനുബന്ധം

പീപ്പിൾസ് ഡെയ്‌ലി മുഖപ്രസംഗം

(1965 ജൂലൈ അഞ്ചിനു പ്രസിദ്ധീകരിച്ചത്)

ഇന്ത്യൻ ചക്രവാളത്തിൽ വസന്തത്തിന്റെ ഇടിമുഴങ്ങിയിരിക്കുന്നു. ഡാർജിലിങ് പ്രദേശത്ത് വിപ്ലവകാരികളായ കർഷകർ കലാപത്തിനൊരുങ്ങിയിരിക്കുന്നു. ഇന്ത്യൻ കമ്യൂണിസ്റ്റ് പാർട്ടിയിലെ ഒരു വിപ്ലവ ഗ്രൂപ്പിന്റെ നേതൃത്വത്തിൽ ഗ്രാമീണ വിപ്ലവ സായുധ സമരത്തിന്റെ ഒരു ചുവപ്പ് താവളം ഇന്ത്യയിൽ സ്ഥാപിക്കപ്പെട്ടു കഴിഞ്ഞിരിക്കുന്നു. ഇന്ത്യൻ ജനതയുടെ വിപ്ലവ സമരത്തിലെ ഒരു പ്രധാന കാൽവയ്പാണ് ഈ സംഭവം.

കഴിഞ്ഞ കുറേ മാസങ്ങളായി, ഇന്ത്യൻ കമ്യൂണിസ്റ്റ് പാർട്ടിയിലെ ഒരു വിപ്ലവഗ്രൂപ്പിന്റെ നേതൃത്വത്തിൽ ഡാർജിലിങ്ങിലെ കർഷകർ പുത്തൻ തിരുത്തൽവാദത്തിന്റേതായ വിലങ്ങുകൾ പൊട്ടിക്കുകയും തങ്ങളെ ചുറ്റി വരിഞ്ഞിരുന്ന ബന്ധങ്ങൾ വലിച്ചെറിയുകയും ചെയ്തിരിക്കുന്നു. അവർ ഭൂജന്മിമാരിൽ നിന്നു ധാന്യവും ആയുധങ്ങളും ഭൂമിയും പിടിച്ചെടുത്തു. അവർ ജനമർദ്ദകരെയും ദുഷ്പ്രഭുക്കന്മാരെയും കണക്കിനു ശിക്ഷിച്ചു. തങ്ങളെ അടിച്ചമർത്താനെത്തിയ സൈനികരെയും പൊലീസുകാരെയും പതിയിരുന്നാക്രമിച്ചു. അങ്ങനെ അവർ കർഷകരുടെ വിപ്ലവ സായുധ സമരത്തിന്റെ കരുത്തും ശക്തിയും തെളിയിച്ചിരിക്കുകയാണ്. സാമ്രാജ്യവാദികളും തിരുത്തൽവാദികളും അഴിമതിക്കാരായ ഉദ്യോഗസ്ഥന്മാരും ജനമർദ്ദകരും ദുഷ്പ്രഭുക്കളും പിന്തിരിപ്പൻ സൈന്യവും പൊലീസും അവരുടെ കണ്ണിൽ ഒന്നുമല്ല. അക്കൂട്ടരെയെല്ലാം തകർത്ത് തരിപ്പണമാക്കാൻ അവർ ദൃഢനിശ്ചയം ചെയ്തുകഴിഞ്ഞു. ഇന്ത്യൻ കമ്യൂണിസ്റ്റ് പാർട്ടിയിലെ ഗ്രൂപ്പ് തികച്ചും ശരിയായ ഒരു കാര്യം ശരിയായ രീതിയിൽ നിറവേറ്റിയിരിക്കുന്നു. ലോകത്താകമാനമുള്ള മാർക്സിസ്റ്റ് ലെനിനിസ്റ്റുകളോടും വിപ്ലവ ജനതകളോടുമൊപ്പം ചൈനീസ് ജനതയും ഇന്ത്യൻ കർഷക ജനത ഡാർജിലിങ്ങിൽ ഉയർത്തിയ ഈ വിപ്ലവ കൊടുങ്കാറ്റിനെ ആഹ്ലാദപൂർവം സ്വാഗതം ചെയ്യുന്നു.

ഇന്ത്യയിലെ കർഷകർ കലാപത്തിനൊരുങ്ങുന്നത് തികച്ചും സ്വാഭാവികമാണ്. അവർ വിപ്ലവം നടത്തും. കാരണം പിന്തിരിപ്പൻ കോൺഗ്രസ് ഭരണം അവരെ ഗത്യന്തരമില്ലാത്തവരാക്കിയിരിക്കുന്നു. കോൺഗ്രസ് ഭരണത്തിൻ കീഴിൽ ഇന്ത്യക്കു നാമമാത്രമായ സ്വാതന്ത്ര്യം മാത്രമാണുള്ളത്. യഥാർഥത്തിൽ ഇതൊരു അർധ ഫ്യൂഡൽ, അർധ കൊളോണിയൽ രാജ്യമാണ്. ഇന്ത്യയിലെ നാടുവാഴി പ്രഭുക്കളുടെയും വൻകിട ജന്മിമാരുടെയും കോംപ്രദോർ-ബ്യൂറോക്രാറ്റിക് മുതലാളിമാരുടെയും താത്പര്യങ്ങളെയാണ് കോൺഗ്രസ് ഭരണം സംരക്ഷിക്കുന്നത്. ആഭ്യന്തര രംഗത്ത് അത് ഇന്ത്യൻ ജനതയെ നിർഭയം അടിച്ചമർത്തുകയും അവരുടെ രക്തം ഊറ്റിക്കുടിക്കുകയും ചെയ്യുന്നു. രാജ്യാന്തര രംഗത്ത് തങ്ങളുടെ പഴയ അധിപതിയായ ബ്രിട്ടീഷ് സാമ്രാജ്യത്വത്തെ കൂടാതെ

പുതിയ യജമാനനായ അമേരിക്കൻ സാമ്രാജ്യത്വത്തെയും അതിന്റെ ഉറ്റ ചങ്ങാതിയായ സോവിയറ്റ് തിരുത്തൽവാദി ഭരണകൂടത്തെയും അവർ അടിമകളെ പോലെ സേവിക്കുന്നു. ഇന്ത്യൻ ദേശീയ താത്പര്യങ്ങളെ അവർക്കു വൻതോതിൽ വിറ്റു പണമാക്കുന്നു. സാമ്രാജ്യത്വം, സോവിയറ്റ് തിരുത്തൽവാദം, ജന്മിത്തം, കോംപ്രഡോർ- ബ്യൂറോക്രാറ്റിക് മുതലാളിത്തം എന്നീ നാലു പർവതങ്ങൾ ഇന്ത്യൻ ജനതയുടെ, പ്രത്യേകിച്ചും അധ്വാനിക്കുന്ന തൊഴിലാളി-കർഷക ജനതയുടെ മുതുകിൽ സ്ഥാനം പിടിച്ചിരിക്കുകയാണ്.

കോൺഗ്രസ് ഭരണം ജനങ്ങളുടെ മേൽ നടത്തുന്ന മർദ്ദനവും ചൂഷണവും രൂക്ഷതരമായിരിക്കുന്നു. കുറച്ചു വർഷങ്ങളായി അവർ ദേശീയമായ വഞ്ചന തുടർന്നു വരുന്നു. ക്ഷാമം ഈ രാജ്യത്തെ ആകെ മഥിക്കുകയാണ്. ദാരിദ്ര്യവും പട്ടിണിയും മൂലം മരിച്ചവരുടെ മൃതദേഹങ്ങൾ വയലുകളിൽ അടിഞ്ഞു കിടക്കുകയാണ്. ഇന്ത്യൻ ജനതയ്ക്ക്, സർവോപരി ഇന്ത്യൻ കർഷകർക്ക് ജീവിതം ദുസ്സാധ്യമായിതീർന്നിരിക്കുകയാണ്. ഡാർജിലിങ് പ്രദേശത്തെ വിപ്ലവ കർഷകർ ഇന്നും കലാപത്തിലേക്ക്, അക്രമാധിഷ്ഠിതമായ വിപ്ലവത്തിലേക്ക് മുന്നേറുകയാണ്. ഇന്ത്യയിലാകമാനമുള്ള ജനകോടികളുടെ സായുധ വിപ്ലവത്തിന്റെ മുന്നോടിയാണിത്. ഭീമാകാരങ്ങളായ ഈ പർവതങ്ങളെ അവർ തങ്ങളുടെ ചുമലിൽ നിന്നു തട്ടിത്തെറിപ്പിക്കും; പൂർണ വിമോചനം നേടും. ഭൂമിയിലെ ഒരു ശക്തിക്കും തടുക്കാനോ ചെറുക്കാനോ കഴിയാത്ത ഇന്ത്യൻ ചരിത്രഗതിയാണിത്.

ഇന്ത്യൻ വിപ്ലവത്തിന്റെ മാർഗം എന്താണ്? ഇന്ത്യൻ വിപ്ലവത്തിന്റെ വിജയത്തെയും അമ്പതു കോടി ഇന്ത്യാക്കാരുടെ ഭാവിയേയും ബാധിക്കുന്ന മൗലികമായ ഒരു ചോദ്യമാണത്. കർഷകരിൽ വിശ്വാസമർപ്പിച്ചു കൊണ്ടു ഗ്രാമപ്രദേശങ്ങളിൽ വിപ്ലവത്താവളങ്ങൾ സൃഷ്ടിച്ചും ദീർഘകാല യുദ്ധത്തിൽ ഉറച്ചുനിന്നും ഗ്രാമപ്രദേശങ്ങളെ ഉപയോഗിച്ചു നഗരങ്ങളെ വളയുകയും കീഴടക്കുകയും ചെയ്ത്, ഇന്ത്യൻ വിപ്ലവം മുന്നേറണം. ഇതാണ് മാവോ സേ തൂങ് അനുശാസിക്കുന്ന മാർഗം. ചൈനീസ് വിപ്ലവത്തെ വിജയത്തിലേക്കു നയിക്കുന്ന ഈ മാർഗം തന്നെയാണ് എല്ലാ മർദിത ജനങ്ങളുടെയും രാഷ്ട്രങ്ങളുടെയും വിജയത്തിനുള്ള മാർഗം.

നാല്പതു വർഷം മുൻപ് തന്നെ നമ്മുടെ മഹാനായ നേതാവ് ചെയർമാൻ മാവോ സേ തൂങ് ചൂണ്ടിക്കാണിച്ചു- ചൈനയുടെ നടുക്കും തെക്കും വടക്കും പ്രവിശ്യകളിൽ ദശലക്ഷക്കണക്കിനു കർഷകർ ഒരു കൊടുങ്കാറ്റ്, ഒരു ഭീകരമായ ചുഴലിക്കൊടുങ്കാറ്റ് സൃഷ്ടിക്കും. ദ്രുതവും ഭീഷണവുമായ ആ മനുഷ്യ പ്രവാഹത്തെ തടയാൻ ഒരു ശക്തിക്കും സാധ്യമല്ല. തങ്ങളെ ചുറ്റിവരിയുന്ന എല്ലാ വിലങ്ങുകളും പൊട്ടിച്ചെറിഞ്ഞുകൊണ്ട് അവർ മോചനത്തിന്റെ പാതയിൽ അതിവേഗം മുന്നേറും. സാമ്രാജ്യവാദികളെയും യുദ്ധപ്രഭുക്കന്മാരെയും അഴിമതിക്കാരായ ഉദ്യോഗസ്ഥന്മാരെയും മർദ്ദകരായ നാട്ടുപ്രമാണിമാരെയും ദുഷ്പ്രഭുക്കളെയും അവർ ശവപ്പറമ്പിലേക്കു തൂത്തുമാറ്റും. പ്രതിബന്ധങ്ങളും വളവുകളും തിരിവുകളും തരണം

ചെയ്യേണ്ടതായി വന്നാലും ഇന്ത്യൻ വിപ്ലവകാരികൾ അന്തിമമായി അവയെ ഒറ്റപ്പെട്ട പ്രദേശങ്ങളെന്ന നിലയിൽ നിന്നു വിശാല ഭൂവിഭാഗങ്ങളായും വിസ്തൃത മേഖലകളായും വികസിപ്പിക്കും. അങ്ങനെ ഗ്രാമങ്ങളിൽ നിന്നു നഗരങ്ങളെ വളയുന്ന ഒരു പരിതഃസ്ഥിതി ഇന്ത്യൻ വിപ്ലവത്തിൽ സംജാത മാവുകയും നഗരങ്ങളുടെയും പട്ടണങ്ങളുടെയും അന്തിമമായ കീഴട ങ്ങലിനും ദേശവ്യാപകമായ വിപ്ലവത്തിനും വഴിതെളിയുകയും ചെയ്യും.

ഇന്ത്യയിലെ പ്രതിലോമകാരികൾ ഡാർജിലിങ്ങിലെ സായുധ കർഷക സമരം കണ്ടു ഭയചകിതരായി തീർന്നിരിക്കുന്നു. ഒരു വൻവിപത്തു വരാനി രിക്കുന്നതായി അവർക്കു മനസ്സിലായി. അതുകൊണ്ട് ഡാർജിലിങ്ങിലെ കർഷക കലാപം ഒരു ദേശീയ വിപത്തായിത്തീരുമെന്ന് അവർ മുറവിളി കൂട്ടുകയാണ്.

സാമ്രാജ്യത്വവും ഇന്ത്യയിലെ പ്രതിവിപ്ലവ ശക്തികളും ഡാർജിലി ങ്ങിലെ കർഷകരുടെ ഈ സായുധസമരത്തെ അടിച്ചമർത്താനും അതിനെ മുളയിലേ നുള്ളിക്കളയാനും ശ്രമിക്കുകയാണ്. ഡാങ്കേയുടെ വഞ്ചക ഗ്രൂപ്പും ഇന്ത്യൻ കമ്യൂണിസ്റ്റ് പാർട്ടിയിലെ തിരുത്തൽവാദികളായ പ്രമാണിമാരും ചേർന്ന് ഇന്ത്യൻ കമ്യൂണിസ്റ്റ് പാർട്ടിയിലെ വിപ്ലവകാരി കളും ഡാർജിലിങ്ങിലെ വിപ്ലവകർഷകരും കൈവരിച്ച മഹത്തായ നേട്ട ങ്ങളെ തള്ളിപ്പറയുകയും താറടിച്ചു കാണിക്കുകയും ചെയ്യുന്നു. പശ്ചിമ ബംഗാളിലെ കോൺഗ്രസിതരമെന്നു പറയുന്ന ഗവൺമെന്റ് ഡാർജി ലിങ്ങിലെ വിപ്ലവകാരികളായ കർഷകരെ അടിച്ചമർത്തുന്നതിൽ പ്രതി ലോമകാരികളായ ഇന്ത്യൻ ഗവൺമെന്റിനെ പരസ്യമായി പിന്താങ്ങുക യാണ്. ഈ വഞ്ചകരും തിരുത്തൽവാദികളും അമേരിക്കൻ സാമ്രാജ്യത്വ ത്തിന്റെയും സോവിയറ്റ് സോഷ്യൽ സാമ്രാജ്യത്വത്തിന്റെയും വേട്ടപ്പട്ടി കളും ഇന്ത്യയിലെ വൻകിട ബൂർഷ്വാസിയുടെയും ഭൂവുടമകളുടെയും വിടുപണിക്കാരാണെന്നുള്ളതിന് ഇതിൽക്കൂടുതൽ തെളിവ് ആവശ്യമില്ല. അവർ പറയുന്നു, കോൺഗ്രസിതര ഗവൺമെന്റുകൾ ഈ ഭൂവുടമകളു ടെയും മുതലാളിമാരുടെയും ചട്ടുകം മാത്രമാണ്.

പക്ഷേ, ഇന്ത്യൻ സാമ്രാജ്യവാദികളും ഇന്ത്യയിലെ പ്രതിവിപ്ലവ ശക്തി കളും പുത്തൻ തിരുത്തൽവാദികളും എത്രമാത്രം യോജിപ്പോടെ അട്ടി മറിക്കാനും അടിച്ചമർത്താനും ശ്രമിച്ചാലും ശരി ഇന്ത്യൻ കമ്യൂണിസ്റ്റു പാർട്ടിയിലെ വിപ്ലവകാരികളും ഡാർജിലിങ്ങിലെ വിപ്ലവകർഷരും കൊളുത്തിയ സായുധ സമരത്തിന്റെ ഈ തീപ്പന്തം അണയ്ക്കാൻ അവർക്കു കഴിയില്ല. ഒരു തീപ്പൊരിക്ക് ഒരു കാട്ടുതീ സൃഷ്ടിക്കാൻ സാധിക്കും. ഡാർജിലിങ്ങിലെ തീപ്പൊരി ഒരു കാട്ടുതീ സൃഷ്ടിക്കും. ഇന്ത്യ യുടെ വിശാല ഭൂവിഭാഗങ്ങളെ അതു കത്തിജ്ജ്വലിപ്പിക്കും. അവസാനം സായുധ സമരത്തിന്റേതായ ഒരു വൻകൊടുങ്കാറ്റ് ഇന്ത്യയിലുടനീളം ആഞ്ഞടിക്കുമെന്നുള്ളതിൽ സംശയമില്ല. ഇന്ത്യൻ വിപ്ലവത്തിന്റെ പാത ദീർഘവും കഠിനവും ആയിരിക്കുമെങ്കിലും മാർക്സിസം - ലെനിനി സവും മാവോ ചിന്തകളും മാർഗദർശനമരുളുന്ന ആ വിപ്ലവം സുനി ശ്ചിതമായും വിജയിക്കും.

മൂന്ന്

വയനാടും കണ്ണൂരും കോഴിക്കോടും കലാപത്തിലേക്ക്

മധ്യതിരുവിതാംകൂറിൽ നിന്ന് വടക്കൻ കേരളത്തിലേക്കുള്ള കുടിയേറ്റം അപ്പോഴും അവസാനിച്ചിരുന്നില്ല. തുച്ഛം വിലയ്ക്ക് ഏക്കർക്കണക്കിനു ഭൂമി വാങ്ങിത്തരാമെന്ന മധ്യവർത്തികളുടെ വാഗ്ദാനം കേട്ട് ഉള്ള ഭൂമിയെല്ലാം വിറ്റുപെറുക്കിയെത്തുന്ന പാവപ്പെട്ട കർഷകരായിരുന്നു കുടിയേറ്റക്കാരിൽ ഭൂരിഭാഗവും. കണ്ണൂർ, കോഴിക്കോട് ജില്ലകളിലെ മലയോരങ്ങളിലേക്കായിരുന്നു ഈ കർഷകർ ഒറ്റയ്ക്കും കൂട്ടത്തോടെയുമായി എത്തിക്കൊണ്ടിരുന്നത്. കൃഷി ചെയ്യാൻ പറ്റിയ ഒന്നാന്തരം ഭൂമിയെന്നാണു കർഷകരോടു പറയുക. എന്നാൽ വന്നുനോക്കുമ്പോൾ കാടുനിറഞ്ഞ ഒരു വിഭവവുമില്ലാത്ത വിശാലമായ സ്ഥലമായിരിക്കും. അവിടെ പ്രകൃതിയോടു മല്ലിട്ടുവേണം തുടർന്നുള്ള ജീവിതം.

വയനാട്ടിലെ പുൽപ്പള്ളിയിലെത്തിയ കർഷകരുടെ സ്ഥിതി അതിദയനീയമായിരുന്നു. മധ്യവർത്തികൾ വഴി വാങ്ങുന്ന ഭൂമിയിൽ അവർ എല്ലുമുറിയെ പണിയെടുത്ത് കൃഷി ചെയ്ത് നിവർന്നു നിൽക്കുമ്പോഴായിരിക്കും ഭൂമിയുടെ മേൽ അവകാശം ഉന്നയിച്ച് ഉദ്യോഗസ്ഥർ വരിക. ഒന്നുകിൽ വനം വകുപ്പ് ഉദ്യോഗസ്ഥരോ അല്ലെങ്കിൽ ദേവസ്വത്തിന്റെ ആളുകളോ ആയിരിക്കും കൈയേറ്റഭൂമി ഒഴിപ്പിക്കാനെത്തുക. തങ്ങൾ വാങ്ങിയത് വനംഭൂമിയാണോ ദേവസ്വം ഭൂമിയാണോ എന്നൊന്നും കർഷകർക്കു നിശ്ചയമുണ്ടായിരിക്കില്ല. അതെല്ലാം മധ്യവർത്തി- ഉദ്യോഗസ്ഥ ഒത്തുകളിയായിരിക്കും. ഭൂമിയുടെ മേൽ അവകാശം ഉന്നയിച്ചുവരുന്ന ഉദ്യോഗസ്ഥർക്കു കർഷകർ ഉള്ള പണം കൈക്കൂലിയായി കൊടുക്കേണ്ടിവരുന്നു. ഒടുവിൽ ഗത്യന്തരമില്ലാതെ കർഷകർക്കു പ്രതികരിക്കേണ്ട സ്ഥിതിയെത്തും. കർഷകരും ദേവസ്വവും തമ്മിലുള്ള തർക്കത്തിൽ കർഷകർക്കു വേണ്ടി വാദിക്കാൻ ആരുമില്ലാത്ത സ്ഥിതിയായി. ഭൂമി ഒഴിപ്പിച്ചെടുക്കാൻ ദേവസ്വത്തിന്റെ ആവശ്യപ്രകാരം സംരക്ഷണം നൽകാനെന്ന പേരിൽ എം.എസ്.പി ക്യാമ്പ് സ്ഥാപിച്ചു. പുൽപ്പള്ളി ദേവസ്വം മാനേജ്മെന്റിനു സംരക്ഷണം നൽകാനായിരുന്നു എം.എസ്.പി ക്യാമ്പും അതിനോടനുബന്ധിച്ച് വയർലെസ് സ്റ്റേഷനും സ്ഥാപിച്ചത്. കരിമത്തെ

സീതാദേവി ക്ഷേത്രത്തിന്റെ ഊട്ടുപുരയിലായിരുന്നു എം.എസ്.പി ക്യാംപ്. അതോടെ കുടിയേറ്റക്കാരുടെ ദുരിതം ഇരട്ടിക്കുകയായിരുന്നു. വനംവകുപ്പ്, ദേവസ്വം ഉദ്യോഗസ്ഥരെ മാത്രം പേടിച്ചാൽ മതിയായിരുന്നു അതുവരെ. ക്യാംപ് വന്നതോടെ പൊലീസുകാരെയും പേടിക്കാതെ ജീവിക്കാൻ വയ്യാതായി.

1967ലെ നിയമസഭാ തിരഞ്ഞെടുപ്പിൽ സിപിഎം കുടിയേറ്റക്കാരുടെ പ്രശ്നം ഏറ്റെടുത്തു. അധികാരത്തിലെത്തിയാൽ കുടിയേറ്റക്കാർക്ക് അവരുടെ ഭൂമിയിൽ സ്ഥിരാവകാശം ഉറപ്പിച്ചുകൊടുക്കുമെന്ന് വാഗ്ദാനം നൽകി. തിരഞ്ഞെടുപ്പിൽ വിജയിച്ച് ഇ.എം.എസിന്റെ നേതൃത്വത്തിലുള്ള മുന്നണി അധികാരത്തിലെത്തുകയും ചെയ്തു. പക്ഷേ തങ്ങൾ വോട്ട് ചെയ്ത് അധികാരത്തിലെത്തിയ സർക്കാർ പിന്നീടു പ്രശ്നത്തിനു നേരെ തിരിഞ്ഞുനിൽക്കുന്നതാണു പാവപ്പെട്ട കർഷകർ കാണുന്നത്. ഒട്ടേറെ തവണ നിവേദനങ്ങൾ നൽകിയിട്ടും സത്യഗ്രഹങ്ങൾ നടത്തിയിട്ടും ഒരു നടപടിയും ഉണ്ടായില്ല. ദിവസം ചെല്ലുംതോറും എം.എസ്.പിക്കാരുടെ ശല്യം കൂടിക്കൂടി വന്നു. ഈ സമയത്താണ് കുന്നിക്കലിന് പൊന്നപ്പൻ എന്ന സാധു മനുഷ്യന്റെ കത്തു ലഭിക്കുന്നത്. അതോടെ ഈ പ്രദേശം സന്ദർശിക്കാൻ അദ്ദേഹം തീരുമാനിച്ചു. വയനാട്ടിൽ സമാന ആശയക്കാരനായ തേറ്റമല കൃഷ്ണൻകുട്ടിക്ക് കുന്നിക്കൽ ഒരു കത്തയച്ചു. ഉടൻ അവിടേക്കു വരുന്നുണ്ട്. ചിലരെയൊക്കെ കാണാനുണ്ട് എന്നായിരുന്നു കത്തിൽ.

കോഴിക്കോട്, കണ്ണൂർ എന്നതുപോലെ വയനാട്ടിലും സിപിഎം വിരുദ്ധ തരംഗം ശക്തി പ്രാപിച്ചുവരികയായിരുന്നു. അന്ന് വയനാട് ജില്ല രൂപീകരിച്ചിരുന്നില്ല. വടക്കേ വയനാട് കണ്ണൂർ ജില്ലയുടെ ഭാഗമായിരുന്നു. സുൽത്താൻ ബത്തേരി, വൈത്തിരി താലൂക്കുകൾ കോഴിക്കോടിന്റെയും. 1968 വരെ വയനാട്ടിൽ കമ്യൂണിസ്റ്റ് പാർട്ടിയിൽ പ്രശ്നമൊന്നുമുണ്ടായിരുന്നില്ല. ഇഎംഎസിന്റെ നേതൃത്വത്തിൽ കമ്യൂണിസ്റ്റ് സർക്കാർ അധികാരത്തിൽ വന്നപ്പോഴേക്കും വയനാട്ടിലെ ജനവിരുദ്ധരായ തോട്ടം ഉടമകളെല്ലാം പാർട്ടിയുടെ നേതാക്കളായി മാറിയിരുന്നു. മന്ത്രിമാരായ ഇ.എം. എസിനും ഗൗരിയമ്മയ്ക്കും മുണ്ടശ്ശേരിക്കും വയനാട്ടിൽ സ്വീകരണം നൽകിയപ്പോൾ അതുവരെ പാർട്ടിയെ എതിർത്തിരുന്ന തോട്ടം ഉടമകൾ, ജന്മികൾ, ചെറുകിട കച്ചവടക്കാർ എന്നിവർ മുൻനിരയിലേക്കു വന്നു. പാർട്ടി കെട്ടിപ്പടുക്കാൻ ശ്രമിച്ചവരെല്ലാം ചിത്രത്തിൽ നിന്നേ മാഞ്ഞുപോയി. കമ്യൂണിസ്റ്റ് പാർട്ടിക്ക് അധികാരം കിട്ടിയപ്പോൾ അവരുമായി ഒത്തുപോകുന്നതാണ് നല്ലതെന്നും അല്ലെങ്കിൽ അവർ കുഴപ്പമുണ്ടാക്കുമെന്നും മുൻകൂട്ടി ബോധ്യം വന്നപ്പോൾ ജന്മിമാരും തോട്ടം ഉടമകളും കളംമാറ്റി ചവിട്ടുകയായിരുന്നു. അതേപോലെ പാർട്ടി നേതൃത്വം തിരുനെല്ലി, തൃശിലേരി ഭാഗങ്ങളിലെ ജന്മിമാരുടെയും ചില മേസ്തിരിമാരുടെയും കൈപ്പിടിയിലായിരുന്നു. ഇതൊക്കെ സാധാരണക്കാരുടെ പ്രതീക്ഷയ്ക്കു മങ്ങലേൽക്കാൻ കാരണമായിത്തീർന്നു.

ഭൂമിയുമായി ബന്ധപ്പെട്ട പ്രശ്നങ്ങളായിരുന്നു പാർട്ടിയിലെ സാധാരണക്കാർ എന്നും ഉന്നയിച്ചിരുന്നത്. ഭൂമി പിടിച്ചെടുത്തു വിതരണം ചെയ്യുക, കൃഷിക്കാരുടെ പേരിലുള്ള കേസുകൾ പിൻവലിക്കുക, ഭൂമിക്ക് സ്ഥിരാവകാശം ഏർപ്പെടുത്തുക, പാട്ടക്കുടിശ്ശിക മുഴുവൻ റദ്ദാക്കുക തുടങ്ങിയ കാര്യങ്ങളായിരുന്നു അവർ ഉന്നയിച്ചിരുന്നത്. 1968 ജൂലൈ 22ന് സിപിഎം കേന്ദ്രകമ്മിറ്റി ആഹ്വാനം ചെയ്ത അഖിലേന്ത്യാ കേന്ദ്രവിരുദ്ധ പ്രചാരണ സമരം വയനാട്ടിലെ പാർട്ടിക്കുള്ളിൽ ആദ്യത്തെ പൊട്ടിത്തെറിയുണ്ടാക്കി. ഈ സമരത്തിനു നേതൃത്വം നൽകാനാണ് വർഗീസ് കണ്ണൂരിൽ നിന്നു വയനാട്ടിലേക്കു തിരിച്ചെത്തുന്നത്. അതുവരെ പാർട്ടി ഓഫീസ് സെക്രട്ടറിയായിരുന്നു അദ്ദേഹം. എ.കെ.ജിയും എം.വി.രാഘവനുമാണ് വർഗീസിനെ സമരത്തിന്റെ ചുക്കാൻ പിടിക്കാൻ പറഞ്ഞയയ്ക്കുന്നത്. കർഷക കുടുംബത്തിൽ പിറന്ന വർഗീസ് ചെറുപ്രായത്തിൽ തന്നെ കമ്യൂണിസ്റ്റ് ആശയത്തിൽ ആകൃഷ്ടനായാണ് പാർട്ടിയിലെത്തുന്നത്. മാതാപിതാക്കളായ അരീക്കാട്ട് വർക്കിയും റോസയും യാഥാസ്ഥിതികരായ ക്രിസ്ത്യൻ കുടുംബത്തിൽപെട്ടവരായിരുന്നു. എന്നിട്ടും വർഗീസ് സാധാരണക്കാരന്റെ പാർട്ടിയിലെത്തി.

അഖിലേന്ത്യാ കേന്ദ്ര വിരുദ്ധ സമരം രണ്ടാഴ്ചയോളം നീണ്ടുനിൽക്കുന്നതായിരുന്നു. അതുകൊണ്ടായിരുന്നു ശക്തനായ ഒരാൾ തന്നെ വയനാട്ടിൽ സമരം നയിക്കണമെന്ന് പാർട്ടി തീരുമാനിച്ചത്. അതുപ്രകാരമാണ് ചുമതല വർഗീസിനെ തേടിയെത്തുന്നതും. വർഗീസ് ജാഥാ ക്യാപ്ടൻ. തേറ്റമല കൃഷ്ണൻകുട്ടി ജാഥാ ഡയറക്ടർ. കെ.സി. അയമുട്ടി, കണിക്കുടി ശേഖരൻ, അധ്യാപകരായ പി.എസ്. ഗോവിന്ദൻ, ശങ്കരൻ എന്നിവരായിരുന്നു വൈസ് ക്യാപ്റ്റൻമാർ. എംഎൽഎയായിരുന്ന അണ്ണനായിരുന്നു വടക്കേ വയനാട്ടിൽ ജാഥയ്ക്കു വേണ്ട എല്ലാ സഹായവും ചെയ്തുകൊടുത്തത്. ജാഥ കഴിഞ്ഞതിനു ശേഷം പാർട്ടി ഓഫീസിൽ ചേർന്ന വിലയിരുത്തൽ യോഗത്തിലാണ് തർക്കം ഉടലെടുക്കുന്നത്. തൃശിലേരിയിലെ ടി.ആർ. വാര്യർ, കൃഷ്ണവാര്യർ എന്നിവർ ജാഥ അച്ചടക്കമില്ലാത്തതും പാർട്ടി വിരുദ്ധവുമായിരുന്നെന്ന് ആരോപിച്ചു. ജാഥയ്ക്കിടെ തേറ്റമല കൃഷ്ണൻകുട്ടിയുടെ നേതൃത്വത്തിൽ ചൈനീസ് സാഹിത്യം വില്പന നടത്തിയിരുന്നു. കുന്നിക്കൽ നാരായണനുമായി ബന്ധപ്പെട്ടുകൊണ്ട് കൃഷ്ണൻകുട്ടി രഹസ്യ പ്രവർത്തനം തുടങ്ങിക്കഴിഞ്ഞിരുന്നു. അദ്ദേഹമായിരുന്നു ചൈനീസ് പുസ്തകങ്ങൾ വില്പന നടത്തിയിരുന്നത്. പാർട്ടി വിരുദ്ധ പ്രവർത്തനം നടത്തിയവരെ പുറത്താക്കണമെന്ന് ടി.ആർ. വാര്യർ ആവശ്യപ്പെട്ടപ്പോൾ അണ്ണൻ എംഎൽഎ അതിനെ എതിർത്തു. ആ യോഗത്തിൽ വച്ചാണ് അണ്ണൻ എംഎൽഎ, പി.എസ്. ഗോവിന്ദൻ, വർഗീസ്, തേറ്റമല കൃഷ്ണൻകുട്ടി, ശങ്കരൻ എന്നിവരെല്ലാം ഇറങ്ങിപ്പോകുന്നത്. 1968 ആഗസ്ത് നാലിനായിരുന്നു മാനന്തവാടിയിൽ വച്ച് വയനാട്ടിലെ ആദ്യത്തെ ഇറങ്ങിപ്പോക്ക് അരങ്ങേറുന്നത്.

സ്വാഭാവികമായും ഇറങ്ങിപ്പോയവർ ബന്ധപ്പെടുന്നത് കുന്നിക്കൽ നാരായണനുമായിട്ടായിരുന്നു.

ബീഡി- നെയ്ത്തു തൊഴിലാളികളുടെ ദുരിതം

വയനാടിനെ പോലെ തന്നെ പൊട്ടിത്തെറിയുടെ വക്കിലായിരുന്നു കണ്ണൂരും. വയനാട്ടിൽ കർഷകരായിരുന്നു ദുരിതജീവിതം നയിച്ചിരുന്നതെങ്കിൽ കണ്ണൂരിൽ തൊഴിലാളികളുടെ ജീവിതമായിരുന്നു ദയനീയം. പ്രത്യേകിച്ച് ബീഡിത്തൊഴിലാളികളും നെയ്ത്തുതൊഴിലാളികളും.

ഇ.എം.എസിന്റെ നേതൃത്വത്തിൽ 1967ൽ വന്ന സർക്കാർ ബീഡി-സിഗാർ നിയമം പ്രാബല്യത്തിൽ കൊണ്ടുവന്നതോടെയാണ് പ്രശ്നം രൂക്ഷമായത്. കേന്ദ്രഗവൺമെന്റിന്റെ മിനിമം വേജസ് ആക്ട് നടപ്പിലാക്കുന്നതിനു മുൻപ് ബീഡിത്തൊഴിലാളികളുടെ സ്ഥിതി അതിദയനീയമായിരുന്നു. മംഗലാപുരത്തെ മുതലാളിമാരുടെ നിയന്ത്രണത്തിലുള്ള ഗണേഷ്, ഭാരത് കമ്പനികളുടെ തൊഴിലാളികളായിരുന്നു ഇവിടെയുള്ളവരിൽ ഭൂരിഭാഗവും. കരാർതൊഴിലാളികളായിരുന്ന ഇവർക്ക് നിത്യവൃത്തിക്കു പോലും തികയുമായിരുന്നില്ല ലഭിക്കുന്ന കൂലി. തൊഴിൽ നിയമങ്ങളൊന്നും ഇവിടെ ബാധകമായിരുന്നില്ല. ആയിരം ബീഡി തെറുക്കുന്ന ഒരു തൊഴിലാളിക്കു ലഭിക്കുന്നതാകട്ടെ ചെറിയൊരു കൂലിയും. കുട്ടികളൊക്കെ സ്കൂളിൽ പോകാതെ ബീഡി തെറുക്കാൻ പോകുന്ന സ്ഥിതിയായിരുന്നു. കുടുംബത്തിലെ എല്ലാവരും അധ്വാനിച്ചാൽ മാത്രമേ പട്ടിണി കൂടാതെ കഴിഞ്ഞുപോകാൻ പറ്റുമായിരുന്നുള്ളൂ.

ഇതേ സ്ഥിതിയായിരുന്നു നെയ്ത്തുമേഖലയിലും. ഇവിടെയും തൊഴിൽ നിയമങ്ങളൊന്നും പ്രാബല്യത്തിലുണ്ടായിരുന്നില്ല. കൈത്തറി മേഖലയിൽ ഏറ്റവും കുറഞ്ഞ കൂലിയായിരുന്നു കൊടുത്തുകൊണ്ടിരുന്നത്. മുതലാളിമാർ കൂടുതൽ മുതലാളിമാർ ആകുകയല്ലാതെ തൊഴിലാളി എന്നും പട്ടിണിയിൽ തന്നെയായിരുന്നു. പ്രായമാകുമ്പോഴേക്കും മിക്കവരും മാറാരോഗികളാകുന്ന കാഴ്ചയായിരുന്നു ഈ രംഗത്തുണ്ടായിരുന്നത്.

ബീഡി-നെയ്ത്തുതൊഴിലാളികൾക്കിടയിൽ എല്ലാവരും രാഷ്ട്രീയ ബോധമുള്ളവരായിരുന്നെങ്കിലും ജീവിതനിലവാരത്തിൽ ഒരു മാറ്റവും വരുത്താൻ സാധിച്ചിരുന്നില്ല. പല നേതാക്കളും ഇവർക്കിടയിൽ പ്രവർത്തിച്ചുകൊണ്ടാണ് വളർന്നുവന്നത്. പക്ഷേ, ഈ അടിസ്ഥാന വിഭാഗത്തിന്റെ പ്രശ്നങ്ങൾ പരിഹരിക്കാൻ ആർക്കും സാധിച്ചിരുന്നില്ലെന്നു മാത്രം.

പുതിയ സർക്കാർ ബീഡിത്തൊഴിലാളികൾക്കിടയിൽ മിനിമം വേജസ് ആക്ട് നടപ്പാക്കിയതോടെ ഭാരത്, ഗണേഷ് ബീഡി ഉടമകൾ ഇവിടെയുള്ള സ്ഥാപനങ്ങളെല്ലാം മുന്നറിയിപ്പൊന്നുമില്ലാതെ അടച്ചുപൂട്ടി കർണാടകയിലേക്കു സ്ഥലംവിട്ടു. കർണാടകയിൽ മിനിമം വേജസ് ആക്ട്

നിലവിലില്ല. കേരളത്തിൽ കൊടുക്കേണ്ടതിലും കുറഞ്ഞ കൂലിക്ക് അവർക്കു അവിടെ ജോലി ചെയ്യാൻ ആളുണ്ടായിരുന്നു. കരാർ തൊഴിലാളികളായതിനാൽ ഒരു ആനുകൂല്യവും നൽകാതെയാണ് മുതലാളിമാർ ഇവിടെയുള്ള ശാഖകൾക്കു താഴിട്ടത്.

ഭാരത്, ഗണേഷ് ബീഡിക്കമ്പനികൾ പൂട്ടിയതോടെ തൊഴിലില്ലാതായ കാൽലക്ഷത്തോളം പേരും അവരെ ആശ്രയിക്കുന്നവരും സർക്കാരിനു മുൻപിൽ വലിയൊരു വെല്ലുവിളിയായി. ഒരു ലക്ഷത്തിലധികം പേരെ ബാധിക്കുന്നൊരു പ്രശ്നമായിരുന്നു ഇത്. തൊഴിലിനായുള്ള സമരങ്ങൾ ശക്തമായപ്പോഴും സർക്കാരിന് അടിയന്തരമായി ഒന്നും ചെയ്യാൻ പറ്റിയില്ല. ഇങ്ങനെയൊരു തിരിച്ചടി സർക്കാർ പ്രതീക്ഷിക്കാത്തതായിരുന്നു. തൊഴിലാളികളുടെ നന്മയ്ക്കു വേണ്ടി ചെയ്ത കാര്യം അവരുടെ തൊഴിലില്ലാതാക്കിയപ്പോൾ ബദൽ മാർഗം പെട്ടെന്നൊന്നും ഉരുത്തിരിഞ്ഞുവന്നില്ല.

കേരളത്തിൽ നക്സൽ ഗ്രൂപ്പുകൾ സജീവമാകുന്ന സമയമാണല്ലോ. തൊഴിലില്ലാതായവർക്കിടയിൽ വിപ്ലവ ആശയത്തിനു പെട്ടെന്നു തന്നെ പ്രചാരം ലഭിച്ചു. സിപിഎമ്മിൽ യുവജനവിഭാഗത്തിലെ കുറച്ചുപേർ ഇടഞ്ഞു നിൽക്കുകയായിരുന്നു. പാർട്ടി നയങ്ങളിൽ പ്രതിഷേധിച്ച് അവർ നക്സൽ നേതൃത്വവുമായി ബന്ധപ്പെട്ട് പ്രവർത്തിക്കാനുള്ള തീരുമാനത്തിലായിരുന്നു. ബീഡിത്തൊഴിലാളികളുടെ പ്രശ്നത്തിനു പെട്ടെന്നൊരു പരിഹാരം കാണാൻ പറ്റാത്തതും പാർട്ടിക്കു ദോഷമായി. എ.കെ.ജി ദേശീയ തലത്തിൽ ശ്രദ്ധ കേന്ദ്രീകരിച്ചു പ്രവർത്തിക്കുകയായിരുന്നു. അതുകൊണ്ടുതന്നെ ജില്ലയിലെ പ്രശ്നത്തിൽ കൂടുതൽ ഇടപെടാൻ സാധിച്ചിരുന്നില്ല. പി.വി.കുഞ്ഞമ്പു, സി.കുഞ്ഞമ്പു എന്നിവരൊക്കെയായിരുന്നു ജില്ലാ നേതൃത്വത്തിലുണ്ടായിരുന്നത്. ജില്ലാ നേതൃത്വത്തിനെതിരെ വലിയൊരു യുവജനവിഭാഗം പ്രതിഷേധമുയർത്തി. കെ.പി. നാരായണൻ, കെ.സി. നന്ദനൻ, കാന്തലോട്ട് കരുണൻ, പാട്യം ഗോപാലൻ, എ. ബാലകൃഷ്ണൻ. അരയാക്കണ്ടി അച്യുതൻ എന്നിവരൊക്കെയായിരുന്നു അതിൽ മുൻപിൽ. എം.വി. രാഘവനെ ജില്ലാ സെക്രട്ടറിയാക്കണമെന്ന യുവജനവിഭാഗത്തിന്റെ ആവശ്യം നടന്നു. വിപ്ലവ ആശയത്തോട് താത്പര്യം കാണിച്ചിരുന്ന എം.വി. രാഘവൻ അന്ന് പാർട്ടിയുടെ ഗർജിക്കുന്ന സിംഹമായിരുന്നു. യുവാക്കളിൽ നല്ല മതിപ്പുള്ള നേതാവായിരുന്നു എം.വി. രാഘവൻ. പാർട്ടി നേതൃത്വം പിടിച്ചെടുക്കാൻ പറ്റിയ സന്തോഷത്തിലായിരുന്നു യുവജനവിഭാഗവും. പക്ഷേ, കാര്യങ്ങൾ അവർ വിചാരിച്ചതുപോലെ എളുപ്പമായിരുന്നില്ല.

കെ.പി.ആർ. ഗോപാലൻ, കെ.സി.നന്ദനൻ, അരയാക്കണ്ടി അച്യുതൻ, കാന്തലോട്ട് കരുണൻ, കെ.പി. നാരായണൻ എന്നിവർ പാർട്ടിയുടെ നയവ്യതിയാനത്തിൽ എതിർപ്പു പ്രകടിപ്പിച്ചവരായിരുന്നു. ചൈനീസ് ലൈനിൽ നിന്നു പാർട്ടി വീണ്ടും സോവിയറ്റ് ലൈനിലേക്കു തന്നെ പോകുന്നതിൽ ഇവർ പ്രതിഷേധം രേഖപ്പെടുത്താൻ തുടങ്ങി. വിചാരിക്കുന്നതു

പോലെയൊന്നും വിപ്ലവം നടപ്പാക്കാൻ കഴിയില്ല എന്ന ഇ.എം.എസിന്റെ വിശദീകരണം ഇവരിൽ കൂടുതൽ എതിർപ്പുണ്ടാക്കി. ബീഡിത്തൊഴിലാളികളുടെയും കർഷകത്തൊഴിലാളികളുടെയം പ്രശ്നങ്ങൾ പരിഹരിക്കുന്നതിൽ പാർട്ടി താത്പര്യം കാണിക്കുന്നില്ലെന്ന് ഇവർ ആക്ഷേപം ഉന്നയിച്ചു. എം.വി.രാഘവൻ ജില്ലാ സെക്രട്ടറിയായിട്ടും തങ്ങൾ പ്രതീക്ഷിച്ച രീതിയിൽ കാര്യങ്ങൾപോകുന്നില്ലെന്ന് ഇവർക്കു ബോധ്യമായി. അങ്ങനെയാണ് കോഴിക്കോട്ട് വച്ച് കെ.എസ്.വൈ.എഫ് (ഇപ്പോഴത്തെ ഡി.വൈ.എഫ്.ഐയുടെ മുൻരൂപം) സംസ്ഥാന സമ്മേളനം നടക്കുന്നത്. സംസ്ഥാന സമ്മേളനത്തിൽ തങ്ങളുടെ നയരേഖ അവതരിപ്പിക്കാൻ അനുവദിക്കണമെന്ന് കാന്തലോട്ടും കെ.പി. നാരായണനും എ.കെ.ജിയോട് ആവശ്യപ്പെടുകയും അദ്ദേഹം സമ്മതിക്കുകയും ഉണ്ടായി. എം.വി. രാഘവനും ഇക്കാര്യം ഉറപ്പുനൽകിയിരുന്നതാണ്. എന്നാൽ കോഴിക്കോട്ടു നടന്ന സമ്മേളനത്തിൽ ഇത് അവതരിപ്പിക്കാൻ അനുമതി ലഭിച്ചില്ല. എസ്.രാമചന്ദ്രൻപിള്ള അവതരിപ്പിച്ച രാഷ്ട്രീയ പ്രമേയത്തിൻ മേലുള്ള ചർച്ചയിൽ കണ്ണൂരിലെ വിഭാഗം തങ്ങളുടെ എതിർപ്പ് പ്രകടിപ്പിക്കുകയും വിപ്ലവത്തിൽ നിന്നു വഴിമാറിപ്പോകരുതെന്ന് ആവശ്യപ്പെടുകയുമുണ്ടായി. എന്നാൽ കണ്ണൂർ വിഭാഗത്തിന്റെ അഭിപ്രായത്തിനു വലിയ പിന്തുണ കിട്ടിയില്ല. അതോടെ അരയാക്കണ്ടി, കെ.സി.നന്ദനൻ, കാന്തലോട്ട്, എ.ബാലകൃഷ്ണൻ എന്നിവരുടെ നേതൃത്വത്തിൽ കണ്ണൂരിൽ നിന്നു സമ്മേളനത്തിനു പോയവർ ഇറങ്ങിപ്പോന്നു. മാർക്സ് ജനിച്ചത് കണ്ണൂരിലല്ല എന്ന് ടി. ശിവദാസമേനോൻ ഇവരെ പരഹസിച്ചുകൊണ്ടു സംസാരിച്ചു. അതോടെയാണ് വിയോജിപ്പ് രൂക്ഷമായത്. സമ്മേളനത്തിൽ നിന്നിറങ്ങിപോന്നവർ കോഴിക്കോട് ഹോട്ടലിൽ മുറിയെടുത്തു. തൊട്ടപ്പുറത്തു തന്നെ കെ.പി.ആറും ഉണ്ടായിരുന്നു.

ഈ സമ്മേളനം നടക്കുമ്പോൾ എം.വി.രാഘവൻ അവിടെയുണ്ടായിരുന്നില്ല. അദ്ദേഹം രാത്രി തന്നെ കോഴിക്കോട്ടെത്തി യോഗത്തിൽ നിന്നിറങ്ങിപ്പോയവരുമായി സംസാരിച്ചു. കോഴിക്കോട്ടെ പ്രധാന നേതാവായിരുന്നു ചാത്തുണ്ണിമാസ്റ്ററുമുണ്ടായിരുന്നു കൂടെ. കോഴിക്കോട് ടൗൺഹാളിൽ നടന്ന ചർച്ചയിൽ അനുരഞ്ജനമുണ്ടാക്കാൻ സാധിച്ചില്ല. കണ്ണൂരിൽ നിന്നു പോയവരിൽ പാട്യം രാജൻ, പാട്യം ഗോപാലൻ, സി.പി. ദാമോദരൻ, പി.പി.കോരൻ എന്നിവർ മാത്രമാണ് ഔദ്യോഗിക പക്ഷത്തിന്റെ കൂടെ നിന്നത്. ജില്ലാ സെക്രട്ടറിയായതോടെ എം.വി.രാഘവനും വിപ്ലവപ്പാത കൈവെടിഞ്ഞെന്ന് കാന്തലോട്ടും അരയാക്കണ്ടിയും തുറന്നടിച്ചു. ഭിന്നാഭിപ്രായങ്ങൾ ചർച്ച ചെയ്യാമെന്ന എം.വി.രാഘവന്റെ അഭിപ്രായത്തെ അവർ മാനിച്ചില്ല. അടുത്ത ദിവസം സമ്മേളനം തുടർന്നു. സി.കെ. ചക്രപാണിയെ പ്രസിഡന്റായും എസ്.രാമചന്ദ്രൻപിള്ളയെ സെക്രട്ടറിയായും തിരഞ്ഞെടുത്തു.

പാർട്ടിയിൽ നിന്ന് റിവോൾട്ട് ചെയ്തു പോന്നവർ അടുത്ത ദിവസം തന്നെ മാഹിയിൽ ഒരു യോഗം ചേർന്നു. കെ.പി. നാരായണനായിരുന്നു

നേതൃത്വം നൽകിയിരുന്നത്. അദ്ദേഹമായിരുന്നു മുന്നോട്ടുള്ള പോക്കിനെക്കുറിച്ച് ചർച്ചയ്ക്കു തുടക്കമിട്ടത്. സിപിഎമ്മിന്റെ നയവ്യതിയാനത്തിൽ എതിർപ്പുള്ള ധാരാളം പേർ ഈ യോഗത്തിൽ പങ്കെടുത്തിരുന്നു. സിപിഎം പാർട്ടി ക്ലാസിൽ ചൈനീസ് ലൈനിനെക്കുറിച്ച് ക്ലാസെടുക്കാറുണ്ടായിരുന്നത് കെ.പി. നാരായണനായിരുന്നു. അദ്ദേഹത്തിന്റെ ക്ലാസ് യുവജനവിഭാഗങ്ങൾക്കെല്ലാം താത്പര്യവുമായിരുന്നു. ഒരു സുപ്രഭാതത്തിൽ തങ്ങൾ വിപ്ലവപ്പാത സ്വീകരിച്ചവരല്ലെന്നും അതു ക്രമാനുഗതമായ വളർച്ചയാണെന്നുമായിരുന്നു കെ.പി. ക്ലാസിൽ പറഞ്ഞിരുന്നതെന്ന് അന്നത്തെ ക്ലാസിൽ പങ്കെടുത്ത നക്സൽ നേതാവായ കരിങ്കൽക്കുഴി കൃഷ്ണൻ പറയുകയുണ്ടായി. ഇ.എം.എസിന്റെ നിലപാടുകളോടായിരുന്നു എല്ലാവർക്കും എതിർപ്പുണ്ടായിരുന്നത്. എങ്കിലും മാഹി യോഗത്തിൽ പ്രത്യേകിച്ചൊരു തീരുമാനമുണ്ടാക്കാൻ സാധിച്ചില്ല. കുന്നിക്കൽ വിഭാഗവുമായി ചേർന്നുകൊണ്ട് പ്രവർത്തിക്കാമെന്നായിരുന്നു എല്ലാവരുടെയും അഭിപ്രായമെന്ന് കരിങ്കൽക്കുഴി കൃഷ്ണൻ പറയുന്നു.

വീണ്ടുമൊരു സമന്വയ ചർച്ചയ്ക്ക് ഇതിനിടെ എം.വി.രാഘവൻ ശ്രമം നടത്തി. കാന്തലോട്ട്, അരയാക്കണ്ടി, കെ.സി.നന്ദനൻ, എ.ബാലകൃഷ്ണൻ എന്നിവരെ പാർട്ടി ഓഫീസിലേക്കു വിളിപ്പിച്ചു. സിപിഎമ്മിനെ തകർക്കാനാണ് കുന്നിക്കൽ ശ്രമിക്കുന്നതെന്നും അദ്ദേഹത്തിന്റെ കൈയിലെ കളിപ്പാവയായിപോകരുതെന്നുമായിരുന്നു എം.വി.രാഘവൻ പഴയ കൂട്ടുകാരോടു പറഞ്ഞത്. രൂക്ഷമായ ഭാഷയിലായിരുന്നു നാലുപേരും സംസാരിച്ചത്. 'ഇ.എം.എസിന്റെ കൂടെ ചേർന്ന നീ വർഗവഞ്ചകനാണ്' എന്നായിരുന്നു അവർ രാഘവനോടു പറഞ്ഞത്. പുത്തൻ റിവിഷനിസ്റ്റായി അവർ രാഘവനെ മുദ്രകുത്തി ഇറങ്ങിപ്പോന്നു.

തുടർന്ന് എം.വി.രാഘവൻ ഈ സംഭവം പാർട്ടി സംസ്ഥാന കമ്മിറ്റിക്ക് റിപ്പോർട്ട് ചെയ്തു. നാലുപേരെയും പുറത്താക്കാനായിരുന്നു ഇ.എം.എസും സി.എച്ചും നൽകിയ നിർദേശം. അന്ന് എ.കെ.ജി സ്ഥലത്തില്ലായിരുന്നു. ഒരുപക്ഷേ, അദ്ദേഹം ഉണ്ടായിരുന്നെങ്കിൽ ഈ പുറത്താക്കൽ നടക്കില്ലായിരുന്നു. പാർട്ടി നയപ്രകാരം നാലുപേരോടും വിശദീകരണം ചോദിച്ച ശേഷമേ പുറത്താക്കാൻ പാടുള്ളൂ. പക്ഷേ, സംസ്ഥാന കമ്മിറ്റി നിർദേശ പ്രകാരം വിശദീകരണം ചോദിക്കാതെ കാന്തലോട്ട് കരുണൻ, അരയാക്കണ്ടി അച്യുതൻ, കെ.സി. നന്ദനൻ, എ.ബാലകൃഷ്ണൻ എന്നിവരെ പാർട്ടിയിൽ നിന്നു പുറത്താക്കിക്കൊണ്ട് എം.വി. രാഘവന്റെ അറിയിപ്പ് അടുത്ത ദിവസത്തെ ദേശാഭിമാനിയിൽ പ്രസിദ്ധീകരിച്ചു. ഇവർ വിളിച്ചുകൂട്ടുന്നയോഗങ്ങളിലോ പങ്കെടുക്കുന്ന യോഗങ്ങളിലോ പാർട്ടി പ്രവർത്തകർ പങ്കെടുക്കരുതെന്ന കർശന നിർദേശവും നൽകിയിരുന്നു. ഈ പുറത്താക്കലോടെ വിപ്ലവത്തോടുള്ള പാർട്ടിയുടെ ഔദ്യോഗികമായ തീരുമാനം ഉറപ്പുവന്നു. അതോടെ കണ്ണൂർ ജില്ലയുടെ വിവിധ ഭാഗങ്ങളിൽ നിന്നു ധാരാളം പേർ റിവോൾട്ട് ചെയ്തു പുറത്തുവന്നു. പാപ്പിനിശേരി,

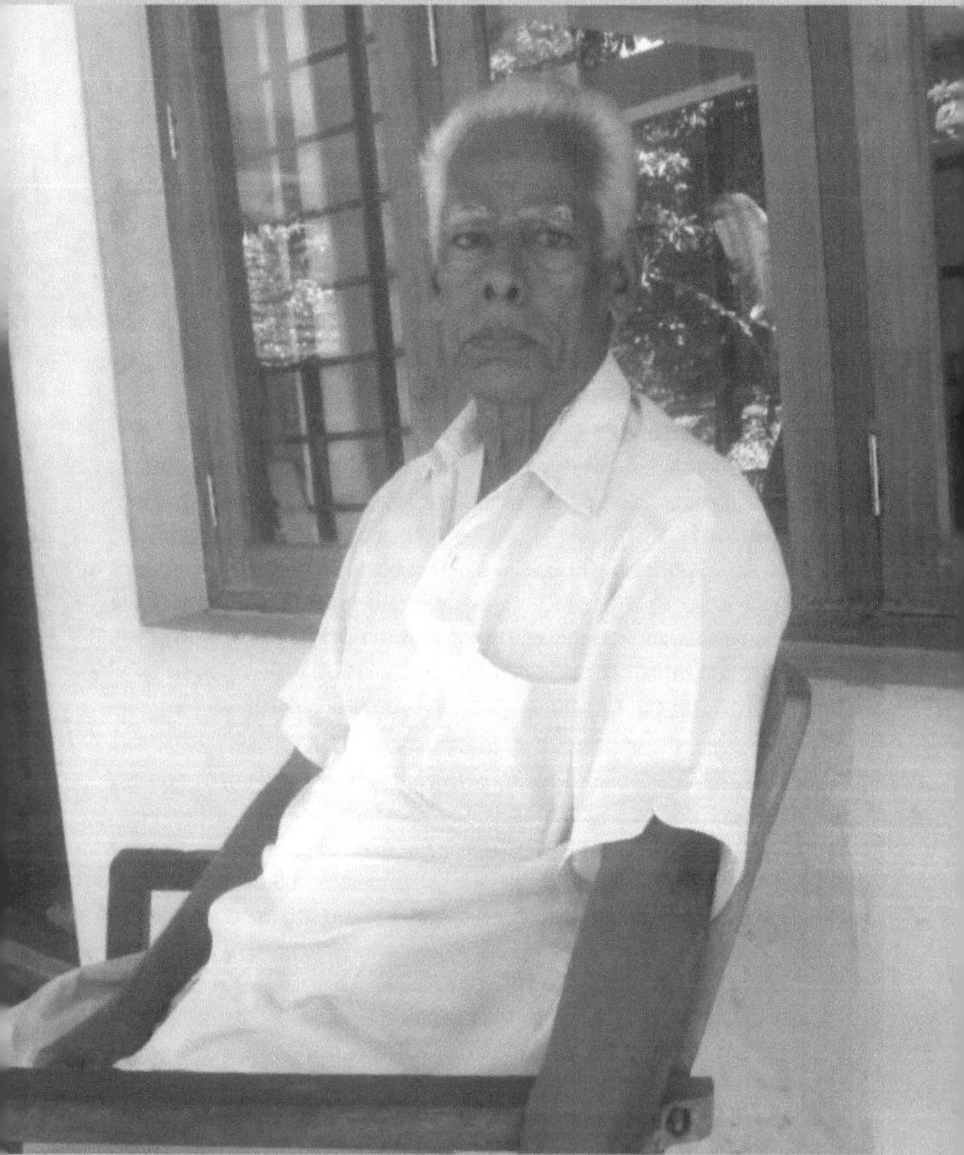

കരിങ്കൽക്കുഴി കൃഷ്ണൻ

മയ്യിൽ, തളിപ്പറമ്പ്, തലശേരി ഭാഗങ്ങളിലായിരുന്നു വൻ കൊഴിഞ്ഞു പോക്കുണ്ടായത്.

കെ.പി.നാരായണൻ, കാന്തലോട്ട്, കെ.സി. നന്ദനൻ, എ.ബാലകൃഷ്ണൻ എന്നിവർ കോഴിക്കോട്ടു ചെന്ന് കുന്നിക്കലിനെ കണ്ടു. വയനാട്ടിൽ നിന്നുള്ള തേറ്റമല കൃഷ്ണൻകുട്ടി, കെ.സി. അയമുട്ടി, ശങ്കരൻമാസ്റ്റർ എന്നിവരും കുന്നിക്കലുമായി ബന്ധം സ്ഥാപിച്ചിരുന്നു. അങ്ങനെ കോഴിക്കോട്, കണ്ണൂർ, വയനാട് ഭാഗങ്ങളിൽ കേന്ദ്രീകരിച്ചുകൊണ്ട് നക്സലൈറ്റ് പ്രവർത്തനം ശക്തിപ്പെടുത്താൻ തീരുമാനിച്ചു.

നക്സൽബാരിയുടെ സന്ദേശം എല്ലായിടത്തും എത്തിക്കുന്ന പോസ്റ്ററുകൾ പതിക്കുക, കോഴിക്കോട്ടുനിന്ന് മലയാളത്തിൽ പ്രസിദ്ധീകരിക്കുന്ന ചൈനീസ് പുസ്തകങ്ങൾ പ്രവർത്തകർക്കിടയിൽ വിതരണം ചെയ്യുക എന്നിവയിലായിരുന്നു ആദ്യം ശ്രദ്ധ കൊടുത്തിരുന്നത്. ഈ പ്രദേശങ്ങളിലെല്ലാം വ്യാപകമായി പോസ്റ്ററുകൾ പ്രത്യക്ഷപ്പെട്ടു തുടങ്ങി. അതിനർത്ഥം എല്ലായിടത്തും ചെറിയ ഗ്രൂപ്പുകൾ പ്രവർത്തനം തുടങ്ങിയെന്നായിരുന്നു. മാവോ സ്റ്റഡി ഗ്രൂപ്പുകൾ എന്നായിരുന്നു ഇതെല്ലാം അറിയപ്പെട്ടിരുന്നത്.

സിപിഎമ്മിന്റെ ബ്രാഞ്ച് സെക്രട്ടറിയായിരുന്ന താവം ബാലകൃഷ്ണ (ഇപ്പോൾ സിപിഐ ജില്ലാ കമ്മിറ്റിയംഗം)നൊക്കെ അന്ന് കലാപം ചെയ്ത് പാർട്ടിയിൽനിന്നു പോന്നവരായിരുന്നു. സിപിഎമ്മിന്റെ ചൈനീസ് ലൈനിൽ നിന്നുള്ള വ്യതിയാനം തന്നെയായിരുന്നു തങ്ങളെയൊക്കെ കലാപം ചെയ്തു പുറത്തുവരാൻ പ്രേരിപ്പിച്ചതെന്ന് ബാലകൃഷ്ണൻ പറയുന്നു. തളിപ്പറമ്പ്, പാപ്പിനിശേരി ഭാഗങ്ങളിലൊക്കെ വലിയൊരു വിഭാഗം പ്രവർത്തകർ നക്സൽ ഗ്രൂപ്പുകളുമായി ചേർന്നു പ്രവർത്തിക്കാൻ തുടങ്ങിയിരുന്നു. സിപിഎമ്മിന്റെ ചെറുത്തുനില്പിനെ അതിജീവിച്ചാണ് അന്നു പ്രവർത്തിച്ചതെന്നാണ് ബാലകൃഷ്ണൻ പറയുന്നത്. കുന്നിക്കൽ നാരായണൻ, ഫിലിപ്പ് എം. പ്രസാദ് എന്നിവരൊക്കെ കാന്തലോട്ട്, കെ.പി. നാരായണൻ എന്നിവർക്കൊപ്പം പാപ്പിനിശേരിയിലെ യോഗങ്ങളിൽ പങ്കെടുത്ത് തങ്ങളുടെ നയം വിശദീകരിച്ചിരുന്നു. വലിയൊരു ആവേശമുണ്ടാക്കാൻ കുന്നിക്കലിനു സാധിച്ചിരുന്നതായി അദ്ദേഹം ഓർക്കുന്നു.

കണ്ണൂർ-കോഴിക്കോട്- വയനാട് സംയുക്ത പ്രവർത്തനം

ഈ സമയത്താണ് പുൽപ്പള്ളിയിലെ കുടിയേറ്റക്കാരുടെ പ്രശ്നങ്ങൾ പഠിക്കാൻ കുന്നിക്കൽ എത്തുന്നത്. 'പുൽപ്പള്ളിയിലെ ദുരിതമനുഭവിക്കുന്നവരെക്കുറിച്ച് കത്തെഴുതിയ വേലപ്പനെ കാണാൻ വരുന്നെന്ന് കുന്നിക്കലിന്റെ കത്ത് തേറ്റമല കൃഷ്ണൻകുട്ടിക്കു ലഭിച്ചു. കുന്നിക്കൽ വയനാട്ടിലെത്തിയപ്പോൾ വർഗീസും തേറ്റമല കൃഷ്ണൻകുട്ടിയും കാത്തുനിൽക്കുന്നുണ്ടായിരുന്നു. പുൽപ്പള്ളിയിൽ നിന്നു കത്തെഴുതിയ വേലപ്പനെ

കാണാൻ ആറുകിലോമീറ്റർ നടന്നാണ് അവർ പോയത്. വീട്ടിൽ ചെന്നെങ്കിലും വേലപ്പൻ സ്ഥലത്തുണ്ടായിരുന്നില്ല. വീട്ടുകാരോടു കാര്യങ്ങളൊക്കെ സംസാരിച്ച ശേഷം അവർ പോയത് കിസാൻ തൊമ്മന്റെ വീട്ടിലേക്കായിരുന്നു. സിപിഎം പ്രവർത്തകനായിരുന്നു അന്ന് കിസാൻ തൊമ്മൻ. വർഗീസിനെയും തേറ്റമലയെയും അദ്ദേഹം ആദ്യമായി കാണുകയായിരുന്നു. സിപിഎമ്മിൽ നിന്നു കലാപം ചെയ്തുപുറത്തുവന്നപ്പോൾ പത്രങ്ങളിൽ വന്ന വാർത്ത അദ്ദേഹം ശ്രദ്ധിച്ചിരുന്നു. കുന്നിക്കൽ നാരായണനെയും ആദ്യമായിട്ടായിരുന്നു അദ്ദേഹം പരിചയപ്പെടുന്നത്. കിസാൻ തൊമ്മനാണ് അവിടത്തെ സാധാരണക്കാർ അനുഭവിക്കുന്ന യഥാർത്ഥ പ്രശ്നം ഇവരോടു പറയുന്നത്. അത് വേലപ്പൻ എഴുതിയ കത്തിൽ സൂചിപ്പിച്ചതിന്റെ എത്രയോ ഇരട്ടിയായിരുന്നു. വഞ്ചിക്കപ്പെട്ട മൂവായിരത്തോളം കുടുംബങ്ങളുടെ ദയനീയസ്ഥിതി തൊമ്മൻ വിശദീകരിച്ചു.

തിരുവിതാംകൂറിൽ നിന്നു കുടിയേറിവന്നവരായിരുന്നു അവരൊക്കെ. നാട്ടിൽ കുറച്ചു സ്ഥലവും കൂലിപ്പണിയുമൊക്കെയായി നിത്യവൃത്തി കഴിച്ചുപോന്നവർ. അവർക്കു മുന്നിലേക്കാണു വയനാട്ടിൽ കുടിയേറിയ ചില ചെറു മുതലാളിമാർ വലിയൊരു പ്രലോഭനവുമായി വരുന്നത്. വയനാട്ടിൽ കുറഞ്ഞവിലയ്ക്ക് ഭൂമി, കൃഷി ചെയ്തു സുഖമായി ജീവിക്കാം എന്നൊക്കെ പറയുമ്പോൾ പാവപ്പെട്ടവർ ഉള്ളതെല്ലാം കിട്ടിയ വിലയ്ക്കു കൊടുത്ത് വയനാട്ടിലേക്കു പുറപ്പെടും. പുൽപ്പള്ളിയിലും മറ്റുമുള്ള ജന്മിമാരിൽ നിന്ന് നൂറും ഇരുന്നൂറും ഏക്കർ സ്ഥലം ഈ മുതലാളിമാർ വാക്കാൽ ചാർത്തി ചീട്ടെഴുതി വാങ്ങും. എന്നിട്ട് കുടിയേറ്റക്കാരെക്കൊണ്ട് അവിടെ പണിയെടുപ്പിച്ച് കാടെല്ലാംവെട്ടി വെളുപ്പിക്കും. ഈ സ്ഥലത്തിന്റെ ഏതെങ്കിലും ഒരു മൂലയിൽ തൊഴിലാളികൾക്കു കുടിലുകെട്ടാൻ രണ്ടോ മൂന്നോ ഏക്കർ സ്ഥലം കൊടുക്കും. മുതലാളി പുതുതായി വാങ്ങുന്ന സ്ഥലത്തേക്ക് പിന്നീട് ഈ കുടുംബങ്ങളെ മാറ്റിക്കൊണ്ടിരിക്കും. അതുവരെ അവർ താമസിച്ചിരുന്ന സ്ഥലം മുതലാളിമാർക്കു സ്വന്തമാകും. ഇതോടൊപ്പം തന്നെ പുതിയ കുടുംബങ്ങളെയും നാട്ടിൽ നിന്നു കൊണ്ടുവരും. അങ്ങനെ വഞ്ചിക്കപ്പെട്ടൊരു ജനവിഭാഗത്തിന്റെ ചിത്രമാണ് കുന്നിക്കലിനും വർഗീസിനും മുൻപിൽ കിസാൻ തൊമ്മൻ അവതരിപ്പിച്ചത്. ഇതോടൊപ്പം വനം വകുപ്പ് ഉദ്യോഗസ്ഥരും ദേവസ്വം ഉദ്യോഗസ്ഥരും എക്സൈസുകാരും ഉണ്ടാക്കുന്ന കള്ളക്കേസുകൾ വേറെയും. ഭൂമി കൈയേറി, മരം മുറിച്ചു, ചാരായം വാറ്റി എന്നിങ്ങനെയൊക്കെയാണു കേസ് ചാർജ് ചെയ്യുക. ചുരുക്കിപ്പറഞ്ഞാൽ ഈ മൂന്നു വകുപ്പുകാരുടെ കേസില്ലാത്ത ആരുമില്ല എന്നതായിരുന്നു സ്ഥിതി. അതിനു പുറമെയാണ് സ്പെഷൽ പൊലീസിന്റെ ദ്രോഹം. ദേവസ്വം മാനേജർ പറയുന്നതിനപ്പുറം പൊലീസുകാർ ചെയ്യില്ലായിരുന്നു. എസ്ഐ അല്ലപ്പൻ ആയിരുന്നു കൂടുതൽ ദ്രോഹം ചെയ്തിരുന്നത്. സ്ത്രീകൾക്കും കുട്ടികൾക്കും വരെ അദ്ദേഹത്തിന്റെയും സംഘത്തിന്റെയും അക്രമം സഹിക്കേണ്ടി

വന്നിരുന്നു. പല സ്ത്രീകളെയും എസ്ഐ മാനഭംഗപ്പെടുത്തുകയും ചെയ്തിരുന്നു.

ഇതിനൊക്കെ പ്രതികാരമായി എസ്ഐയെ കൊലപ്പെടുത്താൻ തീരുമാനിച്ചിരിക്കുകയായിരുന്നു കിസാൻ തൊമ്മനും ചില സുഹൃത്തുക്കളും. അതിനായി ആയുധങ്ങളും സ്ഫോടക വസ്തുക്കളും അവർ ശേഖരിച്ചു വച്ചിരുന്നു. എസ്ഐയെ അവിടേക്കു കൊണ്ടുവന്ന് ആസൂത്രിതമായി കൊലപ്പെടുത്തുകയായിരുന്നു അവരുടെ കണക്കുകൂട്ടൽ. അതിനുള്ള ഒരുക്കത്തിനിടെയാണ് സമാന ചിന്താഗതിക്കാരായ കുന്നിക്കലും വർഗീസുമെല്ലാം എത്തുന്നത്.

രണ്ടുദിവസം അവിടെ താമസിച്ച ശേഷമാണ് കുന്നിക്കലും വർഗീസും തേറ്റമലയും മടങ്ങിയത്. അപ്പോഴേക്കും അവർക്ക് അവിടത്തെ ചിത്രം വ്യക്തമായിരുന്നു. പുൽപ്പള്ളിയിൽ നിന്നു കോഴിക്കോട്ടേക്കാണ് ഇവർ വന്നത്.

കണ്ണൂരും വയനാട്ടിലും ഉള്ളതുപോലെയല്ലെങ്കിലും കോഴിക്കോട്ടും തൊഴിലാളികളുടെ പ്രശ്നം രൂക്ഷമായിരുന്നു. കുറഞ്ഞ വേതനത്തിൽ ജോലി ചെയ്യേണ്ടി വന്ന നെയ്ത്തുതൊഴിലാളികൾ ജീവിതത്തിന്റെ രണ്ടറ്റം മുട്ടിക്കാനാവാതെ കഷ്ടപ്പെടുകയായിരുന്നു. നരകതുല്യമായ ജീവിതമായിരുന്നു ഇവിടത്തെ നെയ്ത്തുതൊഴിലാളികൾക്ക്. തൊഴിലാളികളുടെ അവകാശങ്ങളും കടമകളും എന്ന ക്ലാസ് കമ്യൂണിസ്റ്റ് പാർട്ടി എല്ലായിടത്തും നടത്താറുണ്ടെങ്കിലും അവകാശങ്ങൾക്കു വേണ്ടി സമരമൊന്നും കാര്യമായി നടന്നിരുന്നില്ല. 1946ൽ പുതുക്കിയ വേതനം തന്നെയായിരുന്നു 1964ലും തൊഴിലാളികൾ വാങ്ങിയിരുന്നത്. ഒന്നേകാൽ രൂപ. പതിനെട്ടുവർഷമായി വാങ്ങുന്നത് ഒരേ കൂലി. അതേസമയം നിത്യച്ചെലവ് എത്രയോ ഇരട്ടിയായിരുന്നു. സ്ഥാപനം നിലനിർത്തേണ്ടത് തൊഴിലാളികളുടെ കടമയാണെന്ന നിലയിലായിരുന്നു യൂണിയനുകളൊക്കെ വാദിച്ചിരുന്നത്. മാനേജർ പറയേണ്ടത് തൊഴിലാളി നേതാവ് പറയുകയായിരുന്നു.

64ൽ കമ്യൂണിസ്റ്റ് പാർട്ടിയിൽ പിളർപ്പ് വന്നപ്പോൾ എകെജിയുടെ നിലപാട് എന്താണെന്നാണ് തൊഴിലാളികൾ ഭൂരിപക്ഷവും നോക്കിയത്. തൊഴിലാളികൾക്കിടയിൽ സർവസമ്മതനായിരുന്ന എ. വാസുവൊക്കെ എകെജിയുടെ നിലപാട് എന്താണെന്നു വീക്ഷിക്കുകയായിരുന്നു. പിളർപ്പുണ്ടായത് 64ൽ ആണെങ്കിലും അതിനും ഒരുവർഷം മുൻപു തന്നെ അഭിപ്രായ ഭിന്നത രൂക്ഷമായിരുന്നു. കേരളീയ ഒരുഭാഗത്തും ചാത്തുണ്ണി മാസ്റ്റർ മറുഭാഗത്തുമായിട്ടായിരുന്നു ചർച്ചകളൊക്കെ നടന്നിരുന്നത്. പിളർപ്പ് വന്നപ്പോൾ കേരളീയൻ വലതു കമ്യൂണിസ്റ്റ് (സിപിഐ) ആയി. ചാത്തുണ്ണി മാസ്റ്റർ സിപിഎമ്മും.

ചൈനീസ് ലൈനിനെയാണ് എകെജി പിന്താങ്ങിയിരുന്നത്. അതുകൊണ്ട് തങ്ങളൊക്കെ എകെജിക്കു പിന്നിൽ നിൽക്കാൻ തീരുമാനിച്ചെന്നാണ് എ.വാസു പറഞ്ഞത്. സായുധ പോരാട്ടമാണ് എല്ലാവരും

സ്വപ്നം കണ്ടിരുന്നത്. ചൈന മോചനം നേടിയതുപോലെ ഇന്ത്യയിലും സായുധകലാപത്തിലൂടെ അധികാരത്തിലെത്താൻ കഴിയുമെന്നു സ്വപ്നം കണ്ടിരുന്നു. പിളർപ്പുണ്ടായപ്പോൾ അണികൾ ഭൂരിഭാഗവും എകെജിയുടെ കൂടെ നിന്നു. കോഴിക്കോട്ടെ കോമൺവെൽത്ത് കമ്പനിയിലെ 350 തൊഴിലാളികളിൽ 99 ശതമാനവും എകെജിയുടെ പിന്നിലായിരുന്നു.

പിന്നീട് 67ൽ പാർട്ടി അധികാരത്തിൽ വന്നതോടെ ജില്ലാ കമ്മിറ്റി ഓഫീസിലേക്ക് മുതലാളിമാരുടെയൊക്കെ കാറുകൾ കയറിവരാൻ തുടങ്ങി. അതോടെ തങ്ങളുടെയൊക്കെ സ്ഥാനം പാർട്ടി ഓഫീസിനും പാർട്ടിക്കും പുറത്താണെന്ന കാര്യത്തിൽ തീരുമാനമായി. നേതൃത്വത്തോട് അകന്നുനിൽക്കുന്ന സമയത്താണ് കുന്നിക്കൽ നാരായണൻ മാവോ സാഹിത്യം പ്രസിദ്ധീകരിക്കാൻ തുടങ്ങിയത്. മാവോ സാഹിത്യം വായിക്കാൻ തുടങ്ങിയതോടെ ജീവിതമാകെ മാറിമറിഞ്ഞെന്നാണ് എ.വാസു പറഞ്ഞത്. അതോടെ പാർട്ടിയിൽ നിന്നു രാജിവച്ചു. സിപിഎം നേതൃത്വം തൊഴിലാളികളുടെ അവകാശങ്ങൾ മറക്കുന്നുവെന്നു തന്നെയായിരുന്നു അക്കാലത്തെ പ്രധാന തൊഴിലാളി നേതാക്കളെല്ലാം പറഞ്ഞിരുന്നത്. അണികൾക്കിടയിൽ മാവോയുടെ ആശയങ്ങൾക്കു പെട്ടെന്നു വേരോട്ടം ലഭിച്ചു.

നാല്

തലശ്ശേരി-പുൽപ്പള്ളി ആക്ഷനുകൾ

കുന്നിക്കലിന്റെ വീട്ടിൽ വിളിച്ചു ചേർത്ത യോഗത്തിൽ കണ്ണൂരിൽനിന്ന് കാന്തലോട്ട് കരുണൻ, കെ.പി. നാരായണൻ, പുന്നോൽ ബാലകൃഷ്ണൻ, കോഴിക്കോട്ടുള്ള എ. വാസു, ടി.വി.അപ്പു, എ. അച്യുതൻ, അജിത, മന്ദാകിനി എന്നിവരെല്ലാം പങ്കെടുത്തു. കോഴിക്കോട്-കണ്ണൂർ- വയനാട് നേതാക്കളുടെ ആ യോഗത്തിൽ വച്ചാണ് ഭാവി പരിപാടികൾ ആസൂത്രണം ചെയ്തത്. കണ്ണൂരിലെ ബീഡിത്തൊഴിലാളികളുടെയും വയനാട്ടിലെ കർഷകത്തൊഴിലാളികളുടെയും പ്രശ്നങ്ങൾ ഏറ്റെടുക്കുക. സമാധാനപരമായ മാർഗത്തിലൂടെ പ്രശ്നങ്ങൾക്കു പരിഹാരം കാണാൻ സാധ്യമല്ല എന്നുറപ്പായിരുന്നു. കാരണം സാധാരണക്കാരുടെ പ്രശ്നങ്ങൾ പറഞ്ഞുകൊണ്ട് അധികാരത്തിൽ വന്ന കമ്യൂണിസ്റ്റ് സർക്കാർ ഇപ്പോൾ പ്രവർത്തിക്കുന്നത് ജന്മിമാർക്കും മുതലാളിമാർക്കും വേണ്ടിയാണെന്ന് യോഗത്തിൽ പങ്കെടുത്തവരെല്ലാം ഒരേസ്വരത്തിൽ പറഞ്ഞു. സായുധകലാപത്തിലൂടെ മാത്രമേ കണ്ണൂരിലെയും വയനാട്ടിലെയും പ്രശ്നങ്ങൾക്കു പരിഹാരം കാണാൻ സാധ്യമാകൂ.

രണ്ടുതരം പ്രവർത്തനരീതിയാണ് ആ യോഗത്തിലെ ചർച്ചയിൽ വന്നത്. ഭരണകൂടത്തെ കടന്നാക്രമിക്കുക എന്നതായിരുന്നു കുന്നിക്കലിന്റെ ലൈൻ. അതുപോരാ, ചാരുമജുംദാറുടെ ശൈലിയിൽ ഉന്മൂലനം തന്നെ നടപ്പാക്കണമെന്നായിരുന്നു ചിലർ വാദിച്ചത്. വയനാട്ടിൽ കർഷകരെ ദ്രോഹിക്കുന്നത് ജന്മിമാരും പുത്തൻ മുതലാളിമാരുമാണ്. അവരെ നിലയ്ക്കു നിർത്താൻ ഉന്മൂലനം തന്നെ വേണം. എങ്കിലേ കുടിയേറിയെത്തിയവർക്കു വരുംനാളിൽ സമാധാനത്തോടെ ജീവിക്കാൻ പറ്റൂ.

ജന്മിമാരെക്കാൾ കൂടുതൽ സർക്കാർ ജീവനക്കാരാണ് അവിടത്തുകാരെ ദ്രോഹിക്കുന്നതെന്ന് കുന്നിക്കൽ വാദിച്ചു. അപ്പോൾ സർക്കാർ സംവിധാനങ്ങളെ, പ്രത്യേകിച്ച് പൊലീസിനെ ആക്രമിച്ചാൽ അത് സർക്കാറിനും ജനങ്ങളെ ദ്രോഹിക്കുന്നവർക്കും മുന്നറിയിപ്പാകുമെന്നും അദ്ദേഹം പറഞ്ഞു. ഏതുലൈൻ നടപ്പാക്കണമെന്ന ആശയത്തിൽ ചർച്ച നീണ്ടപ്പോൾ ഒരു ഒത്തുതീർപ്പെന്ന നിലയിൽ കാര്യങ്ങൾ അംഗീകരിച്ചത് ഇപ്രകാരമായിരുന്നു. കണ്ണൂർ, തലശേരി ഭാഗങ്ങളിൽ ജോലി നഷ്ടപ്പെട്ട

ബീഡി, നെയ്ത്തുതൊഴിലാളികളെ സമരത്തിലേക്ക് കൂടുതൽ ആകൃഷ്ട രാക്കാൻ തലശേരി പൊലീസ് സ്റ്റേഷൻ ആക്രമിക്കുക. അവിടെ നിന്ന് ആയുധങ്ങൾ ശേഖരിച്ച്, തലശേരിയിലെ ഗോഡൗണുകൾ കൊള്ളയടിച്ച് ധാന്യങ്ങൾ ശേഖരിച്ച് ഒരു സംഘം വയനാട്ടിലെ തിരുനെല്ലിയിലെത്തുക. വയനാട്ടിലുള്ള മറ്റൊരു സംഘം പുൽപ്പള്ളിയിലെ വയർലെസ് സ്റ്റേഷൻ ആക്രമിച്ച് അവിടെനിന്നും ആയുധങ്ങൾ ശേഖരിച്ച് തിരുനെല്ലിയിലെത്തുക. അവിടെ സമാന്തരഭണകൂടമെന്ന നിലയിൽ പ്രവർത്തിക്കുക എന്നിങ്ങനെയായിരുന്നു തീരുമാനം.

കലാപത്തിനു നേതൃത്വം നൽകേണ്ടത് അതതു സ്ഥലങ്ങളിലുള്ളവരായിരിക്കണം. കലാപത്തിനു തുടക്കം തലശേരിയിൽ നിന്നായിരിക്കണം. അവിടെ നിന്നു മടങ്ങുന്ന വഴിക്ക് പേരാവൂർ പൊലീസ് സ്റ്റേഷൻ ആക്രമിച്ച് കൂടുതൽ ആയുധങ്ങൾ എടുത്ത് വേണം വയനാട്ടിലേക്കു കടക്കാൻ. മാവോ പറഞ്ഞതുപോലെ ഗ്രാമങ്ങളെ കീഴടക്കിയ ശേഷം നഗരത്തെ വളയുക. വയനാട്ടിൽ ആദ്യത്തെ ഭരണം സ്ഥാപിച്ച ശേഷം മറ്റിടങ്ങളിലേക്കു കലാപം വ്യാപിപ്പിക്കുക എന്നതായിരുന്നു യോഗത്തിലെ തീരുമാനം. കണ്ണൂരിൽ കെ.പി. നാരായണനും കാന്തലോട്ടും വയനാട്ടിൽ വർഗീസും കലാപത്തിനുള്ള ഒരുക്കത്തിന്റെ ചുമതലയേറ്റു.

മാവോ സെ തുങ്ങ് പഠനഗ്രൂപ്പ് രൂപീകരിച്ചുകൊണ്ട് ഓരോ പ്രദേശത്തും ചെറിയ ചെറിയ ഗറില്ലാ ഗ്രൂപ്പുകളെ വളർത്തിക്കൊണ്ടുവരാനായിരുന്നു കുന്നിക്കൽ പ്രവർത്തന ശൈലിയായി പറഞ്ഞത്. പ്രത്യക്ഷത്തിൽ പഠനഗ്രൂപ്പ് ആയി പ്രവർത്തിക്കുക. ഇതോടൊപ്പം ഗ്രൂപ്പിലുള്ളവർക്ക് സായുധ പരിശീലനവും നൽകണം. കണ്ണൂർ, തലശേരി ഭാഗങ്ങളിലെ ബീഡി, നെയ്ത്തു തൊഴിലാളികൾക്കിടയിൽ മാവോ പഠന ഗ്രൂപ്പിനു പെട്ടെന്നു വളർച്ചയുണ്ടായി. സിപിഎമ്മിനെ പോലും അമ്പരിപ്പിക്കുന്ന വിധമായിരുന്നു ഗ്രൂപ്പുകൾ വളർന്നുകൊണ്ടിരുന്നത്. ഓരോ ദിവസും ഓരോയിടത്തുനിന്നും ഒരുസംഘമാളുകൾ കലാപം ചെയ്ത് പാർട്ടിയിൽ നിന്നു പുറത്തുപോന്നു. അക്കൂട്ടത്തിൽ നേതാക്കൾവരെയുണ്ടായിരുന്നു.

സിപിഎം ജില്ലാ സെക്രട്ടറിയായിരുന്ന എം.വി.രാഘവൻ ശരിക്കും വെല്ലുവിളി നേരിട്ട നാളുകളായിരുന്നു അത്. എ.കെ.ജി, ഇ.എം.എസ്, അഴീക്കോടൻ രാഘവൻ, പി.വി. കുഞ്ഞിക്കണ്ണൻ എന്നിവർ ജില്ലയിൽ മുക്കുകൾ തോറും കടന്നു പൊതുയോഗത്തിൽ പ്രസംഗിച്ചു. എങ്കിലും കലാപം ചെയ്തു പോയവരെയൊന്നും തിരികെ കൊണ്ടുവരാൻ സാധിച്ചിരുന്നില്ല.

എം.വി.രാഘവനും വർഗീസും ഉറ്റസുഹൃത്തുക്കളായിരുന്നല്ലോ. വർഗീസിനെ വയനാട്ടിൽ ചെന്ന് എം.വി.രാഘവൻ കണ്ടു സംസാരിച്ചിരുന്നു. പാർട്ടിയിലേക്കു തിരികെകൊണ്ടുവരാൻ ഊർജിത ശ്രമം നടത്തിയെങ്കിലും അതു ഫലിച്ചില്ല. വർഗീസ് എം.വി. രാഘവനെ കാണാൻ കണ്ണൂരിലെത്തിയപ്പോൾ ആദ്യം കണ്ടത് കാന്തലോട്ട് കരുണനെയായിരുന്നു.

നീ റിവിഷനിസ്റ്റ് ആകുകയാണോ? വിപ്ലവം നടപ്പാക്കേണ്ടേ? എന്നാണ് കരുണൻ വർഗീസിനോടു ചോദിച്ചതെന്നും അതോടെ വർഗീസ് മടങ്ങിപ്പോയെന്നുമാണ് എം.വി. രാഘവൻ ആത്മകഥയിൽ എഴുതിയിരിക്കുന്നത്.

വയനാട്ടിൽ സിപിഎമ്മിന്റെ പ്രവർത്തനം നിലച്ചുപോയ നിലയിലായിരുന്നു. ചെല്ലുന്നിടത്തെല്ലാം ആളുകൾ വർഗീസിനൊപ്പം പോയി. നേതൃനിരയിൽ തന്നെ കുറച്ചുപേർ മാത്രമേ പാർട്ടിയിൽ ഉണ്ടായിരുന്നുള്ളൂ. വർഗീസ് പറയുന്ന എന്തിനും അവർ തയ്യാറായിരുന്നു. അടിയോരുടെ പെരുമൻ എന്ന വർഗീസിന്റെ വിശേഷണം ശരിക്കും അർഥവത്തായിത്തീരുകയായിരുന്നു. കർഷകത്തൊഴിലാളികൾക്കും ആദിവാസികൾക്കുമെല്ലാം ഒരേപോലെ സ്വീകാര്യനായിരുന്നു വർഗീസ്.

കണ്ണൂരിൽ കാന്തലോട്ട്, കെ.പി. നാരായണൻ, അരയാക്കണ്ടി, കെ.സി. നന്ദനൻ എന്നിവരുടെ നേതൃത്വത്തിലായിരുന്നു പ്രവർത്തനം നടന്നിരുന്നത്. സായുധവിപ്ലവം എന്ന ആശയത്തിൽ ആകൃഷ്ടരായാണ് മിക്ക യുവാക്കളും അവർക്കൊപ്പം ചേർന്നത്. അതും എത്രയും വേഗം ചെയ്യണമെന്നായിരുന്നു അവരുടെ നിലപാട്. അങ്ങനെ കൂടെയുള്ളവരുടെ ആവേശം കണ്ടതോടെ ഇനിയും ആക്ഷൻ നീട്ടിക്കൊണ്ടുപോകാൻ പറ്റില്ലെന്ന സ്ഥിതിയിലായി കണ്ണൂരും വയനാടും. ഇക്കാര്യം കുന്നിക്കലുമായി ചർച്ച ചെയ്തു. സംസ്ഥാനത്തെ മറ്റുജില്ലകളിൽ പ്രവർത്തനം സജീവമാക്കാനുള്ള ശ്രമം നടത്തിക്കൊണ്ടിരിക്കുകയായിരുന്നു കുന്നിക്കൽ. കോഴിക്കോട്ടെ പ്രവർത്തനങ്ങൾ അജിത, അച്യുതൻ എന്നിവരൊക്കെ ചേർന്നായിരുന്നു നടത്തിയിരുന്നത്. വെള്ളത്തൂവൽ സ്റ്റീഫൻ, ഫിലിപ് എം.പ്രസാദ് എന്നിവരും സമയമാകുമ്പോഴേക്കും കുന്നിക്കൽ സംഘത്തോടൊപ്പം ചേർന്നിരുന്നു.

നവംബർ 16നും 20നും (1968) ഇടയിൽ ആക്ഷൻ നടത്താമെന്നായിരുന്നു കുന്നിക്കൽ പറഞ്ഞത്. അടുത്തൊരു യോഗം കണ്ണൂരിൽ കെ.പി. നാരായണന്റെ കെപീസ് ട്യൂട്ടോറിയലിൽ ചേരാൻ തീരുമാനിച്ചു. അതതു സ്ഥലത്തെ ആക്ഷനുകൾക്ക് അവിടത്തെ ഗ്രൂപ്പ് നേതൃത്വം നൽകണമായിരുന്നു. അങ്ങനെയാണ് തലശേരിയിൽ ചേർന്ന യോഗത്തിൽ കാന്തലോട്ട്, കെ.പി. നാരായണൻ എന്നിവരെ ആക്ഷന് ചുമതലപ്പെടുത്തുന്നത്. കൂടുതൽ ആളുകളെ ആക്ഷനിൽ പങ്കെടുപ്പിക്കാനും തീരുമാനിച്ചു. എന്നാൽ തലശേരി പൊലീസ് സ്റ്റേഷൻ ആക്രമിക്കുകയാണ് ആക്ഷനെന്ന് ഇവരെ അറിയിക്കാനും പാടില്ലായിരുന്നു. ഇതുപ്രകാരം കണ്ണൂർ ജില്ലയിലെ ഗ്രൂപ്പുകൾക്കെല്ലാം ആക്ഷനെക്കുറിച്ചു വിവരം നൽകി. പാപ്പിനിശേരിയിലും തളിപ്പറമ്പിലുമൊക്കെ കുന്നിക്കൽ, കെ.പി. നാരായണൻ, കാന്തലോട്ട് എന്നിവരാണ് യോഗത്തിൽ പങ്കെടുക്കാൻ എത്തിയിരുന്നത്. ആരെയും പ്രലോഭിപ്പിച്ച് കൊണ്ടുവരരുതെന്നായിരുന്നു നേതാക്കൾ നൽകിയ വിശദീകരണം. കാരണം ആക്ഷനെന്നാൽ അടി, ഇടി, വെടി എന്നിവയെല്ലാമുണ്ടാകും. അപ്പോൾ എല്ലാം ത്യജിക്കാൻ സന്നദ്ധരായവരെ

മാത്രമേ ആക്ഷനിൽ പങ്കെടുപ്പിക്കേണ്ടതുള്ളൂവെന്ന് കാന്തലോട്ട് വിശദീകരിച്ചതായി ആക്ഷനിൽ പങ്കെടുക്കാൻ പോയ കരിങ്കൽക്കുഴി കൃഷ്ണൻ ഓർക്കുന്നു.

"ആക്ഷനിൽ പങ്കെടുക്കാൻ ആവേശം കൊണ്ടിരിക്കുകയായിരുന്നവർക്കു നേതാക്കളുടെ വാക്കുകൾ വലിയ ഊർജമാണു നൽകിയത്. അതോടെ യോഗത്തിൽ പങ്കെടുക്കാനെത്തിയവരൊക്കെ ആക്ഷനിൽ പങ്കെടുക്കാമെന്നു പറഞ്ഞു. കൊളച്ചേരി ഭാഗത്തുള്ള ഞങ്ങളുടെ ഗ്രൂപ്പിൽ നിന്ന് 12 പേർ പങ്കെടുക്കാൻ തീരുമാനിച്ചു. ബാക്കിയുള്ളവർ നാട്ടിൽ പോസ്റ്റർ ഒട്ടിക്കുക. നാട്ടിൽ കിട്ടുന്ന ആയുധങ്ങളുമായി തലശേരിയിലെ കെപീസ് ട്യൂട്ടോറിയലിൽ എത്താനാണു പറഞ്ഞിരുന്നത്. ഇനി ചിലപ്പോൾ മാത്രമേ തിരിച്ചുവരാൻ സാധ്യതയുള്ളൂ എന്നു പറഞ്ഞുകൊണ്ടാണ് വീട്ടിൽ നിന്നും നാട്ടിൽ നിന്നും യാത്രതിരിച്ചത്. കാരണം നക്സൽബാരിയിലൊക്കെ കലാപം ചെയ്തവരൊക്കെ കൊല്ലപ്പെടുകയോ പൊലീസ് പിടിയിലാകുകയോ ചെയ്തിട്ടുണ്ട്. അതേപോലെ തന്നെയായിരിക്കും തങ്ങളുടെയും ഗതിയെന്നായിരുന്നു എല്ലാവരും കരുതിയിരുന്നത്. പൊലീസ് സംശയിക്കാതിരിക്കാൻ ഞങ്ങൾ ചെറിയ ചെറിയ സംഘമായിട്ടാണു തലശേരിയിലേക്കുള്ള ബസ്സിൽ കയറിയത്. ആരെങ്കിലും ചോദിക്കുകയാണെങ്കിൽ ബീഡിത്തൊഴിലാളി സമരത്തിൽ പങ്കെടുക്കാൻ പോകുകയാണെന്നു പറഞ്ഞാൽ മതിയെന്ന് മറ്റുള്ളവർക്കു നിർദേശം നൽകിയിരുന്നു.

എല്ലാവരുടെ കൈവശമുള്ള സഞ്ചിയിലും ആയുധങ്ങളുണ്ട്. എന്റെ കൈവശം ഇരുമ്പുദണ്ഡായിരുന്നു. വലിയ ആശങ്കയോടെയാണ് തലശേരിയിൽ ബസ്സിറങ്ങിയതെങ്കിലും അവിടെ അത്തരത്തിലുള്ള പ്രശ്നങ്ങളൊന്നും കണ്ടിരുന്നില്ല. തലശേരി പൊലീസ് സ്റ്റേഷനു മുൻവശത്തുകൂടെയാണു ഞങ്ങൾ ട്യൂട്ടോറിയലിലേക്കു ചെന്നത്.

അവിടെ അന്നേരം വലിയൊരു സംഘമുണ്ടായിരുന്നു. കുന്നിക്കൽ, കെ.പി.നാരായണൻ, കാന്തലോട്ട് എന്നിങ്ങനെ ഞങ്ങൾ അറിയുന്നവരും അറിയാത്തവരുമായി ധാരാളംപേർ.

അവിടെയെത്തിയപ്പോഴാണ് തലശേരി പൊലീസ് സ്റ്റേഷനാണ് ആക്രമിക്കാൻ പോകുന്നതെന്ന് അറിയുന്നത്. സ്റ്റേഷൻ ആക്രമിച്ച് ആയുധങ്ങൾ ശേഖരിച്ച്, ഗോഡൗണുകൾ കൊള്ളയടിച്ച് ധാന്യങ്ങൾ ശേഖരിച്ച് വയനാട്ടിലേക്കു പോകുക. ഇതായിരുന്നു ആക്ഷൻ എന്ന് കുന്നിക്കൽ വിശദീകരിച്ചു. എന്നാൽ ആക്ഷൻ എങ്ങനെ എന്നുമാത്രം വിശദീകരിച്ചിരുന്നില്ല. അതേക്കുറിച്ച് കൃത്യമായൊരു പ്ലാൻ തയാറാക്കിയിട്ടുണ്ടായിരുന്നില്ല. വൈകുന്നേരമായതോടെ കൂടുതൽ ആളുകൾ എത്തിച്ചേർന്നു. കൂടുതൽ ആളുകളും കണ്ണൂർ ജില്ലയിൽ നിന്നായിരുന്നു. കുറച്ചാളുകൾ കോഴിക്കോട്ടു നിന്നും. വയനാട്ടിൽ നിന്ന് വർഗീസ് അയച്ച കുറച്ചു പേരും അവിടെയെത്തി. ഞങ്ങൾ പന്ത്രണ്ടുപേരിൽ ഏഴ്, അഞ്ച് എന്നിങ്ങനെ

രണ്ട് ഗ്രൂപ്പായി തിരിഞ്ഞു. രാത്രിയോടെ ആക്ഷനു പോകാൻ എല്ലാവരും തയാറായി നിന്നു. പൊലീസ് സ്റ്റേഷൻ പരിസരം നിരീക്ഷിക്കാനായി രണ്ടുപേരെ കുന്നിക്കൽ അയച്ചു. അവർ വന്നതിനു ശേഷം സ്റ്റേഡിയത്തിലേക്കു പോയി അവിടെ നിന്ന് സ്റ്റേഷനിലേക്കു പോകാമെന്നായിരുന്നു തീരുമാനം.

തലശേരി നഗരത്തിൽ ഇത്രയധികം ആളുകൾ ആയുധങ്ങളുമായി സംഘടിച്ചിട്ടും പൊലീസ് അറിഞ്ഞിരുന്നില്ല എന്നതായിരുന്നു സത്യം. എങ്ങനെയെങ്കിലും വിവരം ചോർന്ന് പൊലീസ് പരിശോധനയ്ക്കു വന്നിരുന്നെങ്കിൽ എന്ന് പിന്നീട് ആലോചിക്കാറുണ്ടായിരുന്നു.

പൊലീസ് സ്റ്റേഷൻ നിരീക്ഷിക്കാൻ പോയവർ തിരിച്ചെത്തി. എല്ലാവരും ആകാംക്ഷയോടെ അവർ പറയുന്നതിനായി കാതോർത്തു. സ്റ്റേഷൻ പരിസരത്ത് കൂടുതൽ പൊലീസുണ്ട്. എന്തോ വിവരം ചോർന്നിട്ടുണ്ട് എന്നായിരുന്നു അവർ പറഞ്ഞത്. അതോടെ പലരും പരിഭ്രാന്തരായി. തത്ക്കാലം സ്റ്റേഷൻ ആക്രമണം അന്നുവേണ്ടെന്ന് കുന്നിക്കൽ പറഞ്ഞു. ആക്ഷൻ മാറ്റിവയ്ക്കാമെന്ന് അദ്ദേഹം പറഞ്ഞതോടെ നേതൃത്വത്തിൽ തന്നെ രണ്ടുചേരി രൂപപ്പെട്ടു. എങ്കിൽ വേറെയേതെങ്കിലും സ്റ്റേഷൻ ആക്രമിക്കാമെന്നായി കാന്തലോട്ട്. കൂത്തുപറമ്പോ, പേരാവൂരോ ആക്രമിച്ച് ആക്ഷൻ നടത്താമെന്ന് അദ്ദേഹം പറഞ്ഞു. എന്നാൽ കുന്നിക്കൽ അതിനെ അംഗീകരിച്ചില്ല. പൊലീസ് അറിഞ്ഞ സ്ഥിതിക്ക് എത്രയും വേഗം എല്ലാവരും പിരിഞ്ഞുപോകണമെന്നും നാളെ രാത്രിയോടെ എല്ലാവരും കെപീസ് ട്യൂട്ടോറിയലിൽ തിരിച്ചെത്തണമെന്നും കുന്നിക്കൽ പറഞ്ഞു.

ആക്ഷൻ നടത്താൻ നേതൃത്വത്തിനുള്ള ആത്മവിശ്വാസമില്ലായ്മയാണ് അന്നുരാത്രി കണ്ടത്. പലരെയും ഇതു നിരാശരാക്കി. ചിലർ അന്നു രാത്രി തന്നെ തിരിച്ചുപോയി.

ഈ സമയമാകുമ്പോഴേക്കും ഞങ്ങളുടെ നാട്ടിലെ സഖാക്കൾ അവിടെയൊക്കെ പോസ്റ്റർ ഒട്ടിച്ചിരുന്നു. ഞങ്ങൾ കലാപം ചെയ്തിരിക്കുന്നു എന്ന പോസ്റ്റർ രാത്രിയിൽ തന്നെ അവർ നാടൊകെ ഒട്ടിച്ച് ആക്ഷനെക്കുറിച്ചുള്ള വിവരത്തിനായി റേഡിയോയിൽ വാർത്ത വരുന്നതും കാതോർത്തിരിക്കുകയായിരുന്നു. എന്നാൽ ആക്ഷനെക്കുറിച്ചുള്ള വാർത്തയൊന്നും വരാതെ അവർ പരിഭ്രാന്തരായി. പൊലീസുകാർ പോസ്റ്റർ കണ്ടാൽ പ്രശ്നമാകും. പക്ഷേ, എന്തോ ആ പോസ്റ്ററിനെക്കുറിച്ച് ആരും പൊലീസിൽ വിവരം നൽകിയിരുന്നില്ല. വിവരമെങ്ങാനും പൊലീസിനു ലഭിച്ചിരുന്നെങ്കിൽ ആക്ഷൻ വിവരം ചോരുമായിരുന്നു.

അടുത്ത ദിവസം ഞങ്ങൾ തലശേരിയിലെ പലയിടത്തായി പതുങ്ങിക്കഴിഞ്ഞു. ഒരാൾപോലും സംശയകരമായ സാഹചര്യത്തിൽ പൊലീസിന്റെയോ നാട്ടുകാരുടെയോ പിടിയിലായിരുന്നില്ല. വൈകുന്നേരത്തോടെ ഞങ്ങളൊക്കെ തിരിച്ചെത്തി. ആത്മവിശ്വാസം നഷ്ടമായ കുറേ

പേരെയാണ് അന്നു ഞങ്ങൾ കണ്ടത്. ആദ്യ ദിവസത്തെ ആവേശമൊന്നും ആർക്കുമുണ്ടായിരുന്നില്ല. രാത്രിയാകുന്നതും കാത്ത് എല്ലാവരും അവിടെയവിടെയായി നിന്നു.

ആക്ഷൻ സംബന്ധിച്ച് വിവരമൊന്നും ചോർന്നിരുന്നതായിരുന്നില്ല. തലേദിവസം രാത്രി പൊലീസ് സ്റ്റേഷൻ നിരീക്ഷിക്കാൻ പോയവർക്കു തെറ്റിയതായിരുന്നു. ചിലപ്പോൾ അവരുടെ ഭയത്തിൽ നിന്നുണ്ടായതായിരിക്കാം അങ്ങനെയൊരു തോന്നൽ.

അന്നുരാത്രി ആക്ഷൻ നടത്തുന്നതിനെക്കുറിച്ച് കുന്നിക്കൽ വിശദീകരിച്ചു. വീണ്ടും തലശേരി സ്റ്റേഷൻ ആക്രമണത്തെ കാന്തലോട്ട് എതിർത്തു. വീണ്ടും ചേരിതിരിഞ്ഞുള്ള ചർച്ച. തലശേരി സ്റ്റേഷൻ ആക്രമണമാണെങ്കിൽ ഞാനില്ലെന്നു പറഞ്ഞ് കാന്തലോട്ട് പിന്തിരിഞ്ഞു. കണ്ണൂരിൽ നിന്നുള്ള ഞങ്ങളോടൊക്കെ ആക്ഷനിൽ പങ്കെടുക്കേണ്ടെന്ന് കാന്തലോട്ട് പറഞ്ഞു. അതോടെ ഞങ്ങളും പിന്തിരിഞ്ഞു. കണ്ണൂരിൽ നിന്നുള്ള താവം ബാലകൃഷ്ണനൊക്കെ ആക്ഷനിൽ പങ്കെടുക്കാൻ തയ്യാറായി നിന്നു. അവർ കാന്തലോട്ടിനെ ഭീരുവെന്നു മുദ്രകുത്തി. അന്നു രാത്രി തന്നെ ഞങ്ങൾ തിരിച്ചുനടന്നു. വലിയൊരു പ്രതീക്ഷയോടെ പോയി, നിരാശരായി നാട്ടിലേക്കു മടങ്ങി".

തലശേരി പൊലീസ് സ്റ്റേഷൻ ആക്രമിക്കപ്പെടുന്നു

"കാന്തലോട്ടിന്റെ നേതൃത്വത്തിൽ ഒരു സംഘം പിൻവാങ്ങിയെങ്കിലും ബാക്കിയുള്ളവർ ആക്ഷനായി ഒരുങ്ങിയിറങ്ങി. രാത്രി മൂന്നു മണിയോടെ ചെറിയ ചെറിയ സംഘങ്ങളായി എല്ലാവരും തലശേരി സ്റ്റേഡിയത്തിലെത്തി. അവിടെ രണ്ടു ചാക്കു നിറയെ ആയുധങ്ങൾ കൊണ്ടിട്ടിരുന്നു. അതിൽ നിന്ന് വേണ്ട ആയുധമെടുക്കാൻ കുന്നിക്കൽ എല്ലാവരോടും ആഹ്വാനം ചെയ്തു. ഞാനും അതിൽ നിന്നൊരു വെട്ടുകത്തിയെടുത്തു-"

ആക്ഷനിൽ കുന്നിക്കലിനൊപ്പം മുൻപന്തിയിലുണ്ടായിരുന്ന എ. വാസു പറഞ്ഞു.

ആക്ഷനിൽ പങ്കെടുക്കുക എന്ന ഉദ്ദേശ്യത്തോടെയല്ല ഞാൻ തലശേരിയിലേക്കു പോയത്. ഞാനും സുഹൃത്തായ സേതുരത്നവും കൂടിയാണു തലശേരിയിലേക്കു പോകുന്നത്. അവിടെ കെപീസ് ട്യൂട്ടോറിയലിൽ എത്തിയപ്പോൾ കുന്നിക്കൽ നാരായണൻ എന്നോട് കൂടെ നിൽക്കാൻ പറഞ്ഞു. സ്റ്റേഡിയത്തിൽ നിന്ന് ആയുധമെടുക്കുമ്പോൾ കുന്നിക്കൽ അടുത്തുവന്ന് മുൻപന്തിയിൽ വേണമെന്നു പറഞ്ഞു. ഏറ്റവും മുന്നിൽ വെള്ളത്തൂവൽ സ്റ്റീഫനായിരുന്നു. അന്ന് ബോംബുണ്ടാക്കാനും പ്രയോഗിക്കാനും അറിയുന്നത് സ്റ്റീഫനായിരുന്നു. സ്റ്റീഫനു പിന്നിൽ കുന്നിക്കൽ, ബാലരാമൻ, ഞാൻ എന്നിങ്ങനെയാണ് സ്റ്റേഷനിലേക്കു മാർച്ച് ചെയ്തത്. ഇരുന്നൂറിലധികം പേർ അവിടെയുണ്ടായിരുന്നു.

നൂറോളം പേർ പന്തംകൊളുത്തി പിന്നാലെ അണിനിരന്നു. ഞങ്ങൾ സ്റ്റേഷന്റെ പിന്നാമ്പുറത്താണ് എത്തിയതെന്നു തോന്നുന്നു. ഗേറ്റ് പൂട്ടിയിട്ടുണ്ട്. സ്റ്റീഫനോട് ഗേറ്റ് പൊളിക്കാൻ കുന്നിക്കൽ ആവശ്യപ്പെട്ടു. സ്റ്റീഫൻ കൈവശമുള്ള വെട്ടുകത്തികൊണ്ട് ഗേറ്റിൽ വെട്ടിയിട്ടും ഇരുമ്പുചങ്ങല മുറിഞ്ഞില്ല. ഉടൻ തന്നെ ബോംബെറിയാൻ പറഞ്ഞു. സ്റ്റീഫൻ ഒരു ബോംബെറിഞ്ഞു. അത് ചെന്നു തട്ടി വീണത് സ്റ്റേഷന്റെ നോട്ടീസ് ബോർഡിലായിരുന്നു. ബോംബ് പൊട്ടിയില്ല. അന്നേരം ബഹളം കേട്ട് തോക്കുമായി ഓടിയെത്തിയ പൊലീസുകാരൻ ഞങ്ങളെ കണ്ടതും വിരണ്ടുപോയി. തോക്ക് ചൂണ്ടി അയാൾ അലറിക്കരഞ്ഞു- 'ഞങ്ങളെ കൊല്ലാൻ വരുന്നേ' എന്നായിരുന്നു അലർച്ച. അന്നേരം സ്റ്റേഷനിൽ നാലഞ്ചു പൊലീസുകാർ മാത്രമേയുള്ളൂ.

സ്റ്റേഷന്റെ മതിലുചാടി അകത്തു കടക്കാൻ നോക്കുകയായിരുന്നു ഞാൻ. അന്നേരമാണു പൊലീസുകാരൻ അലറുന്നത്. അതുകേട്ടതും ഞങ്ങളുടെ സംഘത്തിലെ നടുവിൽ നിന്നു കുറച്ചുപേർ പേടിച്ച് ഓടി. രണ്ടുമിനിറ്റുകൊണ്ട് സ്ഥലം കാലിയായി. ഞങ്ങൾ പത്തു, പന്ത്രണ്ടുപേർ മാത്രം ബാക്കിയായി. എല്ലാവരും കിഴക്കു ഭാഗത്തേക്ക് ഓടി രക്ഷപ്പെട്ടു. അതോടെ ഞങ്ങളും പിന്തിരിഞ്ഞു.

ഇതായിരുന്നു തലശേരി പൊലീസ് സ്റ്റേഷൻ ആക്രമണം. സ്റ്റേഷൻ ആക്രമണം പരാജയപ്പെടാൻ കാരണമായി പലതും പറയുന്നുണ്ട്. അതിലൊന്ന് പശുക്കളുടെ ഓട്ടം കണ്ട് പേടിച്ച് കലാപകാരികൾ രക്ഷപ്പെട്ടെന്നായിരുന്നു. അങ്ങനെയൊരു സംഭവം ഉണ്ടായിട്ടില്ല. ഞങ്ങൾ സ്റ്റേഡിയത്തിൽ നിന്നു സ്റ്റേഷനിലേക്കു വരുമ്പോൾ പന്തവും മുദ്രാവാക്യം വിളിയുമെല്ലാം കേട്ട് കുറേ പശുക്കൾ സ്റ്റേഡിയം പരിസരത്തുനിന്ന് ഓടിരക്ഷപ്പെട്ടിരുന്നു. അല്ലാതെ സ്റ്റേഷൻ ആക്രമിക്കാൻ വന്നവർ പശുക്കളെ കണ്ട് പേടിച്ചല്ല ഓടിയത്, മനുഷ്യന്റെ നിലവിളി കേട്ട് ഓടി രക്ഷപ്പെട്ടതാണ്.

ഞാനും സേതുരത്നവും കൂടി തലശേരി തന്നെയുള്ള മറ്റൊരു സഖാവിന്റെ വീട്ടിലേക്കാണു പോയത്. അയാളുടെ വീടിന്റെ മച്ചിനു മുകളിൽ അടുത്ത ദിവസം വൈകിട്ടുവരെ കഴിച്ചുകൂട്ടി. രാത്രിയായപ്പോൾ അയാൾ റെയിൽവേ സ്റ്റേഷനിലേക്കുള്ള വഴി കാണിച്ചുതന്നു. തലശേരിയിൽ നിന്ന് രാത്രിയുള്ള ട്രെയിനിൽ കയറി കോഴിക്കോട്ടെത്തി.

കൃത്യമായ പ്ലാനിങ്ങ് ഇല്ലാതെപോയതാണ് സ്റ്റേഷൻ ആക്രമണം പരാജയപ്പെടാൻ കാരണം. അന്നു കൂടിയിരുന്ന ആളുകളിൽ പത്തുപേരെ മാത്രം തിരഞ്ഞെടുത്തിരുന്നെങ്കിൽ സ്റ്റേഷൻ ആക്രമണം ഭംഗിയായി നടന്നേനെ. പക്ഷേ, അതുണ്ടായില്ല. ആദ്യദിവസത്തെ ആക്ഷൻ മാറ്റിവച്ചത് വന്നവരുടെ വിപ്ലവവീര്യം കെടുത്താനേ സഹായിച്ചുള്ളൂ. പിന്നെ നേതൃത്വത്തിലുണ്ടായ ആശയക്കുഴപ്പവും അഭിപ്രായ ഭിന്നതയും. കേരളത്തിൽ നക്സലൈറ്റ് ഗ്രൂപ്പിന്റെ നേതൃത്വത്തിൽ ആദ്യമായി നടന്ന ആക്ഷൻ തന്നെ പരാജയപ്പെട്ടത് പിന്നീടുള്ള പ്രസ്ഥാനത്തിന്റെ വളർച്ചയെ തന്നെ

ബാധിച്ചു. വലിയൊരു ശക്തിയാകേണ്ടിയിരുന്ന പ്രസ്ഥാനം കൂടുതൽ കൂടുതൽ അബദ്ധത്തിലേക്കാണു പിന്നീടു ചെന്നുചാടിയത്. അതിലൊന്നായിരുന്നു കുന്നിക്കലിന്റെ കീഴടങ്ങലും.”

പുൽപ്പള്ളി ആക്രമണം

ആക്ഷനു ശേഷം വയനാട്ടിൽ സമാന്തര ഭരണകൂടം സ്ഥാപിക്കാനായിരുന്നല്ലോ കുന്നിക്കലിന്റെ പദ്ധതി. അതുപ്രകാരം ആക്ഷനു സമയം തീരുമാനിച്ചതോടെ കോഴിക്കോട്ടു നിന്ന് വയനാട്ടിലേക്കു താമസം മാറാൻ കുന്നിക്കൽ തീരുമാനിച്ചു. കോഴിക്കോട് വിട്ട് വയനാട്ടിലേക്കു ചെല്ലാൻ കുന്നിക്കൽ ഭാര്യ മന്ദാകിനിയോടും അജിതയോടും ആവശ്യപ്പെട്ടു. ആക്ഷനു ശേഷം കോഴിക്കോട്ടുനിന്ന് വയനാട്ടിലേക്കു ചെല്ലാൻ പ്രയാസമായിരിക്കും. വയനാട്ടിലെത്തിയാൽ പൊലീസിനു പിടികൂടാനും സാധിക്കില്ല എന്നതായിരുന്നു അദ്ദേഹത്തിന്റെ കണക്കുകൂട്ടൽ.

1968 ആഗസ്റ്റ് 31ന് മന്ദാകിനി ജോലി രാജിവച്ചിരുന്നു. അതുകൊണ്ടു തന്നെ വയനാട്ടിലേക്കു പോകാൻ പ്രയാസമൊന്നുമുണ്ടായിരുന്നില്ല. ബോംബെയിലെ വീട്ടിലേക്കു ദീപാവലി ആഘോഷത്തിൽ പങ്കെടുക്കാൻ പോകുകയാണെന്നു മറ്റുള്ളവരെ പറഞ്ഞു ബോധ്യപ്പെടുത്തിയാണ് മന്ദാകിനിയും അജിതയും കോഴിക്കോട് വിടുന്നത്. കോഴിക്കോട്ടു നിന്നു മാനന്തവാടിയിലെത്തി, അവിടെയുള്ള പ്രവർത്തകരുടെ വീടുകളിൽ മാറി മാറി താമസിച്ചു. മാനന്തവാടിയിലെ താമസം മന്ദാകിനിക്കും അജിതയ്ക്കും പ്രയാസമാകുമെന്നു കരുതി കുന്നിക്കൽ അവരോടു ബോംബെയിലേക്കു പോകാൻ ആവശ്യപ്പെട്ടിരുന്നു. എന്നാൽ വിപ്ലവപാതയിൽ നിന്നു പിന്തിരിയാൻ രണ്ടുപേരും കൂട്ടാക്കിയില്ല. ബോംബെയിലും കോഴിക്കോട് നഗരത്തിലും ജീവിച്ച മന്ദാകിനിയെ സംബന്ധിച്ചിടത്തോളം കാട്ടിലെ താമസം പ്രയാസമായിരുന്നു. എന്നാൽ എല്ലാം സഹിക്കാൻ അവർ തയ്യാറായി. അജിതയാണെങ്കിൽ ആക്ഷനിൽ പങ്കെടുക്കാനുള്ള ആവേശത്തിൽ എല്ലാം മറന്നു കഴിയുകയായിരുന്നു. മന്ദാകിനിയെ ഒരു കർഷക കുടുംബത്തിൽ സുരക്ഷിതമായി പാർപ്പിച്ച ശേഷം അജിതയും ബാക്കിയുള്ളവരും ആക്ഷനിൽ പങ്കെടുക്കാൻ പുറപ്പെട്ടു.

തലശേരിയിലായിരുന്നു പ്രധാന ആക്ഷൻ തീരുമാനിച്ചിരുന്നതെങ്കിലും അതോടൊപ്പം പുൽപ്പള്ളി വയർലസ് സ്റ്റേഷൻ ആക്രമിക്കാനും പദ്ധതിയിട്ടു. തലശേരി ആക്രമണം കഴിഞ്ഞ ഉടൻ പുൽപ്പള്ളി. കണ്ണൂരിലേതു പോലെ വയനാട്ടിലും വൻതോതിൽ റിക്രൂട്ടിങ് നടന്നു. കണ്ണൂരിനേക്കാൾ ആളുകൾ കൂടുതൽ ഉണ്ടായിരുന്നത് വയനാട്ടിലായിരുന്നു. കാരണം വർഗീസിനു പിന്നാലെ വയനാട്ടിലെ മിക്ക പാർട്ടി പ്രവർത്തകരും സിപിഎം വിട്ടിരുന്നു. വർഗീസ് എന്തു പറയുന്നു, അതനുസരിക്കാൻ തയ്യാറായി നിൽക്കുകയായിരുന്നു അവർ.

ആക്ഷനിൽ പങ്കെടുക്കാൻ അഞ്ഞൂറിലേറെ പേർ തയ്യാറായെങ്കിലും അൻപതു പേർ മതിയെന്നായിരുന്നു വർഗീസും തേറ്റമല കൃഷ്ണൻ

കുട്ടിയും തീരുമാനിച്ചിരുന്നത്. നവംബർ രണ്ടാംവാരത്തിൽ മാനന്തവാടിയിലെ ഗോപാലൻ വൈദ്യരുടെ വീട്ടിൽ ചേർന്ന അവസാനവട്ട യോഗത്തിൽ വയനാട്ടിലെ സംഘത്തെ മൂന്നായി തിരിച്ചു. തേറ്റമല അയമുട്ടിയുടെ നേതൃത്വത്തിൽ ഒരുസംഘത്തെ തലശേരി ആക്ഷനിൽ പങ്കെടുക്കാൻ അയയ്ക്കുക. വർഗീസ്, തേറ്റമല കൃഷ്ണൻകുട്ടി, ശങ്കരൻമാസ്റ്റർ, കുഞ്ഞിരാമൻ മാസ്റ്റർ എന്നിങ്ങനെയുള്ള 12 പേർ പുൽപ്പള്ളി ആക്ഷനിൽ പങ്കെടുക്കാൻ പോകുക. ഈ സംഘങ്ങൾക്കു വേണ്ട വിവരം നൽകാനുള്ള ലിങ്ക് ടീം ആയിരുന്നു മൂന്നാമത്തേത്. ഗോപാലൻ വൈദ്യർ, പി.എസ്. ഗോവിന്ദൻ, വേലപ്പൻ മാസ്റ്റർ എന്നിവരുടെ നേതൃത്വത്തിലായിരുന്നു അത്. തലശേരിയിൽ ആക്ഷൻ നടന്നതായി വിവരം കിട്ടിയാൽ വർഗീസിന്റെ നേതൃത്വത്തിൽ പുൽപ്പള്ളി വയർലെസ് സ്റ്റേഷൻ ആക്രമിക്കും. എന്നിട്ട് തിരുനെല്ലിയിലേക്കു പോകും. തലശേരി ആക്ഷൻ കഴിഞ്ഞുവരുന്നവരെ പൊലീസ് പിടികൂടാതെ പുൽപ്പള്ളി ഗ്രൂപ്പുമായി ബന്ധപ്പെടുത്തി തിരുനെല്ലിയിൽ എത്തുക. ഇതായിരുന്നു ലിങ്ക് ടീമിനു നൽകിയ നിർദേശം. 1968 നവംബർ 19നു രാത്രി വർഗീസിന്റെ നേതൃത്വത്തിൽ പതിനാറംഗ സംഘം പുൽപ്പള്ളി ആക്ഷനായി പുറപ്പെട്ടു. തോണിച്ചാലിലുള്ള കൃഷ്ണൻ എന്ന കിട്ടന്റെ ചായക്കടയിൽ വച്ചായിരുന്നു എല്ലാവരും ഒത്തുചേർന്നത്. പി.പി. രാമൻ, പി.പി. നാരായണൻ എന്നിവരുടെ വീട്ടിലായിരുന്നു അജിത കഴിഞ്ഞിരുന്നത്. ചൊറിയൻ, വെള്ളി, കുറുമൻ, കൂട്ടക്കൻ, കാവലൻ എന്നീ ആദിവാസികളും സംഘത്തിലുണ്ടായിരുന്നു. മുഹമ്മദ്, തേറ്റമല ഗോപി എന്നീ കൗമാരക്കാരും സംഘത്തിൽ ആവേശംപൂണ്ട് അണിചേർന്നു. ഫിലിപ് എം. പ്രസാദിനെ ദിവസങ്ങൾക്കു മുൻപു തന്നെ കുന്നിക്കൽ വയനാട്ടിലേക്കു പറഞ്ഞയച്ചിരുന്നു. കെ.എസ്.എഫിന്റെ സംസ്ഥാന സെക്രട്ടറിയായിരുന്ന ഫിലിപ്പ് പാർട്ടിയുമായി കലഹിച്ചാണ് കുന്നിക്കൽ ഗ്രൂപ്പിൽ എത്തിച്ചേർന്നത്. തിരുവനന്തപുരത്ത് പലതരം അട്ടിമറി പ്രവർത്തനങ്ങൾക്കു നേതൃത്വം നൽകിയ അദ്ദേഹം പല കേസുകളിലും പ്രതിയായപ്പോൾ കോഴിക്കോട്ടേക്ക് മുങ്ങുകയായിരുന്നു. അങ്ങനെയാണ് കുന്നിക്കലുമായി അടുക്കുന്നത്.

പുൽപ്പള്ളിയിൽ നാല് ആക്ഷനുകളാണു പദ്ധതിയിട്ടിരുന്നത്. പുൽപ്പള്ളി വയർലെസ് സ്റ്റേഷനും എംഎസ്പി ക്യാംമ്പും ആക്രമിക്കുക, ഓഫീസും റെക്കോർഡുകളും കത്തിക്കുക, അവിടെ നിന്ന് ആയുധങ്ങൾ ശേഖരിച്ച് റജിസ്ട്രാർ ഓഫീസ് ആക്രമിച്ച് രേഖകളെല്ലാം കത്തിക്കുക.

വയർലെസ് സ്റ്റേഷൻ, എംഎസ്പി ക്യാംമ്പ്, പൊലീസ് സ്റ്റേഷൻ, റജിസ്ട്രാർ ഓഫീസ് എന്നിവ അടുത്തടുത്തായിട്ടാണു പ്രവർത്തിക്കുന്നത്. പുൽപ്പള്ളി സീതാദേവി ക്ഷേത്രത്തിന്റെ താഴെ വടക്കുഭാഗത്തുള്ള ദേവസ്വം കെട്ടിടത്തിലായിരുന്നു പൊലീസ് സ്റ്റേഷൻ. ക്ഷേത്രത്തിന്റെ ഊട്ടുപുരയിലായിരുന്നു വയർലെസ് സ്റ്റേഷനും എംഎസ്പി ക്യാംമ്പും. പൊലീസ് സ്റ്റേഷനു തൊട്ടടുത്താണ് റജിസ്ട്രാർ ഓഫിസ്. വയർലെസ് സ്റ്റേഷൻ ആദ്യം ആക്രമിക്കാൻ തീരുമാനിക്കാൻ കാരണം അവിടെ

ആക്രമിച്ചു കഴിഞ്ഞാൽ പിന്നീട് പുറംലോകവുമായി ബന്ധപ്പെടാൻ പൊലീസുകാർക്കു കഴിയില്ല എന്നതായിരുന്നു.

രാത്രി തന്നെ സംഘം യാത്ര പുറപ്പെട്ടു. കാട്ടിലൂടെയുള്ള യാത്രയിൽ പുലർച്ചെയാകുമ്പോഴേക്കും പലരും ക്ഷീണിച്ചിരുന്നു. അന്നു പകൽ അജിതയെ തേറ്റമല കൃഷ്ണൻകുട്ടിയുടെ സുഹൃത്തിന്റെ വീട്ടിൽ താമസിപ്പിച്ചു. പിന്നീട് വൈകീട്ടാണു സംഘം യാത്ര പുറപ്പെട്ടത്. ദേവർഗദ്ദയിൽ എത്തിയപ്പോൾ അവിടെയുള്ളവരും സംഘത്തിൽ ചേർന്നു. കിസാൻ തൊമ്മൻ, എടൂർ ജോസഫ്, ഡ്രൈവർ ജോർജ് എന്നിവരായിരുന്നു അവിടെയുണ്ടായിരുന്ന സംഘത്തിലെ പ്രധാനികൾ. സ്ഫോടക വസ്തുക്കളെല്ലാം കൈവശം വച്ചിരുന്നത് കിസാൻ തൊമ്മനായിരുന്നു. ഡ്രൈവർ ജോർജ് ആയിരുന്നു അതെല്ലാം സംഘടിപ്പിച്ചത്. മൈസൂർ കാട്ടിലെത്തിയതോടെ സംഘം അവിടെ തമ്പടിച്ചു. ഇനി തലശേരിയിൽ നിന്നുള്ള വിവരം കിട്ടിയ ശേഷം ആക്ഷൻ തുടങ്ങാമെന്നായിരുന്നു ധാരണ. 20ന് എല്ലാവരും പൂർണ വിശ്രമത്തിലായിരുന്നു. 21, 22 തീയതികളിൽ പകൽ ആയുധ പരിശീലനമായിരുന്നു. പകൽ രണ്ടുപേർ പുൽപ്പള്ളി ടൗണിലെത്തി വിവരങ്ങൾ അറിയാൻ ശ്രമിക്കും. പൊലീസിനു വിവരം കിട്ടിയിട്ടുണ്ടോ എന്നായിരുന്നു പ്രധാന അന്വേഷണം.

22ന് പകൽ ചേർന്ന യോഗത്തിൽ സുപ്രീം കൗൺസിലിനു രൂപം നൽകി. വർഗീസ്, തേറ്റമല, അജിത, കുറിച്യൻ കുഞ്ഞാമൻ, കിസാൻ തൊമ്മൻ, ഫിലിപ്പ് എം പ്രസാദ് എന്നിവരായിരുന്നു കൗൺസിലിലുണ്ടായിരുന്നത്. തുടർന്ന് വർഗീസ് ആക്ഷനെക്കുറിച്ചു വിശദീകരിച്ചു. വയർലെസ് സ്റ്റേഷൻ, പൊലീസ് സ്റ്റേഷൻ, എംഎസ്പി ക്യാംമ്പ്, റജിസ്ട്രാർ ഓഫിസ് എന്നിവയാണ് ആക്രമിക്കാൻ പോകുന്നതെന്നും ഇതിനെല്ലാം പുറമെ ചേകാടിയിലെ രണ്ട് ജന്മിമാരുടെ സ്വത്തുക്കൾ കൊള്ളയടിക്കണമെന്നും വർഗീസ് പറഞ്ഞു. വർഗീസ് വളരെ ആവേശത്തോടെ ഇക്കാര്യമെല്ലാം വിശദീകരിച്ചതോടെ എല്ലാവരും മാനസികമായി തയ്യാറാകുകയായിരുന്നു. സായുധ കലാപത്തിനു തയറാണെന്ന് ഓരോരുത്തരും വിളിച്ചു പറഞ്ഞു. തലശേരി സംഘത്തിലുണ്ടായിരുന്നതുപോലെ ആശയക്കുഴപ്പമോ ആത്മവിശ്വാസമില്ലായ്മയോ ഇവിടെയുണ്ടായിരുന്നില്ല. വയനാട്ടിൽ സാധാരണ കർഷകർ അനുഭവിക്കുന്ന പ്രശ്നങ്ങൾക്കു പരിഹാരം കാണുക, അതിനു ഭരണകൂടത്തിനെതിരെ കലാപം ചെയ്യുക എന്നതായിരുന്നു എല്ലാവരുടെയും ലക്ഷ്യം.

23ന് ഉച്ചയ്ക്കുള്ള റേഡിയോ വാർത്തയിൽ അവർ കാത്തിരുന്നതു വന്നു. സായുധസംഘം തലശേരി പൊലീസ് സ്റ്റേഷനിലേക്കു കടന്നു കയറാൻ നോക്കി. സെൻട്രി ഒച്ചയുണ്ടാക്കിയപ്പോൾ അവർ ആയുധങ്ങൾ വഴിയിലിട്ടു പോയി. ഭയങ്കര ആൾക്കൂട്ടമായിരുന്നു, റോഡിൽ ആയുധങ്ങളൊക്കെ ചിതറിക്കിടപ്പുണ്ട്, മാവോ സാഹിത്യം അച്ചടിച്ച നോട്ടീസുകളും ചിതറിക്കിടപ്പുണ്ട്.... എന്നിങ്ങനെയായിരുന്നു വാർത്ത.

അതോടെ സംഘാംഗങ്ങളെല്ലാം തുള്ളിച്ചാടാൻ തുടങ്ങി. തലശേരിയിൽ അടിച്ചു, ഇനി നമുക്കു മാർച്ച് ചെയ്യാം.. വർഗീസിൽ നിന്നുള്ള നിർദേശം കിട്ടിയതോടെ എല്ലാവരും മാനസികമായി തയ്യാറെടുത്തു. കാര്യങ്ങൾ മനസ്സിലാക്കാൻ രണ്ടുപേരെ പുൽപ്പള്ളിയിലേക്ക് അയച്ചിരുന്നു. അവർ വന്നപ്പോഴാണ് മറ്റൊരു കാര്യം മനസ്സിലായത്. എസ്ഐ അല്ലപ്പൻ സ്ഥലത്തില്ല. വയർലെസ് സ്റ്റേഷനിൽ എംഎസ്പിക്കാർ കുറവാണ്. മേപ്പാടിയിൽ തോട്ടം തൊഴിലാളികളുടെ സമരം നടക്കുന്നതിനാൽ അവിടേക്കു പോയതാണ്. ചിലപ്പോൾ വരാൻ സാധ്യതയുമുണ്ട്.

എങ്കിലും ആക്ഷൻ നടത്താനുള്ള തീരുമാനത്തിൽ നിന്നു പിൻമാറിയില്ല. ചിതലയം കാട്ടിൽ നിന്നു രാത്രി പത്തുമണിയോടെ സംഘം പുറത്തുകടന്നു. അവിടെ നിന്ന് അഞ്ചുകിലോമീറ്റർ അകലെയാണ് പൊലീസ് സ്റ്റേഷൻ. സംഘം സീതാദേവി ക്ഷേത്രത്തിന്റെ സമീപമെത്തിയപ്പോൾ ഒരു ലോറിയുടെ ശബ്ദം കേട്ട് ചിലർ പേടിച്ചൊളിച്ചു. പൊലീസ് വരുന്നെന്നുപേടിച്ചായിരുന്നു ഈ ഒളിക്കൽ. ഇത് ചിലരിൽ ആശങ്കയുണ്ടാക്കിയെങ്കിലും വർഗീസ്, അജിത, തേറ്റമല എന്നിവരൊക്കെ ധൈര്യം ചോരാതെ മുന്നിൽത്തന്നെയുണ്ടായിരുന്നു. തേറ്റമല, ശങ്കരൻമാസ്റ്റർ, കുഞ്ഞാമൻ എന്നിവരുടെ കൈവശമാണു തോക്കുണ്ടായിരുന്നത്. ബാക്കിയുള്ളവരുടെ കൈവശം സാധാരണ ആയുധങ്ങളും. കുന്തമായിരുന്നു അജിത കൈയിൽ കരുതിയിരുന്നത്.

തേറ്റമല, കുഞ്ഞാമൻ, ശങ്കരൻമാസ്റ്റർ എന്നിവർ ബാക്കിയുള്ളവരെ അവിടെ നിർത്തി അമ്പലത്തിനടുത്തേക്കു നീങ്ങി. അവിടത്തെ കാര്യങ്ങൾ വീക്ഷിച്ച ശേഷം അടയാളം നൽകിയാൽ മാത്രം മുന്നോട്ടു നീങ്ങിയാൽ മതിയെന്നു സംഘത്തിനു നിർദേശം നൽകി. പക്ഷേ, തലശേരിയെ പോലെ ഇവിടെയും ഒരബദ്ധം സംഭവിച്ചു. പെട്ടെന്നൊരു വെടിയൊച്ച കേട്ടു. അത് വേട്ടക്കാരുടെ വെടിയൊച്ചയായിരുന്നെന്ന് സംഘത്തിനോ മുന്നിൽ പോയ മൂന്നുപേർക്കോ അറിയില്ലായിരുന്നു. തേറ്റമലയും ശങ്കരൻ മാഷും കുഞ്ഞാമനും പൊലീസിനു നേരെ വെടിവച്ചതാകാമെന്നാണ് ബാക്കിയുള്ളവർ കരുതിയത്. അതോടെ വർഗീസിന്റെ നേതൃത്വത്തിൽ ബാക്കിയുള്ളവർ ചാടിയിറങ്ങി. നക്സൽബാരി മുദ്രാവാക്യം വിളിയോടെ എല്ലാവരും ഒന്നിച്ച് ക്ഷേത്രമുറ്റത്തേക്ക് ഇരമ്പിയെത്തി. ഗുണ്ടും പടക്കവുമെല്ലാം പൊട്ടിച്ചു. തൊട്ടപ്പുറത്തു താമസിച്ചിരുന്ന വീടുകളിലുള്ളവരൊക്കെ പേടിച്ചു നിലവിളിച്ചു. വർഗീസും സി.എസ്. ചെല്ലപ്പനും വയർലെസ് സ്റ്റേഷന്റെ വാതിൽ കോടാലികൊണ്ട് വെട്ടിപ്പൊളിച്ചു. അകത്തുണ്ടായിരുന്ന പൊലീസുകാർ ഓടിരക്ഷപ്പെട്ടു. ഇതിൽ ഒരു പൊലീസുകാരനെ ശങ്കരൻമാസ്റ്റർ വെടിവച്ചു. അതയാളുടെ കാലിനാണു കൊണ്ടത്. വയർലെസ് സ്റ്റേഷനു അകത്തുകടന്നവർ അവിടെ കണ്ടതെല്ലാം തല്ലിത്തകർത്തു. വയർലെസ് ഓപ്പറേറ്റർ കുഞ്ഞിക്കൃഷ്ണൻനായർക്കു വെട്ടേറ്റു. അവിടെ കണ്ട കടലാസുകളെല്ലാം പുറത്തുകൊണ്ടുവന്നു

തീയിട്ടു. ഇതിനിടെ മുറിയിൽ കട്ടിലിനടിയിൽ ഒളിച്ചിരുന്ന എസ്ഐ ശങ്കുണ്ണിമേനോനെ ചിലർ കണ്ടു. എസ്ഐ അല്ലപ്പനോടുണ്ടായിരുന്ന പകയൊക്കെ ശങ്കുണ്ണിമേനോനോടാണു തീർത്തത്. ആയുധമുള്ളവരെല്ലാം അദ്ദേഹത്തെ വെട്ടിനുറുക്കാൻ മൽസരിച്ചു.

വയർലെസ് സ്റ്റേഷൻ ആക്രമണത്തിനു ശേഷം പൊലീസ് സ്റ്റേഷൻ ആക്രമണമാണു പ്ലാൻ ചെയ്തിരുന്നത്. എല്ലാവരും മുദ്രാവാക്യം വിളിയോടെ അങ്ങോട്ടു നീങ്ങുന്നതിനിടയിൽ സംഘത്തിലുണ്ടായിരുന്ന ഗോപാലൻ എന്നയാൾ ബോംബുമായി കുഴിയിൽ വീണു. അതോടെ ഉഗ്രസ്ഫോടനത്തോടെ ബോംബ് പൊട്ടി. എല്ലാവരും തരിച്ചു നിൽക്കെ തകർന്ന കൈയുമായി വീണുകിടക്കുന്ന ഗോപാലനെയാണ് കാണുന്നത്. തേറ്റമല കൃഷ്ണൻകുട്ടിയിൽ നിന്നു കത്തി വാങ്ങി വർഗീസ് അയാളുടെ തൂങ്ങിയാടുന്ന കൈപ്പത്തി മുറിച്ചുമാറ്റി. പ്രാഥമിക ശുശ്രൂഷ നൽകിയ ശേഷം അയാളെ രണ്ടുപേർക്കൊപ്പം ബത്തേരിയിലെ ആശുപത്രിയിലേക്കു പറഞ്ഞയച്ചു. സ്ഫോടനവും ഗോപാലന്റെ പരിക്കും കണ്ടതോടെ സംഘത്തിലുള്ളവരുടെ ആവേശമൊക്കെ കെട്ടടങ്ങി. എത്രയും വേഗം അവിടെ നിന്നു രക്ഷപ്പെട്ടാൽ മതിയെന്നായി ചിലർക്ക്. രജിസ്ട്രാർ ഓഫീസും എംഎസ്പി ക്യാംപും ആക്രമിക്കുന്ന കാര്യം വേണ്ടെന്ന് സുപ്രീം കൗൺസിൽ തീരുമാനിച്ചു. അവിടെ നിന്ന് ചേകാടിയിലേക്കു പോകാൻ തീരുമാനിച്ചു.

പുൽപ്പള്ളിയിൽനിന്നും സംഘം ചേകാടിയിലേക്കു മാർച്ച് ചെയ്തു. അപ്പോഴേക്കും നേരം വെളുത്തിരുന്നു. അയിരാടി വീരപ്പൻ ചെട്ടി എന്ന ജന്മിയുടെ വീട്ടിലേക്കാണ് ആദ്യം മാർച്ച് നടത്താൻ തീരുമാനിച്ചത്. പോകുന്ന വഴിയിലുള്ള ആദിവാസി കുടിലിലെല്ലാം കയറി വർഗീസ് കാര്യങ്ങൾ പറഞ്ഞു. അവരെല്ലാം സംഘത്തോടൊപ്പം ചേർന്നു. സായുധ വിപ്ലവം നീണാൾ വാഴട്ടെ, നക്സൽബാരി സിന്ദാബാദ്, ചെയർമാൻ മാവോ നീണാൾ വാഴട്ടെ എന്നിങ്ങനെ മുദ്രാവാക്യവും ചെങ്കൊടിയുമേന്തിയായിരുന്നു മാർച്ച്.

വീരപ്പൻ ചെട്ടിയുടെ വീട്ടിൽ ചെന്ന് അയാളെ പിടിച്ചുകൊണ്ടുവന്ന് വീടിനു മുൻവശത്തെ കസേരയിലിരുത്തി. ഇനി നിങ്ങളെ രക്ഷിക്കാൻ ഒരു പൊലീസും വരില്ലെന്നും എസ്ഐയെയും പൊലീസുകാരെയും കൊന്ന് സ്റ്റേഷൻ ആക്രമിച്ചാണു വരുന്നതെന്നും പറഞ്ഞു. കൈവശമുള്ള തോക്കുതരാൻ വർഗീസ് ആവശ്യപ്പെട്ടു. അയാൾ കരഞ്ഞുകൊണ്ട് തോക്ക് വീട്ടിലില്ലെന്നു സത്യം ചെയ്തു. അവിടെ പത്തായത്തിലുണ്ടായിരുന്ന ധാന്യങ്ങളെല്ലാം കൂടെ വന്ന ആദിവാസികൾക്കു വീതിച്ചു നൽകി. അവിടത്തെ ആക്ഷനു ശേഷം സംഘം മറ്റൊരു ജന്മിയായ വീരാടി ദാസപ്പൻ ചെട്ടിയുടെ വീട്ടിലേക്കു മാർച്ച് ചെയ്തു. ചെങ്കൊടിയേന്തി, മുദ്രാവാക്യവുമായി ജാഥ വരുന്നതുകണ്ട് വീരാടി ദാസപ്പൻ ചെട്ടി കരുതിയത് കമ്യൂണിസ്റ്റ് പാർട്ടിയുടെ ജാഥയാണെന്നാണ്. ദാസപ്പചെട്ടിയെ കസേരയിൽ പിടിച്ചിരുത്തി കാര്യങ്ങൾ വിശദീകരിച്ചു. അദ്ദേഹം ചെയ്തുകൂട്ടിയ

കർഷകദ്രോഹത്തെ വിചാരണ ചെയ്തു. വീട്ടിലെ രണ്ടു തോക്കും തിരകളും സംഘം സ്വന്തമാക്കി. ഗുരുവായൂരപ്പാ, എന്നെ കൊല്ലല്ലേ എന്നു കേണുകരഞ്ഞുകൊണ്ടിരുന്നു ചെട്ടി. അലമാരയിൽ സൂക്ഷിച്ചിരുന്ന ആഭരണങ്ങളും പണവും ആധാരവുമെല്ലാം പുറത്തുകൊണ്ടുവന്നിട്ടു. ആഭരണങ്ങളും പണവുമെല്ലാം തോർത്തുമുണ്ടിൽ വാരിക്കെട്ടി. ആധാരമെല്ലാം മുറ്റത്തിട്ടു തീയിട്ടു.

ജന്മിമാരുടെ വീട് ആക്രമിക്കുക എന്ന ആക്ഷനുകളും പൂർത്തിയായതോടെ സംഘം പിൻവാങ്ങി. കബനീ നദി കടന്ന് എല്ലാവരും കാട്ടിലേക്കു നീങ്ങി. തൃശിലേരിയിലെത്തിയപ്പോൾ സംഘം അവിടെ ക്യാംമ്പ് ചെയ്തു. ഭക്ഷണമെല്ലാം ഉണ്ടാക്കി കഴിച്ച് ക്ഷീണമകറ്റി. അന്നുരാത്രി അവിടെ കഴിച്ചുകൂട്ടി. ആക്ഷൻ പൂർത്തിയായാൽ തിരുനെല്ലിയിലെ കമ്പമലയുടെ മുകളിൽ എത്താമെന്നാണ് പി.എസ്. ഗോവിന്ദന്റെ നേതൃത്വത്തിലുള്ള ലിങ്ക് ടീമിനെ അറിയിച്ചിരുന്നത്. തലശേരി ആക്രമത്തിനു ശേഷം എത്തുന്നവരെ അവിടെയെത്തിക്കേണ്ടത് അദ്ദേഹത്തിന്റെ ചുമതലയാണ്. ഇനി ലിങ്ക് ടീമിനെ കണ്ടെത്തണം. അതിനായി രണ്ടുപേരെ പറഞ്ഞയച്ചു. വർഗീസിന്റെ സുഹൃത്തായ കേശവൻ മൂസതിന്റെ വീട്ടിൽ നിന്നായിരുന്നു ഭക്ഷണം പാചകം ചെയ്യാനുള്ള അരി കൊണ്ടുവന്നത്.

ഉച്ചയായിട്ടും തലശേരിയിൽ നിന്നുള്ള സംഘത്തെ കണ്ടെത്താൻ കഴിഞ്ഞിരുന്നില്ല. ലിങ്ക് ടീമിനെ കാണാൻ പോയ വർഗീസും രണ്ടുപേരും അവരെ കാണാനാവാതെ തിരിച്ചെത്തി. ഉച്ചയിലെ റേഡിയോ വാർത്തയിൽ നിന്നു പ്രധാനമായും കേട്ടത് തലശേരി സ്റ്റേഷൻ ആക്രമത്തിൽ പങ്കെടുത്തവരുടെ അറസ്റ്റായിരുന്നു. അറസ്റ്റ് വാർത്ത വന്നതോടെ സംഘത്തിലുള്ളവരുടെ ആവേശം ചോരാൻ തുടങ്ങി. ഇനിയെന്ത് എന്നായി പലരുടെയും ചോദ്യം. തലശേരിക്കാരെ കാത്തുനിൽക്കേണ്ടതുണ്ടോയെന്ന് ചിലർ സംശയം പ്രകടിപ്പിച്ചു.

വർഗീസിന്റെ നേതൃത്വത്തിൽ സുപ്രീം കൗൺസിൽ ചേർന്നു സ്ഥിതിവിലയിരുത്തി. പലരിലും വിപ്ലവവീര്യം കെട്ടടങ്ങുന്നതിനെക്കുറിച്ചായിരുന്നു പ്രധാന ചർച്ച. തലശേയിരിൽ നിന്നുള്ളവരെ കാത്തുനിൽക്കാതെ ആദിവാസികളെയും കൂട്ടി സായുധ സമരത്തിലൂടെ മുന്നേറാനായിരുന്നു കുറച്ചുപേർ വാദിച്ചത്. തലശേരിയിൽ നിന്നുള്ളവരെ ഒരുദിവസം കൂടി കാത്തുനിൽക്കാമെന്നും തുടർന്നും അവർ വന്നില്ലെങ്കിൽ തിരുനെല്ലിയിലേക്കു താവളം മാറ്റാമെന്നും യോഗം തീരുമാനിച്ചു. തിരുനെല്ലിയിലെ കാര്യങ്ങൾ പഠിക്കാൻ രണ്ടുപേരെയും തലശേരിക്കാരെക്കുറിച്ച് അന്വേഷിക്കാൻ വേറെ രണ്ടുപേരെയും അയച്ചു. പൊലീസിന്റെ നീക്കം എന്തെന്നറിയാൻ മറ്റു ചിലരെയും പറഞ്ഞയച്ചു. ബാക്കിയുള്ളവർ പാർട്ടി പഠനം തുടരട്ടെയെന്നും തീരുമാനിച്ചു.

ഇങ്ങനെ കുറച്ചുപേർ ചർച്ച നടത്തിക്കൊണ്ടിരിക്കെയാണ് അതിഭീകരമായൊരു സ്ഫോടനം നടക്കുന്നത്. തങ്ങളുടെ താവളം കണ്ടെത്തി

പൊലീസ് നടത്തിയ സ്ഫോടനമാണെന്നാണ് എല്ലാവരും കരുതിയിരുന്നത്. ചിലർ ഓടിയൊളിച്ചു. കുറച്ചുപേർക്കു സ്ഫോടനത്തിൽ പരിക്കേറ്റു. സ്ഫോടനത്തിന്റെ അലയൊലി അടങ്ങാൻ കുറച്ചു സമയം വേണ്ടിവന്നു. അന്നേരമാണു സ്ഫോടകവസ്തുക്കളുമായി നടന്നിരുന്ന കിസാൻ തൊമ്മനെ കാണാതായ വിവരം എല്ലാവരുടെയും ശ്രദ്ധയിൽപ്പെടുന്നത്. എല്ലാവരും സ്ഫോടനം നടന്ന സ്ഥലത്തേക്കു കുതിച്ചു. അവിടെ കൈയും കാലുമെല്ലാം വേർപെട്ട് കിസാൻ തൊമ്മൻ രക്തത്തിൽകുളിച്ചു കിടക്കുകയാണ്.

സ്ഫോടക വസ്തുക്കൾ സൂക്ഷിക്കേണ്ട ചുമതല കിസാൻ തൊമ്മനായിരുന്നു. എല്ലാവരും പാർട്ടി സ്റ്റഡി ക്ലാസ്സിലായ സമയത്ത് അദ്ദേഹം സ്ഫോടക വസ്തുക്കൾ നിറച്ച സഞ്ചി ഒരു മരത്തിൽ തൂക്കാൻ പോയതായിരുന്നു. കണ്ണട എടുക്കാൻ മറന്നിരുന്നു. സഞ്ചി മരക്കൊമ്പിൽ തൂക്കുമ്പോൾ താഴെ വീണു. അങ്ങനെയാണ് എല്ലാം പൊട്ടിത്തെറിച്ചത്.

കിസാനെ തൊമ്മൻ എത്രയും വേഗം ആശുപത്രിയിൽ എത്തിക്കണമെന്ന് വർഗീസ് പറഞ്ഞു. എന്നാൽ ഇനി ഞാൻ ജീവിക്കില്ലെന്നും എത്രയുംവേഗം എന്നെ കൊന്നുതരണമെന്നും അദ്ദേഹം കരഞ്ഞുകൊണ്ടു പറഞ്ഞു. ആശുപത്രിയിൽ എത്തുംമുൻപ് മരിക്കുമെന്ന് എല്ലാവർക്കും ഉറപ്പായിരുന്നു. അതിനാൽ അധികനേരം അദ്ദേഹത്തെ വേദനിപ്പിക്കാതെ എല്ലാം അവസാനിപ്പിക്കുകയാണു നല്ലതെന്ന് വർഗീസ് പറഞ്ഞു. സംഘത്തിലുള്ളവർക്കെല്ലാം അതൊരു ഞെട്ടലുണ്ടാക്കിയ കാര്യമായിരുന്നു. കൂടെയുള്ള ആളെതന്നെ എങ്ങനെ കൊല്ലാൻ കഴിയുമെന്ന് പലരും ചോദിച്ചു. കിസാൻ തൊമ്മനോടു കാണിക്കാവുന്ന ഏറ്റവും വലിയ ദയ അതാണെന്നു വർഗീസ് തറപ്പിച്ചു പറഞ്ഞു. ഒടുവിൽ ശശിമല രാമൻ നായർ തോക്കെടുത്തു. വർഗീസ് സൂചന നൽകിയപ്പോൾ അദ്ദേഹം വെടിവച്ചു. അങ്ങനെ ആ ധീരനായ സായുധ പോരാളിക്ക് സംഘാംഗങ്ങൾ വിട നൽകി. സമീപത്തുള്ള തോട്ടിൻകരയിൽ അദ്ദേഹത്തിന്റെ മൃതദേഹം അടക്കി.

ഈ സംഭവത്തോടെ സംഘാംഗങ്ങളിൽ അവശേഷിച്ച ധൈര്യവും ആവേശവും ചോർന്നു. സായുധസമരത്തിനിറങ്ങി സ്വന്തം രക്തം തന്നെ കാണേണ്ടിവന്നതോടെ പലരുടെയും മനസ്സ് പിന്നാക്കം വിളിക്കാൻ തുടങ്ങി എന്നു പറയുന്നതാവും ശരി.

സ്ഫോടനത്തിൽ സി.എൻ. ശ്രീകണ്ഠൻനായർ, അജിത, നാരായണക്കുറുപ്പ് എന്നിവർക്കും പരിക്കേറ്റിരുന്നു. അതിൽ നാരായണക്കുറുപ്പിന്റെ പരിക്ക് അല്പം സാരമുള്ളതായിരുന്നു.

സംഘത്തിലുള്ളവരുടെ ആവേശം കെട്ടടങ്ങുന്നതും പലരും നിരാശരോടെ മാറിയിരിക്കുന്നതും കണ്ട് വർഗീസ് ഉടൻ യോഗം വിളിച്ചു. ഇനിയും ഇങ്ങനെ മുന്നോട്ടുപോകുന്നതിൽ അർഥമില്ലെന്നും പരിക്കേറ്റവരെ എത്രയും വേഗം ആശുപത്രിയിൽ ആക്കാനുള്ള നടപടിയുണ്ടാകണമെന്നും

വർഗീസ് പറഞ്ഞു. അതുപ്രകാരം ശ്രീകണ്ഠൻനായർ, നാരായണ ക്കുറുപ്പ് എന്നിവരെ കുറച്ചാളുകളുടെ കൂടെ ആശുപത്രിയിലേക്കു പറഞ്ഞ യച്ചു. അവർക്കു വേണ്ട പണവും വർഗീസ് നൽകി. പരിക്കേറ്റ അജിത ചികിൽസയ്ക്കു പോകാൻ തയ്യാറായില്ല. തലശേരിയിൽ നിന്നുള്ളവർ വരുമെന്ന പ്രതീക്ഷയിലായിരുന്നു അജിതയും.

ഇവിടെ വച്ച് സംഘം രണ്ടായി പിരിഞ്ഞു. പരിക്കേറ്റവരെയും കൊണ്ട് തേറ്റമല കൃഷ്ണൻകുട്ടിയുടെ നേതൃത്വത്തിലുള്ളവർ കാടിനു പുറ ത്തേക്കു പോയി. വർഗീസ്, അജിത, ഫിലിപ്പ് എം.പ്രസാദ് എന്നിവരൊക്കെ കാട്ടിൽ തന്നെ നിന്നു. കാട്ടിലെത്തി മൂന്നാമത്തെ ദിവസമാണ് ഇതൊക്കെ സംഭവിക്കുന്നത്. അപ്പോഴേക്കും സായുധസംഘത്തിലെ ആയുധശേഷി യൊക്കെ തീരെ ഇല്ലാതായിരുന്നു. ഇനിയുമൊരു സായുധമുന്നേറ്റം സാധ്യ മാകുമോയെന്ന് നേതൃത്വം വരെ സംശയിച്ചു. വിപ്ലവത്തിന്റെ പാത ദുർ ഘടമേറിയതാകുമെന്ന് പലവുരു വായിച്ചിട്ടുങ്കിലും അനുഭവത്തിൽ വന്ന തോടെ പലരുടെയും ധൈര്യം ചോർന്നു. അടുത്തൊരു സുപ്രീം കൗൺസിൽ ചേർന്നു. പോകാൻ ആഗ്രഹമുള്ളവർക്കെല്ലാം പോകാമെന്ന് വർഗീസ് പ്രഖ്യാപിച്ചു. അതുകേട്ടതോടെ പതിനഞ്ചുപേരൊഴികെ ബാക്കി യെല്ലാവരും പോകാൻ തയ്യാറായി. അവർക്കാവശ്യമുള്ള പണമെല്ലാം വർഗീസ് നൽകി.

ഓരോ ദിവസം ചെല്ലുംതോറും സംഘത്തിലുള്ളവരുടെ ആരോഗ്യ സ്ഥിതിയും മോശമായിക്കൊണ്ടിരുന്നു. തലശേരിയിൽ നിന്നുള്ളവർ ഇനി വരില്ലെന്ന് ഉറപ്പായി. പൊലീസിന്റെ പരിശോധന ഓരോ ദിവസവും അടു ത്തെത്തിക്കൊണ്ടിരിക്കുകയാണ്. അധികസമയം ഇനി കാട്ടിൽ കഴിയാൻ സാധിക്കില്ലെന്ന് ഉറപ്പായതോടെ വർഗീസ് എല്ലാവരെയും വിളിച്ചു. സായുധ കലാപം തൽക്കാലം അവസാനിപ്പിക്കുന്നു, ഇനിയധികം കാട്ടിൽ കഴിയാൻ സാധിക്കില്ല. എത്രയും വേഗം നാട്ടിലെത്തി ഒളിവിൽ പോകുക. അടുത്തൊരു സമയം വരുമ്പോൾ എല്ലാവരും ഒന്നിച്ച് കലാപം മുന്നോട്ടു കൊണ്ടുപോകാമെന്ന് വർഗീസ് പറഞ്ഞു. തലപ്പത്തുള്ളവർ ഒഴികെ ബാക്കിയെല്ലാവരും ഇതേയൊരു മാനസിക സ്ഥിതിയിലായിക്കഴിഞ്ഞി രുന്നു. കൈവശമുണ്ടായിരുന്ന ആയുധങ്ങളെല്ലാം കാട്ടിൽ കുഴിച്ചിട്ട ശേഷം അവർ നാട്ടിലേക്കു നടക്കാൻ തുടങ്ങി. ചെട്ടിയാർമാരുടെ വീട്ടിൽ നിന്നു കൊള്ളയടിച്ച പണവും സ്വർണവും വർഗീസിന്റെയും ശങ്കരൻമാസ്റ്ററു ടെയും കൈവശമായിരുന്നു. അതുകൂടെയുണ്ടായിരുന്ന അഞ്ചുപേർക്കു ഇവർ വീതിച്ചു നൽകി. അടുത്ത സമരകാലത്ത് ഉപയോഗപ്പെടുത്താൻ വേണ്ടിയായിരുന്നു അവരെ ഏല്പിച്ചത്. ഇവിടെ വച്ച് സംഘത്തിലുള്ള വർ മൂന്നു ബാച്ചുകളായി പിരിഞ്ഞു. വർഗീസും ശങ്കരൻമാസ്റ്ററും ഒന്നിച്ചും അജിത, ഫിലിപ്പ് എം.പ്രസാദ്, രാമൻനായർ, ചെല്ലപ്പൻ എന്നിവർ ഒന്നിച്ചു മായിരുന്നു. മലയിറങ്ങി അവർ എത്തിയത് കണ്ണൂർ ജില്ലയിലെ മലയോര ഗ്രാമമായ അടയ്ക്കാത്തോട്ടിലായിരുന്നു.

വിപ്ലവകാരികൾ പൊലീസ് പിടിയിൽ

അന്നിറങ്ങിയ പത്രത്തിൽ അജിതയുടെ ചിത്രം പ്രസിദ്ധീകരിച്ചിരുന്നു. വർഗീസും ശങ്കരൻമാസ്റ്ററും പോയതിനു പിന്നാലെയാണ് അജിതയും ഫിലിപ്പുമെല്ലാം എത്തിയത്. മുന്നിൽപോയവർ അവിടത്തെ നാട്ടുകാരോട് എപ്പോഴാണു ബസ്സുള്ളതെന്നു ചോദിച്ചിരുന്നു. ബസ്സ് ഓടിത്തുടങ്ങാത്ത ആ നാട്ടിൻപുറത്ത് കുറച്ചുപേർ കൂട്ടത്തോടെ വന്ന് ബസ്സ് ചോദിച്ചപ്പോൾ തന്നെ നാട്ടുകാർക്കു സംശയം തോന്നിയിരുന്നു. അവരുടെ മുന്നിലേക്കാണ് അജിതയും ഫിലിപ്പുമെല്ലാം എത്തുന്നത്. അതോടെ നാട്ടുകാർക്കു സംശയമായി. അവർ അജിതയും ഫിലിപ്പും അടങ്ങുന്ന സംഘത്തെ തടഞ്ഞുവച്ചു. പത്രത്തിൽ വന്ന ഫോട്ടോയുമായി ഒത്തുനോക്കിയപ്പോൾ അജിത തന്നെ. അതോടെ പിടിക്കപ്പെട്ടു എന്നുറപ്പായി. ആളുകളുടെ എണ്ണം കൂടാൻ തുടങ്ങി. ചിലർ സംഘത്തിലെ പുരുഷന്മാരെ ദേഹോപദ്രവം ഏല്പിക്കാൻ തുടങ്ങി. പള്ളിയിൽ കൂട്ടമണിയടിച്ചു. എല്ലാവരെയും ലോഡ്ജിന്റെ മുകളിൽ കൊണ്ടിരുത്തി. രാത്രി പന്ത്രണ്ടോടെയാണ് പേരാവൂരിൽ നിന്ന് പൊലീസെത്തി ഇവരെ കസ്റ്റഡിയിൽ എടുക്കുന്നത്. അതുവരെ നാട്ടുകാരാണു കൈവച്ചതെങ്കിൽ പിന്നീട് മർദനം പൊലീസ് ഏറ്റെടുത്തു. നാട്ടുകാരുടെ മുന്നിൽ വച്ചു തന്നെ മർദനം തുടങ്ങി. ബാക്കി പൊലീസ് വാഹനത്തിലും പൊലീസ് സ്റ്റേഷനിലും. ക്രൂരമായ മർദനമായിരുന്നു പിടിയിലായവർക്ക് ഏല്ക്കേണ്ടി വന്നത്. കുറച്ചു കഴിഞ്ഞപ്പോൾ വർഗീസിനൊപ്പമുണ്ടായിരുന്ന ശങ്കരൻമാസ്റ്ററും പിടിക്കപ്പെട്ട് സ്റ്റേഷനിൽ കൊണ്ടുവന്നു. രക്ഷപ്പെട്ടവരുടെ കൂട്ടത്തിൽ വർഗീസുമുണ്ടായിരുന്നു. വർഗീസിനെ പിടിക്കാൻ സാധിക്കാത്തതിന്റെ ദേഷ്യം മുഴുവൻ മറ്റുള്ളവരുടെ ദേഹത്ത് പൊലീസ് തീർത്തു.

അടുത്ത ദിവസം ഇവരെ മാനന്തവാടി പൊലീസ് സ്റ്റേഷനിലേക്കു കൊണ്ടുപോയി. പൊലീസ് വാഹനത്തിൽ വച്ചും ക്രൂരമായ മർദനമേൽക്കേണ്ടി വന്നു. പിടിയിലായ രാമൻനായരുടെ താടിരോമം കൂടെയുള്ളവരെക്കൊണ്ട് പിഴുതെടുപ്പിക്കുന്ന ക്രൂര വിനോദം വരെ പൊലീസ് കാട്ടുകയുണ്ടായി. വയർലെസ് ഓപ്പറേറ്ററെ വെട്ടിക്കൊല്ലുകയും എസ്ഐയെ മാരകമായി വെട്ടിപ്പരുക്കേല്പിക്കുകയും ചെയ്ത നക്സൽ ഭീകരരെ കൈയിൽ കിട്ടിയപ്പോൾ പൊലീസ് എല്ലാ കണക്കും തീർത്തു. ഇവരെ മാനന്തവാടി സ്റ്റേഷനിൽ കൊണ്ടുവരുമ്പോൾ അവിടെ ലോക്കപ്പിൽ മന്ദാകിനീ നാരായണൻ ഉണ്ടായിരുന്നു. തലേദിവസമാണ് അവർ അറസ്റ്റിലായത്. പുൽപ്പള്ളി ആക്രമണത്തിനു ശേഷം പൊലീസ് എല്ലായിടത്തും ശക്തമായ തിരച്ചിലിലായിരുന്നു. കരുണൻ എന്ന കർഷകത്തൊഴിലാളിയുടെ പറമ്പിൽ നിന്നാണ് മന്ദാകിനിയെ പിടികൂടുന്നത്. അവരെ സഹായിക്കാൻ കൂടെ നിന്നിരുന്ന ജഗദ എന്ന പെൺകുട്ടിയേയും പൊലീസ് പിടികൂടി. കീഴടങ്ങിയ ഉടൻ തന്നെ പൊലീസുകാരൻ അവരുടെ മുഖത്ത് ആഞ്ഞടിച്ചു. ആ അടയാളം അടുത്തദിവസം അജിതയെ സ്റ്റേഷനിൽ

കൊണ്ടുവരുമ്പോഴുമുണ്ടായിരുന്നു. മന്ദാകിനിയുടെ കൂടെയുണ്ടായിരുന്ന ജഗദയെ കണ്ട് അജിതയാണെന്ന് പൊലീസ് ആദ്യം തെറ്റിദ്ധരിച്ചു. മന്ദാകിനിയെയും അജിതയെയും പിടികൂടിയെന്ന് പൊലീസ് ജനങ്ങളെയും പത്രക്കാരെയും അറിയിച്ചു. അജിതയാണെന്നു കരുതി ജഗദയ്ക്കും പൊലീസിൽ നിന്നു ക്രൂരമായ മർദ്ദനമേല്ക്കേണ്ടി വന്നു. മന്ദാകിനിയെ മാനന്തവാടി സ്റ്റേഷനിൽ കൊണ്ടുവന്നപ്പോൾ കസേരയിൽ കയറ്റി നിർത്തി ആളുകൾക്കു മുൻപിൽ പ്രദർശിപ്പിച്ചു. അടുത്തദിവസം അജിതയേയും ഇതേപോലെ നാട്ടുകാർക്കു മുന്നിൽ പ്രദർശിപ്പിക്കുകയുണ്ടായി.

ആക്ഷനിൽ പങ്കെടുത്തവരിൽ വർഗീസും കുറച്ചുപേരും ഒഴികെയുള്ളവരെല്ലാം പിടിയിലായി കഴിഞ്ഞിരുന്നു. ആക്ഷൻ നടക്കുമ്പോൾ ബോംബുമായി വീണു കൈപ്പത്തി തകർന്ന ഗോപാലനെ അന്നു വൈകിട്ടു തന്നെ പൊലീസ് പിടികൂടിയിരുന്നു. അയാളെയും കൊണ്ട് പൊലീസ് ആക്ഷൻ നടന്ന പുൽപ്പള്ളി വയർലസ് സ്റ്റേഷനിലെത്തി. അവിടെ തളംകെട്ടി നിന്നിരുന്ന രക്തത്തിൽ അയാളുടെ കൈമുക്കി സ്റ്റേഷൻ ചുമരിൽ പതിപ്പിച്ചു. ഇതാണ് അജിതയുടെ കൈപ്പത്തിയെന്നു പൊലീസ് പറഞ്ഞുപരത്തിയിരുന്നത്.

വർഗീസിന്റെ കൂട്ടത്തിൽ നിന്ന മാനന്തവാടിയിൽ വിവരങ്ങളറിയാൻ പോയ തേറ്റമല കൃഷ്ണൻകുട്ടി നാലുദിവസത്തിനു ശേഷം പിടിക്കപ്പെട്ടു. നാട്ടിലെ രാഷ്ട്രീയക്കാരനാണ് അദ്ദേഹത്തെ പിടികൂടാൻ സഹായിച്ചത്. എല്ലാവരെയും മാനന്തവാടി സ്റ്റേഷനിലേക്കാണു കൊണ്ടുവന്നത്.

ഈ സമയമാകുമ്പോഴേക്കും തലശേരി പൊലീസ് സ്റ്റേഷൻ ആക്രമണത്തിൽ പങ്കെടുത്തവരിൽ ഭൂരിഭാഗവും പിടിയിലായിരുന്നു. ആക്ഷനു നേതൃത്വം നൽകിയ കുന്നിക്കൽ നാരായണൻ പൊലീസിൽ കീഴടങ്ങുകയായിരുന്നു. ആക്ഷൻ പരാജയപ്പെട്ടതോടെ കുന്നിക്കൽ റെയിൽവേ ലൈനിലൂടെ മാഹി ഭാഗത്തേക്കു നടന്നു. മാഹിയിൽ നിന്ന് ട്രെയിൻ കയറി ഷൊർണൂരിൽ ഇറങ്ങി. അവിടെ നിന്നു തൃശൂരിലെത്തി. രണ്ടു ദിവസം അവിടെ ഒളിവിൽ കഴിഞ്ഞ ശേഷം തൊടുപുഴയിലേക്കു പോയി. തലശേരി സ്റ്റേഷൻ ആക്രമണത്തിൽ മുൻപന്തിയിലുണ്ടായിരുന്ന വെള്ളത്തൂവൽ സ്റ്റീഫൻ അവിടെയുണ്ടാകുമെന്നറിയാമായിരുന്നു. എന്നാൽ അവിടെയുള്ള പ്രവർത്തകർ പറഞ്ഞത് പൊലീസ് അവിടെയും എത്തിയെന്നായിരുന്നു. വീണ്ടും തൃശൂരിലെത്തി. രണ്ടുദിവസം അവിടെ കഴിഞ്ഞ ശേഷം പൊലീസ് സ്റ്റേഷനിൽ ചെന്നു കീഴടങ്ങുകയായിരുന്നു. സിഐയുടെ മുൻപിലേക്ക് ഞാൻ കുന്നിക്കൽ നാരായണൻ, തലശേരി, പുൽപ്പള്ളി കേസിൽ പൊലീസ് തിരയുന്ന കുന്നിക്കൽ നാരായണൻ ഞാനാണെന്നായിരുന്നു പറഞ്ഞത്. ആദ്യമൊന്ന് പൊലീസ് അമ്പരന്നെങ്കിലും ഉടൻ തന്നെ അദ്ദേഹത്തെ ലോക്കപ്പിലാക്കുകയായിരുന്നു.

ഈ കീഴടങ്ങലാണ് നക്സലൈറ്റുകളുടെ ആത്മവീര്യം കെടുത്തിയതെന്ന് പിന്നീട് ശക്തമായ വിമർശനമുണ്ടായി. ഒരു വിപ്ലവകാരിയിൽ നിന്ന്

കീഴടങ്ങൽ ഒരിക്കലും പ്രതീക്ഷിച്ചിരുന്നില്ലെന്നാണ് എ. വാസു പറഞ്ഞത്. "കുന്നിക്കലിന്റെ കീഴടങ്ങലിന് ഒരു ന്യായീകരണവുമില്ല. സായുധ സമരത്തിനിറങ്ങിയ ആരെങ്കിലും പൊലീസിൽ കീഴടങ്ങുമോ? അതോടെ പുറത്തുള്ളവരുടെ ധൈര്യം നഷ്ടപ്പെട്ടു. തലശേരി സ്റ്റേഷൻ ആക്രമണം വിചാരിച്ചതുപോലെ നടന്നില്ലെങ്കിലും ആക്ഷൻ നടത്തിയല്ലോ എന്നൊരു തോന്നൽ എല്ലാവർക്കുമുണ്ടായിരുന്നു. എന്നാൽ ആക്ഷനു നേതൃത്വം നൽകിയ ആൾ പൊലീസിൽ കീഴടങ്ങിയതോടെ പ്രസ്ഥാനത്തിന്റെ അപചയം തുടങ്ങി. പിന്നീട് ഒരു ഉയിർത്തെഴുന്നേല്പിനു ശ്രമിച്ചത് വർഗീസിന്റെ നേതൃത്വത്തിലായിരുന്നു"- വാസു പറഞ്ഞു.

എന്നാൽ കുന്നിക്കലിനെ പിടികൂടുന്നതുവരെ മറ്റുള്ളവരെ പൊലീസ് മർദിക്കുന്നത് ഇല്ലാതാക്കാൻ വേണ്ടിയാണ് അദ്ദേഹം കീഴടങ്ങിയതെന്നാണ് കുന്നിക്കലിനോട് അനുഭാവം പുലർത്തിയവർ പറയുന്നത്.

സ്റ്റേഷൻ ആക്രമണത്തിനു ശേഷം നാടുവിട്ട കെ.പി. നാരായണൻ മദ്രാസിൽ വച്ചാണു പിടിയിലായത്. ഡിസംബർ ആദ്യത്തോടെ തന്നെ തലശേരി-പുൽപ്പള്ളി ആക്ഷനുകളിലെ മിക്കവരും പിടിയിലായി. വർഗീസിനെ മാത്രമേ പ്രധാനമായും പിടിക്കാൻ കഴിയാതിരുന്നുള്ളൂ. അജിതയും ഫിലിപ്പുമെല്ലാം പിടിയിലാകുമ്പോൾ വർഗീസ് അവിടെയുള്ള ഒരു വെള്ളക്കെട്ടിൽ ഒളിച്ചിരിക്കുകയായിരുന്നു. അവിടെ നിന്നു രാത്രിയിൽ രക്ഷപ്പെട്ട് ശ്രീകണ്ഠപുരത്തെത്തി. പിന്നീട് തളിപ്പറമ്പ് ബസ്സ്റ്റാൻഡിലും. അന്നു രാത്രിയിലുള്ള മദ്രാസ് മെയിലിൽ മദ്രാസിലേക്കു രക്ഷപ്പെടാനായിരുന്നു വർഗീസ് പ്ലാൻ ചെയ്തിരുന്നത്. എന്നാൽ വർഗീസിനെ പരിചയമുണ്ടായിരുന്ന ഡ്രൈവർ കണ്ണൻ എന്നയാൾ തളിപ്പറമ്പിൽ വച്ച് അതിരാവിലെ കാണുകയും വർഗീസിനെ രക്ഷപ്പെടുത്തി പരിയാരത്തെത്തിക്കുകയുമായിരുന്നു. അവിടെ നിന്നാണ് കരിങ്കൽക്കുഴി കൃഷ്ണൻ വർഗീസിനെ മയ്യിൽ എന്ന സ്ഥലത്തെ ഒളിത്താവളത്തിലേക്കു കൊണ്ടുപോകുന്നത്.

ജയിൽകാലം

തലശേരി-പുൽപ്പള്ളി ആക്ഷനുകളിൽ പിടിയിലായവരെ പൊലീസ് ക്രൂരമായി മർദിച്ചത് വലിയ ഒച്ചപ്പാടിനിടയാക്കി. അജിതയെ ജനങ്ങൾക്കു കാണാൻ വേണ്ടി പൊതുപ്രദർശനം നടത്തിയതും വിവാദമായിരുന്നു. മാനന്തവാടിയിലും പേരാവൂർ പൊലീസ് സ്റ്റേഷനിലും മർദ്ദനത്തിനു നേതൃത്വം നൽകിയ പൊലീസുകാർക്കു സസ്പെൻഷൻ ലഭിച്ചു. നക്സൽകേസിൽ പിടിയിലാകുന്നവരെ മർദിക്കരുതെന്ന് മുഖ്യമന്ത്രി ഇ.എം.എസ് നമ്പൂതിരിപ്പാട് പൊലീസ് മേധാവി വഴി നിർദേശം നൽകി. അതുകൊണ്ടുതന്നെ കുന്നിക്കൽ നാരായണനൊക്കെ പിടിയിലായപ്പോൾ പൊലീസ് മർദനമേൽക്കേണ്ടി വന്നിരുന്നില്ല. തലശേരി സംഭവത്തിൽ ആദ്യദിവസങ്ങളിൽ പിടിയിലായവരും പുൽപ്പള്ളി ആക്ഷനിലുണ്ടായിരുന്നവർക്കും അതിക്രൂരമായ മർദനമാണ് ഏല്ക്കേണ്ടി വന്നത്.

ഡിസംബർ മൂന്നിനാണ് അജിതയേയും ഫിലിപ് എം.പ്രസാദിനെയും മജിസ്ട്രേറ്റിനു മുൻപിൽ ഹാജരാക്കി ജയിലിലയയ്ക്കുന്നത്. വൈത്തിരി സബ് ജയിലിൽ സുരക്ഷിതത്വം പോര എന്ന കാരണത്താൽ എല്ലാ പ്രതികളെയും അഞ്ചാം തീയതി കോഴിക്കോട് സബ് ജയിലിലേക്കയച്ചു. എട്ടാം തിയതിയാണു കുന്നിക്കൽ നാരായണൻ അറസ്റ്റിലാകുന്നത്. എല്ലാവരെയും കോഴിക്കോട് സബ് ജയിലിലാണു പാർപ്പിച്ചിരുന്നത്.

തലശേരി, പുൽപ്പള്ളികേസുകൾ രണ്ടായി പരിഗണിക്കാനായിരുന്നു സർക്കാരിന്റെ ആദ്യതീരുമാനം. അങ്ങനെ വരുമ്പോൾ കുന്നിക്കൽ നാരായണന്റെ പേരിൽ കേസെടുക്കാൻ കഴിയില്ല. കാരണം തലശേരി സ്റ്റേഷൻ ആക്രമണത്തിൽ പങ്കെടുത്തവർ ആരൊക്കെയെന്ന് കൃത്യമായി പറയാൻ സാക്ഷികളുണ്ടായിരുന്നില്ലല്ലോ. അങ്ങനെയാണ് തലശേരി-പുൽപ്പള്ളി കേസുകൾ ഒന്നായി പരിഗണിക്കാൻ തീരുമാനിച്ചത്. കുന്നിക്കൽ നാരായണന്റെയും കെ.പി.നാരായണന്റെയും നേതൃത്വത്തിൽ തലശേരിയിലെ കെപീസ് ട്യൂട്ടോറിയലിൽ വച്ചു നടന്ന ഗൂഢാലോചനയുടെ ഫലമായാണ് രണ്ടുസംഭവങ്ങളും ഉണ്ടായതെന്ന് കേസ് ചാർജ് ചെയ്തു. അതുപ്രകാരം കുന്നിക്കൽ നാരായണൻ ഒന്നാംപ്രതിയും കെ.പി. നാരായണൻ രണ്ടാം പ്രതിയും മന്ദാകിനി മൂന്നാംപ്രതിയുമായി 1969 ഏപ്രിൽ രണ്ടിന് കോഴിക്കോട് ജില്ലാ മജിസ്ട്രേറ്റ് കോടതിയിൽ കേസ് ചാർജ് ചെയ്തു. ആരോഗ്യം മോശയമായതിനെ തുടർന്ന് മന്ദാകിനി നാരായണനു കോടതി ജാമ്യം അനുവദിച്ചു. ദീർഘനാൾ കോഴിക്കോട് മെഡിക്കൽ കോളെജ് ആശുപത്രിയിൽ ചികിൽസയിലായിരുന്നു അവർ.

1969 ഏപ്രിൽ 22ന് ആണ് അഖിലേന്ത്യാ തലത്തിൽ നക്സൽ ഗ്രൂപ്പുകളുടെ കോ-ഓർഡിനേഷൻ കമ്മിറ്റി പാർട്ടിയുണ്ടാക്കുന്നത്. ഇന്ത്യൻ കമ്യൂണിസ്റ്റ് പാർട്ടി (മാർക്സിസ്റ്റ്-ലെനിനിസ്റ്റ്)യുടെ ചെയർമാൻ ആയി ചാരുമജുംദാറിനെ തിരഞ്ഞെടുത്തു. കനുസന്യാൽ, ജംഗൽ സന്താൾ എന്നിവരെല്ലാം കേന്ദ്രകമ്മിറ്റിയിലാണുണ്ടായത്. കേരളത്തിൽ നിന്ന് അമ്പാടി ശങ്കരൻകുട്ടിയും കോസല രാമദാസും. മെയ് ഒന്നിന് കൊൽക്കത്ത മൈതാനത്തിൽ ആയിരുന്നു പാർട്ടിയുടെ ആദ്യ പൊതുയോഗം.

തലശേരി-പുൽപ്പള്ളി നടക്കുന്നതിനു മുൻപു തന്നെ കുന്നിക്കൽ നാരായണനെ അഖിലേന്ത്യാ കോ-ഓർഡിനേഷൻ കമ്മിറ്റിയിൽ നിന്നു പുറത്താക്കിയിരുന്നു. എങ്കിലും തലശേരി- പുൽപ്പള്ളി കലാപത്തെ അംഗീകരിച്ചുകൊണ്ടാണ് ചാരുമജുംദാർ കൊൽക്കത്തയിൽ പ്രസംഗിച്ചത്.

ഇതിനിടെ ജയിലിൽ കഴിയുന്നവർക്കിടയിൽ വിഭാഗീയത ശക്തമായി. ഒരുവിഭാഗം കുന്നിക്കലിന്റെ കൂടെയും മറ്റൊരുവിഭാഗം കെ.പി. നാരായണന്റെ കൂടെയുമാണ് നിലകൊണ്ടത്. തലശേരി ആക്ഷന്റെ പരാജയം വിലയിരുത്തന്നതിലാണ് ഗ്രൂപ്പിസം തലപൊക്കിയത്. കുന്നിക്കലിനൊപ്പം തേറ്റമല കൃഷ്ണൻകുട്ടിയടക്കമുള്ള വയനാട്ടുകാർ നിലകൊണ്ടപ്പോൾ കെ.പിയുടെ കൂടെ ഫിലിപ്പ് എം. പ്രസാദിനെ പോലെയുള്ളവരായിരുന്നു.

കുന്നിക്കലിനെ തള്ളിപ്പറഞ്ഞ ചാരുമജുംദാർ വിഭാഗവുമായി ഇവർ ബന്ധപ്പെട്ടു. ജയിലിൽ ഇവർ ചേരിതിരിഞ്ഞുള്ള പോരാട്ടം കാരണം രണ്ടു ഗ്രൂപ്പുകാരെയും വെവ്വേറെയായിരുന്നു പാർപ്പിച്ചിരുന്നത്.

ആക്രമണ കേസുകളുടെ അന്വേഷണം 1969 നവംബർ 29ന് ക്രൈം ബ്രാഞ്ച് ഏറ്റെടുത്തു. 1970 മെയ് നാലിനു കോഴിക്കോട് ജില്ലാ മജിസ്ട്രേറ്റ് തലശേരി–പുൽപ്പള്ളി കേസിലെ 69 പ്രതികളെ സെഷൻസ് വിചാരണയ്ക്കു കമ്മിറ്റ് ചെയ്തു. നവംബർ മൂന്നുമുതലാണ് സെഷൻസിൽ വിചാരണ തുടങ്ങുന്നത്. വാദിഭാഗത്തിനു വേണ്ടി 449 തെളിവുരേഖകളും പ്രതിഭാഗത്തിനു വേണ്ടി 102 തെളിവുകളും കോടതി പരിശോധിച്ചു. 424 തെളിവു വസ്തുക്കളാണ് കോടതിയിൽ ഹാജരാക്കിയത്.

69 പ്രതികളിൽ എട്ടുപേരെ അഞ്ചുകൊല്ലത്തേക്ക് ശിക്ഷിച്ചുകൊണ്ടാണ് കോഴിക്കോട് സെഷൻസ് ജഡ്ജ് കെ.എം. മുഹമ്മദാലി വിധി പുറപ്പെടുവിച്ചത്. 1971 ഒക്ടോബർ 30ന് ആയിരുന്നു വിധി പ്രസ്താവിച്ചത്. നാലാംപ്രതിയായ വർഗീസ് അപ്പോഴും ഒളിവിൽ തന്നെയായിരുന്നു. നവംബർ ഒന്നിന് എല്ലാപ്രതികളെയും കണ്ണൂർ സെൻട്രൽ ജയിലിലേക്കു മാറ്റി. അതുവരെ നക്സലൈറ്റ് പ്രവർത്തകർക്കു നൽകിയിരുന്ന പ്രത്യേക പരിഗണന ശിക്ഷ വിധിച്ച ശേഷം ഉണ്ടായിരുന്നില്ല. പിന്നീട് സർക്കാർ അപ്പീലിനു പോയി. 1973 ഒക്ടോബർ 12ന് ശിക്ഷ വർധിപ്പിച്ചുകൊണ്ട് ഹൈക്കോടതി വിധി വന്നു. ഹൈക്കോടതി വിധിയിൽ കൂടുതൽപേരെ ശിക്ഷിച്ചിരുന്നു. 12 പേർക്കു ജീവപര്യന്തം. അഞ്ചാംപ്രതി തേറ്റമല കൃഷ്ണൻകുട്ടി, ആറാം പ്രതി ഫിലിപ്പ് എം. പ്രസാദ്, ഏഴാം പ്രതി അജിത, പതിന്നാലാം പ്രതി ശങ്കരൻ മാസ്റ്റർ, 16–ാം പ്രതി രാമൻകുട്ടി, 128–ാം പ്രതി രാമൻനായർ, 129–ാം പ്രതി സി.എസ്. ചെല്ലപ്പൻ, 135–ാം പ്രതി അള്ളുങ്കൽ ശ്രീധരൻ, 139–ാം പ്രതി കൈ പോയ ഗോപാലൻ, 145–ാം പ്രതി കെ.പി. കേശവൻ, 146–ാം പ്രതി തോമസ് മാസ്റ്റർ, 147–ാം പ്രതി കെ.ആർ. കെ. പണിക്കർ എന്നിവർക്കായിരുന്നു ജീവപര്യന്തം തടവു ശിക്ഷ വിധിച്ചത്. ഇവരിൽ ഫിലിപ്പ് എം. പ്രസാദ്, ശശിമല രാമൻനായർ, സി.എസ്. ചെല്ലപ്പൻ, അള്ളുങ്കൽ ശ്രീധരൻ, കെ.പി. കേശവൻ, തോമസ് മാസ്റ്റർ, കെ.ആർ. പണിക്കർ എന്നിവരെ സെഷൻസ് കോടതി വെറുതെ വിട്ടതായിരുന്നു.

1968 നവംബർ 21ന് രാത്രി തലശേരി പൊലീസ് സ്റ്റേഷൻ ആക്രമിച്ചുവെന്നും നവംബർ 23ന് രാത്രി പുൽപ്പള്ളി വയർലസ് പോസ്റ്റ് ആക്രമിച്ച് ഹവിൽദാർ കുഞ്ഞിക്കൃഷ്ണൻ നായരെ കൊലപ്പെടുത്തുകയും സബ് ഇൻസ്പെക്ടറെയും രണ്ട് കോൺസ്റ്റബിൾമാരെയും മാരകമായി വെട്ടിപ്പരിക്കേല്പിക്കുകയും ചെയ്തുവെന്നായിരുന്നു പ്രോസിക്യൂഷൻ കേസ്.

കുന്നിക്കൽ നാരായണൻ, കാന്തലോട്ട് കരുണൻ എന്നിവരടക്കം 20 പേർക്ക് മൂന്നുവർഷത്തെ കഠിനതടവ് ആയിരുന്നു ശിക്ഷ. അപകടകരമായ ആയുധങ്ങൾ കൊണ്ട് നിയമവിരുദ്ധമായി സംഘം ചേർന്നു എന്നായിരുന്നു

ഇവരുടെ മേൽ ചുമത്തിയ കുറ്റം. കെ.പി. നാരായണൻ, പുന്നോൽ ബാല കൃഷ്ണൻ, വി.എം. ദാസൻ തുടങ്ങിയ നാലുപേർക്ക് രണ്ടുകൊല്ലം തടവു ശിക്ഷയാണു വിധിച്ചത്. കുറിച്യൻ കുഞ്ഞാമൻ, കുഞ്ഞിരാമൻ മാസ്റ്റർ, ടൈലർ മുഹമ്മദ് എന്നിവർക്ക് അഞ്ചുവർഷമായിരുന്നു കഠിന തടവ് ശിക്ഷ. മന്ദാകിനിയെ ശിക്ഷയിൽ നിന്ന് ഒഴിവാക്കിയിരുന്നു. ഹൈ ക്കോടതി വിധി വന്നതോടെ എല്ലാവരെയും കണ്ണൂർ സെൻട്രൽ ജയിലി ലേക്കു കൊണ്ടുവന്നു. അജിതയെ തിരുവനന്തപുരം പൂജപ്പുര സെൻട്രൽ ജയിലിലേക്കും.

കേസിൽ സുപ്രീം കോടതിയിൽ അപ്പീൽ പോകാനായിരുന്നു കെ.പി. നാരായണന്റെയും കുഞ്ഞിരാമൻമാസ്റ്ററുടെയും തീരുമാനം. എന്നാൽ ജീവപര്യന്തം ശിക്ഷിക്കപ്പെട്ടവരാരും സുപ്രീം കോടതിയിൽ അപ്പീലിനു പോകാൻ തയ്യാറായില്ല. കെ.പി. നാരായണൻ നൽകിയ അപ്പീൽ പരിഗ ണിച്ച് കുന്നിക്കലിനെയൊക്കെ വെറുതെ വിടുകയും കേസ് അസ്ഥിര പ്പെടുത്തുകയുമുണ്ടായി. അഡ്വ. കുഞ്ഞിരാമമേനോനായിരുന്നു കെ.പി. നാരായണനു വേണ്ടി സുപ്രീംകോടതിയിൽ ഹാജരായത്. 1975 ജൂലൈ യിൽ കുന്നിക്കൽ നാരായണൻ ജയിൽ മോചിതനായി. ജയിലിലെ റിമാൻഡ് കാലം കൂടി കണക്കിലെടുത്ത് ഒരു മാസം മുൻപേ തന്നെ അദ്ദേഹത്തിനു പുറത്തിറങ്ങാൻ സാധിച്ചു. എന്നാൽ അടിയന്തരാവസ്ഥ പ്രഖ്യാപിച്ചപ്പോൾ മിസ തടവു പ്രകാരം കുന്നിക്കലും മന്ദാകിനിയും മറ്റു നക്സലൈറ്റുകൾക്കൊപ്പം വീണ്ടും അറസ്റ്റിലായി. അടിയന്തരാവസ്ഥ പിൻവലിച്ചതിനു ശേഷമാണ് ഇവർക്കു പുറത്തുവരാൻ സാധിച്ചത്. അജിത ജയിൽ മോചിതയാകുന്നത് 1977 ജൂലൈ 22ന് ആയിരുന്നു. കേരള ത്തിൽ അധികാരത്തിൽ വന്ന എ.കെ. ആന്റണി സർക്കാർ മാനുഷിക പരിഗണന വച്ച് ജീവപര്യന്തക്കാരായ നക്സലൈറ്റുകളുടെ ശിക്ഷ ഇളവു ചെയ്യുകയായിരുന്നു. അങ്ങനെ കേരളത്തിലെ ആദ്യത്തെ നക്സലൈറ്റ് സായുധ കലാപത്തിലെ എല്ലാ പ്രതികളും ജയിൽ മോചിതരായി. കേരള ചരിത്രത്തിൽ രക്തരൂഷിതമായൊരു അധ്യായം എഴുതിച്ചേർത്തുകൊണ്ട് തലശേരി-പുൽപ്പള്ളി സായുധ കലാപത്തിലെ അവസാനത്തെ തിരിയും കെട്ടടങ്ങി. എന്നാൽ അതു കൊളുത്തിയ പ്രകാശം കൂടുതൽ കൈകളി ലേക്കു പകർന്നിരുന്നു. പക്ഷേ, പിന്നീടുള്ള പോരാട്ടങ്ങളിൽ കുന്നിക്കൽ നാരായണനോ മന്ദാകിനിയോ അജിതയോ ഉണ്ടായിരുന്നില്ല. കേരള ത്തിലെ നക്സലൈറ്റ് പ്രസ്ഥാനത്തിലെ പ്രവർത്തനം പുതിയൊരു രീതി യിലേക്കു മാറിയിരുന്നു. അതുമായി പൊരുത്തപ്പെടാൻ ഇവർക്കാർക്കും സാധിച്ചിരുന്നില്ല. കുന്നിക്കൽ നാരായണൻ നക്സലൈറ്റ് പ്രവർത്തനം പൂർണമായും ഉപേക്ഷിച്ചു. പൊലീസ് സ്റ്റേഷനിൽ കീഴടങ്ങിയ അദ്ദേഹം ഒട്ടേറെ ആരോപണങ്ങൾക്കു വിധേയനായിരുന്നു. കൂടെ പ്രവർത്തിച്ചവർ തന്നെയായിരുന്നു ആരോപണം ഉന്നയിച്ചതിൽ മുൻപന്തിയിൽ. ഒരുഘട്ട ത്തിൽ അദ്ദേഹത്തെ സിഐഎ ചാരനായിട്ടു പോലും മുദ്രകുത്തിയിരുന്നു. പൊലീസിൽ കീഴടങ്ങിയ അദ്ദേഹത്തെ ഭീരുവെന്നു വിളിച്ചു.

അടിയന്തരാവസ്ഥയ്ക്കു ശേഷമുണ്ടായ നക്സലൈറ്റ് മുന്നേറ്റത്തിൽ നാരായണന് ഒരുപങ്കുമില്ലായിരുന്നു. വിപ്ലവവും സാഹിത്യവുമെല്ലാം കൂടിക്കുഴഞ്ഞുള്ള അവസ്ഥയിലായിരുന്നു.

എന്നാൽ തലശേരി-പുൽപ്പള്ളിക്കു ശേഷമുണ്ടായ പല നക്സലൈറ്റ് ആക്ഷനുകളിലും കുന്നിക്കൽ നാരായണൻ സ്വാധീനം ചെലുത്തിയിരുന്നു. തലശേരി-പുൽപ്പള്ളിയുടെ ഒന്നാം വാർഷികത്തിൽ നടന്ന കുറ്റ്യാടി പൊലീസ് സ്റ്റേഷൻ ആക്രമണം തന്നെയായിരുന്നു ആദ്യമായി എടുത്തു പറയേണ്ടത്.

അനുബന്ധം 1

തലശേരി-പുൽപ്പള്ളി പൊലീസ് സ്റ്റേഷൻ ആക്രമണ കേസിലെ ചാർജ് ഷീറ്റിൽ നിന്നൊരു ഭാഗം

സെക്ഷൻസ് 120 ബി, 143, 147, 148, 149, 302, 307, 332, 333, 395, 399, 427, 435, 459, 460, 461, 506, സെക്ഷൻ 114 ഐപിസി, ഇന്ത്യൻ ആംസ് ആക്ടിലെ 27-ാം സെക്ഷനും ഇന്ത്യൻ എക്സ്പ്ലോസീവ്സ് സെക്ഷൻസ് ആക്ടിലെ സെക്ഷൻ മൂന്ന്, ഇന്ത്യൻ ടെലഗ്രാഫ് ആക്ടിലെ 25-ാം സെക്ഷൻ, കേരളാ പൊലീസ് ആക്ടിലെ സെക്ഷൻ 40(രണ്ട്), 40 (മൂന്ന്):

ഒന്നു മുതൽ 149 വരെയുള്ള പ്രതികൾ കമ്യൂണിസ്റ്റ് പാർട്ടിയിലെ (മാർക്സിസ്റ്റ്) മെമ്പർമാരോ, സജീവ അനുഭാവികളോ ആയിരുന്നു. പാർട്ടിയുടെ നയങ്ങളിലും പരിപാടിയിലും ഉണ്ടായിരുന്ന അഭിപ്രായ വ്യത്യാസങ്ങളെ തുടർന്ന് അവർ പാർട്ടി വിട്ടു. "രാഷ്ട്രീയാധികാരം തോക്കിൻ കുഴലിലൂടെയാണു വരുന്നത്" എന്നു മാവോ സേ തുങ്ങ് ചിന്ത ഉൾക്കൊണ്ടുകൊണ്ട് ബലപ്രയോഗത്തിലൂടെ രാഷ്ട്രീയാധികാരം പിടിച്ചുപറ്റുക എന്ന തത്വം പ്രചരിപ്പിക്കുകയും മാവോ സാഹിത്യങ്ങളും മറ്റു രേഖകളും മലയാളത്തിലേക്കു വിവർത്തനം ചെയ്യുകയും പ്രചരിപ്പിക്കുകയും പശ്ചിമ ബംഗാളിലെ നക്സൽബാരി സമരത്തിന്റെ ആദർശങ്ങളുയർത്തിപ്പിടിക്കുകയും 19-12-66 മുതൽ തന്നെ ചൈനീസ് എംബസിയുമായുള്ള സഹകരണം തേടുകയും സഹായങ്ങൾ സ്വീകരിക്കുകയും ബൂർഷ്വാ ഭരണകൂടത്തെ തകർക്കുന്നതിനു ബലംപ്രയോഗിച്ചുള്ള തൊഴിലാളി വർഗ്ഗവിപ്ലവം ലക്ഷ്യമാക്കുകയും ബൂർഷ്വാ ഭരണകൂടത്തിനു പകരം തൊഴിലാളിവർഗ സർവാധിപത്യം സ്ഥാപിക്കുകയും രണ്ടാം ലോക മഹായുദ്ധശേഷം ചൈന മുതൽ ക്യൂബ വരെ നടന്നിട്ടുള്ള വിജയകരമായ തൊഴിലാളി വർഗ്ഗ വിപ്ലവത്തിന്റെ അനുഭവപാഠങ്ങൾ ഉൾക്കൊണ്ടുകൊണ്ട് സായുധവിപ്ലവം മാത്രമാണു തൊഴിലാളി വർഗ വിപ്ലവത്തിന്റെ സാർവത്രിക നിയമമെന്നും തൊഴിലാളി വർഗത്തിന്റെ ആശ്രയിക്കാവുന്ന മിത്രങ്ങൾ കർഷകരാണെന്നും സായുധ

കലാപ സേനകളുടെയും സായുധ കർഷക സേനകളുടെയും സ്ഥാപനവും വികസനവും ആണു സായുധ കർഷക സമരത്തിന്റെ ചെറുത്തുനിൽപ്പിന്റെ പ്രാഥമിക ഘടകമെന്നും, കുന്തമേന്തിയ ഈ സമൂഹം ഒരു പുത്തൻ സായുധ ശക്തിയാണെന്നും ഇതു കാണുമ്പോൾത്തന്നെ നാട്ടുപ്രമാണിമാരും പ്രാദേശിക ജനമർദ്ദകരും കിടുകിട വിറയ്ക്കും. കഴിഞ്ഞ കുറച്ചു മാസങ്ങളായി ഇന്ത്യൻ കമ്മ്യൂണിസ്റ്റ് പാർട്ടിയിലെ വിപ്ലവകാരികളാൽ നയിക്കപ്പെടുന്ന കർഷക ബഹുജനങ്ങൾ ചങ്ങലക്കെട്ടുകൾ തകർക്കുകയും ഭൂവുടമകളിൽ നിന്നും തോട്ടം ഉടമകളിൽ നിന്നും ധാന്യങ്ങളും ഭൂമിയും ആയുധങ്ങളും പിടിച്ചെടുക്കുകയും ക്രൂരരായ നാട്ടുപ്രമാണിമാരെയും പ്രാദേശിക ജനമർദ്ദകരെയും ശിക്ഷിക്കുകയും അവരെ അടിച്ചമർത്താനായി വന്ന പിന്തിരിപ്പൻ സേനകളെയും പൊലീസിനെയും പതിയിരുന്നാക്രമിക്കുകയും ചെയ്തിരുന്നു. ഡാർജിലിങ്ങിലെ ഇന്ത്യൻ കർഷകരുടെ വിപ്ലവ കൊടുങ്കാറ്റിനെ ചൈനീസ് ജനതയും ലോകത്തിലെ മറ്റെല്ലാ മാർക്സിസ്റ്റ് ലെനിനിസ്റ്റുകളും വിപ്ലവജനതയും സന്തോഷപൂർവ്വം കൈകൊട്ടി പുഴക്ത്തുന്നു. പട്ടണങ്ങളെയും നഗരങ്ങളെയും വലയം ചെയ്യാനായി ഗ്രാമപ്രദേശങ്ങളെ ആദ്യം പിടിച്ചെടുക്കുക. വിപ്ലവ പ്രവർത്തനങ്ങളുടെ കേന്ദ്രം ഗ്രാമപ്രദേശങ്ങളായിരിക്കണം. കുന്തങ്ങളും വടികളും ഉപയോഗിച്ചു കർഷകസേനകളുടെ മർമസ്ഥാനമായ ഗ്രാമീണ വിപ്ലവത്താവളങ്ങൾ സ്ഥാപിക്കുക. ആ ലക്ഷ്യം പ്രാവർത്തികമാക്കുന്നതിനും അതുവരെ കലാപത്തിന്റെ നിലവാരം ഉയർത്തുന്നതിനും മാവോ ചിന്തയുടെ വെളിച്ചത്തിൽ ഇന്ത്യൻ പരിതഃസ്ഥിതിയെ വിശകലനം ചെയ്തുകൊണ്ട് വിപ്ലവ പരിപാടിയും അടവുകളും രൂപീകരിച്ചു.

1, 2, 6, 10, 11, 15, 90, 91, 95 എന്നീ കുറ്റവാളികൾ പരസ്പരം ബന്ധപ്പെടുകയും മാർക്സിസ്റ്റ് കൾച്ചറൽ ഫോറവുമായി (തലശേരിയിലെ) ബന്ധപ്പെടുകയും അതുപോലെ ചിന്തിക്കുന്ന മറ്റു സംഘടനകളും വ്യക്തികളുമായി ബന്ധപ്പെടുകയും വിപ്ലവസാഹിത്യങ്ങൾ മലയാളത്തിലേക്കു തർജമ ചെയ്യുകയും അതുപോലെയുള്ള മറ്റു പ്രവർത്തനങ്ങൾ നടത്തുകയും ബലമുപയോഗിച്ചുള്ള വിപ്ലവത്തിന്റെ തന്ത്രങ്ങളും അടവുകളും പഠിപ്പിക്കുന്നതിനായി കേരളത്തിന്റെ പലഭാഗങ്ങളിലും അനുഭാവികളുടെ രഹസ്യയോഗങ്ങൾ വിളിച്ചുകൂട്ടുകയും വിളിച്ചുകൂട്ടാൻ ഇടവരുത്തുകയും കേരളത്തിന്റെ വിവിധ ഭാഗങ്ങളിൽ അനുഭാവികളുടെ യൂണിറ്റുകൾ സ്ഥാപിക്കുകയും ചെയ്തു. കണ്ണൂർ ജില്ലയിലെ ബീഡി സിഗാർ തൊഴിലാളികളുടെ കൂടെക്കൂടെയുള്ള തൊഴിലില്ലായ്മയും പണിമുടക്കുകളും, പുൽപ്പള്ളിയിലെ (കോഴിക്കോട് ജില്ല) പ്രാദേശിക ഭൂവുടമകളുടെ അമിതമായ ചൂഷണവും ദേവസ്വം ഉടമകളുടെ ഭൂമി ഒഴിപ്പിക്കൽ നടപടികളും അവർ യഥാർഥ വിപ്ലവ പരിസ്ഥിതിയായി കണക്കാക്കുകയും അതിനെ ഉപയോഗപ്പെടുത്തുകയും ചെയ്തു. മുമ്പത്തെ രണ്ടു

സമരങ്ങൾക്കു വേണ്ടി അവർ വളണ്ടിയർമാരെ സംഘടിപ്പിക്കുന്നതിനാവശ്യമായ സ്റ്റഡിക്ലാസുകൾ നടത്തി, അനുഭാവികളെയും പങ്കെടുക്കാൻ ആഗ്രഹിക്കുന്നവരെയും ഒന്നിപ്പിച്ചു. ഒന്നു മുതൽ ഏഴുവരെയുള്ള പ്രതികൾ 30-10-68ന് കോഴിക്കോട്ടുള്ള ഒന്നാം പ്രതിയുടെ വീട്ടിൽ വച്ച് ഒരു ഗൂഢാലോചനായോഗം ചേരുകയും ഈ യോഗത്തിൽ വച്ച് പൊലീസ് സ്റ്റേഷനുകളും ജന്മിമാരെയും ആക്രമിച്ച് ആയുധങ്ങൾ കൈയടക്കുക, ഭൂമി, ജംഗമസ്വത്തുക്കൾ, അരി, നെല്ല് മുതലായവ കൊള്ള ചെയ്ത് അതതു പ്രദേശങ്ങളിലെ സാധുജനങ്ങൾക്ക് വിതരണം ചെയ്യുക എന്നീ പരിപാടികളിൽ യോജിപ്പിലെത്തി. ഈ തീരുമാനപ്രകാരം 1,2, 13, 116, 126 എന്നീ പ്രതികൾ തിരുവനന്തപുരം, വെള്ളത്തൂവൽ, പാലക്കാട്, തലശേരി, കണ്ണൂർ, മാനന്തവാടി, പുൽപ്പള്ളി, വെള്ളമുണ്ട എന്നീ സ്ഥലങ്ങളിലും അയൽപ്രദേശങ്ങളിലുള്ള അനുഭാവികളുമായി ബന്ധപ്പെടുകയും 1968 നവംബർ 17നോ അതിനു മുമ്പോ തലശേരി കെപിഎസ് ട്യൂട്ടോറിയൽ കോളജിൽ കൂടിച്ചേരാൻ വളണ്ടിയർമാരെ ഒരുക്കി. 2, 11, 12, 15, 44, 58 60, 62 എന്നീ പ്രതികൾ 7, 10, 14, 15, 100, 138 പ്രതികൾ മുഖേനയും 11, 12, 13, 339, 340 എന്നീ സാക്ഷികൾ മുഖേന ആയുധങ്ങളും സ്ഫോടക വസ്തുക്കളും മറ്റായുധങ്ങളും ശേഖരിച്ച് പ്രവർത്തനത്തിനായി കൈയിൽ വെക്കുകയും ചെയ്തു. 1, 2 പ്രതികൾ മാനന്തവാടിയും പുൽപ്പള്ളിയും വെള്ളമുണ്ടയും മറ്റു സ്ഥലങ്ങളും സന്ദർശിക്കുകയും ബീഡിത്തൊഴിലാളികളുടെയും കർഷകരുടെയും സമരങ്ങൾ ഒന്നിപ്പിക്കാനെന്ന ഭാവത്തിൽ വളണ്ടിയർമാരെ സംഘടിപ്പിക്കുകയും ചെയ്തു. മൂന്നാം പ്രതി (മന്ദാകിനി) 68 സെപ്തംബർ ഒന്നു മുതൽ ജോലി രാജിവയ്ക്കുകയും ഒക്ടോബർ 68 അവസാനത്തോടുകൂടി ജംഗമവസ്തുക്കൾ വിറ്റ് ഏഴാം പ്രതി (അജിത) യോടു കൂടി ബോംബെയിലേക്കു പോവുകയാണെന്ന ഭാവേന മാനന്തവാടിയിലേക്കു പോകുകയും ചെയ്തു. 7-ാം പ്രതിയുടെ മനോഭാവങ്ങൾ അവളുടെ സ്വന്തം ഡയറിയിൽ രേഖപ്പെടുത്തിയ സംഗതികൾ കൊണ്ട് വ്യക്തമാക്കുന്നു.

"14-5-68. ഇന്നു ഞാൻ അറ്റ്ലസ് നോക്കി. നിക്ക്യാങ് ചൈനയിലാണെന്നും ഗിൽഗിറ്റ് പാകിസ്ഥാനിലാണെന്നും കണ്ടു. ഈ വൃത്തികെട്ട ഇന്ത്യാ ഗവൺമെന്റിന് നിക്കാങ്-ഗിൽഗിറ്റ് റോഡ് നിർമിക്കുന്നതിൽ പ്രതിഷേധിക്കാൻ എന്തവകാശമാണുള്ളത്. ഇന്ത്യൻ വിപ്ലവകാരികളായ നാം ചൈനയ്ക്കും പാകിസ്ഥാനും നിരന്തരമായി പിന്തുണ നൽകണം. ഞാനങ്ങനെ ചെയ്യാൻ തീരുമാനിച്ചിരിക്കുന്നു."

"18-5-68. ജനകീയ ചീനാ റിപ്പബ്ലിക്കിന്റെ എംബസി എനിക്ക് ഒരു കത്ത് വീണ്ടും അയച്ചിരിക്കുന്നു. അതും റെജിസ്റ്റേർഡ് പോസ്റ്റിൽ. എത്ര നല്ലത്. അവരെ നിരാശപ്പെടുത്തരുത്. വിജയം നേടാൻ മനസ്സുറപ്പിക്കുക. ത്യാഗത്തിൽ നിർഭയരാകുക. പ്രതിബന്ധങ്ങളെ തരണം ചെയ്യുക."

"12-6-68. ചെയർമാൻ മാവോവിനോട് കൂറുള്ളവളായിരിക്കുക.... റിവിഷനിസ്റ്റ് തത്ത്വശാസ്ത്രത്തെ പരാജയപ്പെടുത്താനും വിജയം നേടാനും കഠിനമായി സമരം ചെയ്യുക. ചെയർമാൻ മാവോ നീണാൾ വാഴട്ടെ."

"25-6-68. ചെയർമാൻ മാവോ നീണാൾ വാഴട്ടെ;..... ചെയർമാൻ മാവോ ദീർഘായുഷ്മാനായിരിക്കട്ടെ. ചെയർമാൻ മാവോ ദീർഘായുഷ്മാനായിരിക്കട്ടെ".

"15-7-68. മാവോ ചിന്തയോട് കൂറുള്ളവളായിരിക്കുക; ഈ നിർദേശങ്ങൾ പൂർണമായും ഉൾക്കൊള്ളുക. പ്രശ്നങ്ങളെ വ്യക്തമാക്കാനും പരിഹരിക്കാനും മാവോ ചിന്ത ഉപയോഗിക്കുക- അജി.... ഒരു കൊല്ലവും കുറച്ചു മാസങ്ങളും ഈ വീട്ടിൽ താമസിച്ചുകൊണ്ട് ഞാൻ കേരളത്തിലെ മറ്റൊരു പെൺകുട്ടിയും ചെന്നെത്താത്ത മഹത്തായ പാതയിൽ ചെന്നെത്തിയിട്ടുണ്ട്. ഈ വീട്ടിലിരുന്ന് വിപ്ലവ പ്രവർത്തനങ്ങൾ നടത്തിക്കൊണ്ട് എന്റെ ബൂർഷ്വാ, പെറ്റി ബൂർഷ്വാ ചിന്താരീതിയെ മാറ്റിയെടുക്കാൻ സാധ്യമല്ലെന്ന് ഞാൻ കൂടുതൽ കൂടുതലായി മനസ്സിലാക്കുന്നു. ഞാൻ പൂർണ അർഥത്തിലുള്ള വിപ്ലവകാരിയാകാൻ ശ്രമിക്കുകയാണിന്ന്. ഞാൻ ഈ കടമ ധൈര്യപൂർവ്വം ഏല്ക്കണം."

2, 8, 40, 74, 77, 78 എന്നീ പ്രതികൾ ജോലി രാജിവയ്ക്കുകയോ ലീവെടുക്കുകയോ ജംഗമവസ്തുക്കൾ അവരുടെ സുഹൃത്തുക്കളുടെയോ ബന്ധുക്കളുടെയോ പേരിൽ കൈമാറുകയോ വീടുവിട്ടുപോകുകയോ ചെയ്തു. 3, 7 എന്നീ പ്രതികൾ 14,18, 25, 26, 29, 36, 40, 41, 148, 149 എന്നീ പ്രതികളുടെ സഹായത്തോടെ മാനന്തവാടി, എടവക, വെള്ളമുണ്ട എന്നിവിടങ്ങളിലുള്ള അനുഭാവികൾക്കും വളണ്ടിയർമാർക്കും മുൻകൂട്ടി തീരുമാനിച്ച ബീഡിത്തൊഴിലാളികളുടെയും കൃഷിക്കാരുടെയും സമരങ്ങൾക്കു വേണ്ടിയുള്ള സ്റ്റഡി ക്ലാസുകൾ നടത്തി. 17-11-68 ഓടുകൂടി തലശേരിയിലുള്ള കെപീസ് ട്യൂട്ടോറിയലിൽ സമ്മേളിച്ച് 1, 2, 4, 5, 8 മുതൽ 11, 15 എന്നീ പ്രതികളും മറ്റുള്ളവരും തലശേരി, പുൽപ്പള്ളി പൊലീസ് സ്റ്റേഷനകളും വയനാട്ടിലെ ഗ്രാമപ്രദേശങ്ങളിലുള്ള ജന്മികളുടെ വീടുകളും ആക്രമിക്കാനുള്ള ഒരു ഇരട്ട പദ്ധതി യോഗം ചേർന്ന് തീരുമാനിച്ചു. ഗൂഢാലോചനക്കാരെ സഹായിക്കാനും പിന്തുടരാനും വന്നുചേർന്ന പ്രതികൾ ഗണേഷ്, ഭാരത് ബീഡി തൊഴിലാളികളും നെയ്ത്തുകാരും തോട്ടം തൊഴിലാളികളും കാർഷിക തൊഴിലാളികളും വിദ്യാർഥികളും അധ്യാപകരും സമാധാനപരമായ മാർഗങ്ങളിൽക്കൂടി അവരുടെ പ്രശ്നങ്ങൾ പരിഹരിക്കാൻ അസാധ്യമായതിനാൽ നിരാശരായി ഇന്നു നിലനിൽക്കുന്ന സാമൂഹ്യവ്യവസ്ഥയ്ക്കെതിരായി വർഗസമരം പ്രഖ്യാപിച്ചിരിക്കുന്നു എന്നും സായുധ സമരത്തിലേക്കു പ്രവേശിച്ചിരിക്കുന്നു എന്നും പ്രതിജ്ഞ ചെയ്തു. 4, 5 പ്രതികൾ പുൽപ്പള്ളി പൊലീസ് സ്റ്റേഷൻ, ദേവസ്വം ഓഫീസ് ആക്രമണങ്ങളും

ഭൂവുടമകളുടെ വീടുകൾ കൊള്ളചെയ്യലും സംഘടിപ്പിച്ച് തിരുനെല്ലി ക്കാട്ടിൽ എത്തി മറ്റ് ഗൂഢാലോചനക്കാരിൽ നിന്നുള്ള കൂടുതൽ നിർദേശ ങ്ങൾക്കു വേണ്ടി കാത്തുനിൽക്കാനുള്ള നിർദ്ദേശങ്ങളോടെ മാനന്തവാടി യിലേക്കു തിരിച്ചുപോയി. മാനന്തവാടിയിൽ എത്തിയ ഉടനെ തീരുമാന ങ്ങൾ ഗൂഢാലോചനക്കാരായ 3, 7 പ്രതികളെ അറിയിച്ചു. 140ം പ്രതി മുൻധാരണയനുസരിച്ച് നായാട്ടിനു പോകാനെന്ന വ്യാജേന 30, 40, 50 സാക്ഷികളിൽ നിന്ന് മൂന്നു തോക്കുകൾ സമ്പാദിച്ചു. 3-ാം പ്രതിയെ 255-ാം സാക്ഷിയുടെ വീട്ടിലേക്കു മാറ്റി. 5, 7, 16 മുതൽ 41 വരെയും 149 ഉം പ്രതികൾ 44-ാം സാക്ഷിയുടെ വീട്ടിൽ സമ്മേളിക്കുകയും അവിടെ വച്ച് 5-ാം പ്രതി പൊലീസ് സ്റ്റേഷൻ ആക്രമണ പരിപാടി അറിയി ക്കുകയും ഗൂഢാലോചന പ്രാവർത്തികമാക്കുന്നതിനായി സ്വമേധയാ പങ്കെടുത്ത 7, 16 മുതൽ 39 വരെ പ്രതികളോടു കൂടി കാട്ടിലേക്കു മാർച്ച് ചെയ്തു. തലശേരിയിലെ കെ.പി.എസ്. ട്യൂട്ടോറിയലിൽ പ്രതികൾ നിർമിക്കുകയും കൊണ്ടുപോകുകയും ചെയ്ത ആയുധങ്ങൾ സംഭരിച്ചു. അവിടെ സമ്മേളിക്കുകയും 1, 2, 8 മുതൽ 13 വരെ 15, 42 മുതൽ 127 വരെയുള്ള പ്രതികളും മറ്റുള്ളവരും ഒരു സൈനിക രീതിയിൽ സംഘടി പ്പിക്കപ്പെട്ടു. 20-11-68ന് തലശേരി പൊലീസ് സ്റ്റേഷൻ ആക്രമിക്കാനു ണ്ടായ പരിപാടി സ്ഥലത്തെ പൊലീസിന്റെ സാന്നിധ്യം കൊണ്ട് ഉപേക്ഷിച്ചു. പൊലീസിന്റെ ശ്രദ്ധ തെറ്റിക്കുന്നതിനായി മുഴുവൻ ആളുകളും തലശേരി വിടണമെന്നും തലശേരിയിൽ നിന്നു രണ്ടു നാഴിക അകലെയുള്ള കുണ്ടുചിറ അണക്കെട്ടിനു സമീപം സമ്മേളിക്കണമെന്നും അറിയിച്ചു. അവിടെ നിന്ന് 21-11-68 രാത്രി എല്ലാവരെയും സ്റ്റേഡിയം ഗ്രൗണ്ടിൽ ഒന്നിച്ചുചേരാനായി തിരിച്ചയയ്ക്കുകയും ചെയ്തു. കുന്ത ങ്ങളും മറ്റായുധങ്ങളും (കെ.പി.എസ്. ട്യൂട്ടോറിയലിൽ സംഭരിച്ചിരുന്നവ) സ്റ്റേഡിയം ഗ്രൗണ്ടിലേക്കു മാറ്റുകയും ഈ കേസിലെ ഭൗതിക വസ്തു ക്കളായി പിടിച്ചെടുക്കപ്പെട്ട ആയുധങ്ങളും കൊടികളും പ്ലക്കാർഡുകളും പ്രതികൾക്കു വിതരണം ചെയ്യുകയും ചെയ്തു. 1-ാം പ്രതി 62-ാം പ്രതിയുടെ സഹായത്തോടെ ടെലിഫോൺ എക്സ്ചേഞ്ചിനു സമീപ മുള്ള ടെലിഫോൺ കമ്പി മുറിക്കുകയും 1,2, 8 മുതൽ 13, 15, 42 മുതൽ 127 പ്രതികളും അറിയപ്പെടുന്നവരും അറിയപ്പെടാത്തവരുമായ മറ്റുള്ളവരും അടങ്ങുന്ന 300 ഓളം വരുന്ന നിയമവിരുദ്ധമായ ജനക്കൂട്ടം തലശേരി ബസ്സ്റ്റാൻഡ് റോഡിലൂടെ തലശേരി പൊലീസ് സ്റ്റേഷ നിലേക്ക് മാർച്ച് ചെയ്തു. തലശേരി പൊലീസ് സ്റ്റേഷന്റെ മുന്നിലെ ത്തിയപ്പോൾ ഒന്നാംപ്രതി ഗെയിറ്റ് തുറക്കാൻ ശ്രമിച്ചു. തൽസമയം ഒന്നാം പ്രതിയുടെ തൊട്ടുപിന്നിലുണ്ടായ രാംപ്രതി ആ സമയത്ത് പൊലീസ് സ്റ്റേഷനിൽ സെന്ററി ഡ്യൂട്ടിയിലുായിരുന്ന ഈ കേസിൽ 27-ാം സാക്ഷി യുടെ നേരെ സ്ഫോടക വസ്തു നിറച്ച ഒരു ബൾബ് എറിഞ്ഞു. 27-ാം സാക്ഷിയുടെ അലർച്ച കേട്ടിട്ട് 26, 28, 29, 30, 31, 32, 33, 34, 35, 37, 28

എന്നീ സാക്ഷികൾ ഗെയിറ്റിലേക്കു കുതിച്ചെത്തി. പ്രതികൾ കൈയിലുണ്ടായിരുന്ന ആയുധങ്ങളും മറ്റു സാധനങ്ങളും അടുത്തുള്ള റോഡിലേക്കെറിഞ്ഞുകൊണ്ട് ഓടിപ്പോയി. 47ഉം 43ഉം ഒഴികെയുള്ള പ്രതികൾ മുൻധാരണ അനുസരിച്ച് തിരുനെല്ലിയിൽ കൂടിച്ചേരാനായി പിന്തിരിഞ്ഞോടി. 5, 7, 14, 16 മുതൽ 39 വരെയുള്ള വരും മറ്റുള്ളവരുമായ പ്രതികൾ (മുൻപറഞ്ഞതുപോലെ 19-11-68ന് ചിതലയം കാട്ടിലൂടെ പുൽപ്പള്ളിക്ക് മാർച്ച് ചെയ്ത) 4, 6, 128 മുതൽ 142 വരെയുള്ള വരും മറ്റുള്ളവരുമായ പ്രതികളുമായി ഈ കാട്ടിൽ വച്ച് 21-11-68ന് ബന്ധം സ്ഥാപിച്ചു. അവിടെ വച്ച് എല്ലാവരുടെയും കൈയിലുണ്ടായിരുന്ന കാശ് പൊതു ആവശ്യത്തിനായി നീക്കുകയും അവിടെ വച്ച് 4, 5, 6, 7, 14, 16, 17, 18, 21, 23, 123, 129, 130, 133, 134, 135, 138 എന്നീ പ്രതികളടങ്ങുന്ന ഒരു പതിനേഴംഗ വിപ്ലവ കൗൺസിൽ രൂപീകരിക്കുകയും ചെയ്തു. അതിൽ നിന്ന് 4, 5, 6, 7, 18 എന്നീ പ്രതികളടങ്ങുന്ന കൗൺസിൽ രൂപീകരിക്കുകയും 4-ാം പ്രതി ചെയർമാനായും 6-ാം പ്രതി ഖജാൻജിയായും രൂപീകരിച്ചു. 6ഉം 7 ഉം പ്രതികൾ അവിടെയുണ്ടായിരുന്ന മറ്റു പ്രതികൾക്ക് ചെയ്യേണ്ട നിർദേശങ്ങൾ നൽകിയ ശേഷം വെടിവയ്ക്കേണ്ട ആൾക്ക് അതിനുള്ള പരിശീലനം നൽകി. 33, 133, 138 പ്രതികൾ സ്ഫോടക വസ്തുക്കളും (ജലാറ്റിൻ) മറ്റും വാങ്ങി. 22-11-68 ഉച്ചയ്ക്ക് തലശേരി പൊലീസ് സ്റ്റേഷൻ ആക്രമണം സംബന്ധിച്ചുള്ള റേഡിയോ വാർത്ത കേട്ടശേഷം 4, 5 പ്രതികൾമറ്റു പ്രതികളെ കൊണ്ട് മരക്കൊമ്പുകൊണ്ടുള്ള കുന്തങ്ങളും മറ്റും ഉണ്ടാക്കിച്ചു. 22-11-68ന് വൈകുന്നേരം 18ാം പ്രതി വിവരങ്ങൾ ശേഖരിക്കുന്നതിനായി പോയി. 23-11-68ന് കരിമൻ ബസാറിൽ വച്ച് ഒരു കൊടി തുന്നിച്ചു. 145ഉം, 146ഉം പ്രതികളുമായി ബന്ധം സ്ഥാപിച്ചു. പുൽപ്പള്ളിയിൽ നിന്നും 53ാം സാക്ഷി മുഖേന മണ്ണെണ്ണ വാങ്ങിച്ചു. 143ഉം 144ും പ്രതികളോടു കൂടി അന്നു രാത്രി മറ്റുള്ളവരുമായി ചേർന്നു. 138ഉം 139 ഉം പ്രതികൾ ഹാൻഡ് ഗ്രനൈഡും പടക്കങ്ങളും 22-11-68ന് അവർ കൊണ്ടുവന്ന വെടിമരുന്നുകൊണ്ട് നിർമിച്ചു. 5 മുതൽ 7, 14, 16 മുതൽ 39, 128 മുതൽ 144, 147, 148 എന്നീ പ്രതികളും മറ്റുള്ള വരും 4-ാം പ്രതിയുടെ നേതൃത്വത്തിൽ 23-11-68, 24-11-68 രാത്രി പുൽപ്പള്ളിക്കു പോവുകയും പുലർച്ചെ 3.30ന് ഓടു കൂടി വയർലെസ് പോസ്റ്റിന്റെ പരിസരത്തെത്തുകയും ചെയ്തു. 139ാം പ്രതി വയർലെസ് സ്ഥാപിച്ചിരുന്നതും 61, 62, 63 സാക്ഷികളും മരിച്ച ഹവിൽദാർ കുഞ്ഞിക്കൃഷ്ണൻ നായരും ഉറങ്ങിയിരുന്ന കെട്ടിടത്തിനു നേരെ ഒരു നാടൻ ബോംബെറിഞ്ഞു. 4, 6, 7, 16, 129 എന്നീ മാരകായുധധാരികളായ പ്രതികൾ വയർലെസ് സെറ്റ് സൂക്ഷിച്ചിരുന്ന മുറിയുടെ സാക്ഷയിട്ടിരുന്ന വാതിലും ജനലും തള്ളിത്തുറക്കുക വഴി രാത്രിയിൽ ഭവനഭേദനം എന്ന കുറ്റം ചെയ്തു. 63ാം സാക്ഷിക്ക് ബോധപൂർവം മുറിവേല്പിച്ചു. വയർലെസ് പോസ്റ്റിൽ ഡ്യൂട്ടിയിലുണ്ടായിരുന്ന ഹവിൽദാർ കുഞ്ഞി

ക്കൃഷ്ണൻനായരെ മരക്കുന്തം, വെട്ടുകത്തി, മറ്റു മാരകായുധങ്ങൾ കൊണ്ട് സാധാരണരീതിയിൽ മരിക്കുമെന്നു മനസ്സിലാക്കിയിട്ടും കൊല്ലണമെന്ന ഉദ്ദേശ്യത്തോടെ ആക്രമിച്ചു. അങ്ങനെ ബോധപൂർവം ഹവിൽദാർ കുഞ്ഞിക്കൃഷ്ണൻ നായരുടെ മരണത്തിനിടയാക്കി. വയർലെസ് സെറ്റ് തല്ലിത്തകർത്തു. 7270 രൂപയോളം വിലവരുന്ന ഗവൺമെന്റ് സ്വത്തിനു നഷ്ടം വരുത്തി. 4,5, 7, 16, 128, 129, 135, 147 എന്നിവരും മറ്റുള്ളവരുമായ പ്രതികൾ 61-ാം സാക്ഷി കിടന്നുറങ്ങുകയായിരുന്ന മുറിയുടെ സാക്ഷയിട്ടിരുന്ന വാതിൽ വെട്ടിപ്പൊളിച്ചു പണം കളവു ചെയ്തു. 61-ാം സാക്ഷിയുടെ യൂണിഫോം, റിസ്റ്റ് വാച്ച്, പൈസ, വസ്ത്രങ്ങൾ, മുതലായ 900 രൂപ വില വരുന്ന വസ്തുക്കൾ കൊള്ള ചെയ്തുകൊണ്ടു പോയി. അയാൾ അന്വേഷണം നടത്തിയ കേസുകളും ഔദ്യോഗിക അന്വേഷണ രേഖകളും മറ്റു പൊതുരേഖകളും 61-ാം സാക്ഷിയുടെ സ്വന്തമായവയും ആയ റിക്കാർഡുകൾ കത്തിക്കുകയും അങ്ങനെ 200 രൂപയോളം നഷ്ടപ്പെടുത്തുകയും ചെയ്തു. കൊള്ള ചെയ്യുന്നതിനിടയിൽ കൊല്ലാനുള്ള ഉദ്ദേശ്യത്തോടെ മരക്കുന്തങ്ങളും മറ്റു മാരകായുധങ്ങളും ഉപയോഗിച്ച് 61-ാം സാക്ഷിയെ മാരകമായ മുറിവേല്പിക്കുകയും സാധാരണരീതിയിൽ മരണത്തിനിടയാക്കുന്ന പരിക്കുകൾ ഏല്പിക്കുകയും ചെയ്തു. 61-ാം സാക്ഷി മരിച്ചുവെന്നു കരുതി മുറി വിട്ടുപോവുകയും 315-ാം സാക്ഷി കിടന്നിരുന്ന വാതിൽ ബലംപ്രയോഗിച്ച് തള്ളിത്തുറക്കുകയും ചെയ്തു. 315-ാം സാക്ഷിക്കും 62-ാം സാക്ഷിക്കും അവകാശപ്പെടുന്ന 2500 കയോളം വിലവരുന്ന ട്രാൻസ്സിസ്റ്റർ, യൂണിഫോറങ്ങൾ, ടൈംപീസ്, വസ്ത്രങ്ങൾ മുതലായവ കളവു ചെയ്യുകയും ചെയ്തു. 62-ാം സാക്ഷി കെട്ടിടത്തിൽ നിന്നു പടിഞ്ഞാറോട്ട് ഓടിപ്പോകുമ്പോൾ അവനെ കൊല്ലാനുള്ള ഉദ്ദേശത്തോടെ കെട്ടിടത്തിനു ചുറ്റും വളഞ്ഞു നിന്നിരുന്ന പ്രതികളിലൊരാൾ വെടിവയ്ക്കുകയും സാക്ഷിക്ക് മുറിവേല്പിക്കുകയും ചെയ്തു. 4, 5, 6, 7, 14, 16, 17, 18, 19, 20, 21, 22, 23, 24, 25, 26, 27, 28, 29, 30, 31, 32, 33, 128, 129, 130, 131, 132, 133, 134, 135, 136, 137, 138, 143, 144 എന്നീ പ്രതികളും മറ്റുള്ളവരും റോഡിൽ കൂടിച്ചേരുകയും ചേകാടിക്കു പോകുകയും ചെയ്തു. 4ഉം, 5ഉം പ്രതികൾ പൊതുജനങ്ങളെ ചതിക്കാനുള്ള ഉദ്ദേശ്യത്തോടെ പൊലീസ് ഓഫീസർമാരുടെ യൂണിഫോറം ധരിച്ചു. അങ്ങനെ കേരള പൊലീസ് ആക്ടിലെ 40ൽ രണ്ടും മൂന്നും സെക്ഷനിൽ വരുന്ന കുറ്റങ്ങൾ ചെയ്തു. പിന്നീട് മറ്റു 34 പ്രതികളോടൊപ്പം 70-ാം സാക്ഷിയുടെ വീട്ടിലേക്കു പോയി. നിയമവിരുദ്ധ കൈയേറ്റം നടത്തി. 4, 5, 6, 7, 16, 18, 19, 21, 133, 135 പ്രതികൾ പുലർച്ചെ 6.30 ഓടു കൂടി കെട്ടിടത്തിലേക്കു കടന്നു. 24-11-68ന് മറ്റു 26 പ്രതികൾ വീടു വളഞ്ഞപ്പോൾ 4, 5, 6 പ്രതികളുടെ നിർദേശപ്രകാരം അകത്തുള്ളവർ പുറത്തുപോകുന്നതും പുറമേ നിന്ന് സഹായങ്ങൾ അകത്തേക്കു ലഭിക്കുന്നതും തടഞ്ഞു. വീട്ടിനുള്ളിലേക്കു കടന്ന പ്രതികൾ സാക്ഷിയെ

വെടിവച്ചു കൊല്ലുമെന്ന് കുറ്റകരമാംവിധം ഭീഷണിപ്പെടുത്തി ബലം പ്രയോഗിച്ച് 71-ാം സാക്ഷിയെ അകത്തേക്കു കൊണ്ടുപോകുകയും 70ഉം 71 ഉം സാക്ഷികളെ അവരുടെ ഇച്ഛയ്ക്കെതിരായി പണം, റിസ്റ്റ് വാച്ച്, വസ്ത്രങ്ങൾ മുതലായവ അടിയറവയ്ക്കുന്നതിനു നിർബന്ധിച്ചു. ആ വസ്തുക്കളും സ്വർണാഭരണങ്ങളും മറ്റും (7000 രൂപ വിലയുള്ള) അവിടെനിന്ന് മാറ്റി. 6, 133, 136 പ്രതികൾ ധാന്യ അറ തുറന്നു. നെല്ലു കൊണ്ടുപോകുകയും അയൽവാസികൾക്കു വിതരണം ചെയ്യുകയും ചെയ്തു. 70-ാം സാക്ഷിയുടെ വീട്ടിൽ ഇങ്ങനെ കൊള്ള നടത്തിയ ശേഷം 36 പ്രതികളും 81-ാം സാക്ഷിയുടെ ചായ, സ്റ്റേഷനറി പീടികയിലേക്കു മാർച്ച് ചെയ്തു. പീടിക വളയുകയും 81-ാം സാക്ഷിയെ തെറ്റായ വിധം തടയുകയും ഏകദേശം 300 ക വിലയുള്ള സോപ്പ്, ബീഡി, സിഗരറ്റ് മുതലായ സാധനങ്ങളും 6, 19, 29, 144 പ്രതികൾ കൊള്ള ചെയ്യുകയും ചെയ്തു. 36 പ്രതികളും ശേഷം 82ാം സാക്ഷിയുടെ വീട്ടിലേക്കു മാർച്ച് ചെയ്തു. 5-ാം പ്രതി മറ്റു പ്രതികൾക്കൊപ്പം ബലം പ്രയോഗിച്ച് 82-ാം സാക്ഷിയെ അകത്തേക്കു കൊണ്ടുപോകുകയും കൊല്ലുമെന്ന് കുറ്റ കരമായ വിധം ഭീഷണിപ്പെടുത്തുകയും ചെയ്തു. 4,5,6,716, 19, 133 എന്നീ പ്രതികൾ അകത്തു പ്രവേശിക്കുകയും ഒരു തോക്ക് പിടിച്ചെടുക്കുകയും തിരകളും സ്വർണാഭരണങ്ങളും പണവും റേഡിയോയും ക്യാമറ വസ്ത്രങ്ങളും പാത്രങ്ങളും മുതലായ 13000 രൂപ വില വരുന്ന സാക്ഷി കളും മറ്റു ഗൃഹവാസികൾക്കും അവകാശപ്പെടുന്ന വസ്തുക്കൾ കൊള്ള ചെയ്യുകയും ചെയ്തു. മറ്റു പ്രതികൾ കുന്തവുമായി പുറത്തു കാവൽ നിന്നു. 18, 21 ഉം പ്രതികൾ അകത്തുള്ള പ്രതികളുമായി ചേർന്ന് കൊള്ള വസ്തുക്കൾ നീക്കം ചെയ്യാൻ അവരെ സഹായിച്ചു. 131, 137, 138,144 പ്രതി കൾ 82-ാം സാക്ഷിയുടെ വീടിന്റെ തെക്കുഭാഗത്തുള്ള ഒരു പ്രത്യേക എടുപ്പിലെ പത്തായം കുത്തിത്തുറന്നു. നെല്ലു കളവ് ചെയ്ത്, ദേശവാസി കൾക്കു വിതരണം ചെയ്തു. (സാക്ഷികൾ 89, 90, 91, 247, 249 മറ്റുള്ള വരും). അങ്ങനെ കൊള്ള നടത്തുകയും 13000 രൂപ വരുന്ന കൊള്ള വസ്തുക്കൾ നീക്കം ചെയ്യുകയും ചെയ്തു. പ്രതികൾ അതിനു ശേഷം കാട്ടിലേക്കു തിരിച്ചു. അവരുടെ തിരുനെല്ലി കാട്ടിലുള്ള മറ്റുകൂട്ടാളികളു മായി ബന്ധപ്പെടാൻ തിരുനെല്ലിയിലേക്കു പോയി. അങ്ങനെ 1 മുതൽ 149 വരെ പ്രതികൾ സ്വന്തം നിലയിലും കൂട്ടായ നിലയിലും 120 ബി, 143, 147, 148, 149, 302, 307, 332, 333, 393, 399, 427, 455, 459, 460, 461, 506 എന്നീ വകുപ്പുകളും കെപിസി 114ാം വകുപ്പും ഇന്ത്യൻ ആംഡ് ആക്ടിലെ 27ാം വകുപ്പും ഇന്ത്യൻ എക്സ്പ്ലൊസീവ് ആക്ടിലെ 3 വകുപ്പും ഇന്ത്യൻ ടെലഗ്രാഫ് ആക്ടിലെ 27-ാം വകുപ്പും പ്രകാരമുള്ള കുറ്റം ചെയ്തിരി ക്കുന്നു. 4, 5 പ്രതികൾ മുൻ പറഞ്ഞതുപോലെ കേരള പൊലീസ് ആക്ടിലെ 40 രണ്ട്, മൂന്ന് വകുപ്പുകളനുസരിച്ചുള്ള കുറ്റവും ചെയ്തിരി ക്കുന്നു.

അനുബന്ധം 2

ഞങ്ങൾ കലാപം ചെയ്തിരിക്കുന്നു
(കലാപങ്ങളോടനുബന്ധിച്ച് കുന്നിക്കലിന്റെ നേതൃത്വത്തിൽ തയ്യാറാക്കിയ പ്രഖ്യാപന രേഖ)

ഇന്നാട്ടിലെ ഗണേഷ്, ഭാരത് തുടങ്ങിയ ബീഡിക്കമ്പനികളിലെ തൊഴിലാളികളും നെയ്ത്തുതൊഴിലാഴികളും തോട്ടം തൊഴിലാഴികളും കർഷകത്തൊഴിലാളികളും വിദ്യാർഥികളും അധ്യാപകരും മറ്റുമായ ഞങ്ങൾ സമാധാനപരമായ മാർഗങ്ങളിലുള്ള എല്ലാ ആശകളും അറ്റ്, ഇന്നിവിടെ നിലനിൽക്കുന്ന മൃഗീയ, ചൂഷണ വ്യവസ്ഥിതിക്കെതിരായി തുറന്ന ഒരു സായുധ കലാപത്തിനിറങ്ങിയിരിക്കുകയാണ്. ഇന്നത്തെ വൻകിട ജന്മി-വൻകിട മുതലാളിത്ത സർക്കാരിനെതിരായി ഞങ്ങൾ വർഗയുദ്ധം പ്രഖ്യാപിച്ചിരിക്കുകയാണ്.

ഞങ്ങൾക്കറിയാം, ഇന്ദിരാഗാന്ധിയുടെയും നമ്പൂതിരിപ്പാടിന്റെയും പിന്നിൽ ലക്ഷക്കണക്കിനുള്ള സേനയും ലോക സാമ്രാജ്യത്വ ശക്തികളുടെയും സോവിയറ്റ് തിരുത്തൽവാദ ക്ലിക്കിന്റെയും ആധുനികായുധങ്ങളുമുണ്ടെന്ന്. ഇതെല്ലാം കൺമുൻപിൽ കണ്ടുകൊണ്ടു തന്നെയാണ് ഇവർക്കെതിരായ സായുധ കലാപത്തിന്റെ രക്തപതാക ഞങ്ങൾ പൊക്കിപ്പിടിച്ചിരിക്കുന്നത്.

മഹാനായ നമ്മുടെ സഖാവ് മാവോ സേ തുങ് 1946ൽ ഇപ്രകാരം പറയുകയുണ്ടായി- "എല്ലാ പിന്തിരിപ്പന്മാരും കടലാസുപുലികളാണ്. കാഴ്ചയിൽ അവർ ഭീകരന്മാരാണ്. പക്ഷേ, യഥാർഥത്തിൽ അത്രയൊന്നും ശക്തരല്ല അവർ. ഒരു വിദൂര വീക്ഷണത്തിൽ കൂടി കാര്യങ്ങൾ കാണുകയാണെങ്കിൽ പിന്തിരപ്പന്മാരല്ല, മറിച്ച് ജനങ്ങളാണു യഥാർഥ ശക്തന്മാർ."

ഈയൊരു കാഴ്ചപ്പാടു മാത്രമാണ് ഇത്തരമൊരു സംരംഭത്തിന് ആവശ്യമായ ആത്മവിശ്വാസം ഞങ്ങൾക്കു നൽകുന്നത്. കോടിക്കണക്കിനുള്ള നമ്മുടെ ബഹുജനങ്ങളെയാണു വിജയത്തിനു വേണ്ടി ഞങ്ങൾ ആശ്രയിക്കുന്നത്. പ്രത്യേകിച്ചും വിശാലമായ നമ്മുടെ നാട്ടിൻപുറങ്ങളിലെ കർഷക ബഹുജനങ്ങളിലാണ് ഈ സമരത്തിന്റെ വിജയത്തിനു വേണ്ടി പൂർണമായും ഞങ്ങൾ ആശ്രയിക്കുന്നത്. ജീവിതം ദുസ്സഹമാക്കിത്തീർത്ത ഈ അർധ കൊളോണിയൽ- അർധ ഫ്യൂഡൽ വ്യവസ്ഥിതിയെ, ഈ പിന്തിരപ്പൻ ഭരണകൂടത്തെ, തച്ചു തകർക്കാൻ ഇന്നാട്ടിലെ ജനസംഖ്യയിൽ തൊണ്ണൂറു ശതമാനം വരുന്ന ഞങ്ങളുടെ മിത്രങ്ങളായ കർഷക ബഹുജനങ്ങളും വെമ്പൽകൊള്ളുന്നുണ്ടെന്നു ഞങ്ങൾക്കു നന്നായറിയാം. ജീവിതം നിലനിർത്തിക്കൊണ്ടുപോകാനുള്ള മറ്റെല്ലാ മാർഗങ്ങളും ഞങ്ങൾക്ക് അടഞ്ഞു കഴിഞ്ഞു. ഇന്നിതാ ഒരു സായുധ കലാപത്തിനു ഞങ്ങൾ തുനിഞ്ഞിറങ്ങിയിരിക്കുകയാണ്.

എണ്ണമറ്റ തൊഴിലാളി- കർഷക സമരങ്ങളുടെ പാരമ്പര്യം നമ്മുടെ ജനതയ്ക്കുണ്ട്. എണ്ണമറ്റ കർഷക സഖാക്കൾ രക്തസാക്ഷിത്വം വരിച്ച മണ്ണാണിത്. ഈ സഖാക്കളുടെ ചുടുരക്തംകൊണ്ടു കരിംചുവപ്പാർന്ന ആ വീര രക്തപതാക ഒരിക്കൽ കൂടി ഞങ്ങളിതാ പൊക്കിപ്പിടിക്കുന്നു. ഇത്തവണ 1948 ആവർത്തിക്കാനായല്ല, മറ്റൊരു പുന്നപ്ര- വയലാർ ആവർത്തിക്കാനായല്ല ഞങ്ങൾ ഇതു ചെയ്യുന്നത്. പിന്നെയോ? ഈ ധീരോദാത്തമായ സമരങ്ങളുടെ പരാജയങ്ങളിൽ നിന്നുള്ള പാഠങ്ങൾ പഠിച്ച്, ദീർഘിച്ചതും ദുർഘടവുമായ ഒരു 'ജനകീയയുദ്ധ'ത്തിൽ കൂടി, തൊഴിലാളി വർഗ നേതൃത്വത്തിലുള്ള ഒരു കാർഷിക വിപ്ലവത്തിൽകൂടി, ഇന്നത്തെ സാമ്രാജ്യത്വ-ജന്മി നാടുവാഴി-കോമ്പ്രഡോർ മുതലാളിത്ത വ്യവസ്ഥിതിയെ തച്ചുടയ്ക്കാനും അതിനുപകരം തൊഴിലാളി- കർഷക സഖ്യത്തിലധിഷ്ഠിതമായ ഒരു പുതിയ ജനാധിപത്യ വ്യവസ്ഥിതി പടി പടിയായി കെട്ടിപ്പടുക്കാനുമാണ് ഞങ്ങൾ ഇതിനിറങ്ങിയത്. മഹത്തായ ചൈനീസ് ജനത ഈ മാർഗം നമുക്കു വെട്ടിത്തുറന്നു തന്നിട്ടുണ്ട്. സാമ്രാജ്യത്വത്തിനും പിന്തിരിപ്പിത്തിനുമെതിരായ മഹത്തായ വിയറ്റ്നാം ജനതയുടെ ഐതിഹാസികമായ സായുധ സമരവും ഏഷ്യയിലെയും ആഫ്രിക്കയിലെയും ലാറ്റിനമേരിക്കയിലെയും കോടാനുകോടി ജനത കളുടെ സായുധസമരങ്ങളും ഇതാണു സ്ഥിരീകരിച്ചിരിക്കുന്നത്. നമ്മുടെ രാജ്യത്തുതന്നെ ധീരരായ നാഗന്മാരും മിസോകളും ഇതാണു പിന്തുട രുന്നത്. നക്സൽബാരിയിലെ വിപ്ലവകാരികളായ കർഷകരും ഇതേ മാർഗ മാണു നമുക്കു കാട്ടിത്തന്നിരിക്കുന്നത്. പിന്തിരിപ്പൻ ഭരണവർഗം ഇതല്ലാതെ മറ്റൊരു പഴുതും നമുക്കു തുറന്നുവെച്ചിട്ടേയില്ല.

കാഴ്ചയിൽ ഞങ്ങൾ ദുർബലരാണെന്നു ചില ശങ്കാലുക്കൾ പറ ഞ്ഞേക്കാം. മറ്റു ചിലർ അതിസാഹസികന്മാരാണെന്നും മറ്റും പറഞ്ഞു പ്രചാരണമഴിച്ചുവിട്ടേക്കാം. ഇതെല്ലാം തികച്ചും തെറ്റാണെന്ന് അതിവേഗം തെളിയുന്നതാണ്. ഞങ്ങളുടെ യഥാർഥശക്തി സ്ഥിതി ചെയ്യുന്നതു നമ്മുടെ നാട്ടിൻപുറങ്ങളിലെ കോടിക്കണക്കിനുള്ള കർഷക മിത്ര ങ്ങളിലാണ്. ഈ മഹാശക്തിയിലാശ്രയിക്കാനായി വീടും കുടിയും വിട്ടു പരസ്യമായ സായുധകലാപത്തിന്റെ കൊടിയുമേന്തി ഞങ്ങൾ വിശാല മായ നമ്മുടെ നാട്ടിൻപുറങ്ങളിലേക്കു യാത്രയാകുകയാണ്. അവിടെ വച്ചു ഞങ്ങളുടെ കർഷകമിത്രങ്ങളുമായി ഒന്നിച്ചുകൊണ്ടു ശത്രുവുമായുള്ള ജീവൻമരണ പോരാട്ടത്തിൽക്കൂടി ശക്തിയാർജിച്ചു വീണ്ടും ഞങ്ങളി വിടേക്കെല്ലാം തന്നെ തിരിച്ചുവരും. ഇതിലാരും തന്നെ ഒട്ടും സംശയി ക്കേണ്ട. ഇന്നു ഞങ്ങൾ താൽക്കാലികമായി വിടവാങ്ങുന്ന വർഗസഹോ ദരന്മാർക്കും മിത്രങ്ങൾക്കും കുടുംബങ്ങൾക്കുമെല്ലാം ഇതു തീർച്ചയായും പ്രതീക്ഷിക്കാവുന്നതാണ്. കാരണം, ഈ സംരംഭത്തിൽ ഞങ്ങളുടെ മാർഗദർശി അജയ്യമായ മാവോ സേ തുങ് ചിന്തയാണ്. മഹാനായ സഖാവ് മാവോ സെ തുങ് ഞങ്ങളോടൊപ്പമുണ്ട്. എല്ലാ പിന്തിരിപ്പൻമാരും

താവം ബാലകൃഷ്ണൻ

കോ-ഓർഡിനേഷൻ വേഷമണിഞ്ഞവരും അല്ലാത്തവരുമായ തിരുത്തൽ വാദ മേധാവികളും ഡാങ്കെ വർഗവഞ്ചക ക്ലിക്കും ഇതൊരു അവസാന താക്കീതായെടുക്കട്ടെ! അവരുടെയെല്ലാം മരണമണി മുഴങ്ങിത്തുടങ്ങി.

തൊഴിലാളി സഖാക്കളേ, കർഷക സഖാക്കളേ, വിദ്യാർഥികളേ, വിപ്ലവകാരികളായ ബുദ്ധിജീവികളേ, ചെറുകച്ചവടക്കാരേ, അധ്വാനിക്കുന്ന സ്ത്രീജനങ്ങളേ, കഴിഞ്ഞ കുറച്ചു വർഷങ്ങളായി വോട്ട് മാത്രം ചെയ്യാനുപയോഗിച്ച നിങ്ങളുടെ കൈകളിൽ കുറുവടിയെടുക്കുക, കോടാലിയെടുക്കുക, അരിവാളും ചുറ്റികയുമെടുക്കുക. ചുരുക്കത്തിൽ, കിട്ടിയ ആയുധം സ്വന്തം കൈകളിലെടുക്കുക, പിന്തിരിപ്പൻ ഭരണാധികളോടു വിട്ടുവീഴ്ചയില്ലാത്ത അന്തിമസമരത്തിലാഞ്ഞിറങ്ങുക, ശത്രുവിൽ നിന്നു തോക്കുകളും മറ്റ് ആയുധങ്ങളും പതിയിരുന്നു പിടിച്ചുപറ്റുക. ഞങ്ങളിന്ന് ഒരു സായുധസേനയായി രൂപം കൊണ്ടിരിക്കുകയാണ്. ഇത് നിങ്ങളുടേതാണ്. ആയിരക്കണക്കിനും പതിനായിരക്കണക്കിനും ഈ 'ജനകീയ സേന'യിൽ അംഗങ്ങളായി ചേരുക! വിപ്ലവത്തിന്റെ തീജ്ജ്വാലകൾ നാടെങ്ങും വ്യാപിക്കട്ടെ! ഈ ജ്വാലകളിൽപ്പെട്ടു ശത്രു തീർച്ചയായും വെന്തുചാമ്പലാകുന്നതാണ്.

വിജയം നമ്മുടേതുമാത്രമാണ്!

ഇന്ത്യൻ കമ്യൂണിസ്റ്റ് പാർട്ടിയിലെ വിപ്ലവകാരികൾ

അനുബന്ധം 3

ബൂർഷ്വാ കോടതിയിൽ വിശ്വാസമില്ല
(കോടതിയിൽ വിശ്വാസമില്ലെന്നു കാണിച്ച് ചില പ്രതികൾ നൽകിയ കുറിപ്പുകൾ)

11-ാം പ്രതി താവം ബാലകൃഷ്ണൻ

"വ്യവസ്ഥാപിതമെന്നു പറയപ്പെടുന്നതോ ജനാധിപത്യപരമോ ആയ ഒരു ഭരണകൂടം ഇവിടെയുണ്ടെന്നു ഞാൻ വിശ്വസിക്കുന്നില്ല. ജന്മി നാടുവാഴിത്തത്തിന്റെയും ഉദ്യോഗസ്ഥ മേധാവിത്വ-മുതലാളിത്ത ദുഷ്പ്രഭുത്വത്തിന്റെയും ഒരു ഗവൺമെന്റാണിവിടെയുള്ളത്. ഈ ഗവൺമെന്റാകട്ടെ അമേരിക്കൻ സാമ്രാജ്യത്വമായും സോവിയറ്റ് സോഷ്യൽ സാമ്രാജ്യത്വമായും കൂട്ടുചേർന്നു ഇന്ത്യൻ ജനതയുടെ ദേശീയ താത്പര്യങ്ങളെ വിറ്റഴിക്കുകയും ഇന്ത്യൻ ജനതയെ മർദ്ദിക്കുകയും അടിച്ചമർത്തുകയും ചെയ്യുന്ന ഒരു ഗവൺമെന്റാണ്. ഇത്തരമൊരു ഗവൺമെന്റിനെ അടിച്ചുടച്ചു തകർക്കേണ്ടത് തൊഴിലാളിവർഗത്തിന്റെ ജന്മാവകാശമാണ്. ഇതിനെ ചോദ്യം ചെയ്യാൻ ഭൂലോകത്തൊരു ശക്തിക്കും സാധ്യമല്ല. സായുധസമരത്തിൽ കൂടി ഈ ഭരണകൂടത്തെ മറിച്ചിടുകയല്ലാതെ മറ്റു യാതൊരു മാർഗവുമില്ല.

തിരുത്തൽവാദത്തിനെതിരായി കലാപം നടത്തി ഈ കാലഘട്ടത്തിലെ മാർക്സിസം-ലെനിനിസമായ മാവോ സേ തൂങ്ങ് ചിന്തയിൽ ആയുധമണിഞ്ഞുകൊണ്ടു കലാപത്തിന്റെ കൊടിയുമേന്തി നക്സൽബാരിയിലെ ധീരരായ കർഷകർ ഇന്ത്യൻ ജനതയുടെ വിമോചനത്തിന്റെ പാത ഏതെന്ന് ചൂണ്ടിക്കാണിച്ചിരിക്കുകയാണ്. നക്സൽബാരിയിൽ കൊളുത്തിയ സായുധസമരത്തിന്റേതായ തീപ്പൊരി ഇന്ത്യൻ തൊഴിലാളി വർഗത്തിന്റെ മുന്നണിപ്പടയാളിയായ ഇന്ത്യൻ കമ്യൂണിസ്റ്റ് (മാർക്സിസ്റ്റ് ലെനിനിസ്റ്റ്) പാർട്ടിയുടെ നേതൃത്വത്തിൽ ആന്ധ്രാ സംസ്ഥാനത്തിൽ ശ്രീകാകുളത്തും വിവിധ സംസ്ഥാനങ്ങളിലും ആളിപ്പടർന്നുകൊണ്ടിരിക്കുകയാണ്. ഇന്ത്യൻ കർഷകൻ ഉണർന്നുകഴിഞ്ഞിരിക്കുന്നു. ഇതിനെ തടുക്കാൻ ഒരു ശക്തിക്കും സാധ്യമല്ല. ലോകജനതയുടെ മഹാനായ ഗുരുനാഥനും ബഹുമാന്യനായ നേതാവുമായ ചെയർമാൻ മാവോ സേതൂങ്ങ് പറയുകയുണ്ടായി: കോടിക്കണക്കിലുള്ള കർഷകർ ഊക്കേറിയ ഒരു കൊടുങ്കാറ്റുപോലെ - ഒരു ചക്രവാതം പോലെ ഉണർന്നെഴുന്നേല്ക്കുന്നതാണ്. വേഗതയിലും ഭീകരതയിലും അത്രമാത്രം മുന്നിട്ടുനിൽക്കുന്ന ഈ ശക്തിയെ മറ്റൊരു ശക്തിക്കും അതെത്രതന്നെ വമ്പിച്ചതായാലും ശരി പിടിച്ചുനിർത്താൻ സാധ്യമാവുന്നതല്ല. തങ്ങളെ കെട്ടിനിർത്തുന്ന എല്ലാ ചങ്ങലകളെയും ഈ കർഷകർ പൊട്ടിച്ചു തകർത്തു തരിപ്പണമാക്കുന്നതും തങ്ങളുടെ സ്വന്തം പാതയിലൂടെ കുതിച്ചു വിമോചനത്തിലേക്കു മുന്നേറുന്നതുമാണ്. എല്ലാ സാമ്രാജ്യത്വവാദികളെയും യുദ്ധപ്രഭുക്കളെയും അഴിമതിക്കാരായ ഉദ്യോഗസ്ഥരെയും പ്രാദേശിക ജനമർദ്ദകരെയും ദുഷിച്ച തമ്പുരാക്കന്മാരെയും അവരുടെ ശവക്കുഴിയിലേക്കു ഇവർ തുടച്ചെറിയുന്നതാണ്- ഇതു നമ്മുടെ ഈ രാജ്യത്തു സംഭവിക്കാൻ പോകുന്ന ഒരു പ്രതിഭാസമാണ്. ഇതു സംഭവിപ്പിക്കേണ്ടതു ഈ രാജ്യത്തിലെ വിപ്ലവജനതയുടെ പരിപാവന കടമയും.

മാർക്സിസം, ലെനിനിസം, മാവോസേതൂങ്ങ് ചിന്ത ഈ രാജ്യത്തു നിരോധിക്കുകയോ ഏതെങ്കിലും പാർട്ടിയെ ഇവിടെ നിരോധിക്കുകയോ ചെയ്തിട്ടില്ല. അതുകൊണ്ടു തന്നെ ഗൂഢാലോചനയുടെ പ്രശ്നമേ ഇവിടെ ഉൽഭവിക്കുന്നില്ല.

15-ാം പ്രതി എം.എസ്. മുഹമ്മദ്

"ഇന്ത്യയിൽ വ്യവസ്ഥാപിതമെന്നു പറയപ്പെടുന്നതോ ജനാധിപത്യപരമോ സ്വതന്ത്രമോ ആയ ഒരു ഭരണകൂടമല്ല ഇന്നുള്ളതെന്നു ഞാൻ വിശ്വസിക്കുന്നു. അമേരിക്കൻ സാമ്രാജ്യത്വത്തിന്റെയും സോവിയറ്റ് സോഷ്യൽ സാമ്രാജ്യത്വത്തിന്റെയും ജന്മിനാടുവാഴിത്വത്തിന്റെയും ഉദ്യോഗസ്ഥ മേധാവിത്വ, മുതലാളിത്ത ദുഷ്പ്രഭുത്വത്തിന്റെയും ഒരു ഭരണകൂടമാണിത്. ഇതാകട്ടെ ഇന്ത്യൻ ജനതയേയും അവരുടെ ദേശീയ താത്പര്യങ്ങളെയും കൊള്ളയടിക്കുകയും അടിച്ചമർത്തുകയും ചെയ്യുന്ന ഒരു ഭരണകൂടമാണ്. 50 കോടിയോളം ജനങ്ങളുള്ള ഇന്ത്യ വിശാലമായൊരു

കാർഷിക രാജ്യമാണ്. ഇവയിൽ ഭൂരിഭാഗവും ദരിദ്രരും ഭൂരഹിതരുമായ കർഷകരാണ്. ഇന്ത്യയുടെ പുരോഗതി കർഷകരുടെ പുരോഗതിയെ ആശ്രയിച്ചാണ് ഇരിക്കുന്നത്. ഇന്ത്യ അർധകൊളോണിയലും അർധ ഫ്യൂഡലുമായ ഒരു രാജ്യമായി തീർന്നിരിക്കുന്നു. ഇന്ത്യൻ ജനതയുടെ മോചനത്തിനുള്ള പാത നക്സൽബാരിയിലെ ധീരരായ കർഷകർ വെട്ടിത്തുറന്ന പാതയാണ്. ലോകവിപ്ലവജനതയുടെ മഹാനായ നേതാവും ബഹുമാന്യനായ ഗുരുനാഥനുമായ ചെയർമാൻ മാവോ സേ തൂങ് നമ്മെ പഠിപ്പിക്കുന്നത് ബലം പ്രയോഗിച്ച് അക്രമാസക്തമായ വിപ്ലവത്തിൽ കൂടി രാഷ്ട്രീയാധികാരം പിടിച്ചുപറ്റുക എന്നതും യുദ്ധംകൊണ്ട് പ്രശ്നം പരിഹരിക്കുക എന്നതും വിപ്ലവത്തിന്റെ കേന്ദ്ര കടമയും ഏറ്റവും ഉയർന്ന രൂപവുമാണ്. ഞാൻ ഈ മഹനീയ ചിന്തയിൽ അചഞ്ചലമായി വിശ്വസിക്കുന്നു. ഈ മഹനീയ ചിന്തയിൽ നിന്നു പ്രചോദനം ഉൾക്കൊണ്ട് നക്സൽബാലിയിലെ ധീരരായ കർഷകർ വെട്ടിത്തുറന്നതും ആന്ധ്രാ സംസ്ഥാനത്തെ ധീരരായ കർഷകർ മുന്നോട്ടു മാർച്ച് ചെയ്യുന്നതുമായ ചെയർമാൻ മാവോ സേ തൂങ്ങിന്റെ ജനകീയ യുദ്ധസിദ്ധാന്തത്തിൽ കൂടി ഇന്ത്യൻ ജനതയെ അടിച്ചമർത്തുന്നതും അവരെ ചൂഷണം ചെയ്യുന്നതുമായ നിലവിലുണ്ടെന്നു പറയപ്പെടുന്ന ഇന്ത്യൻ ഭരണകൂടത്തെ അടിച്ചുടച്ച് തകർത്ത് തകർത്തു തരിപ്പണമാക്കിക്കൊണ്ട് ഇന്ത്യൻ കർഷകരുടെയും തൊഴിലാളികളുടെയും മറ്റ് അധ്വാനിക്കുന്ന ജനവിഭാഗങ്ങളുടെയുമായ ഒരു ജനകീയ ജനാധിപത്യ സർവാധിപത്യം സ്ഥാപിക്കാൻ മാവോ സേ തൂങ്ങിന്റെ അജയ്യ ചിന്തയ്ക്കു മാത്രമേ കഴിയുകയുള്ളൂവെന്നു ഞാൻ വിശ്വസിക്കുന്നു. ഇന്ത്യയിലെ വിവിധ സംസ്ഥാനങ്ങളിൽ നടക്കുന്ന സായുധ സമരത്തിന്റെ അനുഭവ പാഠങ്ങൾ ഉൾക്കൊണ്ടു കൊണ്ടും മാവോ സേ തൂങ് ചിന്തയിൽ അധിഷ്ഠിതവുമായ ഒരു പാർട്ടി (മാർക്സിസ്റ്റ്- ലെനിനിസ്റ്റ്) രൂപീകൃതമായിട്ടുണ്ട്. ഞാൻ ആ പാർട്ടിയിൽ വിശ്വസിക്കുന്നവനാണ്. മാർക്സിസം- ലെനിനിസം മാവോ സേ തൂങ് ചിന്തയെ ഇന്ത്യയിൽ നിരോധിച്ചിട്ടില്ല. അതുകൊണ്ടു തന്നെ എപ്പോഴും എവിടെ വച്ചും യോഗം ചേരാനോ മാവോ സേ തൂങ് ചിന്ത പ്രചരിപ്പിക്കാനോ ഉള്ള അവകാശവും അധികാരവും ഇന്ത്യയിലെ തൊഴിലാളി വർഗത്തിനും കൃഷിക്കാർക്കും മറ്റധ്വാനിക്കുന്ന ജനവിഭാഗങ്ങൾക്കുമുണ്ട്. അതുകൊണ്ട് ഇതിൽ ഒരു ഗൂഢാലോചനയുടെ പ്രശ്നമേയില്ല".

(സംഭവം നടക്കുമ്പോൾ മുഹമ്മദിനു പ്രായം 25. തെക്കെ വയനാട്ടിൽ കർഷക കുടുംബാംഗമായിരുന്ന ഇദ്ദേഹം തയ്യൽതൊഴിലാളിയായിരുന്നു)

53-ാം പ്രതി എം.കെ. ബാലകൃഷ്ണൻ

"ലോക തൊഴിലാളി വർഗത്തിന്റെ വിമോചനത്തിനുള്ള ഈ കാലഘട്ടത്തിലുള്ള ഒരേയൊരു സിദ്ധാന്തമായ മാർക്സിസം- ലെനിനിസം- മാവോ സേ തൂങ് ചിന്തയാൽ ആയുധമണിഞ്ഞു കൊണ്ടിരിക്കുന്ന ഒരു എളിയ വിദ്യാർഥിയാണ് ഞാൻ. ദാരിദ്ര്യത്തിലും കൊടുംപട്ടിണിയിലും

കടത്തിലും പെട്ട് നരകയാതന അനുഭവിക്കുന്ന ഇന്ത്യൻ കർഷക ബഹുജന വിഭാഗങ്ങൾക്ക് മഹത്തായ മാവോ സേ തുങ് ചിന്തയാൽ ആയുധമണിയുക മാത്രമേ പോം വഴിയുള്ളൂ എന്ന് ഞാൻ ദൃഢമായി വിശ്വസിക്കുന്നു. ഇതെന്റെ മൗലികാവകാശമാണ്.

ഇന്ത്യൻ ജനതയ്ക്ക് തങ്ങൾ ഇഷ്ടപ്പെടുന്ന രാഷ്ട്രീയത്തിൽ വിശ്വസിക്കാനും സംഘടിക്കാനും പരസ്യമായും രഹസ്യമായും സൗകര്യം അനുവദിക്കുന്ന ഏത് സ്ഥലത്തു വച്ചും യോഗം ചേരാനും പ്രവർത്തിക്കാനും അധികാരവും അവകാശവുമുണ്ട്. ഇതൊന്നും തന്നെ ഇന്ന് നിലവിലുള്ള പിന്തിരിപ്പൻ ഭരണകൂടം പോലും നിരോധിച്ചിട്ടുള്ളതല്ല. അതുകൊണ്ടു തന്നെ മഹത്തായ മാവോ സേ തുങ് ചിന്തയിൽ വിശ്വസിക്കുന്ന ഇന്ത്യയിലെ ഏതൊരാൾക്കും രാഷ്ട്രീയ പ്രവർത്തനം നടത്താനും ജനങ്ങളെ സംഘടിപ്പിക്കാനും വീട്ടിലോ ഓഫീസിലോ കോളേജിലോ സൗകര്യം അനുവദിക്കുന്ന ഏതു സ്ഥലത്തുവച്ചും യോഗം ചേരാനും കൂടിയാലോചന നടത്താനും അധികാരവും അവകാശവുമുണ്ട്. ഇത് യാതൊന്നും തന്നെ ഇന്ത്യയിൽ നിരോധിച്ചിട്ടില്ലാത്തതു കൊണ്ട് ഇന്നു ഗൂഢാലോചനയുടെ പ്രശ്നവും ഉദിക്കുന്നില്ല.

വ്യവസ്ഥാപിതമെന്നു പറയപ്പെടുന്നതോ ജനാധിപത്യപരമോ സ്വതന്ത്രമോ ആയ ഒരു ഗവൺമെന്റ് അല്ല ഇവിടെയുള്ളത്. ഈ ഗവൺമെന്റ് ഇന്ത്യൻ ജനതയുടെ മുതുകൊടിക്കുന്ന ഭാരങ്ങളായി തീർന്നിട്ടുള്ള നാലു ഭാരങ്ങളായ അമേരിക്കൻ സാമ്രാജ്യത്വത്തിന്റെയും കോമ്പ്രഡോർ ഉദ്യോഗസ്ഥ മേധാവിത്വ ദുഷ്പ്രഭുത്വത്തിന്റെയും ജന്മി നാടുവാഴിത്വത്തിന്റെയും പൂർണ വിധേയത്തിലുള്ള ഒരു ഗവൺമെന്റാണ്. ഈ ഗവൺമെന്റാകട്ടെ ഇന്ത്യൻ ജനതയെ കടുത്ത ചൂഷണത്തിനും മർദനത്തിനും വിധേയമാക്കുന്നു. ഇന്ത്യൻ ജനതയുടെ ദേശീയ താത്പര്യങ്ങളെ കൊള്ളയടിക്കുന്നു. എല്ലാറ്റിനും ഉപരിയായി ഇന്ത്യൻ ജനതയുടെ പുരോഗതിയെയും വളർച്ചയെയും തടസ്സപ്പെടുത്തുന്ന ഒരു ഗവൺമെന്റാണിത്. മഹത്തായ അജയ്യമായ മാവോ സേ തൂങ് ചിന്തയാലായുധമണിഞ്ഞു കൊണ്ട് അക്രമാസക്ത വിപ്ലവത്തിൽകൂടി ഈ മർദക ഭരണകൂടത്തെ തച്ചുതകർത്തുകൊണ്ട് കഷ്ടപ്പെടുന്ന ജനവിഭാഗങ്ങളുടെ അതായത് തൊഴിലാളി കർഷക സഖ്യത്തിലധിഷ്ഠിതമായ ഒരു ജനകീയ ജനാധിപത്യ ഗവൺമെന്റ് സ്ഥാപിച്ചുകൊണ്ട് മാത്രമേ ഇന്ത്യൻ ജനതയ്ക്ക് മുമ്പോട്ടു പോകാൻ സാധ്യമാവൂ എന്ന് ഇന്ത്യൻ വിപ്ലവകാരികൾ പരസ്യമായി പ്രഖ്യാപിച്ചിരിക്കുന്നു. പരസ്യമായി പ്രഖ്യാപിച്ചുകൊണ്ട് ചെയ്യുന്ന ഒരു പ്രവർത്തനം ഗൂഢാലോചനയാണെന്നു പറയുന്നതിൽ അർഥമില്ല.

ഇന്ത്യൻ കർഷക വിപ്ലവകാരികളുടെ ഈ പരിപാടി വിജയത്തിലെത്തിക്കുവാൻ ഇന്ത്യൻ ജനതയുടെ മോചനത്തിനു വേണ്ടി എന്റെ ദേഹത്തിലെ അവസാന തുള്ളി രക്തംപോലും ചൊരിയുന്നതുവരെ ഞാൻ

പൊരുതുക തന്നെ ചെയ്യും. ഇന്ത്യൻ വിപ്ലവകാരികൾ നക്സൽബാരി യിലാരംഭിച്ച സായുധ സമരത്തിൽ കൂടി ഇന്ത്യൻ കമ്യൂണിസ്റ്റ് പാർട്ടി (മാർക്സിസ്റ്റ്- ലെനിനിസ്റ്റ്) യുടെ രൂപീകരണം സാധിതപ്രായമാക്കു കയും അതിന്റെ കൊടിക്കീഴിലണിനിരന്നുകൊണ്ട് ഇന്ത്യൻ കർഷക വിപ്ലവകാരികൾ ഇന്ത്യയിലുടനീളം വിപ്ലവത്തിന്റെ കാട്ടുതീ ആളിപ്പടർത്തി ക്കൊണ്ടിരിക്കുകയുമാണ്.

ഇന്ത്യയിൽ വളർന്നു വികസിച്ചുകൊണ്ടിരിക്കുന്ന ഈ വിപ്ലവ പ്രസ്ഥാനത്തെ അടിച്ചമർത്താൻ യാതൊരു ശക്തിക്കും അതെത്രമാത്രം കരുത്തനായാലും ഇനിയങ്ങോട്ടു സാധ്യമല്ല തന്നെ. ഇന്ത്യൻ വിപ്ലവ പ്രസ്ഥാനത്തെ എക്കാലവും വഞ്ചിച്ച് വഴിതെറ്റിച്ച നമ്പൂരി-ഗോപാലൻ- സുന്ദരയ്യാ-ഡാങ്കെ വർഗ വഞ്ചക തിരുത്തൽവാദ നേതൃത്വക്ലിക്കിനും പ്രസ്ഥാനത്തെ വഞ്ചിച്ച് വഴിതെറ്റിക്കാൻ ഇനിയങ്ങോട്ടു സാധ്യമല്ലതന്നെ. ഈ എല്ലാ പിന്തിരിപ്പൻ ചപ്പുചവറുകളെയും അവരുടെ ശവക്കുഴിയിലേക്കു തൊഴിലാളി വർഗം ചവിട്ടി താഴ്ത്തുന്ന കാലം വിദൂരമല്ല.

ഇന്ത്യയിലാകമാനം വെളിച്ചം വീശിക്കൊണ്ടിരിക്കുന്ന ഈ വിപ്ലവ ജ്വാല അടിച്ചമർത്തിക്കളയാമെന്ന വ്യാമോഹത്താൽ ഇന്ത്യൻ ജനതയുടെ രക്തം ഊറ്റിക്കുടിച്ചുകൊണ്ടിരിക്കുന്ന അമേരിക്കൻ സാമ്രാജ്യത്വത്തി ന്റെയും സോവിയറ്റ് സോഷ്യൽ സാമ്രാജ്യത്വത്തിന്റെയും ജന്മി നാടു വാഴിത്വത്തിന്റെയും കോമ്പ്രഡോർ ഉദ്യോഗസ്ഥ മേധാവിത്ത ദുഷ് പ്രഭുത്വത്തിന്റെയും കാവൽപട്ടികളായ ഈ ഗവൺമെന്റിന്റെ സായുധ പൊലീസ് സേനകൾ ഞങ്ങളെ മൃഗീയമായി മർദിച്ചവശരാക്കിക്കൊണ്ട് അവാസ്തവങ്ങളും അതിശയോക്തിയും കലർന്ന പരസ്പര വൈരുദ്ധ്യ ങ്ങൾ നിറഞ്ഞ ഒരു കുറ്റപത്രം കൊണ്ടു വന്നിരിക്കുകയാണ്. ഞാൻ ഇ തിനെ നിഷേധിക്കുന്നു

(തെക്കെ വയനാട്ടിൽ മാനന്തവാടിയിൽ മാർക്സിസ്റ്റ് പാർട്ടിയുടെ ബ്രാഞ്ച് സെക്രട്ടറിയായിരുന്നു എം.കെ. ബാലകൃഷ്ണൻ).

അഞ്ച്

കുറ്റ്യാടി സ്റ്റേഷൻ ആക്രമണം

തലശേരി-പുൽപ്പള്ളി ആക്ഷനും തുടർന്നുള്ള അറസ്റ്റുമെല്ലാം കഴിഞ്ഞതോടെ കേരളത്തിലെ നക്സലൈറ്റുകൾ മൂന്നു ഗ്രൂപ്പായി വേർതിരിഞ്ഞു. കുന്നിക്കൽ നാരായണൻ, മന്ദാകിനി, അജിത എന്നിവർ നേതൃത്വം നൽകുന്ന ഒരു വിഭാഗം, വർഗീസ്, വെള്ളത്തൂവൽ സ്റ്റീഫൻ, എ. വാസു, മുണ്ടൂർ രാവുണ്ണി എന്നിവരുടെ മറ്റൊരു വിഭാഗം, അമ്പാടി ശങ്കരൻകുട്ടി മേനോന്റെ നേതൃത്വത്തിലുള്ള മറ്റൊരു വിഭാഗം. പുൽപ്പള്ളി ആക്ഷനു ശേഷം കണ്ണൂരിലെ അടയ്ക്കാത്തോട്ടിൽ നിന്ന് അജിതയെല്ലാം പിടിയിലാകുമ്പോൾ വർഗീസ് അതിസാഹസികമായി രക്ഷപ്പെട്ട് തളിപ്പറമ്പിലെത്തി. അവിടെ നിന്നാണ് മയ്യിലെ കരിങ്കൽക്കുഴി കൃഷ്ണൻ എന്ന പ്രവർത്തകന്റെ വീട്ടിലെത്തുന്നത്. പിന്നീട് കാന്തലോട്ട് കരുണൻ വർഗീസിനെ കൂട്ടിക്കൊണ്ടുപോയി. രണ്ടുമാസം അദ്ദേഹത്തിന്റെ കൂടെയായിരുന്നു വർഗീസ് കഴിഞ്ഞിരുന്നത്. പിന്നീടാണു കോഴിക്കോട്ടേക്കു വരുന്നത്. അജിതയും മന്ദാകിനിയും ജാമ്യത്തിലായിരുന്നു ഈ സമയം. രണ്ടു മാസം കോഴിക്കോട്ടു കഴിഞ്ഞു. അജിത, മന്ദാകിനി, തേറ്റമല കൃഷ്ണൻകുട്ടി എന്നിവർക്കൊപ്പം രഹസ്യപ്രവർത്തനത്തിൽ സജീവമായിരുന്ന വർഗീസ് പിന്നീട് അവിടെയും വിട്ടു. ബാലുശേരി അപ്പു എന്ന പ്രവർത്തകന്റെ നേതൃത്വത്തിൽ നടന്ന യോഗത്തിലാണ് വർഗീസും കുന്നിക്കൽ വിഭാഗവും ഏറ്റവും ഒടുവിൽ ഒന്നിച്ചത്. തലശേരി-പുൽപ്പള്ളി ആക്ഷനുകൾ വിലയിരുത്താൻ 1969ൽ നടന്ന ഈ യോഗത്തോടെ വർഗീസും കുന്നിക്കൽ വിഭാഗവും ഇരുചേരിയായി പിരിഞ്ഞു. മന്ദാകിനി, അജിത, വർഗീസ്, എ. വാസു, മുണ്ടൂർ രാവുണ്ണി, വെള്ളത്തൂവൽ സ്റ്റീഫൻ, സേതുരത്നം എന്നിവരായിരുന്നു യോഗത്തിൽ പങ്കെടുത്ത പ്രമുഖർ. ജയിലിൽ കഴിയുന്ന കുന്നിക്കലിനെയും മറ്റുള്ളവരെയും പുറത്തിറക്കാൻ കേസ് നടത്തുക എന്നതായിരുന്നു മന്ദാകിനിയും അജിതയും മുന്നോട്ടുവച്ച നിർദേശം. എന്നാൽ ബൂർഷ്വാ കോടതിയിൽ വിശ്വാസമില്ലെന്നും കേസ് നടത്തരുതെന്നും മുണ്ടൂർ രാവുണ്ണി വാദിച്ചു. ഇതേ ആശയത്തോടായിരുന്നു കൂടുതൽപേരും യോജിച്ചത്. വർഗീസും അവർക്കൊപ്പമായിരുന്നു. ഈ ചർച്ച ഒടുവിലെത്തിച്ചേർന്നത് വഴിപിരിയലിലായിരുന്നു.

രാവുണ്ണിക്കൊപ്പം വർഗീസും ആ യോഗത്തിൽ വച്ച് ഇറങ്ങിപ്പോയി. പിന്നാലെ എ. വാസുവും വെള്ളത്തൂവൽ സ്റ്റീഫനും. കുന്നിക്കൽ വിഭാഗത്തിന്റെ ശക്തികളായിരുന്ന വർഗീസും എ.വാസുവും വെള്ളത്തൂവൽ സ്റ്റീഫനും നഷ്ടമായതോടെ അജിതയും മന്ദാകിനിയും കുറച്ചുപേരും മാത്രമായി. ചാരുമജുംദാറുടെ സിപിഐ (എംഎൽ) പാർട്ടിയുമായി യോജിപ്പില്ലാതിരുന്നതിനാൽ അവർ ശരിക്കും ഒറ്റപ്പെടുകയായിരുന്നു.

ചാരുമജുംദാറുടെ പാർട്ടിയുടെ കേരളത്തിലെ ആളുകളാകാൻ പിന്നീടുണ്ടായിരുന്നത് വർഗീസ് നേതൃത്വം നൽകുന്ന വിഭാഗവും അമ്പാടി ശങ്കരൻകുട്ടി മേനോൻ നേതൃത്വം നൽകുന്ന മറുവിഭാഗവുമായിരുന്നു. അമ്പാടിയായിരുന്നു കൃത്യസമയത്ത് ചാരുമജുംദാറുമായി ബന്ധപ്പെട്ടത്. അമ്പാടിയോട് കേരളത്തിൽ പാർട്ടി രൂപീകരിക്കാൻ മജുംദാർ ആവശ്യപ്പെടുകയും ചെയ്തു. സിപിഎം എംഎൽഎയായിരുന്ന കോസല രാമദാസും അമ്പാടിക്കൊപ്പം ചേർന്നു. ഇവർ പാർട്ടി രൂപീകരിച്ച് അതിൽ ചേരാൻ വർഗീസിനെയും മുണ്ടൂർ രാവുണ്ണിയേയും വെള്ളത്തൂവൽ സ്റ്റീഫനെയും ക്ഷണിച്ചു. എന്നാൽ അമ്പാടിയെ നേതാവായി അംഗീകരിക്കാൻ വർഗീസും കൂട്ടരും ഒരുക്കമായിരുന്നില്ല. കേരളത്തിലെ ഒരു ആക്ഷനിലും പങ്കെടുക്കാതിരുന്ന അമ്പാടിയിൽ ഇവർക്കാർക്കും വിശ്വാസമുണ്ടായിരുന്നില്ല.

ഈ സമയത്താണു ചാരുമജുംദാർ അമ്പാടിയുടെ ക്ഷണം സ്വീകരിച്ച് കേരള സന്ദർശനത്തിനെത്തുന്നത്. കുന്നിക്കലുമായി മുൻപേ ഇടഞ്ഞുനിൽക്കുന്ന മജുംദാർ ഇവിടെയെത്തിയപ്പോൾ അജിതയേയോ മന്ദാകിനിയേയോ കാണാൻ തയ്യാറായില്ല. പക്ഷേ, വർഗീസിനെ കാണണമെന്ന് അദ്ദേഹം ആഗ്രഹം പ്രകടിപ്പിച്ചു. അതുപ്രകാരം വർഗീസിനെ ക്ഷണിക്കുകയും ചെയ്തു. എന്നാൽ അമ്പാടിക്കൊപ്പം വന്നതിനാൽ മജുംദാറെ കാണാൻ വർഗീസ് ഒരുക്കമായിരുന്നില്ല. കണ്ണൂരും പാലക്കാടുമെല്ലാം സന്ദർശനം നടത്തി മജുംദാർ തിരിച്ചുപോയി.

മജുംദാറുടെ ലൈനിൽ കേരളത്തിൽ ശ്രദ്ധേയമായൊരു ആക്ഷൻ നടത്തി അദ്ദേഹത്തെ കാണുക എന്നതായിരുന്നു വർഗീസിന്റെ തീരുമാനം. അതിനെക്കുറിച്ച് ആലോചിക്കുന്നതിനാണ് തൃശൂരിലെ ചെമ്മണ്ണിൽ വർഗീസ്, എ. വാസു, വെള്ളത്തൂവൽ സ്റ്റീഫൻ, മുണ്ടൂർ രാവുണ്ണി, ബാലരാമൻ, കുട്ടിക്കൃഷ്ണൻ തുടങ്ങിയവർ രഹസ്യയോഗം ചേർന്നത്. തലശേരി–പുൽപ്പള്ളി ആക്ഷനുകൾക്കു നേതൃത്വം നൽകിയ തങ്ങളാണ് കേരളത്തിലെ യഥാർഥ നക്സലൈറ്റ് വിഭാഗമെന്നായിരുന്നു യോഗത്തിലെത്തിയവരുടെ അഭിപ്രായം. ജന്മിമാർക്കെതിരെ വർഗസമരം ചെയ്ത് വിജയിപ്പിച്ച് കൊൽക്കത്തയിൽ പോയി മജുംദാറെ കണ്ട് കേരളത്തിലെ ഔദ്യോഗിക പാർട്ടി രൂപീകരിക്കാൻ തീരുമാനിച്ചു. പാർട്ടി രൂപീകരിച്ച ശേഷം കുന്നിക്കൽ, അജിത, മന്ദാകിനി തുടങ്ങിയ മറ്റുള്ളവരെയെല്ലാം പാർട്ടിയിലേക്കു ക്ഷണിക്കാമെന്നും യോഗത്തിൽ അഭിപ്രായമുണ്ടായി.

വർഗീസിനെയാണ് താത്ക്കാലിക സംഘടനയുടെ സെക്രട്ടറിയായി തിരഞ്ഞെടുത്തത്.

ഭരണകൂടത്തെയും ജന്മിമാരെയും ഞെട്ടിക്കുന്ന ആക്ഷനുകൾ നടപ്പാക്കാനായിരുന്നു യോഗത്തിലെ മറ്റൊരു പ്രധാന തീരുമാനം. അതു പ്രകാരം വയനാട്ടിൽ ആക്ഷൻ നടത്തുന്നതിനെക്കുറിച്ച് പ്ലാൻ ചെയ്യാൻ വർഗീസിനെയും പാലക്കാട്ട് മുണ്ടൂർ രാവുണ്ണിയെയും ചുമതലപ്പെടുത്തി. വർഗീസ് വയനാട്ടിലേക്കു പോയി.

കുന്നിക്കൽ വിഭാഗം ഉയിർത്തെഴുന്നേൽക്കുന്നു

വർഗീസും വെള്ളത്തൂവൽ സ്റ്റീഫനും വിട്ടുപോയെങ്കിലും പ്രവർത്തനം നിശ്ചലമാക്കാനായിരുന്നില്ല കുന്നിക്കൽ വിഭാഗത്തിന്റെ തീരുമാനം. അവരുടെ കൂടെയുള്ളവർക്ക് ആവേശം പകരുന്ന പോരാട്ടമായിരുന്നു ആ സമയത്ത് നിലമ്പൂരിനടുത്ത് ചാണ്ടിയുടെ നേതൃത്വത്തിൽ നടന്നത്. പാവപ്പെട്ട കർഷകർക്കു ഭൂമി ലഭിക്കാൻ വേണ്ടിയുള്ള പോരാട്ടത്തിനൊടുവിൽ സിപിഎമ്മുകാരുടെ ആക്രമണത്തിൽ ചാണ്ടി കൊല്ലപ്പെടുകയായിരുന്നു. കോട്ടയം സ്വദേശിയായിരുന്ന ചാണ്ടി, ഭാസ്കരൻ എന്ന പേരിലായിരുന്നു നിലമ്പൂരിൽ പ്രവർത്തിച്ചിരുന്നത്. സിപിഎമ്മുകാരനായിരുന്ന ചാണ്ടി നീലഗിരി ജില്ലാ കമ്മിറ്റിയംഗമായിരുന്നു. തലശേരി-പുൽപ്പള്ളി ആക്ഷൻ കാലത്താണ് അദ്ദേഹം പാർട്ടി വിട്ട് നക്സൽ പ്രവർത്തകർക്കൊപ്പം ചേരുന്നത്. കുന്നിക്കലുമായി നല്ലബന്ധം സ്ഥാപിച്ച അദ്ദേഹത്തിന്റെ നേതൃത്വത്തിലായിരുന്നു നിലമ്പൂരിൽ പ്രവർത്തനം നടന്നിരുന്നത്.

പൂളപ്പാടം എന്ന സ്ഥലത്തായിരുന്നു ചാണ്ടിയുടെ നേതൃത്വത്തിൽ ഭൂമി പിടിച്ചെടുക്കൽ നടന്നത്. കമ്യൂണിസ്റ്റ് പാർട്ടി നേതാവായിരുന്ന കുഞ്ഞാലിയുടെ നേതൃത്വത്തിൽ കർഷകർക്കു ഭൂമി ലഭിക്കാനുള്ള സമരങ്ങളെല്ലാം നടക്കുമ്പോഴാണ് ചാണ്ടിയുടെ നേതൃത്വത്തിൽ പൂളപ്പാടത്ത് സമരം അരങ്ങേറുന്നത്. ഇതിനിടെ കുഞ്ഞാലി കോൺഗ്രസുകാരുടെ ആക്രമണത്തിൽ കൊല്ലപ്പെട്ടു. ചാണ്ടിയുടെ സമരം കമ്യൂണിസ്റ്റുകാർക്ക് തീരെ ഇഷ്ടപ്പെട്ടിരുന്നില്ല. ഇഎംഎസ് സർക്കാർ ഭരിക്കുമ്പോൾ സർക്കാരിനെതിരെ സമരം നടത്തുന്ന ചാണ്ടിയെ ഇല്ലാതാക്കാൻ അവർ രഹസ്യമായി തീരുമാനിക്കുകയും 1969 ഒക്ടോബർ ഏഴിന് അതു നടപ്പാക്കുകയും ചെയ്തു. പുലർച്ചെയായിരുന്നു ചാണ്ടി വെട്ടേറ്റു മരിച്ചത്. കാലിൽ വെടിവച്ചുവീഴ്ത്തി വെട്ടിക്കൊല്ലുകയായിരുന്നു. പൊലീസുകാരും അക്രമികൾക്കു കൂട്ടുനിൽക്കുകയായിരുന്നു എന്നൊരാരോപണം അക്കാലത്തുണ്ടായിരുന്നു.

ചാണ്ടിയുടെ മരണം കേരളത്തിലെ നക്സലൈറ്റുകളിലെ ഉറങ്ങിക്കിടക്കുന്ന ആവേശത്തെ ഒന്നുകൂടി കത്തിജ്വലിപ്പിച്ചു. അപ്പോഴേക്കും

തലശേരി സ്റ്റേഷൻ ആക്രമണത്തിന്റെ വാർഷികം അടുത്തിരുന്നു. ഭരണകൂടത്തിനു ശക്തമായ താക്കീതു നൽകാൻ ഈ അവസരം ഉപയോഗപ്പെടുത്തണമെന്ന് കുന്നിക്കൽ വിഭാഗം തീരുമാനിച്ചു. അങ്ങനെയാണു കേരളം ഞെട്ടിയ മറ്റൊരു പൊലീസ് സ്റ്റേഷൻ ആക്രമണം നടന്നത്. പുൽപ്പള്ളി കേസിൽ പ്രതിയായി ഒളിവിൽ കഴിയുന്ന വേലപ്പൻ, ബാലുശേരി അപ്പു, പി.എൻ. നാരായണൻമാരാർ, കോയിപ്പിള്ളി വേലായുധൻ, കടുങ്ങോൻ എന്നിവരുടെ നേതൃത്വത്തിൽ നടന്ന കുറ്റ്യാടി പൊലീസ് സ്റ്റേഷൻ ആക്രമണമായിരുന്നു അത്. ആക്രമണത്തിനു നേതൃത്വം നൽകിയ പാലേരിയിലെ കടുങ്ങോൻ അന്നത്തെ സംഭവങ്ങൾ വിവരിക്കുന്നു.

‘ഒരുതുള്ളി രക്തം ബാക്കിയുണ്ടെങ്കിൽ
പ്രസ്ഥാനത്തിനു നൽകും’

“തലശേരി സ്റ്റേഷൻ ആക്രമണത്തിന്റെ ഒന്നാം വാർഷികത്തിൽ ആളുകൾ ശ്രദ്ധിക്കുന്ന എന്തെങ്കിലും ചെയ്യണമെന്ന ഞങ്ങളുടെ തീരുമാനം എത്തിയത് മറ്റൊരു പൊലീസ് സ്റ്റേഷൻ ആക്രമിക്കുന്നതിലായിരുന്നു. കായണ്ണ പൊലീസ് സ്റ്റേഷൻ ആയിരുന്നു ആദ്യം തിരഞ്ഞെടുത്തത്. പിന്നീട് കുറ്റ്യാടി സ്റ്റേഷൻ ആക്രമിക്കാൻ തീരുമാനിച്ചു. സ്റ്റേഷൻ ആക്രമണത്തിനു ശേഷം ഇവിടെയുള്ള രണ്ട് ജന്മികളുടെ വീടുകൾ കൂടി ആക്രമിക്കാൻ പദ്ധതിയുണ്ടായിരുന്നു. എന്നാൽ എല്ലാം ഒരു ഭ്രാന്തൻ തകർത്തു കളഞ്ഞു.”

കുറ്റ്യാടി സ്റ്റേഷൻ ആക്രമണത്തിലെ മുഖ്യപ്രതിയായ പേരാമ്പ്ര പാരേലി ചെമ്പേരി വീട്ടിൽ കടുങ്ങോനിപ്പോൾ 71 വയസ്. പ്രായം ശരീരത്തിൽ തളർച്ചയുണ്ടാക്കിയെങ്കിലും ആ മനസ്സിലിപ്പോൾ പോരാട്ട നാളുകൾ മാഞ്ഞുപോയിട്ടില്ല. പാലേരിയിൽ ലോട്ടറി വിറ്റ് ഉപജീവനം കണ്ടെത്തുന്ന കടുങ്ങോൻ വിപ്ലവനാളുകളെക്കുറിച്ചു സംസാരിക്കുന്നത് സിപിഎമ്മിനു കീഴിലുള്ള ലൈബ്രറിയിൽ വച്ചാണ്. ജയിലിൽ നിന്നിറങ്ങി വന്ന കടുങ്ങോന് വീണ്ടും രാഷ്ട്രീയ വഴി തുറന്നുകൊടുത്തത് സിപിഎം തന്നെയായിരുന്നു. കോഴിക്കോട്ടെ പ്രധാന നേതാവും ഇദ്ദേഹത്തിന്റെ നാട്ടുകാരനുമായ വി.വി. ദക്ഷിണാമൂർത്തിയായിരുന്നു യോജിക്കുന്ന നിലപാടുകളിലൂടെ പാർട്ടിയിൽ പ്രവർത്തിക്കാൻ കടുങ്ങോനെ ക്ഷണിച്ചത്.

അച്ഛൻ ചെമ്പേരി ഒതേന് കൃഷിയായിരുന്നു. അമ്മ മാത. അന്ന് ഈ നാട്ടിൽ എല്ലാവരുടെയും പ്രധാന ഉപജീവനമാർഗം തേങ്ങയായിരുന്നു. തേങ്ങ വിറ്റായിരുന്നു വീട്ടിലേക്കുള്ള സാധനങ്ങൾ വാങ്ങിയിരുന്നത്. അച്ഛൻ രണ്ടുവിവാഹം കഴിച്ചിരുന്നു. ഞങ്ങൾ നാലു സഹോദരങ്ങൾ. ആദ്യഭാര്യയിൽ ഞാനും അനുജനും. രണ്ടാം വിവാഹത്തിൽ രണ്ട് സഹോദരിമാരും. വടക്കുമ്പാട് സ്കൂളിലായിരുന്നു പഠിച്ചതൊക്കെ. അന്ന് ഇഎസ്എസ്എൽസിയാണ്. പഠനം പൂർത്തിയാക്കാൻ സാധിച്ചില്ല. അച്ഛൻ

കടുങ്ങ്വോൻ

മരിച്ചതോടെ പഠനം നിർത്തി. കുടുംബത്തിലെ കാര്യം നോക്കേണ്ട ചുമതല എനിക്കായി. ഞാൻ കൃഷിപ്പണിക്കിറങ്ങി.

കമ്യൂണിസ്റ്റ് പാർട്ടി ഇവിടെ ശക്തിപ്രാപിച്ചുവരുന്നേയുള്ളൂ. ചെറുപ്പത്തിൽ തന്നെ എനിക്കും രാഷ്ട്രീയത്തിൽ താത്പര്യം തോന്നി. അതിനു കാരണം വീടിനടുത്തുള്ള പി.കെ. മൊയ്തുവാണ്. അദ്ദേഹം പറയുന്ന രാഷ്ട്രീയ കാര്യങ്ങൾ ഞാൻ കേട്ടിരിക്കും. എന്റെ താത്പര്യം കൊണ്ടായിരിക്കും അദ്ദേഹം ദേശാഭിമാനി പത്രത്തിന്റെ ഏജൻസി ശരിയാക്കിത്തന്നു. പാർട്ടി പിളർന്നപ്പോൾ ഞങ്ങളുടെ നാട്ടിൽ അധികം പേരും സിപിഎമ്മിനോടൊപ്പം തന്നെയായിരുന്നു. ദേശാഭിമാനി വായിച്ചാണ് ഞാൻ രാഷ്ട്രീയബോധം വളർത്തിയെടുത്തത്.

അന്ന് പേരാമ്പ്ര മണ്ഡലം കമ്മിറ്റി (ഇന്നത്തെ ഏരിയാ കമ്മിറ്റി) സെക്രട്ടറിയായ പി.വി. ശങ്കരേട്ടൻ ഒരുദിവസം എന്നെ വിളിപ്പിച്ചു. അദ്ദേഹത്തിന് അവിടെയൊരു പലചരക്കുകടയുണ്ടായിരുന്നു. ജോലിക്കു നിന്നിരുന്നവൻ ശങ്കരേട്ടനെ പറ്റിച്ചു സ്ഥലം വിട്ടു. രാഷ്ട്രീയ പ്രവർത്തനവും കച്ചവടവും ഒന്നിച്ചുകൊണ്ടുപോകാൻ സാധിക്കുമായിരുന്നില്ല. എന്നോട് ആ കടയിൽ നിൽക്കാൻ പറഞ്ഞു. 1964ൽ ആണെന്നു തോന്നുന്നു. ഞാൻ അവിടെ ജോലിക്കു നിന്നു. പാർട്ടി സെക്രട്ടറിയുടെ കൂടെയുള്ള എന്റെ സഹവാസം കൂടുതൽ ഗുണം ചെയ്തു. കച്ചവടത്തിൽ എനിക്കുള്ള മിടുക്ക് അദ്ദേഹം തിരിച്ചറിഞ്ഞിരുന്നു. രണ്ടുവർഷം കൊണ്ടു കച്ചവടം നല്ലരീതിയിലെത്തി. അപ്പോഴേക്കും അസുഖം വന്ന് ശങ്കരേട്ടൻ അവശനായി. അദ്ദേഹത്തിനൊരു മകളുണ്ടായിരുന്നു. പഠിക്കുകയായിരുന്നു. അവളെ എന്നെക്കൊണ്ട് വിവാഹം കഴിപ്പിച്ചു. അവൾക്കന്ന് പതിന്നാലോ പതിനഞ്ചോ വയസ്സേ ആയിട്ടുള്ളൂ. അന്നത്തെ കാലത്ത് ചെറിയ പ്രായത്തിൽ വിവാഹമൊക്കെ നടക്കുക പതിവായിരുന്നു.

കച്ചവടവും രാഷ്ട്രീയവുമൊക്കെയായി കഴിയുമ്പോഴാണ് 1968ൽ തലശേരി പൊലീസ് സ്റ്റേഷൻ ആക്രമണമുണ്ടാകുന്നത്. ഈ സമയമാകുമ്പോഴേക്കും സിപിഎമ്മിന്റെ പല രാഷ്ട്രീയ നിലപാടുകളോടും എനിക്കു യോജിപ്പില്ലാതായിരുന്നു. അതിനു പ്രത്യേക കാരണവുമുണ്ടായിരുന്നു. ഭൂപരിഷ്കരണമൊക്കെ പാർട്ടി പറയുമെങ്കിലും അതൊന്നും സാധാരണക്കാരനു ഗുണം ചെയ്യുന്നതായി എനിക്കു തോന്നിയിരുന്നില്ല. ഞങ്ങളുടെ നാട്ടിൽ ചില ജൻമിമാർ പാവപ്പെട്ടവരെ ശരിക്കും ദ്രോഹിക്കുകയായിരുന്നു. അവരുടെ പണവും സ്വത്തും ഇവർ തെറ്റായ വഴിയിലൂടെ സ്വന്തമാക്കുമ്പോഴും പാർട്ടി നേതാക്കൾ ഒന്നുംചെയ്തില്ല. ഇതിനോട് എനിക്ക് യോജിക്കാൻ പറ്റുമായിരുന്നില്ല. ഞാൻ പല നേതാക്കളോടും ഇതേക്കുറിച്ചു സംസാരിച്ചിരുന്നു. പക്ഷേ, അവർക്കൊന്നും എന്റെ ചോദ്യത്തിനുത്തരമില്ലായിരുന്നു.

ഈ സമയത്താണു തലശേരി പൊലീസ് സ്റ്റേഷൻ ആക്രമണം നടക്കുന്നത്. സായുധ വിപ്ലവത്തിലൂടെ മാത്രമേ നാട്ടിൽ മാറ്റം വരുത്താൻ

സാധിക്കുകയുള്ളൂ എന്നൊരു തോന്നൽ എനിക്കുമുണ്ടായി. അങ്ങനെ ഞാൻ കോഴിക്കോട്ടേക്കു പോയി. അവിടെ കല്ലായി റോഡിലെ ചൈനീസ് ബുക്സ്റ്റാളിൽ പോയി കുറച്ചു പുസ്തകങ്ങൾ വാങ്ങിച്ചു. ആ പുസ്തക ങ്ങളിലൂടെയാണു മാവോ സേ തുങ്ങിനെക്കുറിച്ചു മനസ്സിലാക്കുന്നത്. ഒരൊറ്റ തീപ്പൊരിക്ക് ഭയങ്കരമായ കാട്ടുതീയായി വളരാൻ കഴിയുമെന്ന മാവോയുടെ വാക്കുകൾ എനിക്കിഷ്ടപ്പെട്ടു. പിന്നീട് ഇടയ്ക്കിടെ കോഴി ക്കോട് പോകാൻ തുടങ്ങി. സ്റ്റേഷൻ ആക്രമണത്തിൽ പൊലീസിനു കീഴടങ്ങിയ കുന്നിക്കൽ നാരായണനെ കോടതിയിൽ ഹാജരാക്കുമ്പോൾ ഞാൻ കാണാൻ പോകുമായിരുന്നു. അവിടെ വച്ച് അവരെ പരിചയപ്പെട്ടു. അന്ന് കോടതിൽ ഇവരോടു സംസാരിക്കുന്നതിനെയൊന്നും പൊലീസ് വിലക്കാറില്ല.

അജിത ജാമ്യത്തിലിറങ്ങിയപ്പോൾ പോയി കണ്ടു. കോടതിയിൽ സ്ഥിരമായി പോകാറുള്ള എന്നെ അജിതയ്ക്കു നന്നായി അറിയാമായി രുന്നു. അജിത പറഞ്ഞതു പ്രകാരം ഞാൻ പേരാമ്പ്രയിലെ പി.എ. നാരാ യണമാരാരുടെ വീട്ടിൽ പോയി. നാട്ടിൽ പാർട്ടി വളർത്താൻ മാരാർ ഒരാളെ വിട്ടുതരാമെന്നു പറഞ്ഞു. ഒരുകാലിനു ശേഷി കുറഞ്ഞൊരാൾ. അയാൾ പേരു പറഞ്ഞത് നാരായണൻ എന്നായിരുന്നു.

വിപ്ലവവും കുടുംബവും ഒന്നിച്ചുപോകില്ലെന്ന് എനിക്കു മനസ്സിലാ യിരുന്നു. ഞാൻ ഭാര്യയെ അവളുടെ വീട്ടിലേക്കു പറഞ്ഞയച്ചു. ചില കാര്യങ്ങൾ ചെയ്യാനുണ്ട്. അതുകഴിഞ്ഞ് തിരിച്ചു കൊണ്ടുവരാമെന്നു പറഞ്ഞാണ് അയച്ചത്. ഇവിടെ ഞാൻ പുതിയൊരു വീടുണ്ടാക്കിയി രുന്നു. ഞാനല്ലാതെ വേറെയാരും താമസമില്ല. വീട് പാർട്ടി ഓഫീസാക്കി. അവിടേക്കാണു പാർട്ടി പ്രവർത്തകനായ നാരായണനെ കൊണ്ടുവന്നത്. നാരായണൻ വീട്ടിൽ താമസിക്കും. പാർട്ടി കാര്യങ്ങൾ ചർച്ച ചെയ്യും. ലോകത്തു നടക്കുന്ന കാര്യങ്ങളൊക്കെ പറഞ്ഞുതരും. എന്റെ ചില സുഹൃത്തുക്കളും ഇതൊക്കെ കേൾക്കാൻ വരാൻ തുടങ്ങി. സിപിഐ എംഎൽ പ്രവർത്തനം തുടങ്ങിയതോടെ സിപിഎമ്മിൽ നിന്നു ധാരാളം പേർ ഞങ്ങൾക്കൊപ്പം പോന്നു. അത് സിപിഎമ്മിനെ ശരിക്കും പേടി പ്പെടുത്തിയിരുന്നു. പ്രധാന നേതാക്കളൊക്കെ വന്ന് ഇവിടെ പൊതുയോഗം നടത്താൻ തുടങ്ങി.

പട്ടാളത്തിൽ നിന്നു വന്ന വി.കെ. കുഞ്ഞിരാമൻനായർ, ബാലുശേരി അപ്പു എന്നിവരൊക്കെയായിരുന്നു ഞങ്ങളുടെ നേതാക്കന്മാർ. മൂന്നു നാലു മാസത്തെ അടുപ്പത്തിനു ശേഷമാണ് നാരായണൻ സത്യം തുറന്നു പറഞ്ഞത്. അദ്ദേഹം വയനാട്ടുകാരനായ വേലപ്പൻ ആണ്. തലശേരി സ്റ്റേഷൻ ആക്രമണത്തിൽ പങ്കെടുത്ത വേലപ്പൻ മാഷ്. ഒളിവിൽ കഴിയു മ്പോൾ സ്വീകരിച്ച പേരായിരുന്നു നാരായണൻ എന്ന്. കുന്നിക്കലിന്റെ അടുത്ത ആളായിരുന്നു വേലപ്പൻ മാഷ്.

ഞങ്ങളുടെ പ്രവർത്തനമേഖല വടകര വരെയായിരുന്നു. ഒത്തിരി ചെറുപ്പക്കാർ പാർട്ടിയിലേക്കു വന്നു. വിപ്ലവം സ്വപ്നം കണ്ടാണ്

അവരെല്ലാം വന്നത്. അങ്ങനെയിരിക്കെ തലശേരി സ്റ്റേഷൻ ആക്രമണ ത്തിന്റെ ഒന്നാം വാർഷികം അടുക്കാറായി. സർക്കാരിനെതിരെ എന്തെ ങ്കിലും ചെയ്യണമെന്നായിരുന്നു എല്ലാവരുടെയും അഭിപ്രായം. കുന്നിക്കലു മായി ബന്ധപ്പെട്ടപ്പോൾ പൊലീസ് സ്റ്റേഷൻ ആക്രമിക്കാൻ തന്നെയാ യിരുന്നു കിട്ടിയ നിർദേശവും. ആക്രമിക്കേണ്ട സ്റ്റേഷൻ ഞങ്ങൾക്കു തന്നെ തീരുമാനിക്കാമായിരുന്നു. അതുപ്രകാരം കായണ്ണ പൊലീസ് സ്റ്റേഷൻ ആയിരുന്നു ആദ്യം തിരഞ്ഞെടുത്തത്. കാരണം അവിടേക്കു കൂടുതൽ പൊലീസിനൊക്കെ എത്താൻ വളരെ പ്രയാസമായിരുന്നു. കരണ്ടൊന്നുമില്ലാത്തതിനാൽ രാത്രി മണ്ണെണ്ണ വിളക്കിന്റെ വെളിച്ചം മാത്രമേയുണ്ടാകൂ. ആക്രമണം നടത്താൻ എളുപ്പവുമാണ്.

പക്ഷേ, ഞങ്ങൾ നടത്തിയ അന്വേഷണത്തിൽ കായണ്ണയേക്കാൾ പ്രാധാന്യം ലഭിച്ചത് കുറ്റ്യാടിക്കായിരുന്നു. കാരണം ഇവിടെ പാവപ്പെട്ട വരുടെ അവസ്ഥ വളരെ ദയനീയമായിരുന്നു. വിരലിലെണ്ണാവുന്ന ജന്മി മാർ പാവപ്പെട്ടവരുടെ സ്വത്തൊക്കെ പിടിച്ചടക്കുകയാണ്. പൊലീസാ ണെങ്കിൽ അവർക്ക് അനുകൂലവും.

അന്ന് കച്ചീട്ട് എന്നൊരു ഏർപ്പാടുണ്ട്. പണം കടം വാങ്ങും, പകരം നാലഞ്ചു വർഷത്തേക്ക് തേങ്ങ പറിക്കാൻ അവകാശം നൽകും. എത്ര തേങ്ങ പറിച്ചാലും ഇവരുടെ കടം തീരില്ല. ഒടുവിൽ തേങ്ങ പറിക്കുന്ന പറമ്പെല്ലാം ജന്മിയുടേതാകും.

സ്റ്റേഷൻ ആക്രമത്തോടൊപ്പം തന്നെ രണ്ട് ജന്മിമാരുടെ വീടുകളും ആക്രമിക്കാൻ തീരുമാനിച്ചു. ആരെയും കൊല്ലരുത്. അവിടെയുള്ള രേഖ കളെല്ലാം പിടിച്ചെടുക്കുക, അതത് ഉടമകൾക്കു കൊടുക്കുകയോ നശി പ്പിക്കുകയോ ചെയ്യുക. ഇതായിരുന്നു തീരുമാനം.

അങ്ങനെ 1969 ഡിസംബർ 15 ന് കുറ്റ്യാടി സ്റ്റേഷൻ ആക്രമിക്കാൻ തീരുമാനിച്ചു. സ്റ്റേഷൻ പരിസരത്തെക്കുറിച്ചു പഠിക്കാൻ ചിലരെ ചുമ തലപ്പെടുത്തി. അവർ നൽകിയ റിപ്പോർട്ട് പ്രകാരം രാത്രിയായാൽ എല്ലാ വരും ഉറങ്ങും. കുറച്ചു പൊലീസുകാർ മാത്രമേയുള്ളൂ അവിടെ.

എന്റെ വീട്ടിൽ ഞങ്ങൾ എല്ലാവരും ഒത്തുചേർന്നു. ഇതിൽ നാലഞ്ചു പേർക്കു മാത്രമേ പരസ്പരം അറിയുകയുള്ളൂ. അതുതന്നെ യഥാർഥ പേരായിരിക്കില്ല. ഞാൻ, വേലപ്പൻ മാഷ്, ബാലുശേരി അപ്പു എന്നിവരാ യിരുന്നു നേതൃത്വത്തിൽ. അഞ്ചുപേരെ വേലപ്പൻമാഷ് കൊണ്ടുവന്നിരുന്നു. എന്തിനാണു വരുന്നതെന്ന് അവർക്ക് ഞങ്ങളുടെ തീരുമാനം പറയുന്ന തുവരെ അറിയില്ലായിരുന്നു. സ്റ്റേഷൻ ആക്രമിക്കുകയാണെന്നു പറ ഞ്ഞതോടെ അവർക്കു പേടിയായി. ഞങ്ങളില്ലെന്ന് അവർ പറഞ്ഞു. അവരെ പുറത്തുവിടാനും പറ്റില്ല. ഒടുവിൽ ബാലുശേരി അപ്പുവിന്റെ ഭീഷണിയിൽ അവർ പേടിച്ചു. എല്ലാവർക്കും ആയുധങ്ങൾ നൽകി. ഞങ്ങൾ വിപ്ലവ പ്രതിജ്ഞയെടുത്തു.

ബാലുശേരി അപ്പു

ഞങ്ങൾ കലാപം ചെയ്യാൻ തയ്യാറാണ്. പ്രസ്ഥാനത്തിനു വേണ്ടി മരണം വരെ പ്രവർത്തിക്കും. സ്വന്തം ജീവനേക്കാൾ പ്രസ്ഥാനത്തെ വിലമതിക്കുന്നു. ഒരുവിധത്തിലും പ്രസ്ഥാനത്തെ ഒറ്റിക്കൊടുക്കില്ല എന്നൊക്കെയുള്ള പ്രതിജ്ഞയാണു ചൊല്ലിയത്.

സ്റ്റേഷൻ ആക്രമണത്തിനു ഇറങ്ങാനിരിക്കെയാണ് സ്റ്റേഷൻ പരിസരം നിരീക്ഷിക്കാൻ പറഞ്ഞയച്ച ആൾ ഓടിക്കിതച്ചു വരുന്നത്. സ്റ്റേഷൻ ആക്രമണ തീരുമാനം എങ്ങനെയോ പുറത്തായിട്ടുണ്ട്. ധാരാളം പൊലീസ് സ്റ്റേഷൻ പരിസരത്തുണ്ട്. പൊലീസ് ഇപ്പോൾ ഇവിടെയെത്തിയേക്കാം. എല്ലാവരും ഉടൻ രക്ഷപ്പെടണം. ഇതായിരുന്നു അയാൾ വന്നുപറഞ്ഞത്. അത്രയ്ക്കും രഹസ്യവും ആസൂത്രിതവുമായി നടത്തിയ പ്ലാൻ പൊളിഞ്ഞത് ഞങ്ങളെ നിരാശരാക്കി. പേടിച്ചുനിന്ന അഞ്ചുപേരുടെയും മുഖത്ത് ആശ്വാസം പടരുന്നതു കണ്ടു. ഇനി എത്രയും വേഗം മലയിലേക്കു രക്ഷപ്പെടുക എന്ന തീരുമാനത്തിലായി ഞങ്ങൾ.

വളയംകോട് മലയായിരുന്നു ഞങ്ങളുടെ ലക്ഷ്യം. ഉൾപ്രദേശത്തുകൂടെ ഞങ്ങൾ മലയിലേക്കു നടന്നു. ഏറെ സാഹസപ്പെട്ട് അവിടെയെത്തിയപ്പോൾ അഞ്ചുപേർ സംഘത്തിൽ കുറവ്. നേരത്തെ പേടിച്ചു നിന്നിരുന്ന അഞ്ചുപേരും വഴിമധ്യേ മുങ്ങിയിരിക്കുന്നു.

നേരം പുലരുന്നതുവരെ മലയിൽ കഴിച്ചുകൂട്ടി. ആക്ഷൻ നടത്താൻ കഴിയാത്തതിന്റെയും പദ്ധതി ചോർന്നതിന്റെയും നിരാശ എല്ലാവരുടെ മുഖത്തുമുണ്ടായിരുന്നു. ഒടുവിൽ ഞാനൊരു തീരുമാനം പറഞ്ഞു. ഞാൻ അങ്ങാടിയിൽ പോയി നോക്കാം. തിരിച്ചുവന്നില്ലെങ്കിൽ പിടിയിലായി എന്നു മനസ്സിലാക്കി എല്ലാവരും രക്ഷപ്പെടുക. വൈകുന്നേരം വരെ സമയം നൽകി ഞാൻ മലയിറങ്ങി. മുങ്ങിയ അഞ്ചുപേരെക്കുറിച്ചും ഞങ്ങൾക്കു ആശങ്കയുണ്ടായിരുന്നു. അവരെങ്ങാനും പദ്ധതി പുറത്തുപറഞ്ഞാലും പൊലീസ് അറിയും.

പക്ഷേ, പ്രതീക്ഷിച്ചതൊന്നും നടന്നില്ല. സ്റ്റേഷൻ ആക്രമണത്തെക്കുറിച്ച് ആരും അറിഞ്ഞിട്ടില്ല. ഞാൻ പലരോടും സംസാരിച്ചു. ആർക്കും ഒരു സംശയവുമില്ല. അവിടെയടുത്ത് പ്രസ്സുണ്ട്. ഞാൻ അവിടെ ചെന്ന് സൂപ്പിക്കയെ കണ്ടു. എന്താ സൂപ്പിക്ക ഇന്നലെ രാത്രി ഇവിടെയൊരു ആൾക്കൂട്ടം എന്നു ചോദിച്ചു. എന്തോ ഒത്തുതീർപ്പിനു വേണ്ടി വന്നവരായിരുന്നു അതൊക്കെ എന്ന് സൂപ്പിക്ക പറഞ്ഞു. അതോടെയാണ് ആശ്വാസമായത്. ഞാൻ ഉടൻ തന്നെ വളയംകോട് മലയിലേക്കു വേഗത്തിൽ നടന്നു. ഞാൻ തിരിച്ചുവരുന്നതു കണ്ടതോടെ എല്ലാവർക്കും ആശ്വാസമായി. അതുവരെ അവരും ശരിക്കു മുൾമുനയിൽ തന്നെയായിരുന്നു. എന്നെയെങ്ങാനും പൊലീസ് പിടിക്കുമോ എന്നായിരുന്നു അവരുടെ പേടി.

തിരിച്ചെത്തിയ ഉടൻ തന്നെ ഞങ്ങൾ സ്റ്റേഷൻ ആക്രമണം നടത്തേണ്ടതിനെക്കുറിച്ചു വീണ്ടും ആസൂത്രണം തുടങ്ങി. പതിനേഴിനു തന്നെ നടത്താമെന്നായി. കാലിനു സ്വാധീനം കുറവായതിനാൽ വേലപ്പൻ

മാഷെ ആക്ഷൻ സംഘത്തിൽ നിന്നൊഴിവാക്കി. ബാലുശേരി അപ്പു, വേലായുധൻ, വി.കെ. കുഞ്ഞിരാമൻനായർ, പൊക്കൻ, കണ്ണൻ, കുട്ടപ്പൻ, അച്യുതൻ, ചേമഞ്ചേരി ശ്രീനിവാസൻ, പാച്ചി തുടങ്ങിയവരായിരുന്നു സംഘത്തിലുണ്ടായിരുന്നത്. ഇവരെയൊക്കയേ ഞാനിപ്പോൾ ഓർക്കുന്നുള്ളൂ. ചിലരുടെ പേരൊക്കെ മറന്നുപോയി. ഇരുപതു പേരാണു സംഘത്തിലുണ്ടായിരുന്നത്. രണ്ടുദിവസം മലയിൽ തന്നെ കഴിച്ചുകൂട്ടി. കപ്പ പറിച്ചു തിന്നാണു വിശപ്പുമാറ്റിയിരുന്നത്.

പതിനേഴിനു രാത്രി പത്തുമണിയോടെ മലയിറങ്ങി. ആർക്കും സംശയം തോന്നാതിരിക്കാൻ അഞ്ചുപേർ വീതമുള്ള സംഘമായിട്ടാണു നടന്നത്. എല്ലാവരും പുഴയോരത്ത് തമ്പടിച്ചു. ഒരാൾ സ്റ്റേഷൻ നിരീക്ഷിക്കാൻ പോയി. രാത്രി പന്ത്രണ്ടരയോടെ സ്റ്റേഷൻ ആക്രമിച്ചു.

സ്റ്റേഷനിൽ ഒന്നോ രണ്ടോ പൊലീസുകാർ മാത്രമേ ഉണ്ടാകുമായിരുന്നുള്ളൂ എന്നായിരുന്നു ഞങ്ങളുടെ കണക്കുകൂട്ടൽ. സ്റ്റേഷനു പുറത്തായിരുന്നു എനിക്കു ചുമതല. ആക്രമിക്കുമ്പോൾ പുറത്തുനിന്ന് ആരും വരാതെ നോക്കാനായിരുന്നു എന്നെ ഏല്പിച്ചിരുന്നത്. വേലായുധനായിരുന്നു മുൻപിൽ. ചെന്ന ഉടൻ തന്നെ സ്റ്റേഷന്റെ വാതിൽ മഴുകൊണ്ടു വെട്ടിപ്പൊളിച്ചു. വേലായുധൻ അകത്തേക്ക് ബോംബെറിഞ്ഞു. അതു കൊണ്ടത് ചുമരിലായിരുന്നു. തൊട്ടുതാഴെ മേശപ്പുറത്തുകിടന്നിരുന്ന ആളുടെ ദേഹത്തേക്ക് ബോംബിന്റെ ചീളുകൾ തെറിച്ചു. പിന്നീട് അലർച്ചയും വെടിയൊച്ചയുമൊക്കെയായിരുന്നു. സി.എച്ചേ ഓടിക്കോ എന്ന്

കുറ്റ്യാടി പൊലീസ്റ്റ് സ്റ്റേഷൻ

ആരോ പറഞ്ഞതുകേട്ട് ഞാനും ഓടി. ഞാൻ അവരുടെ കൂട്ടം വിട്ടുപോയി. പുഴ കടന്ന് പാലേരിയിലെത്തി. ഇവിടെ കുന്നിനു മുകളിലെ കുറ്റിക്കാട്ടിൽ ഒളിച്ചു. അടുത്ത ദിവസം മുഴുവൻ അവിടെ കഴിച്ചുകൂട്ടി. എന്താണു പിന്നീടു സംഭവിച്ചതെന്ന് ഒന്നും അറിഞ്ഞില്ല. രാത്രിയായപ്പോൾ പുറത്തിറങ്ങി. അവിടെയുള്ള തോട്ടിൽ പോയി മുഖം കഴുകി, ദാഹം മാറ്റി. കുറച്ചകലെ പരിചയമുള്ള ഒരു വീടുണ്ട്. അവിടെ ചെന്നു ഭക്ഷണം ചോദിച്ചു. നാടു മുഴുവൻ പൊലീസാണെന്ന് അവിടെ നിന്നറിഞ്ഞു. ഞാനിവിടെ വന്ന കാര്യം പറയേണ്ടെന്നു പറഞ്ഞ് അവിടെ നിന്നു കാട്ടിലേക്കു തന്നെ പോയി.

അടുത്ത ദിവസം ഉച്ചയോടെ ആളുകളുടെ ബഹളം കേട്ടാണു ഞാൻ കാട്ടിൽ നിന്നു പുറത്തുവന്നത്. ഞാനവിടെ കിടക്കുന്നത് കന്നുകാലിയെ മേയ്ക്കാൻ വന്ന ഒരു ചെറുക്കൻ കണ്ടിരുന്നു. അവൻ ഒച്ചയിട്ടപ്പോൾ ആളുകൾ കൂടിയതാണ്. പത്തഞ്ഞൂറ് ആളുകൾ വടിയും കല്ലുമായി നിൽക്കുകയാണ്. ഞാൻ കുറ്റിക്കാട്ടിൽ നിന്നിറങ്ങി അവരുടെ അടുത്തേക്കു ചെന്നു. നക്സലൈറ്റുകൾ കാട്ടിൽ ഒളിച്ചിരിക്കുന്നു എന്നായിരുന്നു ആളുകൾ പറഞ്ഞിരുന്നത്. പൊലീസിൽ വിവരമറിയിക്കാൻ ആളുപോയിട്ടുണ്ടായിരുന്നു. എന്നെ കണ്ടതോടെ മുൻനിരയിലുള്ളവർ പറഞ്ഞു- ഇതു നമ്മുടെ സിഎച്ചാണ്, ആരും കല്ലെറിയരുത്. അതോടെ കുറേയാളുകൾ പിരിഞ്ഞുപോയി. എന്നെയും കൂട്ടി ആളുകൾ നടന്നു. ഞാനവരോടു വിപ്ലവത്തെക്കുറിച്ചു പറഞ്ഞു. അതൊന്നും അവർക്കു മനസ്സിലാകുന്നുണ്ടായിരുന്നില്ല. പുഴയുടെ ഇക്കരെയുള്ള ഒരു കടയിൽ എന്നെയിരുത്തി. ഞാൻ ഭക്ഷണം വേണമെന്നു പറഞ്ഞു. അപ്പോഴേക്കും മൂന്നുവീട്ടിൽ നിന്നു ഭക്ഷണംകൊണ്ടുവന്നു. എനിക്കറിയാം പൊലീസ് കൊണ്ടുപോയാൽ പിന്നെ ജീവനോടെ തിരിച്ചുവരില്ലെന്ന്. അതുകൊണ്ട് നന്നായി ഭക്ഷണം കഴിച്ചു. പത്രം വായിക്കാൻ വേണമെന്നു പറഞ്ഞു. ആരോ മാതൃഭൂമി പത്രം കൊണ്ടുവന്നുതന്നു. അതിൽ നിന്നാണു ഞാൻ കാര്യങ്ങളൊക്കെ മനസ്സിലാക്കിയത്.

വേലായുധൻ വെടിയേറ്റു മരിച്ചു. പെരുവണ്ണാമൂഴിക്കാരനായ വേലായുധൻ കാർത്തികപുരത്തായിരുന്നു താമസിച്ചിരുന്നത്. സായുധവിപ്ലവം അനിവാര്യമാണെന്ന ആശയക്കാരനായിരുന്നു വേലായുധൻ. ബോംബേറിൽ എസ്ഐ പ്രഭാകരൻനായരുടെ കൈ അറ്റുപോയി. പൊലീസുകാർക്കും ഞങ്ങളുടെ കൂട്ടത്തിലുള്ളവർക്കും പരുക്കേറ്റിട്ടുണ്ട്.

സ്റ്റേഷൻ ആക്രമണം പരാജയപ്പെടാൻ കാരണം ഒരു ഭ്രാന്തനായിരുന്നുവത്രെ. വൈകിട്ട് സ്റ്റേഷനിൽ കൊണ്ടുവന്ന അയാൾ ബഹളം വച്ചപ്പോൾ എസ്ഐയും നാലഞ്ചു പൊലീസുകാരും അന്നു സ്റ്റേഷനിൽ കഴിയുകയായിരുന്നു. ക്വാർട്ടേഴ്സിലേക്കു പോയ എസ്ഐ തിരിച്ചുവരികയായിരുന്നു. അദ്ദേഹം കിടന്ന മേശയുടെ അരികിലെ ചുമരിലാണ് ബോംബ് വന്നുവീണത്. അങ്ങനെയാണു കൈ പോയത്.

വെടിയേറ്റു മരിച്ച വേലായുധന്റെ മൃതദേഹം സ്റ്റേഷൻ മുറ്റത്തുണ്ടായിരുന്നുവെന്നാണു വാർത്തയിൽ പറയുന്നത്. ബാക്കിയുള്ളവരെ

ക്കുറിച്ചും വാർത്തയിൽ വിവരമുണ്ട്. എന്താണു സംഭവിച്ചതെന്ന് അങ്ങനെയാണു മനസ്സിലായത്. ആ പത്രം കിട്ടിയത് എത്രയോ നന്നായി.

കുറച്ചു കഴിഞ്ഞപ്പോൾ പൊലീസ് വന്നു. ശ്രീനിവാസൻ എന്നയാളായിരുന്നു എസ്ഐ. അദ്ദേഹം ശബരിമലയ്ക്കു പോകാൻ മാലയിട്ടിരുന്നു. എന്നെ ചില പൊലീസുകാർ ആളുകൾക്കിടയിൽ വച്ചു മർദിച്ചു. അത് എസ്ഐ വിലക്കി. സ്റ്റേഷനിൽ കൊണ്ടുവന്നിട്ടു ചോദ്യം ചെയ്താൽ മതിയെന്നു പറഞ്ഞു.

അപ്പോഴേക്കും വാർത്ത നാടാകെ അറിഞ്ഞിരുന്നു. കലന്തൻഹാജി മൈക്കെടുത്ത് എല്ലായിടത്തും അനൗൺസ് ചെയ്തിരുന്നു. കലന്തൻ ഹാജിയെ എല്ലാവർക്കും അറിയും. എല്ലാ തിരഞ്ഞെടുപ്പിലും മൽസരിക്കുന്ന ആ കലന്തൻഹാജി തന്നെ. പൊലീസ് സ്റ്റേഷൻ ആക്രമിച്ച നക്സലൈറ്റ് കൊടുംഭീകരനെ ഏതാനും നിമിഷങ്ങൾക്കകം പൊലീസ് സ്റ്റേഷനിലേക്കു കൊണ്ടുവരും എന്നായിരുന്നു അദ്ദേഹം അനൗൺസ് ചെയ്തിരുന്നത്. അതുകേട്ടതോടെ ആളുകൾ കൊടുംഭീകരനെ കാണാൻ കൂട്ടത്തോടെ വന്നു. എന്നെ പൊലീസ് നടത്തിച്ചുകൊണ്ടുവരുന്നതു കണ്ട് ഇതു നമ്മുടെ സിഎച്ച് അല്ലേ എന്ന് എല്ലാവരും ചോദിക്കാൻ തുടങ്ങി.

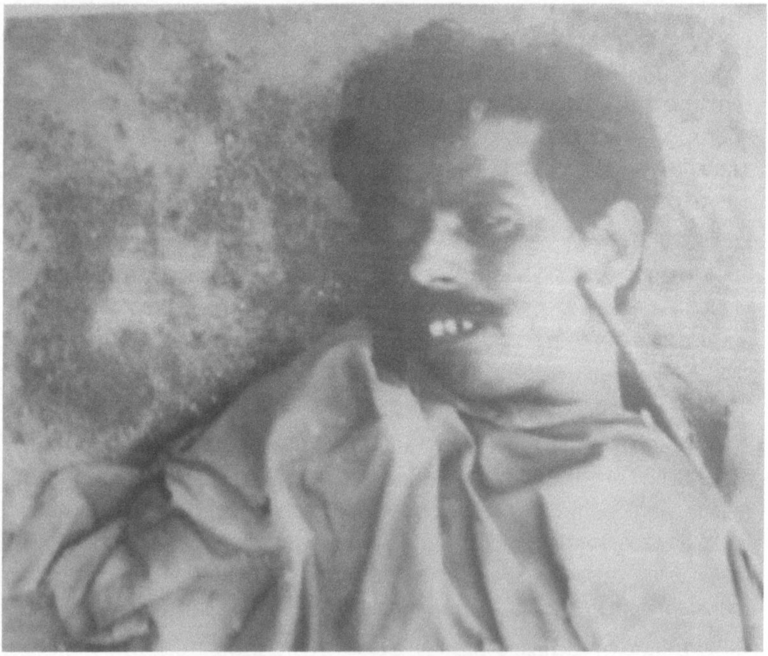

കുറ്റ്യാടി സ്റ്റേഷനിൽ കൊല്ലപ്പെട്ട നക്സൽ

സ്റ്റേഷനിൽ എത്തിയതോടെ പൊലീസ് ശരിക്കും മർദിച്ചു. എസ്ഐയുടെ കൈ നഷ്ടപ്പെട്ടതിന്റെയൊക്കെ പക അവർ ശരിക്കും തീർത്തു. വൈകുന്നേരം എന്നെ ടിബിയിലേക്കു കൊണ്ടുപോയി. അവിടെ ക്രൈം ബ്രാഞ്ച് ഡിവൈഎസ്പി മുരളീകൃഷ്ണദാസ് ഉണ്ടായിരുന്നു. എന്റെ കൈയാമം അഴിക്കാൻ പറഞ്ഞു. ഇളനീർ കുടിക്കാൻ തന്നു. കസേരയിട്ടു, ഇരിക്കാൻ പറഞ്ഞു. ആദ്യമൊന്നു സംശയിച്ചു നിന്നു. അദ്ദേഹം പ്ലെയേഴ്സ് സിഗരറ്റ് ഒന്നു തന്നു. ഞാൻ വേണ്ടെന്നു പറഞ്ഞിട്ടും നിർബന്ധിച്ചു.

കടുങ്ങോൻ പെട്ടുപോയതാണല്ലേ- അദ്ദേഹം ചോദിച്ചു. ഞങ്ങൾ നിങ്ങളുടെ കുടുംബ പശ്ചാത്തലമൊക്കെ അന്വേഷിച്ചു. പെട്ടുപോയതാണെന്ന് ഉറപ്പാണെന്നു പറഞ്ഞു.

അന്നേരം മാവോയുടെ വാക്യമാണ് ഓർമവന്നത്. മധുരമൂറുന്ന വെടിയുണ്ടയാണ് മുരളീകൃഷ്ണദാസ് വയ്ക്കുന്നതെന്നു മനസ്സിലായി.

കേസിൽ നിന്നൊഴിവാക്കിയാൽ കടുങ്ങോൻ എന്തു ചെയ്യും? അദ്ദേഹം ചോദിച്ചു.

ഒരു തുള്ളി രക്തം ബാക്കിയുണ്ടെങ്കിൽ പ്രസ്ഥാനത്തിനു വേണ്ടി നൽകുമെന്ന് അന്നേരത്തെ ആവേശത്തിൽ പറഞ്ഞു. എനിക്കുറപ്പായിരുന്നു എന്നെ കൊല്ലാൻ കൊണ്ടുപോകുകയാണെന്ന്. പൊലീസ് വെടിവച്ചുകൊല്ലും, ഉറപ്പായിരുന്നു.

ധീരത വേണം എന്നു പറഞ്ഞ് അദ്ദേഹം എഴുന്നേറ്റു.

രാത്രി എട്ടുമണിയോടെ എന്നെ നാദാപുരം സ്റ്റേഷനിലേക്കു കൊണ്ടുപോയി. അവിടന്ന് ടിബിയിലേക്കും. അവിടെയും മുരളീകൃഷ്ണദാസ് ഉണ്ടായിരുന്നു. ഭക്ഷണം വേണമെന്നു പറഞ്ഞു. എന്നാൽ കുറ്റ്യാടി സ്റ്റേഷൻ ആക്രമണത്തോടെ രാത്രി കടകളൊക്കെ നേരത്തെ തന്നെ അടച്ചിരുന്നു. എസ്ഐ കുമാരൻ ഉടൻ തന്നെ വീട്ടിൽ പോയി കുറിയരിക്കഞ്ഞിയും അയല പൊരിച്ചതും കൊണ്ടുവന്നു. അവസാനത്തെ ഭക്ഷണം എന്ന രീതിയിൽ തന്നെയാണു ഞാൻ കഞ്ഞി കുടിച്ചത്. അതുകൊണ്ടു തന്നെ നല്ല രുചിയും തോന്നി.

അറിയുന്നതെല്ലാം പറയാൻ മുരളീകൃഷ്ണദാസ് ആവശ്യപ്പെട്ടു. അന്നേരം എനിക്കൊരു യുക്തി തോന്നി. ഞാൻ മരിച്ച വേലായുധനെ നേതാവാക്കി കാര്യങ്ങൾ പറഞ്ഞു. എല്ലാം അറിയുന്നത് വേലായുധനാണെന്നും എനിക്കു കുറച്ചുപേരെ മാത്രമേ അറിയൂ എന്നും പറഞ്ഞു. പ്രവർത്തനത്തിനുള്ള സാമ്പത്തികം എവിടെ നിന്നാണെന്നായി പിന്നീട്.

എന്റെ ചെറിയച്ഛന്റെ പറമ്പിൽ തേങ്ങ പറിപ്പിച്ചിരുന്നത് ഞാനായിരുന്നു. ആ തേങ്ങ വിറ്റുകിട്ടുന്ന പണമാണെന്നു പറഞ്ഞു. ഞാൻ തേങ്ങ വിറ്റിരുന്ന കച്ചവടക്കാരനെ അടുത്തദിവസം കൊണ്ടുവന്നിരുന്നു തെളിവെടുപ്പിന്.

അടുത്ത ദിവസം രാവിലെ കുറ്റ്യാടി സ്റ്റേഷനിലേക്കു കൊണ്ടുവന്നു. അവിടെ വച്ച് പൊലീസുകാർ നന്നായി മർദിച്ചു. രാത്രി നാദാപുരം സ്റ്റേഷനിലേക്കു കൊണ്ടുവരും.

അടുത്ത ദിവസം വയനാട്ടിലെ വെള്ളമുണ്ടയിൽ വച്ച് വേലപ്പൻ മാഷ് പിടിയിലായി. അദ്ദേഹവും വേലായുധനെ നേതാവാക്കിയാണു കാര്യങ്ങൾ പറഞ്ഞത്. അതോടെ ഞാൻ പറഞ്ഞതു ശരിയാണെന്ന് ക്രൈം ബ്രാഞ്ച് വിശ്വസിച്ചു. എങ്കിലും പൊലീസുകാരുടെ മർദനത്തിന് ഒരു കുറവുമുണ്ടായിരുന്നില്ല. തോക്കിന്റെ പാത്തികൊണ്ടായിരുന്നു അടിച്ചിരുന്നത്.

ഒൻപതു ദിവസശേഷം വടകര കോടതിയിൽ ഹാജരാക്കി. അവിടെ രണ്ടാഴ്ച റിമാൻഡിൽ കഴിഞ്ഞു. മന്ദാകിനി നാരായണൻ കാണാൻ വന്നതാണു കുഴപ്പമായത്. മന്ദാകിനി ചേച്ചി എന്നെ സന്ദർശിച്ചത് വാർത്തയായതോടെ സൂപ്രണ്ടിനെ സസ്പെൻഡ് ചെയ്തു. ജയിലിൽ സുരക്ഷിതത്വം പോര എന്ന കാരണത്താൽ കോഴിക്കോട് സബ് ജയിലിലേക്കു കൊണ്ടുപോയി. രണ്ടര വർഷം അവിടെ കഴിഞ്ഞു.

കേസിൽ വേലപ്പൻമാഷായിരുന്നു ഒന്നാം പ്രതി. ബാലുശേരി അപ്പു രണ്ടാം പ്രതിയും. ഞാൻ മൂന്നാം പ്രതി. പതിനാറു പ്രതികളാണുണ്ടായിരുന്നത്. ശ്രീനിവാസൻ എന്ന ടൈലറെ വെറുതെവിട്ടു.

കുറ്റക്കാരെന്നു കണ്ടെത്തി പല വകുപ്പുകളിലായി കോടതി ഇരുപത്തിരണ്ടര വർഷം ശിക്ഷിച്ചു. അതിൽ ഏറ്റവും കൂടുതൽ എട്ടു വർഷമായിരുന്നു. ശിക്ഷിച്ചതോടെ കണ്ണൂർ സെൻട്രൽ ജയിലിലേക്കു മാറ്റി.

സെൻട്രൽ ജയിലിലെത്തിയതോടെ പുതിയൊരു ലോകം തുറക്കുകയായിരുന്നു. അവിടെ തലശേരി–പുൽപ്പള്ളി കേസുകളിലെ പ്രതികളെല്ലാമുണ്ടായിരുന്നു. കുന്നിക്കൽ നാരായണൻ, ഫിലിപ്പ് എം പ്രസാദ്, തേറ്റമല കൃഷ്ണൻകുട്ടി എന്നിവരെയൊക്കെ അവിടെ വച്ചാണു കൂടുതൽ അടുത്തറിയുന്നത്. ഞങ്ങളെത്തുമ്പോഴേക്കും ജയിലിലുള്ള നക്സലൈറ്റുകൾ രണ്ടു ഗ്രൂപ്പായി തിരിഞ്ഞിരുന്നു. കുന്നിക്കൽ ഗ്രൂപ്പും തലശേരിയിലെ കെ.പി. നാരായണൻ ഗ്രൂപ്പും. ഹാളിൽ വച്ച് ഇവർ പരസ്പരം ഏറ്റുമുട്ടിയപ്പോൾ രണ്ടുഗ്രൂപ്പിനെയും രണ്ടിടത്താണു പാർപ്പിച്ചിരുന്നത്. എനിക്കു കുന്നിക്കൽ ഗ്രൂപ്പിനോടായിരുന്നു താത്പര്യം. അവരുടെ ചർച്ചകളിലൊക്കെ ഞങ്ങൾ പങ്കെടുക്കും. പുസ്തകങ്ങളൊക്കെ വായിക്കാൻ കിട്ടും. മാവോയുടെ പുസ്തകങ്ങൾ കിട്ടുമായിരുന്നില്ല. അപ്പോൾ മാർക്സിന്റെയും മറ്റും കവറിൽ മാവോയുടെ പുസ്തകങ്ങൾ പൊതിഞ്ഞാണു ലഭിക്കുക. വെൽഫെയർ ഓഫീസർ അതൊന്നും കൃത്യമായി നോക്കാത്തതിനാൽ പുസ്തകങ്ങൾ സമയത്തു തന്നെ ലഭിച്ചു.

അടിന്തരാവസ്ഥ പ്രഖ്യാപിച്ചതോടെ ജയിലിലെ സ്ഥിതിയും മാറി. പുസ്തകങ്ങളും പേനയും സെല്ലിൽ നിന്ന് എടുത്തുകൊണ്ടുപോയി. പത്രങ്ങൾ വരെ കരി അടിച്ചാണു വായിക്കാൻ തരിക. മീശവയ്ക്കാൻ പാടില്ലെന്നും നിയമമുണ്ടായിരുന്നു. അതിനെതിരെ ഞങ്ങൾ നിരാഹാര സമരമിരുന്നു. ഒടുവിൽ പുസ്തകവും പേനയുമെല്ലാം തിരിച്ചുകിട്ടി.

അടിയന്തരാവസ്ഥ കഴിഞ്ഞാണു ജയിലിൽ നിന്നു പുറത്തിറങ്ങുന്നത്. ആദ്യം കണ്ണൂർ ടൗൺ സ്റ്റേഷനിൽ കൊണ്ടുവന്നു. അവിടെ നിന്ന്

കോഴിക്കോട്ടും പിന്നീട് പേരാമ്പ്ര സ്റ്റേഷനിലും. ഇനിയെന്താണു പരിപാടിയെന്നു പൊലീസുകാർ ചോദിച്ചു. ഒന്നും പറയാൻ പറ്റില്ലെന്നായിരുന്നു മറുപടി.

നാട്ടിലെത്തിയപ്പോൾ ആദ്യം കാണാൻ വന്നത് വി.വി. ദക്ഷിണാമൂർത്തിയായിരുന്നു. അദ്ദേഹം വീട്ടിലേക്കു ചെല്ലാൻ പറഞ്ഞു. നാലു മണിക്കൂർ സംസാരിച്ചു. പാർട്ടിയുമായി സഹകരിച്ചു പ്രവർത്തിക്കാനാണ് മാഷ് ആവശ്യപ്പെട്ടത്. യോജിക്കാൻ പറ്റാത്ത കുറേ കാര്യങ്ങൾ പാർട്ടിയിൽ ഉണ്ടെന്നു പറഞ്ഞു. എന്നാൽ യോജിക്കാൻ പറ്റുന്ന കാര്യങ്ങളിൽ യോജിച്ചു പ്രവർത്തിക്കാൻ പറഞ്ഞു. ദേശാഭിമാനി പത്രത്തിന്റെ ഏജൻസി വീണ്ടും എടുപ്പിച്ചു. ആറുമാസ ശേഷം പാർട്ടി അംഗത്വം ലഭിച്ചു. ബ്രാഞ്ച് സെക്രട്ടറി വരെയായി. അസുഖം വന്നതോടെ പാർട്ടി ഭാരവാഹിത്വമെല്ലാം വിട്ടു. ഇപ്പോൾ അംഗം മാത്രം.

ജയിലിൽ നിന്നിറങ്ങിയതോടെ വിവാഹം കഴിക്കാൻ എല്ലാവരും നിർബന്ധിച്ചു. ആദ്യ വിവാഹത്തിലെ ബന്ധം വേർപ്പെടുത്തി അവരെ വേറെ വിവാഹം ചെയ്യിച്ചിരുന്നു. അതൊരു മനഃസമാധാനമായിരുന്നു. അല്ലെങ്കിൽ അവർ പെട്ടുപോകുമായിരുന്നു. എന്റെ വിചാരണ സമയത്ത് അവരെ കോടതിയിൽ വിസ്തരിക്കാൻ കൊണ്ടുവന്നിരുന്നു. അതു വിവാഹശേഷമായിരുന്നു. പിന്നീട് അവർ അധ്യാപികയായി.

വീണ്ടും വിവാഹത്തിനു നിർബന്ധിച്ചപ്പോൾ പാവപ്പെട്ട വീട്ടിൽ നിന്നേ വിവാഹം കഴിക്കൂ എന്നായിരുന്നു എന്റെയും വി.കെ. കുഞ്ഞിരാമൻ നായരുടെയും നിബന്ധന. അങ്ങനെയാണു ജാനുവിനെ വിവാഹം കഴിച്ചത്. രണ്ടു മക്കൾ. സുചേഷും സുധയും.

ഇപ്പോൾ ലോട്ടറി ടിക്കറ്റ് വിറ്റാണു എന്റെ ആവശ്യത്തിനുള്ള പണം കണ്ടെത്തുന്നത്. കൂടെയുണ്ടായിരുന്ന പലരും മരിച്ചു. വികെയും കച്ചേരി കണ്ണനും അച്യുതനുമൊന്നും ഇപ്പോഴില്ല. വേലപ്പൻമാഷെ പിന്നീടു കണ്ടിരുന്നു. ഒരിക്കൽ അദ്ദേഹം എനിക്ക് അയ്യായിരം രൂപ തന്നു. മകളുടെ വിവാഹത്തിനു വന്നു. ജയിലിൽ നിന്നിറങ്ങിയതോടെ മാഷും പ്രസ്ഥാനം വിട്ടു. സിപിഎമ്മിൽ ചേർന്നു. കുഞ്ഞിരാമൻ എംഎൽഎയുടെ പിഎ ഒക്കെയായി. ഇപ്പോഴും പാർട്ടി ഭാരവാഹിത്വത്തിലുണ്ട്.

വേലപ്പൻ മാഷിന് ഇപ്പോൾ പഴയ കാര്യങ്ങളൊന്നും ഓർക്കുന്നതിൽ തീരെ താത്പര്യമില്ല. എന്നാൽ എന്റെ നിലപാട് അതല്ല. അന്നത്തെ കാലത്ത് അതാവശ്യമായിരുന്നു. കുറേ പേരെ പേടിപ്പിച്ചു നിർത്താൻ അങ്ങനെയൊക്കെ വേണമായിരുന്നു. ഇന്നു നോക്കുമ്പോൾ അതൊക്കെ തെറ്റായിരിക്കാം. പക്ഷേ, അതിനെയൊന്നും തള്ളിപ്പറയാൻ ഞാനാളല്ല. അതേപോലെ തന്നെ കുന്നിക്കൽ നാരായണനെ പലരും പിന്നീടു തള്ളിപ്പറഞ്ഞിട്ടുണ്ട്. സ്വന്തം കുടുംബത്തെ തന്നെ ഈ പ്രസ്ഥാനത്തിലേക്കു കൊണ്ടുവന്ന ആളാണു കുന്നിക്കൽ. ഭാര്യ മന്ദാകിനി, മകൾ അജിത എന്നിവരൊക്കെ നല്ലൊരു ജീവിതം ഉപേക്ഷിച്ചാണു നക്സലൈറ്റ്

പ്രസ്ഥാനത്തിലേക്കു വന്നത്. കുന്നിക്കൽ പ്രസ്ഥാനത്തിനു വേണ്ടി എല്ലാ സുഖവും ഉപേക്ഷിക്കുകയായിരുന്നു. അങ്ങനെയൊരാളെ തള്ളിപ്പറയാൻ പറ്റില്ല. സിഐഎ ചാരൻ എന്നൊക്കെ വെറുതെ പറഞ്ഞതാണ്.

എന്നാൽ അജിത ഇപ്പോൾ അങ്ങനെയാണെന്ന് എനിക്കഭിപ്രായമില്ല. അജിത ശരിക്കും മുതലാക്കുകയായിരുന്നു. പലരുടെയും പേടിസ്വപ്നമാണ് അജിത. അതേസമയം അജിത എല്ലാം നേടുന്നുമുണ്ട്. ഞാനിപ്പോഴും അജിതയെ കാണാറുണ്ട്. ചില ചടങ്ങുകളിലൊക്കെ ഞങ്ങൾ ഒന്നിച്ചുണ്ടായിരുന്നു.

അന്നു കൂടെയുണ്ടായിരുന്ന പലരും മരിച്ചു. ജീവിച്ചിരിക്കുന്ന കുറച്ചുപേരെ പലപ്പോഴായി കണ്ടിരുന്നു. പ്രസ്ഥാനത്തിന്റെ തകർച്ചയ്ക്കു ശേഷം ഞാൻ കാര്യങ്ങളൊന്നും അന്വേഷിക്കാൻ പോയിട്ടില്ല. ഇപ്പോഴത്തെ കാര്യങ്ങളൊന്നും എനിക്കറിയില്ല, അറിയാൻ താത്പര്യവുമില്ല.

അനുബന്ധം

അപകട സൂചനയുണ്ടായിരുന്നു- സ്വയംപ്രഭ
(ബോംബേറിൽ കൈ നഷ്ടപ്പെട്ട എസ്ഐ പ്രഭാകരന്റെ ഭാര്യ)

“**രാ**ത്രി കുറേയാളുകൾ പന്തവും കൊളുത്തി വരുന്നു. അവരുടെ അലർച്ച കേട്ട് ഞാനാകെ പേടിച്ചു. എന്റെ നിലവിളി കേട്ട് കൂടെ കിടന്നിരുന്ന ബന്ധു എഴുന്നേറ്റു. എന്തോ പേടിപ്പെടുത്തുന്ന സ്വപ്നമായിരുന്നു. ക്ലോക്കിലേക്കു നോക്കിയപ്പോൾ രാത്രി രണ്ടുമണി. ആ സമയത്താണ് അദ്ദേഹത്തിന് അപകമുണ്ടാകുന്നതും”-കുറ്റ്യാടി സ്റ്റേഷൻ ആക്രമണത്തിൽ ഇടതു കൈ നഷ്ടമായ എസ്ഐ ബി. പ്രഭാകരന്റെ ഭാര്യ സ്വയംപ്രഭ പറയുന്നു. കാസർഗോട് ജില്ലയിലെ നീലേശ്വരം തൈക്കടപ്പുറത്തെ വീട്ടിൽ മക്കളോടൊപ്പം കഴിയുകയാണ് സ്വയംപ്രഭ. ഹൃദ്രോഗബാധിതനായിരുന്ന പ്രഭാകരൻ രണ്ടുവർഷം മുൻപ് മരിച്ചു. അന്നത്തെ കാലത്തേക്കാണു സ്വയംപ്രഭ തിരിഞ്ഞുനോക്കുന്നത്.

ഞങ്ങളുടേത് പ്രേമവിവാഹമായിരുന്നു. അതിനു മാഷുടെ വീട്ടിൽ എതിർപ്പായിരുന്നു. ബ്രണ്ണൻ കോളജിൽ പഠിക്കുമ്പോൾ അദ്ദേഹം എന്റെ വീട്ടിൽ നിന്നാണു പഠിച്ചിരുന്നത്. അകന്ന ബന്ധുക്കളായിരുന്നു. എന്റെ അച്ഛൻ റെയിൽവേയിലായിരുന്നു. അതുകൊണ്ടുതന്നെ പല സ്ഥലത്തേക്കും സ്ഥലംമാറ്റം കിട്ടും. അതിനനുസരിച്ചു ഞങ്ങളും പോകും. ഏറ്റവും ഒടുവിൽ നിലേശ്വരത്തായിരുന്നു. പിന്നീട് അവിടെ വീടുവച്ചു.

ബിഎഡൊക്കെ കഴിഞ്ഞ ശേഷമാണ് എസ്ഐ ആയി സെലക്ഷൻ കിട്ടിയത്. ആദ്യത്തെ പോസ്റ്റിങ്ങ് കോഴിക്കോട്ടെ ഫറോക്കിലായിരുന്നു. അവിടെ നിന്നാണു കുറ്റ്യാടിയിലെത്തുന്നത്. അന്ന് ഇരുപത്തഞ്ച് വയസ്സേ ആയിട്ടുണ്ടായിരുന്നുള്ളൂ. ഞങ്ങളുടെ വിവാഹക്കാര്യം വീട്ടിൽ പറഞ്ഞപ്പോൾ അവർ എതിർത്തു. അതിൽ മനസ്സു വിഷമിച്ചാണു

വീട്ടിൽ നിന്നിറങ്ങിയത്. സ്റ്റേഷനിലെത്തിയപ്പോൾ വിളിച്ചിരുന്നു. വീട്ടിൽ വച്ച് പല്ലി തലയിൽ വീണിരുന്നു. അത് എന്തോ ദുസ്സൂചനയാണെന്നാണു കൂടെ ജോലി ചെയ്തിരുന്നവർ പറഞ്ഞിരുന്നതത്രെ.

പൊലീസ് സ്റ്റേഷനുകൾക്കു നക്സലൈറ്റ് ആക്രമണമുണ്ടാകുമെന്ന് അവർക്കു മുൻകൂട്ടി അറിയിപ്പുണ്ടായിരുന്നു. എന്നാൽ കുറ്റ്യാടി സ്റ്റേഷൻ ആക്രമിക്കുമെന്നൊന്നും പറഞ്ഞുകേട്ടിരുന്നില്ല. മുന്നറിയിപ്പുള്ളതു കൊണ്ടായിരുന്നു സ്റ്റേഷനിൽ കിടന്നിരുന്നത്.

നക്സലൈറ്റുകൾ എറിഞ്ഞ ആദ്യ ബോംബ് കൊണ്ട് സ്റ്റേഷൻ ചുമരിനായിരുന്നു. രണ്ടാമത്തെ ബോംബാണു മാഷുടെ അടുത്തു വീണു പൊട്ടിയത്. സ്റ്റേഷനിൽ രാത്രി ചുമതലയുള്ള ആൾ ഉറങ്ങിപ്പോയി. ദാമോദരൻ എന്ന പൊലീസുകാരനാണു നക്സലൈറ്റുകൾക്കു നേരെ വെടിവച്ചതും ഒരാൾ മരിച്ചു. എന്നാൽ സർക്കാരിൽ നിന്ന് ബഹുമതി കിട്ടിയത് ഉറങ്ങിയ ആൾക്കായിരുന്നു.

രാത്രി തന്നെ ലോറിയിൽ കോഴിക്കോട് മെഡിക്കൽ കോളജ് ആശുപത്രിയിൽ കൊണ്ടുവന്നു. എനിക്ക് ടിടിസിയുടെ പരീക്ഷയായിരുന്നു.

എസ്.ഐ. പ്രഭാകരൻ

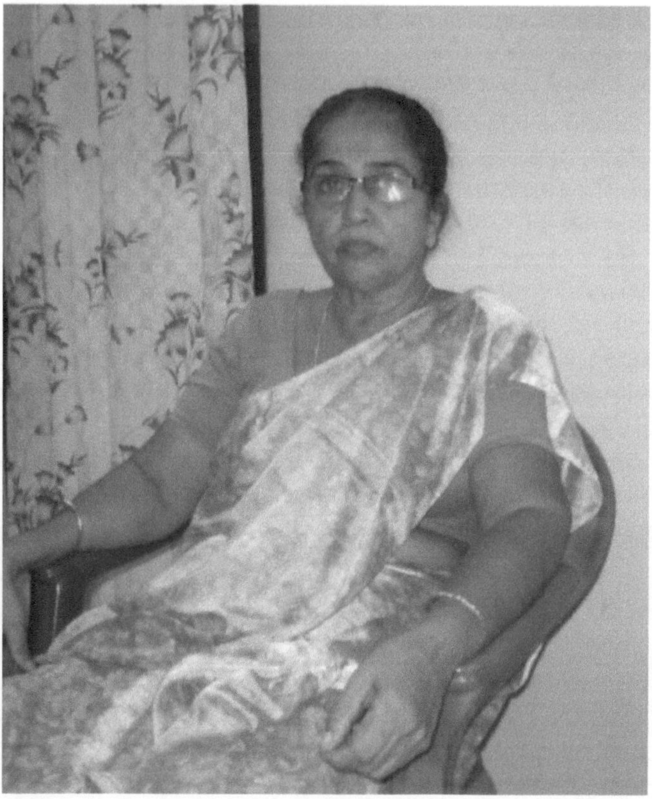

സ്വയംപ്രഭ

അതുകൊണ്ട് പരീക്ഷ കഴിയുന്നതുവരെ എന്നെ അറിയിച്ചിരുന്നില്ല. പത്രമൊന്നും വായിക്കാൻ തന്നില്ല. പിന്നീട് അറിഞ്ഞപ്പോൾ ഞാനും അച്ഛനും പോയി കണ്ടു. അപ്പോഴേക്കും കൈയെല്ലാം മുറിച്ചുമാറ്റിയിരുന്നു. ഒന്നര മാസം കോഴിക്കോട് മെഡിക്കൽ കോളജ് ആശുപത്രിയിൽ കിടന്നു. പിന്നീട് പൂണെയിൽ കൊണ്ടുപോയി കൃത്രിമ കൈ പിടിപ്പിച്ചു. അപ്പോഴേക്കും ജോലിയോടു മടുപ്പു വന്നിരുന്നു. 71 ഡിസംബർ മുതൽ 72 മാർച്ച് വരെ കണ്ണൂർ ഡിസിആർബിയിൽ ജോലി ചെയ്തു. അദ്ദേഹത്തിന് ഇഷ്ടമുള്ള വകുപ്പിലേക്കു ജോലി നൽകാമെന്നു സർക്കാർ പറഞ്ഞിരുന്നു. അങ്ങനെയാണ് ബിഎഡ് കഴിഞ്ഞതിനാൽ അധ്യാപകനായി ജോലി ലഭിച്ചത്. പയ്യന്നൂർ ഗവ. ഹൈസ്കൂളിലായിരുന്നു ജോലി. റിട്ടയർ ചെയ്തതും അവിടെ നിന്നു തന്നെ. കേസു വിളിക്കുമ്പോൾ കോടതിയിൽ പോകുമെന്നല്ലാതെ അന്നത്തെ കാര്യത്തെക്കുറിച്ചു പിന്നീടു ചോദിക്കുന്നതൊന്നും ഇഷ്ടമായിരുന്നില്ല. 71ൽ ആണു ഞങ്ങളുടെ

വിവാഹം കഴിയുന്നത്. പിന്നീട് എനിക്കും ജോലി ലഭിച്ചു. ഇഷ്ടപ്പെട്ട വർക്ക് എന്തെങ്കിലും അപകടമുണ്ടാകുമ്പോൾ നമുക്കു മുൻകൂട്ടി സൂചന ലഭിക്കുമെന്നു പറയാറില്ലേ, അതായിരുന്നു അന്നുരാത്രി എനിക്കു സ്വപ്നത്തിലുണ്ടായത്. പന്തംകൊളുത്തി വരുന്നതുകണ്ട് ഞാൻ അലറി കരഞ്ഞ സമയത്തുതന്നെയാണ് അദ്ദേഹത്തിനു കൈ നഷ്ട മാകുന്നതും.

അധ്യാപകൻ എന്ന നിലയിൽ മാതൃകയായിരുന്നെന്ന് എല്ലാവരും പറയുമായിരുന്നു. കോളേജിൽ പഠിക്കുമ്പോഴേ കായികരംഗത്തൊക്കെ നല്ല പേരുണ്ടാക്കിയിരുന്നു. അങ്ങനെയാണ് എസ്ഐ സെലക്ഷനു പോ കുന്നതും ലഭിക്കുന്നതും. ഏറെ ഇഷ്ടത്തോടെ കിട്ടിയ ജോലിയായിരുന്നു. പക്ഷേ...

ആറ്

തൃശിലേരി-തിരുനെല്ലി ആക്രമണം

"അപ്പനും അമ്മയ്ക്കും സുഖം തന്നെയാണെന്നു ഞാൻ വിശ്വസിക്കുന്നു. എന്നോടു വലിയ ദേഷ്യവും മറ്റും ഉണ്ടാകും. അല്ലേ? എനിക്കറിയാം ഉണ്ടാകുമെന്ന്. ഇത്രയധികം കഷ്ടപ്പെട്ടു വളർത്തി എടുത്തിട്ട് യാതൊരു ഉപകാരവുമില്ലാതെ നശിച്ചുപോയല്ലോ എന്നു ചിന്തിച്ചു വേദനിക്കുന്നുണ്ടാകും. ശരിയാണ്. നമ്മൾക്ക് ഒരുവിധം ജീവിക്കാൻ ദൈവം സഹായിച്ചിട്ടോ- പണിഎടുത്തിട്ടോ ഉണ്ടല്ലോ. അതുവരെ ഇല്ലാത്ത എത്രയോ പേർ പട്ടിണികിടന്നു മരിക്കുന്നു. അവരെപ്പറ്റി ഒന്നു ഓർക്കൂ. അവർക്കു വേണ്ടി ഒന്നും ചെയ്യാൻ കഴിയുകയില്ലെങ്കിലും. സുഖമായ ജീവിതം. സാരമില്ല. അതുപോകട്ടെ. മറ്റാരുടെയും അടിമയായി ജീവിക്കരുത്. സത്യമായി- ന്യായത്തിനു മാത്രം തലകുനിച്ചു ജീവിക്കുക. തന്നിൽ താണവന്റെ ശബ്ദവും കേൾക്കുക. അങ്ങനെ വരുമ്പോൾ കഷ്ടപ്പാടുണ്ടാകും. അതുസാരമില്ല. എന്നെ അങ്ങിനെ വിടൂ. ഒരുനാൾ നല്ലതു കേൾക്കാം. വീട്ടിൽ പൂർണ്ണസമാധാനവും യോജിപ്പും വരുമ്പോൾ ഒരു കത്ത് അയയ്ക്കുക. അപ്പോൾവരാം.

സ്നേഹപൂർവ്വം

വർക്കിച്ചൻ (ഒപ്പ്)"

അരീക്കൽ വർക്കി, റോസ ദമ്പതികൾക്ക് മകൻ വർക്കിച്ചൻ എന്ന വർഗീസ് അയച്ച കത്താണിത്. മറ്റുള്ളവരുടെ ജീവിതത്തിൽ നല്ലതുവരുന്നതു കാണാൻ, സ്വന്തം ജീവിതം ബലി കൊടുത്ത വർഗീസ് വീട്ടുകാർക്ക് അയച്ച കത്തിൽ പറയുന്നതുപോലെ ഒരു നാൾ നല്ലതു കേൾക്കാം എന്ന പ്രത്യാശാവാക്കു മാത്രം സഫലമായില്ല. സ്വന്തം ജീവിതത്തിലൂടെ വയനാട്ടിലെ ആദിവാസികളുടെ കഷ്ടപ്പാടിന് ഒരുപരിധി വരെ അറുതി വരുത്താൻ വർഗീസിനു സാധിച്ചു.

വെള്ളമുണ്ടയിലെ സാധാരണ കുടുംബമായിരുന്നു വർക്കിയുടെത്. കുടിയേറ്റ കർഷകൻ ആയിരുന്നതുകൊണ്ട് അത്യാവശ്യം കൃഷിഭൂമിയും ജീവിക്കാനുള്ള സാഹചര്യവും ഉണ്ടായിരുന്നു. ചെറുപ്രായത്തിൽ തന്നെ വർഗീസ് കമ്യൂണിസ്റ്റ് ആശയത്തിൽ ആകൃഷ്ടനായി. കമ്യൂണിസ്റ്റ് പാർട്ടി

പിളർന്നപ്പോൾ സിപിഎമ്മിനൊപ്പം നിന്ന അദ്ദേഹത്തെ എ.കെ.ജിയാണ് കണ്ണൂർ ജില്ലാ കമ്മിറ്റി ഓഫീസ് സെക്രട്ടറിയായി കൊണ്ടുവരുന്നത്. അന്ന് എം.വി.രാഘവനായിരുന്നു വർഗീസിന്റെ ഉറ്റചങ്ങാതി. പിന്നീട് പാർട്ടി ശക്തിപ്പെടുത്താൻ വർഗീസിനെ വയനാട്ടിലേക്കു ചുമതലപ്പെടുത്തി അയച്ചതോടെയാണ് അദ്ദേഹത്തിന്റെ ജീവിതം പുതിയൊരു വഴിത്തിരിവിലെത്തിയത്. മാനന്തവാടി മണ്ഡലത്തിൽ ഗോപാലസേന കെട്ടിപ്പടുക്കുകയായിരുന്നു വർഗീസിനു നൽകിയ ചുമതല. അത് ഏല്പിച്ചത് എ.കെ.ജിയും.

ആദിവാസികൾക്കിടയിലായിരുന്നു വർഗീസ് പ്രവർത്തിച്ചത്. അതുവരെ അവർ കണ്ടുശീലിച്ചിരുന്നത് തങ്ങളെ പറഞ്ഞുപറ്റിക്കുന്ന രാഷ്ട്രീയ നേതാക്കളെയായിരുന്നു. ആദിവാസി ഭൂമി വെട്ടിപ്പിടിക്കുന്ന കുടിയേറ്റക്കാർക്ക് അനുകൂലമായി നിൽക്കുന്ന രാഷ്ട്രീയക്കാരെയും പൊലീസുകാരെയും ഭരിക്കുന്നവരെയുമെല്ലാം ആദിവാസികൾ വല്ലാതെ ഭയപ്പെട്ടിരുന്നു. തങ്ങളെ ചതിച്ചു ഭൂമിതട്ടിപ്പറിക്കാൻ എത്തുന്നവരായിട്ടോ കാര്യമില്ലാതെ പൊലീസ് സ്റ്റേഷനിൽ കൊണ്ടുപോയി മർദിക്കുന്നവരായിട്ടോ ആയിരുന്നു ഇവരെയെല്ലാം കണ്ടിരുന്നത്. അതിൽ ആദിവാസികളെ കുറ്റപ്പെടുത്താനും പറ്റില്ലായിരുന്നു. അതായിരുന്നു വയനാട്ടിലെ അന്നത്തെ അവസ്ഥ. അക്കൂട്ടത്തിൽ സിപിഎമ്മുകാരും പിന്നിലായിരുന്നില്ല. വയനാട്ടിലെത്തി കുറച്ചുദിവസങ്ങൾകൊണ്ട് വർഗീസിനു സത്യാവസ്ഥ മനസ്സിലായി. ആദിവാസികളുടെ ദുരിതപൂർണമായ ജീവിതത്തിന് എങ്ങനെ അറുതിവരുത്താമെന്നായിരുന്നു വർഗീസ് ചിന്തിച്ചത്. തങ്ങൾക്കുവേണ്ടി നിലകൊണ്ട് വർഗീസിനെ അവർ അടിയോരുടെ പെരുമൻ എന്ന് ഭക്തിബഹുമാനത്തോടെ വിളിച്ചു.

വയനാട്ടിലെ അധ്വാനിക്കുന്ന ജനവിഭാഗങ്ങൾക്കു സാമൂഹിക മോചനം നേടിക്കൊടുക്കുകയാണ് ആദ്യം ചെയ്യേണ്ടതെന്ന് വർഗീസിനു മനസ്സിലായി. ആദിവാസികളുടെ അടിമജീവിതം അവസാനിപ്പിക്കുക എന്ന ആശയം മുന്നോട്ടുവച്ചപ്പോൾ വർഗീസിന് ആദ്യം എതിർപ്പു നേരിടേണ്ടി വന്നത് സ്വന്തം പാർട്ടിയിൽ നിന്നുതന്നെയായിരുന്നു. ആദിവാസികളെ ചൂഷണം ചെയ്യുന്നവർക്കൊപ്പമായിരുന്നു അന്ന് വയനാട്ടിലെ പാർട്ടി നേതാക്കളെല്ലാം നിലകൊണ്ടിരുന്നത്. ഇക്കാര്യമെല്ലാം അദ്ദേഹം എ.കെ.ജിയെ കൃത്യമായി ബോധിപ്പിച്ചിരുന്നു. പക്ഷേ, വർഗീസ് പ്രതീക്ഷിച്ചതുപോലെ പാർട്ടി നേതൃത്വത്തിൽ നിന്നും അനുകൂലമായ നടപടിയൊന്നുമുണ്ടായില്ല. കർഷകരുടെ പേരിൽ ഭരണത്തിലെത്തിയ പാർട്ടി അധികാരത്തിലെത്തിയപ്പോൾ കർഷകരെയും അടിസ്ഥാന വർഗത്തെയും മറക്കുന്ന കാഴ്ച വർഗീസിനെ വല്ലാതെ വിഷമിപ്പിച്ചിരുന്നു. അങ്ങനെയാണ് വർഗീസ് പാർട്ടി നേതൃത്വവുമായി അകലുന്നത്. ഈ സമയത്താണ് കോഴിക്കോട് കുന്നിക്കൽ നാരായണന്റെ നേതൃത്വത്തിൽ മാവോ ചിന്തകൾ പ്രചരിപ്പിക്കാൻ തുടങ്ങിയത്. വയനാട്ടിലെ ചില സഖാക്കൾക്കൊപ്പം

വർഗീസും കോഴിക്കോട്ടെത്തി കുന്നിക്കൽ നാരായണന്റെ അടുത്ത അനുയായിമാറി. വർഗീസ് പാർട്ടി വിട്ടതോടെ യഥാർഥ കമ്യൂണിസ്റ്റു കാരായ ധാരാളം പേർ അദ്ദേഹത്തോടൊപ്പം പോന്നു. അത് സിപി എമ്മിനു കനത്ത തിരിച്ചടിയായി. വർഗീസിനെ തിരികെ പാർട്ടിയിലേക്കു തന്നെ കൊണ്ടുവരാൻ എ.കെ.ജി ചുമതലപ്പെടുത്തിയത് എം.വി. രാഘ വനെയായിരുന്നു. അനുനയത്തിനു വന്ന എം.വി.ആറിനോട് വർഗീസ് പറഞ്ഞത്- എം.വി.രാഘവവൻ പഴയ എം.വി.രാഘവനല്ലെന്നും പുത്തൻ റിവിഷനിസ്റ്റ് ആണെന്നുമായിരുന്നു. എങ്കിലും എം.വി.രാഘവൻ വർഗീ സുമായി സംസാരിച്ചു. പാർട്ടിയിൽ സംസാരിച്ച് പ്രശ്നങ്ങൾക്കു പരിഹാരം കാണാമെന്ന് എം.വി.രാഘവൻ ഉറപ്പുകൊടുത്തു. അതുപ്രകാരം വർഗീസ് കണ്ണൂരിൽ പാർട്ടി ഓഫീസിൽ ചർച്ചയ്ക്കായി എത്തി. എന്നാൽ ഓഫീ സിൽ എത്തുന്നതിനു മുൻപ് കണ്ടത് കാന്തലോട്ട് കരുണനെയായിരുന്നു. വിപ്ലവം വേണ്ടേ? റിവിഷനിസ്റ്റ് ആകുകയാണോ എന്നായിരുന്നു കാന്ത ലോട്ട് ചോദിച്ചത്. അതോടെ വർഗീസ് വിപ്ലവ ചിന്തയുമായി മാനന്തവാടി യിലേക്കു തന്നെ തിരിച്ചുപോകുകയായിരുന്നു.

തുടർന്ന് കുന്നിക്കലിനൊപ്പം പ്രവർത്തനം ശക്തമാക്കാൻ തീരുമാ നിച്ചു. കുന്നിക്കൽ വയനാട്ടിലെത്തി. തലശേരി- പുൽപ്പള്ളി ആക്ഷനു കളിലേക്ക് അവർ എത്തിച്ചേരുന്നത് ഈ യാത്രയ്ക്കു ശേഷമാണ്. തേറ്റമല കൃഷ്ണൻകുട്ടിയായിരുന്നു വർഗീസിന്റെ കൂടെ അന്നുണ്ടായി രുന്നത്. തലശേരി-പുൽപ്പള്ളി ആക്ഷനുകളിൽ കുന്നിക്കൽ വിഭാഗം വിചാരിച്ചതിലും നന്നായി നടന്നത് പുൽപ്പള്ളി ആക്ഷനായിരുന്നു. കൂടെ യുണ്ടായിരുന്നവരെല്ലാം പിടിയിലായപ്പോഴും വർഗീസ് മാത്രം അതി സാഹസികമായി രക്ഷപ്പെട്ടു. പിന്നീടു കണ്ടത് വർഗീസ് കുന്നിക്കൽ വിഭാഗത്തെ തള്ളിപ്പറയുന്നതാണ്. ചാരുമജുംദാറെ തള്ളിപ്പറഞ്ഞിരുന്ന കുന്നിക്കലിനെ തള്ളിപ്പറഞ്ഞ് വർഗീസ് വർഗശത്രുവിന്റെ ഉന്മൂലനം എന്ന മജുംദാർ ആശയത്തിൽ ആകൃഷ്ടനായി. സമാനചിന്താഗതിക്കാരായ എ.വാസു, വെള്ളത്തൂവൽ സ്റ്റീഫൻ, മുണ്ടൂർ രാവുണ്ണി എന്നിവർക്കൊപ്പം ചേർന്ന് കേരളത്തിൽ വലിയൊരു ആക്ഷൻ നടത്തി ചാരുമജുംദാറെ കണ്ട് കേരളത്തിലെ ഔദ്യോഗിക വിഭാഗമാകാൻ തീരുമാനിച്ചു. ബാലു ശേരി അപ്പുവിന്റെ വീട്ടിൽ ചേർന്ന യോഗത്തിലാണ് വർഗീസും എ. വാസുവും രാവുണ്ണിയും സ്റ്റീഫനുമെല്ലാം ആദ്യമായി ഒന്നിക്കുന്നത്. തുടർന്നാണു തൃശൂരിൽ യോഗം ചേരുന്നത്. വയനാട്ടിലും പാലക്കാട്ടും ആക്ഷനുകൾ നടത്താനായിരുന്നു ആ യോഗത്തിലെ തീരുമാനം. ആദ്യം വയനാട്ടിൽ. മാവോയുടെ സിദ്ധാന്തം പോലെ രാജ്യത്തിന്റെ പിന്നോക്ക പ്രദേശങ്ങളിൽ വിപ്ലവത്താവള പ്രദേശങ്ങൾ കെട്ടിപ്പടുത്ത് അവിടെ നിന്നു ജന്മിമാരെ തുരത്തുക. അതിനായി പർവ്വതപ്രദേശങ്ങൾ തിരഞ്ഞെടുക്കുക. എല്ലാം ചേർന്നൊരു പ്രദേശമായിരുന്നു വയനാട്. വയനാട്ടിലെ ജന്മിമാർ ക്കെതിരെ വർഗീസ് മുൻപേ തന്നെ വിപ്ലവത്തിനു തുടക്കമിട്ടതാണ്.

വയനാട്ടിലെ ആദിവാസികളെ ഏറ്റവുമധികം ദ്രോഹിക്കുന്ന ജന്മികളെ ഉന്മൂലനം ചെയ്യുക എന്ന ആശയം എങ്ങനെ നടപ്പാക്കുമെന്ന് പ്ലാൻ ചെയ്യാൻ വർഗീസ് അങ്ങോട്ടു തിരിച്ചു. രാവുണ്ണി പാലക്കാട്ടെ ആക്ഷനെ ക്കുറിച്ച് പഠിക്കാൻ നാട്ടിലേക്കും പോയി.

വർഗീസും കൂട്ടരും വയനാട്ടിൽ ആക്ഷൻ നടത്താൻ പോകുന്ന കാര്യം കുന്നിക്കൽ വിഭാഗം അറിഞ്ഞിരുന്നു. തലശേരി സ്റ്റേഷൻ ആക്രമണത്തിന്റെ വാർഷികം ശ്രദ്ധേയമായ മറ്റൊരു ആക്ഷനിലൂടെ യാകണമെന്ന് അങ്ങനെയാണ് അവർ തീരുമാനിക്കുന്നത്. ബാലുശേരി അപ്പുവും കൂട്ടരും നാരായണമാരാരും വേലപ്പൻമാഷുമൊക്കെ കുറ്റ്യാടി സ്റ്റേഷൻ ആക്രമിച്ച് ശക്തി തെളിയിക്കാൻ പ്ലാൻ ചെയ്യുന്ന വിവരം വർ ഗീസിനും എ.വാസുവിനും ലഭിച്ചിരുന്നു. എന്നാൽ നക്സലിസത്തിന്റെ പേരിൽ വീണ്ടുമൊരു പൊലീസ് സ്റ്റേഷൻ ആക്രമണം നടന്നാൽ പൊലീസ് ശക്തമായി നിലപാടെടുക്കുമെന്നും അതു തുടർന്നുള്ള പ്രവർ ത്തനത്തിനു ദോഷമാകുമെന്നുമായിരുന്നു ഇവരുടെ വിലയിരുത്തൽ. ഭരണകൂടത്തോട് ഏറ്റുമുട്ടാൻ വേണ്ട ശക്തിയാർജിക്കാത്തതിനാൽ വർഗ ശത്രുവിന്റെ ഉന്മൂലനമാണ് ഇപ്പോൾ അനുയോജ്യം എന്ന നിലപാടായി രുന്നു വർഗീസിനും വാസുവിനും. കുറ്റ്യാടി സ്റ്റേഷൻ ആക്രമണം തട യാൻ പഴയ സഖാക്കളെ പോയി കാണാൻ വാസുവിനെയായിരുന്നു ചുമതലപ്പെടുത്തിയത്. എന്നാൽ വാസു എത്തുന്ന ആ രാത്രിയാണ് സ്റ്റേഷൻ ആക്രമണമുണ്ടാകുന്നത്. അടുത്തദിവസംതന്നെ സമീപത്തെ ലോഡ്ജിൽ നിന്നു വാസു പിടിയിലായി. പൊലീസിന്റെ അതിക്രൂരമായ മർദനത്തിരയാകേണ്ടി വന്നു. കുറ്റ്യാടി സ്റ്റേഷൻ ആക്രമണത്തിനൊരു ങ്ങുന്നവരുടെ ക്യാംമ്പിലെത്തി ഇപ്പോൾ സ്റ്റേഷൻ ആക്രമണം പാടി ല്ലെന്നു പറഞ്ഞ് അവരെ പിൻതിരിപ്പിക്കുകയായിരുന്നു വാസുവിന്റെ യാത്രയുടെ ഉദ്ദേശം. എന്നാൽ കുറ്റ്യാടിയിൽ എത്താൻ വൈകി. ക്യാംമ്പ് കാണിച്ചുതരാമെന്നു പറഞ്ഞവർ വാസു വൈകിയപ്പോൾ സ്ഥലം വിട്ടു. അങ്ങനെ അന്നുരാത്രി അവിടെ ലോഡ്ജിൽ മുറിയെടുത്തു. പിറ്റേന്ന് നേരം വെളുത്തപ്പോൾ അറിയുന്നത് പൊലീസ് സ്റ്റേഷൻ ആക്രമിച്ചു, എസ്.ഐയുടെ കൈ പോയി എന്നൊക്കെയാണ്. അപരിചിതനായ ആളെ അവിടെ കണ്ട് ആരോ വിവരം നൽകിയപ്പോഴാണ് പൊലീസ് എത്തു ന്നതും പിടികൂടുന്നതും. അതിക്രൂരമായി മർദനത്തിൽ മരിച്ചുപോകുമെന്നാ യിരുന്നു വാസു ഉറപ്പിച്ചത്. എന്നാൽ സ്റ്റേഷൻ ആക്രമണത്തിൽ പങ്കി ല്ലെന്നു തെളിഞ്ഞപ്പോൾ വിട്ടയച്ചു. പിന്നീട് ഒരുമാസം കാരന്തൂർ ഗുരു ക്കളുടെ ചികിൽസയിലായിരുന്നു. എഴുന്നേറ്റു നടക്കാറാകുമ്പോഴാണ് വർഗീസിന്റെ സന്ദേശം ലഭിക്കുന്നത്. തൃശിലേരി- തിരുനെല്ലി ആക്ഷ നായി പുറപ്പെടുക. അങ്ങനെ വാസുവും കോഴിക്കോട്ടെ എട്ടു സഖാ ക്കളും വയനാട്ടിലേക്കു യാത്രതിരിച്ചു.

വർഗീസായിരുന്നു ആക്ഷന്റെ എല്ലാ കാര്യങ്ങളും പ്ലാൻ ചെയ്തത്. ആകെ 19 പേർ. കോട്ടയത്തുനിന്ന് വെള്ളത്തൂവൽ സ്റ്റീഫൻ, നിലമ്പൂരിലെ

വർഗീസ്

രക്തസാക്ഷി ചാണ്ടിയുടെ മകൻ ഫ്രാൻസിസ്, പേരാമ്പ്രയിലെ കുഞ്ഞിരാമൻ, കോമൺവെൽത്ത് തൊഴിലാളികളായ രാജൻ, മുകുന്ദൻ, ഭാസ്കരൻ, കോഴിക്കോട്ടെ ബലരാമൻ, എൻ.പി. ചന്ദ്രൻ, വി.എസ്. നാരായണൻ, സുകുമാരൻ, വയനാട്ടിലെ കണിയാരം ബാലൻ, തോണിക്കുഴി ഔസേപ്പ് എന്നിവരാണ് വർഗീസിന്റെ സന്ദേശം ലഭിച്ചതിനെ തുടർന്ന് 1970 ഫെബ്രുവരി എട്ടിന് വയനാട്ടിലെത്തിയത്. വയനാട്ടിലെ ആദിവാസികൾ വർഗീസ് പറയുന്നത് അതേപോലെ അനുസരിക്കാൻ തയ്യാറായി നിൽക്കുന്നവരായിരുന്നു. അക്കൂട്ടത്തിൽ ഏറ്റവും വിശ്വസ്തരായ ചോമൻ മൂപ്പൻ, ബട്ടി, ചമ്പരൻ, കൊറിയൻ, ഗോണി, കരിയൻ, കട്ടകാളൻ എന്നിവരെയാണ് വർഗീസ് ഉൾപ്പെടുത്തിയത്.

അടിയോരുടെ പെരുമൻ

ആദിവാസികളെ ചൂഷണം ചെയ്ത്, അവരുടെ സ്വത്തുക്കൾ കട്ടെടുക്കുന്ന രീതിയായിരുന്നു വയനാട്ടിൽ ഉണ്ടായിരുന്നത്. ഇ.എം.എസിന്റെ നേതൃത്വത്തിൽ രണ്ടുതവണ കമ്യൂണിസ്റ്റ് സർക്കാർ അധികാരത്തിൽ വന്നിട്ടും അതിനൊരു മാറ്റവും വന്നില്ല. ഈ സമയത്താണ് വർഗീസ് കണ്ണൂരിൽ നിന്ന് പാർട്ടി ചുമതലയുമായി വയനാട്ടിൽ എത്തുന്നത്. പാർട്ടി ഓഫീസിൽ നിന്നുകൊണ്ടല്ല വർഗീസ് കാര്യങ്ങൾ പഠിച്ചത്. ആദിവാസികളുടെ വീട്ടിൽ ചെന്ന് അവർ എങ്ങനെ ജീവിക്കുന്നു എന്നു മനസ്സിലാക്കുകയായിരുന്നു. ആദിവാസികളുടെ കൂലി പരിഷ്കരിക്കാനായിരുന്നു ആദ്യ സമരം തുടങ്ങിയത്. കൃഷിയിടത്തിൽ കൊയ്ത്തുസമരത്തിലൂടെയായിരുന്നു തുടക്കം. ഗുഴികങ്കി മാരാർ എന്ന ജന്മിയുടെ കൃഷിയിടത്തിലായിരുന്നു ആദ്യസമരവും ജയവും. അയാൾ ഗുണ്ടകളെ വിട്ട് ആദിവാസികളെ മർദിച്ചെങ്കിലും വർഗീസ് പിന്നോക്കം പോയില്ല. ഒടുവിൽ വർഗീസ് ആവശ്യപ്പെട്ട കൂലി കൊടുക്കേണ്ടി വന്നു. ആണുങ്ങൾക്ക് മൂന്നു രൂപയും 75 പൈസയും സ്ത്രീകൾക്ക് രണ്ടുരൂപയും അൻപതു പൈസയുമായി കൂലി വർധിപ്പിച്ചു. അതോടെ വർഗീസിനെ ദൈവതുല്യമായി കാണാൻ തുടങ്ങി ആദിവാസികൾ.

വർഗീസിനെക്കുറിച്ച് ചോമൻ മൂപ്പൻ ഒരിക്കൽ പറഞ്ഞത് ഇപ്രകാരമായിരുന്നു. "വർഗീസ് സാധാരണ എവിടെ നിന്നെങ്കിലുമായിരിക്കും ഞങ്ങളുടെ വീട്ടിൽ വരുക. അപ്പോൾ അയാൾക്ക് ചെലവു കൊടുക്കാതെ പറ്റില്ല. ബീഡി വേണം, കാപ്പി കൊടുക്കണം, അതിനു മധുരം വേണം. വർഗീസ് വന്നിട്ടുണ്ടെന്നു പറഞ്ഞ് ഏതെങ്കിലും സാധനം കടയിൽ നിന്നു വാങ്ങാൻ പറ്റില്ല. അപ്പോൾ ഞങ്ങളുടെ പെരുമൻ വന്നിട്ടുണ്ട്. അദ്ദേഹത്തിനു നല്ല ഭക്ഷണം വെച്ചുകൊടുക്കണം എന്നൊക്കെ പറഞ്ഞാണ് കടയിൽ നിന്നു സാധനങ്ങൾ വാങ്ങുക. അങ്ങനെയാണു വർഗീസിനെ ഞങ്ങൾ പെരുമൻ ആക്കിയത്.

വർഗീസിന്റെ അടുത്തേക്ക് ആളെക്കൂട്ടാനും ഇതേ മാർഗമാണ് ഉപയോഗിച്ചിരുന്നത്. അക്കരെ കുന്നിലെയും ഇക്കരെ കുന്നിലെയും

ആളുകൾ പീടികയിലുണ്ടാകും. അന്ന് ഇപ്പോഴത്തെപോലെ അടുത്തടുത്ത് പീടികയില്ല. കുറേ ദൂരം പോകണം. അപ്പോൾ പീടികയിൽ ചെന്നിട്ട് പെരുമൻ വന്നിട്ടുണ്ട്, നമുക്ക് അങ്ങോട്ടുപോകാമെന്നൊക്കെ പറയും. അല്ലാതെ വർഗീസ് വന്നിട്ടുണ്ട്, നിങ്ങളെല്ലാം അങ്ങോട്ടു വരണമെന്നു പറയാൻ പറ്റില്ലല്ലോ. അപ്പോൾ പീടികയിലുള്ളവരുടെ കണ്ണുവെട്ടിക്കാനുള്ള തന്ത്രമായാണ് വർഗീസിനെ പെരുമനായി അവതരിപ്പിച്ചത്. അതേ സമയം പെരുമൻ എന്നുദ്ദേശിച്ചത് വർഗീസിനെയാണെന്ന് ഞങ്ങളുടെ ആൾക്കാർക്കൊക്കെ അറിയാം.

അന്നൊക്കെ ഒരു സമരത്തിന് ഇന്ന സമയത്തു വരണമെന്നു പറഞ്ഞാൽ ആ പള്ളിമുക്കിൽ അങ്ങ് അരണപ്പാറേന്നും കാട്ടിക്കുളത്തു നിന്നുമൊക്കെ കൃത്യസമയത്ത് ആളുകൾ ശരിക്കും വന്നുനിൽക്കും. വർഗീസിനോടുള്ള ആത്മാർഥതയായിരുന്നു അതിനു ശരിക്കും കാരണം. അയാൾ കണ്ടമാനം ഞങ്ങൾക്കായി ബുദ്ധിമുട്ടി. കൂലി വർധിപ്പിച്ചു. ഒരുനേരം ലേശം കഞ്ഞിക്കുടിക്കുന്നത് രണ്ടുനേരം ആക്കിത്തന്നത് വർഗീസാണ്. വർഗീസ് മാത്രമായിരുന്നു ആദിവാസികൾക്കുണ്ടായ നേട്ടത്തിനു കാരണക്കാരൻ. ഇ.എം.എസ്. രണ്ടുതവണ മുഖ്യമന്ത്രിയായിട്ടും ഞങ്ങൾക്ക് ഒന്നും ചെയ്തുതന്നിട്ടില്ല. എന്തെങ്കിലും മെച്ചമുണ്ടായിട്ടുങ്കിൽ അതെല്ലാം വർഗീസിന്റെ സമരത്തിലൂടെ കിട്ടിയതാണ്".

ഇതായിരുന്നു വർഗീസിനോടുള്ള ആദിവാസികളുടെ സമീപനം. അതുവരെ സമരം എന്തെന്നറിയാത്തവരായിരുന്നു ആദിവാസികൾ. അടിച്ചാൽ തിരിച്ചടിക്കാൻ അവർക്കു ധൈര്യം പകർന്നതും വർഗീസ് തന്നെയായിരുന്നു. ചാലിപ്പള്ളി കുഞ്ഞിരാമവാര്യരെ തല്ലിക്കൊണ്ടായിരുന്നു അങ്ങനെയൊരു രീതി ആദിവാസികൾ ആരംഭിച്ചത്. അതുവരെ അടികൊണ്ടുമാത്രമേ അവർ ശീലിച്ചിരുന്നുള്ളൂ. കുഞ്ഞിരാമ വാര്യരും അന്ത്രുമാൻ എന്ന മുസ്ലിമും തമ്മിലുള്ള ഒരു പ്രശ്നത്തിന്റെ പേരിൽ വാര്യരുടെ അടികൊണ്ടത് ചോമൻ മൂപ്പന്റെ അനുജൻ ചാമനായിരുന്നു. വാര്യരുടെ വീട്ടിൽ നിന്ന് നെല്ലളക്കാൻ അന്ത്രുമാന്റെ വീട്ടിലേക്കു പറ കൊണ്ടുപോയിരുന്നു. അതു കൃത്യസമയത്തു തിരിച്ചെത്താത്തതിനാണു ചാമനു അടികൊണ്ടത്. ചോമൻ മൂപ്പന്റെ നേതൃത്വത്തിൽ ആദിവാസികൾ ഇതു ചോദിക്കാൻ ചെല്ലുകയും വാര്യരെ തിരിച്ചടിക്കുകയും ചെയ്തു.

തുടർന്ന് വർഗീസിന്റെ നേതൃത്വത്തിൽ ലീറ്റർ സമരം അരങ്ങേറി. നെല്ലളക്കുമ്പോൾ കൂലിയെടുത്തവർക്ക് മതിയായ അളവിൽ നെല്ലു കിട്ടണമെന്ന് ആവശ്യപ്പെട്ടുള്ള സമരമായിരുന്നു അത്. ആദിവാസികൾ സമരം ചെയ്തപ്പോൾ അതിനെ തകർക്കാൻ ഭൂവുടമകൾ തന്നെ കൊയ്യാനിറങ്ങിയെങ്കിലും വർഗീസ് സമരത്തിൽ ഇടപെട്ടപ്പോൾ അവർ കൂലി കൃത്യമായി നൽകാൻ തയ്യാറാവുകയും ചെയ്തു.

ഇതെല്ലാം വർഗീസ് സിപിഎമ്മിൽ ഉള്ള സമയത്തു നടന്ന കാര്യങ്ങളായിരുന്നു. എന്നാൽ പാർട്ടി വിട്ട് കുന്നിക്കൽ നാരായണനുമായി

ബന്ധപ്പെട്ടതോടെയാണ് ആദിവാസികളെയും തന്റെ പാതയിലേക്കു കൊണ്ടുവന്നത്. മത്തായി മാതൻ എന്നയാളുടെ വീട്ടിൽ വച്ചു ചേർന്ന യോഗത്തിലാണ് ചോമൻ മൂപ്പനൊക്കെ ആദ്യമായി നക്സൽ യോഗത്തിൽ പങ്കെടുക്കുന്നത്. പിന്നീട് തലശേരി സ്റ്റേഷൻ ആക്രമണം നടന്നപ്പോൾ ഇദ്ദേഹവും അനുജൻ ചാമൻ, പി.കെ. കാളൻ, കട്ടക്കാളൻ, നെല്ലി, ബട്ടി, ചമ്പരൻ, കാട്ട് വട്ടനെല്ലി, കരിയൻ, ചാത്തൻ എന്നിവരെല്ലാം അതിൽ പങ്കെടുക്കാൻ തലശേരിക്കു പോയി. അതിൽ ചാമൻ മാത്രമാണു പൊലീസ് പിടിയിലായത്.

തലശേരി-പുൽപ്പള്ളിക്കു ശേഷം ഒളിവിൽ പോയ വർഗീസ് പലപ്പോഴും വയനാട്ടിൽ എത്തുമായിരുന്നു. ചോമൻ മൂപ്പന്റെ അടുത്താണ് അധികവും എത്തുക. രാത്രിയിൽ എത്തി പ്രത്യേക തരത്തിൽ വാതിലിൽ മുട്ടുമ്പോൾ തങ്ങളുടെ പെരുമനാണു വന്നതെന്നു മനസ്സിലാകും. ഭക്ഷണമെല്ലാം കഴിച്ച്, വിശ്രമിച്ച് അടുത്തദിവസം വർഗീസ് പറയുന്ന സ്ഥലത്ത് അവർ വിട്ടുകൊടുക്കും. തൃശൂരിലെ യോഗം കഴിഞ്ഞ് മടങ്ങിയെത്തിയ വർഗീസ് ഇവർക്കിടയിൽ മാറിമാറി നിന്നുകൊണ്ടാണ് തൃശിലേരി- തിരുനെല്ലി ആക്ഷൻ രഹസ്യമായി പ്ലാൻ ചെയ്യുന്നത്. ഏറ്റവും അടുത്ത വിശ്വസ്തരായ ചോമൻ മൂപ്പൻ, ബട്ടി, ചമ്പരൻ, കൊറിയൻ, ഗോണി, കരിയൻ, കട്ടകാളൻ എന്നിവരെയാണ് പുതിയ ആക്ഷനായി വർഗീസ് തിരഞ്ഞെടുത്തത്. പി.കെ. കാളൻ വരാമെന്നേറ്റിരുന്നെങ്കിലും അവസാന നിമിഷം പിന്മാറി.

വെടിയൊച്ചകൾ മുഴങ്ങിയ രാത്രി

ചുരംകയറി വരുന്നവരെ ചോമൻ മൂപ്പന്റെ വീട്ടിലെത്തിക്കാൻ വർഗീസ് ആളുകളെ ഏർപ്പാടു ചെയ്തിരുന്നു. വർഗീസും വയനാട്ടിലുള്ളവരും ചുരംകയറിയെത്തിയവരും ആദിവാസികളും മൂപ്പന്റെ വീട്ടിൽ യോഗം ചേർന്നു. എന്തെല്ലാമാണ് ആക്ഷനെന്ന് വർഗീസ് വിശദീകരിച്ചു കൊടുത്തു. വർഗീസ് തന്നെയായിരുന്നു ആക്ഷന്റെ ക്യാപ്റ്റനും. ഒരു ദിവസം അവിടെ തങ്ങി. 1970 ഫെബ്രുവരി ഒൻപതിന് വർഗീസിന്റെ നേതൃത്വത്തിൽ ആക്ഷൻ സംഘം പുറപ്പെട്ടു. തൃശിലേരിയിലെ അപ്പുസ്വാമിയുടെ വീടായിരുന്നു ലക്ഷ്യം. കൈതവള്ളിയിലെ ജന്മിയായ അദ്ദേഹത്തിന്റെ വയലിലായിരുന്നു ആദിവാസികൾ ആദ്യം കൂലി സമരം തുടങ്ങിയിരുന്നത്. ആദിവാസികളെ ശരിക്കും ചൂഷണം ചെയ്തിരുന്ന ഭൂപ്രഭുവായിരുന്നു അപ്പുസ്വാമി എന്നു നാട്ടുകാർ വിളിച്ചിരുന്ന വെങ്കിടാചല അയ്യർ. വർഗീസിന്റെ നേതൃത്വത്തിൽ ഒരാഴ്ച സമരം നടത്തിയ ശേഷമാണ് ആദിവാസികൾക്കു കൂലി കൂട്ടിക്കൊടുക്കാൻ തയ്യാറായത്. ആ സമരം മുതൽ അദ്ദേഹം വർഗീസിന്റെ നോട്ടത്തിലുണ്ടായിരുന്നു.

അപ്പുസ്വാമിയുടെ വീട്ടിലേക്കു പോകുമ്പോൾ ആദിവാസികളെല്ലാം മതിൽക്കെട്ടിനു പുറത്തായിരുന്നു. ഇവരെയൊക്കെ അപ്പുസ്വാമിയുടെ

എ. വാസു

വീട്ടുകാർക്കു നല്ല പരിചയമുമായിരുന്നു. വർഗീസും എ. വാസുവുമാണ് സ്വാമിയുടെ വീട്ടിലേക്കു പോയത്. സ്വാമിയെ ഉപദ്രവിക്കരുതെന്നും തോക്ക് ആവശ്യപ്പെട്ടാൽ മതിയെന്നും ആക്ഷനു മുൻപേ തന്നെ വർഗീസ് നിർദേശം നൽകിയിരുന്നു. ആദിവാസികളെ ചൂഷണം ചെയ്യുമായിരുന്നെങ്കിലും ദേഹോപ്രദവമൊന്നും ഏല്പിക്കുമായിരുന്നില്ല. കൂലി സമരം തുടങ്ങിയപ്പോൾ വർഗീസ് ആവശ്യപ്പെട്ടതുപോലെ നൽകാനും അദ്ദേഹം തയ്യാറായിരുന്നു.

വർഗീസും വാസുവും വാതിലിനു മുട്ടി അകത്തുകടന്നു. അപ്രതീക്ഷിതമായ വരവിൽ അപ്പുസ്വാമി ഞെട്ടിപ്പോയി. തോക്ക് ആവശ്യപ്പെട്ടു. പേടിച്ചുപോയ അപ്പുസ്വാമി മകൻ കൃഷ്ണനോട് വീടിന്റെ മച്ചിനു മുകളിൽ നിന്നു തോക്ക് എടുത്തുകൊടുക്കാൻ പറഞ്ഞു.

തോക്കും റേഡിയോയും മാത്രമാണ് അവിടെ നിന്നെടുത്തത്. മടങ്ങുമ്പോൾ അവിടത്തെ വേലക്കാരൻ ഒച്ചവച്ചപ്പോൾ എ. വാസു തോക്കു ചൂണ്ടി ഭീഷണിപ്പെടുത്തി. അതോടെ അയാളുടെ നാവടങ്ങി.

എമ്പ്രാൻ എന്ന് ആദിവാസികൾ പേടിയോടെ വിളിച്ചിരുന്ന വാസുദേവ അഡിഗയുടെ വീട്ടിലേക്കാണ് സംഘം മാർച്ച് ചെയ്തത്. വീടിന്റെ മുന്നിലെത്തിയപ്പോൾ ആദിവാസി സംഘത്തോട് പടിപ്പുരയ്ക്കു പുറത്തുനിൽക്കാൻ വർഗീസ് പറഞ്ഞു. അഡിഗയുടെ ജോലിക്കാരായിരുന്നു അവരിൽ പലരും. തിരിച്ചറിയാൻ എളുപ്പമാണ്. അതുകൊണ്ട് മുൻകരുതൽ എന്ന നിലയ്ക്കായിരുന്നു അവിടെ നിർത്തിയത്. എങ്കിലും വീടിന്റെ മുൻവശത്തു നടക്കുന്നതെല്ലാം അവർക്കു കാണാമായിരുന്നു.

ആദിവാസികളിൽ പലരുടെയും സ്വത്ത് കൈവശം വച്ചിരുന്ന അഡിഗ തൃശിലേരിയിലെ പ്രമുഖ ജന്മിമാരിൽ ഒരാളായിരുന്നു. എമ്പ്രാശാ വാതിൽ തുറക്കൂ എന്നു കേട്ടപ്പോൾ അദ്ദേഹം വിളക്കും കത്തിച്ച് വാതിൽ തുറന്നു. ഉടൻ തന്നെ വർഗീസും കൂട്ടരും അകത്തേക്ക് ഇരച്ചുകയറി. പണവും രേഖകളുമെല്ലാം വച്ച അലമാരയുടെ താക്കോൽ ആവശ്യപ്പെട്ടപ്പോൾ അദ്ദേഹം നൽകാൻ തയ്യാറായില്ല. എന്നെ എന്തുവേണമെങ്കിലും ചെയ്തോളൂ, താക്കോൽ തരില്ല എന്ന് അഡിഗ പറഞ്ഞു. അദ്ദേഹത്തെ ബലമായി പിടിച്ചുകൊണ്ടുവന്ന് താഴേക്കിറങ്ങുന്ന പടിയിലെത്തിച്ചു. വർഗീസിന്റെ നിർദേശാനുസരണം എ. വാസു വെടിവയ്ക്കുകയായിരുന്നെന്നാണ് ആദിവാസികളുടെ കൂട്ടത്തിലുണ്ടായിരുന്ന ചമ്പരൻ പിന്നീടു പറഞ്ഞത്.

അഡിഗ അവിടെ തന്നെ പിടഞ്ഞുമരിച്ചു. നാട്ടുകാരിൽ നിന്നു കൈയടക്കിയ ഭൂരേഖകളെല്ലാം സംഘം തീയിട്ടു നശിപ്പിച്ച ശേഷമാണു മടങ്ങിയത്. വയനാട്ടിലെ ആദ്യ നക്സലൈറ്റ് കലാപം ഭരണകൂടത്തിനെതിരായിരുന്നെങ്കിൽ രണ്ടാമത്തെ കലാപം ജന്മിത്വത്തിനെതിരായിരുന്നു. ആദ്യകലാപത്തിൽ കാക്കിയിട്ടവർ കൊല്ലപ്പെട്ടപ്പോൾ രണ്ടാംകലാപത്തിൽ

വാസുദേവ അഡിഗ ആദ്യ രക്തസാക്ഷിയായി. ജന്മിമാരെ ഉന്മൂലനം ചെയ്യുക എന്നതു തന്നെയായിരുന്നു വർഗീസിന്റെയും കൂട്ടരുടെയും ലക്ഷ്യം. അതുകൊണ്ട് അതൊരു കൈയബദ്ധമായി പോയെന്ന് അവർക്കാർക്കും തോന്നിയില്ല.

ആക്ഷൻ കഴിഞ്ഞു മടങ്ങുമ്പോൾ സായുധ കലാപം ജയിക്കട്ടെ എന്നെഴുതിയ പോസ്റ്റർ വീടിനു പുറത്ത് ഒട്ടിച്ചിരുന്നു. കലാപം കൊണ്ട് തങ്ങൾ ലക്ഷ്യമിടുന്നതെന്തെന്നും കൂടെയുണ്ടായിരുന്നു.

മൂന്നാമത്തെ ലക്ഷ്യം ശൂലപാണി വാര്യരുടെ വീടായിരുന്നു. ആദിവാസികളെ പടിക്കൽ നിർത്തി സംഘം വീട്ടിലേക്കു ചെന്നു. വാതിലിൽ മുട്ടിയപ്പോൾ തുറന്നത് വാര്യരായിരുന്നില്ല. അദ്ദേഹം സ്ഥലത്തില്ലായിരുന്നു. മദ്രാസിൽ പോയതായിരുന്നത്രെ. വാര്യരുടെ മരുമകൻ നന്ദനനും കാര്യസ്ഥനുമാണ് അകത്തുണ്ടായിരുന്നത്. നാട്ടുകാരിൽ നിന്നു സ്വന്തമാക്കിയ ഭൂരേഖകൾ വച്ച അലമാരയുടെ താക്കോൽ ചോദിച്ചപ്പോൾ കാര്യസ്ഥൻ കൊടുത്തില്ല. പെട്ടെന്ന് അയാളുടെ മുഖത്ത് അടിവീണു. ഉടൻ തന്നെ കാര്യസ്ഥൻ അലമാര തുറന്നുകൊടുത്തു. തോക്കെടുക്കാൻ പറഞ്ഞപ്പോൾ നന്ദനൻ തോക്കെടുത്തുകൊടുത്തു.

അടുത്ത ആക്ഷന് ജന്മിയായ കുഞ്ഞിരാമ വാര്യരുടെ വീടായിരുന്നു തീരുമാനിച്ചിരുന്നത്. എന്നാൽ സമയക്കുറവു കാരണം തൃശിലേരിയിലെ ആക്ഷൻ അവസാനിപ്പിച്ചു. അവിടെ നിന്നു നരിനിരങ്ങിയമല വഴി സംഘം തിരുനെല്ലിയിലേക്കുള്ള യാത്ര ആരംഭിച്ചു. അവിടേക്ക് ആദിവാസി സംഘത്തെ കൊണ്ടുപോയില്ല. പനവല്ലിയുടെ പടിഞ്ഞാറുള്ള തണ്ണീർ പന്തലിൽ അവരെ നിർത്തുകയായിരുന്നു. തിരുനെല്ലിയിലെ ആക്ഷൻ കഴിഞ്ഞുവരുമ്പോൾ കൂടെ കൂട്ടാമെന്നും പറഞ്ഞു. തിരുനെല്ലി എത്താറാകുമ്പോൾ പുലർച്ചെയാകാനായിരുന്നു. കേശവൻ മൂസത് എന്ന ജന്മിയുടെ വീടായിരുന്നു ആദ്യലക്ഷ്യം. ആരോ വിളിക്കുന്നതു കേട്ട് മൂസത് വാതിൽ തുറന്നു. വർഗീസും സംഘവും അകത്തുകടന്ന് തോക്കും നാട്ടുകാരിൽ നിന്നു കൈക്കലാക്കിയ സ്വർണവും ആവശ്യപ്പെട്ടു. എന്നാൽ ചെറിയൊരു തുക മാത്രമേ അവിടെയുണ്ടായിരുന്നുള്ളൂ. നേരം പുലരാറായതിനാൽ സംഘം അവിടെ അധികം സമയം ചെലവിട്ടില്ല.

കൂമ്പാരക്കുനിയിലെ കച്ചവടക്കാരനായ ചേക്കുവിന്റെ വീടായിരുന്നു അടുത്ത ലക്ഷ്യം. കേശവൻ മൂസതിന്റെ വീടിനടുത്തുതന്നെയാണ് ചേക്കുവിന്റെ വീടും. പാലക്കാട്ടു നിന്നു കച്ചവടത്തിനായി ഇവിടെയെത്തിയ ചേക്കുവും വർഗീസും മുൻപു തന്നെ ശത്രുതയിലായിരുന്നു. ജന്മി എന്ന നിലയ്ക്കായിരുന്നില്ല ചേക്കുവിനെ കണ്ടിരുന്നത്. വർഗീസിന്റെ നേതൃത്വത്തിൽ അവിടെ നടന്നിരുന്ന പല സമരങ്ങളുടെയും വിവരം രഹസ്യമായി പൊലീസിന് എത്തിച്ചുകൊടുത്തിരുന്നത് ചേക്കുവായിരുന്നു. പൊലീസ് ഏജന്റായിട്ടായിരുന്നു ചേക്കു പ്രവർത്തിച്ചതെന്നാണ് വർഗീസ് പറഞ്ഞിരുന്നത്.

ചേക്കുവിന്റെ വീട്ടിലെത്തിയ സംഘത്തെ കണ്ട് ചേക്കു മച്ചിലേക്കു കയറി. എന്നാൽ അവിടെ നിന്നു താഴെ വീണപ്പോൾ നക്സലൈറ്റ് സംഘം പിടികൂടി വീടിനു പിന്നിലേക്കു കൊണ്ടുപോയി വെടിവയ്ക്കുകയായിരുന്നു. ചേക്കു തൽക്ഷണം മരിച്ചു.

ചേക്കുവിന്റെ വീട്ടിലും പോസ്റ്ററൊട്ടിച്ച് സംഘം അടുത്ത ലക്ഷ്യമായ ജന്മി പ്രഭാകരവാര്യരുടെ വീട്ടിലേക്കു പോയി. എന്നാൽ അവിടെ നിന്നു കാര്യമായൊന്നും കിട്ടിയില്ല. അപ്പോഴേക്കും നേരം പുലർന്നിരുന്നു. ഒരുജന്മിയെയും ഒരു പൊലീസ് ഏജന്റിനെയും വകവരുത്തി വയനാട്ടിലെ രണ്ടാം നക്സലൈറ്റ് കലാപം അവസാനിപ്പിച്ച് സംഘം മടങ്ങി. പനവല്ലിയിലെ ആദിവാസികളെയും കൂട്ടി കമ്പമലയിലേക്കു പോയി. അവിടെയായിരുന്നു രഹസ്യ ക്യാമ്പ് പ്ലാൻ ചെയ്തത്.

എല്ലാവരും പകൽ അവിടെ വിശ്രമിച്ചു. ഉച്ചയ്ക്കു ശേഷം ആക്ഷൻ വിലയിരുത്തലായിരുന്നു. വിചാരിച്ചതുപോലെ ആക്ഷൻ വിജയിച്ചതിന്റെ സന്തോഷത്തിലായിരുന്നു എല്ലാവരും. ഇനി എത്രയും വേഗം മജുംദാറെ കാണാൻ പോകണമെന്ന് വർഗീസ് പറഞ്ഞു. മജുംദാർ ലൈനിൽ വർഗശത്രുവിനെ ഉന്മൂലനം ചെയ്ത ആദ്യ ആക്ഷൻ അതാണെന്നാണ് വർഗീസ് വിലയിരുത്തിയത്. അതുപ്രകാരം കാടിനു പുറത്തുകടന്ന് ബംഗാളിലേക്കു പോകാനുള്ള പദ്ധതി ആസൂത്രണം ചെയ്യാൻ വർഗീസിനെ ചുമതലപ്പെടുത്തി യോഗം അന്നു പിരിഞ്ഞു. നാട്ടിലെ വിവരങ്ങൾ അറിയാൻ ബാക്കിയുള്ളവർ പുറപ്പെട്ടു.

എന്നാൽ വർഗീസ് കണക്കുകൂട്ടിയതുപോലെയായിരുന്നില്ല കാര്യങ്ങൾ. കേരളത്തിൽ നക്സലൈറ്റ് കലാപം എന്ന വാർത്ത ദേശീയതലത്തിൽ വരെ ശ്രദ്ധിക്കപ്പെട്ടു. അതുകൊണ്ടു തന്നെ അത് എത്രയും വേഗം അമർച്ച ചെയ്യേത് അച്യുതമേനോന്റെ നേതൃത്വത്തിലുള്ള സർക്കാരിന്റെ കടമയായിരുന്നു. കണ്ണൂരിലെ ഡിവൈഎസ്പിയായിരുന്ന ലക്ഷ്മണയേയായിരുന്നു അന്നത്തെ ഐജി എം. ഗോപാലൻ ചുമതലപ്പെടുത്തിയത്. നാഗാ കലാപകാരികളെ അമർച്ച ചെയ്യാൻ നിയോഗിച്ചിരുന്ന സി.ആർ. പി.എഫിനെ കൊണ്ടുവരാനായിരുന്നു സർക്കാർ തീരുമാനം. കൂടെ എം.എസ്.പിക്കാരും. എസ്ഐ എൻ.കെ. ആചാരിക്കായിരുന്നു സിആർപിഎഫിന്റെ ചുമതല. തിരുനെല്ലി ക്ഷേത്രത്തിന്റെ ഊട്ടുപുരയിൽ ക്യാമ്പ് തുറന്നു. പിന്നെ സി.ആർ.പി.എഫുകാർ അവിടെ നിരങ്ങുന്നതാണു നാട്ടുകാർ കാണുന്നത്. കണ്ണിൽ ചോരയില്ലാത്തൊരു സംഘമായിരുന്നു തിരുനെല്ലിയിലെത്തിയത്. നാട്ടുകാരുടെ പിന്തുണയില്ലാതെ ഇതൊന്നും ചെയ്യാൻ കഴിയില്ലെന്ന് അവർക്കുറപ്പായിരുന്നു. അതുകൊണ്ട് സംശയം തോന്നിയവരെയൊക്കെ അതിക്രൂരമായി തല്ലിച്ചതച്ചു. എങ്കിലും വർഗീസിനെയും കൂടെയുള്ളവരെക്കുറിച്ചും ഒരു വിവരവും പൊലീസിന് ആദ്യദിവസങ്ങളിൽ ലഭിച്ചില്ല. മാനന്തവാടി പൊതുമരാമത്ത് വകുപ്പ് റെസ്റ്റ് ഹൗസിലായിരുന്നു പൊലീസ് ക്യാംപ്.

വർഗീസും സംഘവും തിരുനെല്ലിയിലെ അമ്പലക്കുന്നിലായിരുന്നു താവളമടിച്ചിരുന്നത്. എന്നാൽ ഭക്ഷണമുണ്ടാക്കാൻ കരുതിയിരുന്ന അരി തീർന്നപ്പോൾ വർഗീസ്, എ.വാസു, ചോമൻ മൂപ്പൻ, രഘു, തോണിക്കുഴി ഔസേപ്പ് എന്നിവർ നരിനിരങ്ങിമലയുടെ പടിഞ്ഞാറുള്ള ചിറക്കര ടി. എസ്റ്റേറ്റിനടുത്തുള്ള ആദിവാസി കോളനിയിലെത്തി. എന്നാൽ സി.ആർ. പി.എഫുകാർ എപ്പോഴും കോളനികളിൽ കയറിയിറങ്ങുന്നതിനാൽ വർഗീസ് അരി വാങ്ങിവയ്ക്കാൻ ഏല്പിച്ചവർക്ക് അതിനു സാധിച്ചില്ല. അടുത്ത ദിവസം വരാമെന്നു പറഞ്ഞ് അഞ്ചംഗസംഘം കമ്പമലയിൽ തന്നെ തങ്ങി. കൈവശമുണ്ടായിരുന്ന അല്പം അരിയെടുത്ത് കഞ്ഞി യുണ്ടാക്കിക്കഴിച്ച് അവർ അവിടെ തന്നെ കിടന്നുറങ്ങി. പിറ്റേന്ന് വൈകു ന്നേരം ആറുമണിയോടെ വർഗീസ്, രഘു, ഔസേപ്പ് എന്നിവർ ആദി വാസികോളനിയിൽ അരിശേഖരിക്കാൻ ഇറങ്ങി. പക്ഷേ, സി.ആർ. പി.എഫുകാർ അടുത്തെത്തിയ വിവരം ഇവർ അറിഞ്ഞിരുന്നില്ല. വർഗീസ്, രഘു, ഔസേപ്പ് എന്നിവരെ കണ്ട സി.ആർ.പി.എഫുകാർ മറ്റുള്ളവർക്കു വിസിലടിച്ചു സൂചന നൽകി. അതോടെ മൂന്നുപേരും വാസുവും ചോമൻ മൂപ്പനും ഇരിക്കുന്നിടത്തേക്കു തിരിച്ചെത്തി. വാസുവും മൂപ്പനും ബീഡി വലിച്ചിരുന്ന് സംസാരിക്കുകയായിരുന്നു.

അപ്പോഴേക്കും സി.ആർ.പി.എഫുകാർ വെടിവയ്ക്കാൻ തുടങ്ങിയി രുന്നു. അപ്രതീക്ഷിതമായ ഈ ആക്രമണത്തിൽ സംഘം ചിതറിപ്പോയി. ക്യാമ്പിലുണ്ടായിരുന്ന വടക്കുനോക്കിയന്ത്രവും മറ്റും എടുക്കാനുണ്ടായി രുന്നതുകൊണ്ട് എ.വാസുവിന് അവർക്കൊപ്പമെത്താൻ സാധിച്ചില്ല. മല യുടെ ചരിവിലൂടെ നാലുപേരും ഊർന്നിറങ്ങി. രാത്രിയും സുരക്ഷാഭടൻ മാർ തിരച്ചിൽ തുടർന്നു. അന്നേരം പൊലീസിനു നേരെയെറിഞ്ഞ ബോംബ് പൊട്ടിത്തെറിച്ച് ഒരാൾക്കു പരിക്കേറ്റു. രാത്രി പന്ത്രണ്ടുവരെ തിരച്ചിൽ നടത്തിയെങ്കിലും ആരെയും പിടിക്കാൻ സാധിച്ചില്ല. അടുത്ത ദിവസം പൊലീസ് നായ സ്ഥലത്തെത്തി കിഴക്കുഭാഗത്തേക്ക് ഓടി. പൊലീസ് നായ ഓടിയ സ്ഥലത്ത് വർഗീസ് വിശ്രമിക്കുന്നുണ്ടായിരുന്നു. പൊലീസ് സ്ഥലത്തെത്തുമെന്നു കണ്ടപ്പോൾ ഉണങ്ങിക്കിടക്കുന്ന പുല്ലിനു തീയിട്ടു രക്ഷപ്പെടുകയായിരുന്നു വർഗീസ്. സുരക്ഷാഭടൻമാരു ടെയും പൊലീസിന്റെയും ശ്രദ്ധ തീ പടരുന്നതിലായ തക്കത്തിൽ വർ ഗീസ് രക്ഷപ്പെട്ടു. അന്നേരം വർഗീസ് ഒറ്റയ്ക്കായിരുന്നു.

ചോമൻ മൂപ്പൻ മൂന്നുദിവസം കാട്ടിൽ കഴിഞ്ഞ ശേഷമാണ് വീട്ടിലെ ത്തുന്നത്. രാത്രിയിൽ മരത്തിനു മുകളിൽ കയറിക്കിടക്കുകയായിരുന്നു. അപ്പോഴേക്കും മറ്റുള്ള ആദിവാസികളെല്ലാം പൊലീസ് പിടിയിലായി കഴി ഞ്ഞിരുന്നു. ഇവരുടെ സഹപ്രവർത്തകനായിരുന്ന പി.കെ. കാളൻ തങ്ങളെ ചതിക്കുകയായിരുന്നെന്നാണ് ചമ്പരൻ പിന്നീടു പറഞ്ഞത്.

ആക്ഷൻ നടന്നതിന്റെ അടുത്ത ദിവസം തന്നെ ചമ്പരനും മറ്റുള്ള വരും വീട്ടിൽ തിരിച്ചെത്തിയിരുന്നു. ആർക്കും സംശയം തോന്നാതിരിക്കാൻ

പതിവുപോലെ ചായകുടിക്കാൻ കടയിലെത്തി. അവിടെ നിന്നാണ് അഡിഗയെ നക്സലൈറ്റുകൾ കൊലപ്പെടുത്തിയ വിവരം നാട്ടുകാർ പറയുന്നതു കേട്ടത്. നാട്ടുകാരുടെ കൂടെ ഇവരും അഡിഗ മരിച്ചുകിടക്കുന്നതു കാണാൻ പോയി.

അടുത്ത ദിവസം പണിക്കു പോയി. രണ്ടു ദിവസം കഴിഞ്ഞപ്പോഴാണ് പൊലീസ് അന്വേഷിക്കാനെത്തിയത്. അന്വേഷണത്തിന്റെ ഭാഗമായി പി.കെ.കാളനെയും പൊലീസ് സ്റ്റേഷനിലേക്കു കൊണ്ടുപോയി. ആക്ഷനു പോയവരെ താൻ സ്റ്റേഷനിൽ ഹാജരാക്കാമെന്നു കാളൻ ഉറപ്പുകൊടുത്തപ്പോൾ അദ്ദേഹത്തെ വിട്ടയച്ചു. കാളൻ വിളിച്ചപ്പോൾ അഞ്ചുപേർ കൂടെ ചെന്നു. അവരെ സ്റ്റേഷനിലിരുത്തി ചായ വാങ്ങി ഇപ്പോൾ വരാമെന്നു പറഞ്ഞ് കാളൻ മുങ്ങുകയായിരുന്നു. ഇതിനു ശേഷമാണ് ചോമൻ മൂപ്പൻ വീട്ടിലെത്തുന്നത്. അദ്ദേഹത്തെയും ഭട്ടിയെയും കൂട്ടി കാളൻ സ്റ്റേഷനിലേക്കു പുറപ്പെട്ടു. അവരെ എസ്ഐയെ ഏല്പിച്ചു കാളൻ സ്ഥലംവിട്ടു. അങ്ങനെ ആക്ഷനിൽ പങ്കെടുത്ത എല്ലാ ആദിവാസികളും പിടിയിലായി. പിന്നെ ഭീകരമർദന ദിനങ്ങളായിരുന്നു.

അതിലും ഭീകരമായിരുന്നു എ.വാസുവിന്റെ സ്ഥിതി. അഞ്ചുദിവസം കാട്ടിൽ കഴിഞ്ഞ അദ്ദേഹം പട്ടിണികിടന്നു മരിക്കുമെന്ന സ്ഥിതിയെത്തിയപ്പോൾ ചിറക്കര തോട്ടത്തിലേക്കിറങ്ങുകയായിരുന്നു. എസ്റ്റേറ്റ് തൊഴിലാളികൾ വാസുവിനെ തിരിച്ചറിഞ്ഞു. അവർ അദ്ദേഹത്തെ പിടിച്ചുവച്ചു. കുറച്ചുകഴിഞ്ഞ് പൊലീസെത്തി. അവിടെ വച്ചുതന്നെ അതിക്രൂരമായി മർദിച്ചു. പിന്നീടുള്ള മർദനം പൊലീസ് വാഹനത്തിൽ വച്ചായിരുന്നു. തോക്കിന്റെ പാത്തികൊണ്ടുള്ള അടിയേറ്റ് തോളെല്ലു തകർന്നു. മാനന്തവാടി ടി.ബിയിലെ ക്യാംപിലും അതിക്രൂരമായ മർദനമായിരുന്നു. മാസങ്ങൾക്കുമുൻപ് പൊലീസിൽ നിന്നേറ്റ അതിക്രൂര മർദനത്തിന്റെ വേദനയെല്ലാം മാറിവരുന്നേയുണ്ടായിരുന്നുള്ളൂ. ഒൻപതു ദിവസമാണ് പൊലീസ് കസ്റ്റഡിയിൽ എ.വാസുവിന് അതിക്രൂരമായ മർദനമേൽക്കേണ്ടി വന്നത്.

വർഗീസ് കൊല്ലപ്പെടുന്നു

സി.ആർ.പി.എഫ് വെടിവയ്പു നടന്ന സന്ധ്യയ്ക്ക് കൂട്ടം തെറ്റി വർഗീസും കാട്ടിൽ ഒറ്റപ്പെട്ടു. സമീപ പ്രദേശങ്ങളെല്ലാം വർഗീസിനു നന്നായി അറിയുന്നതിനാൽ പുറത്തുകടക്കാൻ ആരെങ്കിലും സഹായിക്കുമെന്ന് ഉറപ്പായിരുന്നു. എന്നാൽ സി.ആർ.പി.എഫ്- എം.എസ്.പിക്കാർ എല്ലായിടത്തും തോക്കുമായി നിൽക്കുന്നതിനാൽ വിചാരിച്ച ആളുകളിൽ നിന്നൊന്നും സഹായം കിട്ടിയില്ല. നേരെ ചൊവ്വേ ഭക്ഷണം പോലും കിട്ടാതെ കാട്ടിൽ അലഞ്ഞു. ഒടുവിൽ 17ന് രാത്രി കുട്ടൻ മൂസതിന്റെ വീട്ടിലെത്തി. അയാളുടെ അമ്മയോടു ചോറ് ചോദിച്ചുവാങ്ങി. അവിടെ വച്ച് ഷേവ് ചെയ്തു. അമ്മയിൽ നിന്നു പത്തുരൂപയും വാങ്ങി. കുട്ടൻ

മൂസത് പൊലീസ് കസ്റ്റഡിയിലാണെന്ന് അമ്മ പറഞ്ഞാണ് അറിയുന്നത്. ഇനിയവിടെ നിൽക്കുന്നത് ശരിയല്ലെന്നു തോന്നി സുഹൃത്തായ ശിവരാമൻനായരുടെ കുടിലിലെത്തി. തിരുനെല്ലി അമ്പലത്തിനു നേരെ എതിർഭാഗത്താണുള്ള നരിനിരങ്ങിക്കുന്നിലാണു ശിവരാമൻനായരുടെ വീട്. (ഇദ്ദേഹത്തെ കേന്ദ്രകഥാപാത്രമാക്കിയാണ് പി. വൽസല നെല്ല് എന്ന നോവൽ എഴുതിയത്). വയനാട്ടിൽ കൃഷിപ്പണിക്കെത്തിയ അദ്ദേഹം ആദിവാസി സ്ത്രീയെ കല്യാണം കഴിച്ച് അവിടെ കഴിയുകയായിരുന്നു. നക്സലൈറ്റ് അല്ലെങ്കിലും വർഗീസുമായി ഉറ്റ സൗഹൃദമായിരുന്നു. അതുകൊണ്ടാണ് വർഗീസ് ആ രാത്രി അവിടെയെത്തിയത്. അന്നവിടെ കഴിയാൻ തീരുമാനിച്ചു. പുലർച്ചെ തന്നെ കാട്ടിലേക്കു കയറാൻ അദ്ദേഹം വർഗീസിനു നിർദേശം നൽകിയിരുന്നു. ശിവരാമൻനായരുടെ കുടിലിനു പിന്നിൽ കാടാണ്. അതിലൂടെ വർഗീസിനു പെട്ടെന്നു രക്ഷപ്പെടാൻ സാധിക്കുമായിരുന്നു.

എന്നാൽ വർഗീസിനെ പിടിച്ചുകൊടുക്കാൻ കേശവൻമൂസതിന്റെ സഹോദരൻ ഉണ്ണി മൂസത് ഇറങ്ങിപുറപ്പെട്ടിരുന്നു. കേശവൻ മൂസതിന്റെ വീട്ടിൽ വർഗീസും സംഘവും ആക്രമണത്തിനു വന്നതുമാത്രമായിരുന്നില്ല കാരണം. ഇവരുടെ സഹോദരൻ കുട്ടൻ മൂസത് നക്സലൈറ്റ് അനുഭാവമുള്ള ആളായിരുന്നു. ആക്ഷൻ നടന്നതിന്റെ അടുത്ത ദിവസം തന്നെ പൊലീസ് കുട്ടൻ മൂസതിനെ പിടികൂടിയിരുന്നു. വർഗീസിനെ പിടിച്ചു കൊടുത്താൽ കുട്ടൻ മൂസതിനെ വിടാമെന്നായിരുന്നു പൊലീസ് പറഞ്ഞിരുന്നത്. കാട്ടിൽ കഴിയുന്ന വർഗീസ് കുട്ടൻ മൂസതിന്റെ സഹായം തേടിവരുമെന്ന് പൊലീസിന് അറിയാമായിരുന്നു. ശിവരാമൻനായരുടെ വീട്ടിലെത്തുന്നതിനു മുൻപ് വർഗീസ് എത്തിയത് കുട്ടൻ മൂസതിന്റെ വീട്ടിലായിരുന്നല്ലോ. പുലർച്ചെ തന്നെ ശിവരാമൻനായർ വർഗീസിനെ വിളിച്ചുണർത്തി കാട്ടിലേക്കു രക്ഷപ്പെടാൻ ആവശ്യപ്പെട്ടു. എന്നാൽ ക്ഷീണം കാരണം വർഗീസ് അല്പം കൂടി കഴിയട്ടെ എന്നുപറഞ്ഞു. മാനന്തവാടിയിലേക്കു പോകാനുള്ള ഒരുക്കത്തിലായിരുന്നു അദ്ദേഹം. വാതിൽ പുറത്തുനിന്നു പൂട്ടിക്കൊള്ളൂ, ആവശ്യം വരുമ്പോൾ ഞാൻ മേൽക്കൂരയിലെ പുല്ലുനീക്കി പുറത്തിറങ്ങിക്കൊള്ളാമെന്നു വർഗീസ് പറഞ്ഞതുപ്രകാരം ആദ്ദേഹം വാതിൽപൂട്ടി പുറത്തുപോയി. എന്നാൽ ശിവരാമൻനായരുടെ വീടിനുള്ളിൽ വർഗീസ് കഴിയുന്ന കാര്യം നേരം പുലർന്നപ്പോൾ തന്നെ ഉണ്ണിമൂസതും കേശവൻമൂസതും അറിഞ്ഞിരുന്നു. ശിവരാമൻനായരുടെ ഭാര്യ സമീപമുള്ള ഒരു വീട്ടിൽ ജോലിക്കു പോകുമായിരുന്നു. അവിടെയുള്ളവരോട് അവർ പറഞ്ഞെന്നും അതുപ്രകാരമാണ് വിവരം പുറത്തറിഞ്ഞതെന്നുമാണ് ഇതേക്കുറിച്ച് പിന്നീട് അന്വേഷിച്ച തേറ്റമല കൃഷ്ണൻകുട്ടി എഴുതിയത്. ഈ വീട്ടിലെ ഗൃഹനാഥൻ വർഗീസിനെക്കുറിച്ച് ഉണ്ണിമൂസതിനു വിവരം നൽകുകയും അദ്ദേഹം കേശവൻ മൂസതിനെ അറിയിക്കുകയുമായിരുന്നു. കേശവൻ മൂസതാണ് സി.ആർ.പി.എഫ് ക്യാമ്പിൽ വിവരം നൽകുന്നത്.

(വർഗീസ് പിടിയിലാകുന്നതും കൊല്ലപ്പെടുന്നതും സംബന്ധിച്ച് അദ്ദേഹത്തെ വെടിവയ്ക്കാൻ നിയോഗിക്കപ്പെട്ട സി.ആർ.പി.എഫ്. കോൺസ്റ്റബിൾ ആയിരുന്ന രാചന്ദ്രൻനായർ എഴുതിയതാണ് കൂടുതൽ വിശ്വസനീയമായത്. അതുകൊണ്ട് വർഗീസിന്റെ അന്ത്യത്തെക്കുറിച്ച് അദ്ദേഹം എഴുതിയതിൽ നിന്നുള്ള വിവരം കൂടി ഉൾപ്പെടുത്തുന്നു).

ശിവരാമൻനായർ വർഗീസിനെ ഒറ്റിക്കൊടുക്കുകയായിരുന്നെന്നാണ് രാമചന്ദ്രൻനായർ പറയുന്നത്. മൂസതിനു വിവരം നൽകിയത് ശിവരാമൻനായരായിരുന്നത്രെ. എന്നാൽ വർഗീസ് വീട്ടിൽ കിടന്നുറങ്ങുമ്പോൾ പുലർച്ചെ വിളിച്ചെഴുന്നേല്പിച്ച് കാട്ടിലേക്കു രക്ഷപ്പെടാൻ പറഞ്ഞ് വർഗീസിനെ പൊലീസിനു കൊടുക്കാതിരിക്കാനായിരുന്നു അദ്ദേഹം ശ്രമിച്ചിരുന്നതെന്നാണു തേറ്റമല കൃഷ്ണൻകുട്ടി എഴുതിയത്. വർഗീസ് പിടിക്കപ്പെട്ടതോടെ എല്ലാവരും കുറ്റക്കാരനായി കണ്ടത് ശിവരാമൻനായരെയായിരുന്നു. അതിലുള്ള മനോവിഷമത്തിൽ അദ്ദേഹം സ്വയം ജീവത്യാഗം ചെയ്തു.

കേശവൻ മൂസത് സി.ആർ.പി.എഫ് ക്യാമ്പിൽ വന്നു വിവരം അറിയിച്ചതോടെ അവർ പെട്ടെന്നു തന്നെ ശിവരാമൻനായരുടെ വീടുവളഞ്ഞു. കേശവൻമൂസത് തന്നെയാണു വീടു കാട്ടിക്കൊടുത്തതും. എസ്ഐ എ.കെ. ആചാരിയുടെ നേതൃത്വത്തിൽ സുരക്ഷാഭടന്മാരും പൊലീസും ശിവരാമൻനായരുടെ വീടിനു മുന്നിൽ കുതിച്ചെത്തി.

സി.ആർ.പി.എഫുകാർ ചോദിച്ചു– "ആരാടാ അകത്ത്?"

അകത്തുനിന്ന് വർഗീസിന് അപ്പോഴേക്കും കാര്യം പിടികിട്ടിയിരുന്നു– "നിങ്ങളാരാ?"

പൊലീസുകാർ കതകുതുറക്കാൻ പറഞ്ഞപ്പോൾ വർഗീസ് ചോദിച്ചുവത്രെ– "ശിവരാമാ, നീയെന്നെ ചതിച്ചോ?"

സുരക്ഷാ ഭടന്മാർ വാതിൽ തള്ളിത്തുറന്നു. അകത്ത് ട്രൗസറും സ്വറ്ററും ധരിച്ച് വർഗീസ്. കൈകൾ രണ്ടും ഉയർത്തി കീഴടങ്ങിക്കൊണ്ടാണ് പുറത്തേക്കു വന്നത്. എന്റെ കൈവശം ആയുധമൊന്നുമില്ലെന്നു പറഞ്ഞാണ് വർഗീസ് പൊലീസിന്റെ അടുക്കലേക്കെത്തിയത്. തങ്ങളെ പറ്റിക്കുകയാണെന്നു കരുതി എസ്ഐ ആചാരി അടിക്കാൻ കൈയോങ്ങിച്ചെന്നു. അന്നേരം സി.ആർ.പി.എഫ് കമാൻഡർ സുബേദാർ എൻ.വി. പീടികയിൽ തടഞ്ഞു. റൈഫിളിന്റെ സ്ലിങ് അഴിച്ച് വർഗീസിന്റെ കൈ പിറകിലേക്കു കെട്ടി. വർഗീസിന്റെ തോർത്തുകൊണ്ട് കണ്ണും കെട്ടി. അന്നേരവും പിടിയിലായത് വർഗീസാണെന്നു പൊലീസിന് ഉറപ്പില്ലായിരുന്നു. ആളെകൊല്ലുന്ന നക്സലൈറ്റ് എന്നാൽ അതിക്രൂരനും ഭീകരനുമായിരിക്കുമെന്ന ധാരണയിലായിരുന്നു അവർ. എന്നാൽ ശിവരാമൻനായരുടെ വീടിനകത്തുകണ്ടത് വളരെ സൗമ്യനായി, ചിരിച്ചുകൊണ്ട്, കീഴടങ്ങി പുറത്തുവരുന്ന വർഗീസിനെയാണ്.

വർഗീസിനെ വലിയൊരു സൈന്യം കൈ കെട്ടി നടത്തിച്ചുകൊണ്ടു വന്നത് കേശവൻ മൂസതിന്റെ വീട്ടിലേക്കായിരുന്നു. എന്നാൽ മൂസത് അവിടെയുണ്ടായിരുന്നില്ല. പിന്നീട് ചേക്കുവിന്റെ പീടികയുടെ അടുത്തെത്തി. ചേക്കുവിന്റെ ഭാര്യ വർഗീസിനെ തിരിച്ചറിഞ്ഞു. അന്നേരമാണ് പിടിയിലായത് വർഗീസാണെന്ന് പൊലീസ് ഉറപ്പിച്ചത്. അപ്പോഴേക്കും വിവരമറിഞ്ഞ് ആളുകൾ തടിച്ചുകൂടാൻ തുടങ്ങിയിരുന്നു. എസ്ഐ നാലു പൊലീസുകാരെ ക്യാമ്പിലേക്കു പറഞ്ഞയച്ചു. വർഗീസ് പിടിയിലായ വിവരം മുകളിലേക്ക് അറിയിക്കാനും കൊണ്ടുപോകാൻ ജീപ്പ് അയയ്ക്കാനും.

കുറച്ചു കഴിഞ്ഞ് പൊലീസ് ജീപ്പെത്തി. സി.ആർ.പി.എഫുകാരായ രാമചന്ദ്രൻനായർ, ശ്രീധരൻ എന്നിവരുടെ ഇടയിലാണ് വർഗീസിനെ ഇരുത്തിയത്. ജീപ്പിനു മുന്നിൽ എൻ.വി. പീടികപ്പുരയിലും എസ്ഐ ആചാരിയും. മാനന്തവാടി ക്യാമ്പിലേക്കായിരുന്നു ജീപ്പ് പുറപ്പെട്ടത്. എന്നാൽ കാട്ടിക്കുളത്തെത്തിയപ്പോൾ ഡിവൈഎസ്പി ലക്ഷ്മണയും സംഘവും എതിരെ വരുന്നതു കണ്ടു. ജീപ്പ് തിരിച്ചുവിടാൻ അദ്ദേഹം നിർദേശം നൽകി. ലക്ഷ്ണ തന്നെ കൊല്ലാൻ കൊണ്ടുപോകുകയാണെന്ന് അന്നേരം തന്നെ വർഗീസ് പറഞ്ഞിരുന്നതായി രാമചന്ദ്രൻനായർ പിന്നീടു എഴുതുകയുണ്ടായി.

ലക്ഷ്ണയുടെ ജീപ്പ് മുന്നിലും വർഗീസിനെ കയറ്റിയ ജീപ്പ് നടുവിലും മാനന്തവാടി സിഐ നമ്പ്യാരും എസ്ഐ മുഹമ്മദും മൂന്നാമത്തെ ജീപ്പിലുമായി തിരുനെല്ലിയിലേക്കു തന്നെ സംഘം മടങ്ങി.

വൈകിട്ട് മൂന്നുണിയോടെ സംഘം തിരുനെല്ലിയിലെത്തി. അവിടെ വാഹനങ്ങൾ നിന്നു. വർഗീസിനെ ഇറക്കാൻ എൻ.വി. പീടികപ്പുരയിൽ നിർദേശം നൽകി. രാമചന്ദ്രൻനായരാണു വർഗീസിന്റെ കൈ പിടിച്ചിരുന്നത്. ഒന്നരകിലോമീറ്റർ കയറ്റം കയറി അവർ ഒരു വലിയ മരത്തിനു ചുവട്ടിലെത്തി.

ഡിഐജി വിജയൻ, ഡിവൈഎസ്പി ലക്ഷ്മണ, സിഐ, എസ്ഐ, എൻ.വി. പീടികപ്പുരയിൽ എന്നിവർ മാറിനിന്ന് എന്തോ ചർച്ച ചെയ്തു. നാലുമണിയായപ്പോഴേക്കും എല്ലാവർക്കും ഭക്ഷണമെത്തി. കൈകൾ പിന്നോട്ടുകെട്ടിയ വർഗീസിനു രാമചന്ദ്രൻനായർ ചോറ് തീറ്റിക്കൊടുത്തു. ഭക്ഷണശേഷം ബീഡി കത്തിച്ച് വലിക്കാൻ കൊടുത്തു. അന്നേരം വർഗീസ് രാമചന്ദ്രൻ നായരോടു പറഞ്ഞുവത്രെ– 'നിങ്ങളിൽ ആരെങ്കിലും എന്നെ കൊല്ലും. കൊല്ലുന്നതിനു മുൻപ് എനിക്കു മുദ്രാവാക്യം വിളിക്കാൻ അവസരം തരണം'. എന്താണു സംഭവിക്കാൻ പോകുന്നതെന്ന് വർഗീസിന് അറിയാമായിരുന്നു. എന്നാൽ സുരക്ഷാഭടന്മാർക്ക് അതിനെക്കുറിച്ചൊന്നും ധാരണയില്ലായിരുന്നു.

പിന്നീട് ഡിഐജിയും ഡിവൈഎസ്പിയും ചേർന്ന് വർഗീസിനെ ചോദ്യം ചെയ്യാൻ തുടങ്ങി. അഗിഡയേയും ചേക്കുവിനെയും കൊല്ലുമ്പോൾ

ആരെല്ലാമായിരുന്നു കൂടെയുണ്ടായിരുന്നത് എന്നായിരുന്നു പൊലീസിന് അറിയേണ്ടിയിരുന്നത്. എന്നാൽ കൂടെയുള്ള ഒരാളെക്കുറിച്ചും വർഗീസ് ഒന്നും പറഞ്ഞില്ല. കൂടുതൽ ചോദ്യം ചെയ്തിട്ടു കാര്യമില്ലെന്നു ബോധ്യം വന്നപ്പോൾ ഇനിയൊന്നും ചോദിക്കണ്ട എന്ന് ഡിഐജി നിർദേശം നൽകി.

അന്നേരം ലക്ഷ്മണ വന്ന് രാമചന്ദ്രൻനായർ, ശ്രീധരൻ, ഹനീഫ, റപ്പായി എന്നിവരെ മാറ്റിനിർത്തി പറഞ്ഞു- 'ഇവനെ കൊല്ലാനാണു തീരുമാനം. നിങ്ങളിൽ ആരു വെടിവയ്ക്കും?'

നാലുപേരും ഒന്നും മിണ്ടിയില്ല. ലക്ഷ്മണയുടെ സ്വരം കനത്തു. തയ്യാറെടുത്തവർ കൈപൊക്കുക-അദ്ദേഹം നിർദേശം നൽകി.

ശ്രീധരനും ഹനീഫയും റപ്പായിയും കൈപൊക്കി. രാമചന്ദ്രൻ നായർ കൈപൊക്കിയില്ല. 'നിനക്കെന്താ പറ്റില്ലേ? നീ തന്നെ അതു ചെയ്യണം. ഇല്ലെങ്കിൽ നക്സലൈറ്റ് ആക്രമണത്തിൽ ഒരു പൊലീസുകാരൻ കൂടി കൊല്ലപ്പെട്ടേക്കാം'. ലക്ഷ്മണയുടെ സംസാരത്തിൽ എല്ലാം ഉൾക്കൊണ്ടിരുന്നു. വരികൾക്കിടയിലെ അർഥം രാമചന്ദ്രൻനായർക്കു പിടികിട്ടി. വർഗീസിനു നേരെ വെടിവയ്ക്കാൻ താൻ തയ്യാറായില്ലെങ്കിൽ ഏതു നിമിഷവും താനും കൊല്ലപ്പെട്ടേക്കാം. അതിന്റെ ഉത്തരവാദിത്വം വർഗീസിന്റെ ചുമലിലായിരിക്കും.

'ഞാൻ ചെയ്യാം'- രാമചന്ദ്രൻനായർ പറഞ്ഞു.

പിന്നെയെല്ലാം പെട്ടെന്നായിരുന്നു. പൊലീസ് ഉദ്യോഗസ്ഥർ തീരുമാനിച്ചതുപോലെ വർഗീസിനെ കണ്ണുകെട്ടി, കൈയും പിറകിൽ കെട്ടി അവിടെയുള്ള പാറയുടെ വിള്ളലിൽ കൊണ്ടുപോയി ഇരുത്തി. രാമചന്ദ്രൻനായർക്ക് വെടിവയ്ക്കാൻ ഉത്തരവു ലഭിച്ചു. ഇടത്തെ നെഞ്ചിനു നേരെ തോക്കു ചൂണ്ടി ട്രിഗർ വലിച്ചു. സമയം വൈകിട്ട് 6.55. വർഗീസ് എന്ന വിപ്ലവകാരിയുടെ ജീവനെടുത്തുകൊണ്ട് വെടിയുണ്ട ചീറിപ്പാഞ്ഞു. മാവോ ഐക്യം സിന്ദാബാദ്, വിപ്ലവം ജയിക്കട്ടെ എന്ന് വർഗീസ് വെടിവയ്ക്കുന്നതിനു തൊട്ട് മുൻപ് പറഞ്ഞെന്നാണു രാമചന്ദ്രൻനായർ പിന്നീടു മൊഴി നൽകിയത്.

എസ്ഐ മുഹമ്മദ് ഒരു നാടൻ തോക്കുമായി വന്നു. അദ്ദേഹം തന്നെ ആകാശത്തേക്കു വെടിവച്ചു. എന്നിട്ട് ആ തോക്ക് വർഗീസിന്റെ മൃതദേഹത്തിനരികിൽ വച്ചു. കോൺസ്റ്റബിൾ ഹനീഫയെക്കൊണ്ട് ആകാശത്തേക്കു വെടിവപ്പിച്ചു.

കേരളത്തിലെ നക്സലൈറ്റ് പ്രസ്ഥാനത്തിന്റെ ഒരു യുഗം അവിടെ അവസാനിക്കുകയായിരുന്നു. പിടിയിലാകുന്ന അന്നു രാത്രി ചുരമിറങ്ങി ബംഗാളിലേക്കു പോകാനിരുന്നതായിരുന്നു വർഗീസ്. അതിനു വേണ്ട പണം സ്വരൂപിക്കാനായിരുന്നു കുട്ടൻ മൂസതിന്റെയും ശിവരാമൻനായരുടെയും വീട്ടിലെത്തിയത്. ബംഗാളിലെത്തി ചാരുമജുംദാറെ കണ്ട്, കേരളത്തിൽ നടപ്പാക്കിയ രണ്ട് ഉന്മൂലനം സംബന്ധിച്ച് റിപ്പോർട്ട് ചെയ്ത്,

കേരളത്തിലെ ഔദ്യോഗിക വിഭാഗമായി അംഗീകാരം നേടുക. അതിനെല്ലാം പുറമെ വയനാട്ടിലെ ആദിവാസികളുടെ പ്രശ്നങ്ങൾക്കു ശാശ്വതമായൊരു പരിഹാരം കാണാൻ സർക്കാറിനെ കൊണ്ട് നിർബന്ധിപ്പിക്കുക. പക്ഷേ, വർഗീസിന്റെ കണക്കുകൂട്ടലുകളെല്ലാം പാളിപ്പോയി. വയനാടൻ മലനിരകളിൽ ഉദിച്ചുപൊങ്ങിയ ആ നക്ഷത്രം പൊലീസുകാരന്റെ വെടിയുണ്ടയ്ക്കു മുൻപിൽ കത്തിയടങ്ങി.

പൊലീസുമായുള്ള ഏറ്റുമുട്ടലിൽ വർഗീസ് കൊല്ലപ്പെട്ടു എന്നായിരുന്നു അടുത്ത ദിവസത്തെ പത്രങ്ങളിലൊക്കെ വന്ന വാർത്ത. ഭരണകൂടത്തിനും പൊലീസിനും നാട്ടുകാർക്കുമൊക്കെ ആശ്വാസം നൽകുന്നൊരു വാർത്തയായിരുന്നു അത്. നക്സലൈറ്റ് ആക്രമണം പേടിച്ചു കഴിയുകയായിരുന്നു അന്നത്തെ രാത്രികളിൽ കേരളത്തിലെ വീടുകളിൽ മിക്കതും. കാരണം അത്രയ്ക്കും ഭീകരമായൊരു ചിത്രമായിരുന്നു നക്സലൈറ്റുകളെക്കുറിച്ച് നാടാകെ പരന്നിരുന്നത്. വർഗീസിനെ പൊലീസ്

വെടിവച്ചുകൊന്നതാണെന്ന് പ്രചരിച്ചതോടെയാണ് വർഗീസിന് ഇന്നത്തെ വീരപരിവേഷം ലഭിച്ചത്. അതിനു മുൻപ് നക്സൽ പ്രസ്ഥാനത്തിലെ ആളുകൾക്കിടയിൽ മാത്രമേ വർഗീസിനു നായകപരിവേഷമുണ്ടായിരുന്നുള്ളൂ. വർഷങ്ങൾക്കു ശേഷം, 1998ൽ രാമചന്ദ്രൻ നായർ മാധ്യമങ്ങൾക്കു മുൻപിൽ അന്നു നടന്ന കാര്യങ്ങൾ തുറന്നുപറഞ്ഞതോടെയാണ് വർഗീസും വർഗീസ് വധവുമൊക്കെ പുതിയൊരു കാഴ്ചപ്പാടിലേക്കു മാറിയത്.

വർഗീസിനെ പൊലീസ്ക്യാമ്പിൽ കൊണ്ടുപോയി ക്രൂരമായി മർദിച്ചെന്നും ചുടുവെള്ളത്തിൽമുക്കി തൊലിയെല്ലാം പൊളിച്ച്, കണ്ണു ചൂഴ്ന്നെടുത്ത് എന്നൊക്കെ അന്നു വാർത്തയുണ്ടായിരുന്നു. എന്നാൽ ഇതൊക്കെ രാമചന്ദ്രൻനായർ നിഷേധിച്ചു. വർഗീസിന് മറ്റു നക്സലൈറ്റുകളെ പോലെ അതിക്രൂരമായ മർദനമൊന്നും ഏൽക്കേണ്ടി വന്നിട്ടില്ലെന്നാണ് അദ്ദേഹം പറഞ്ഞത്.

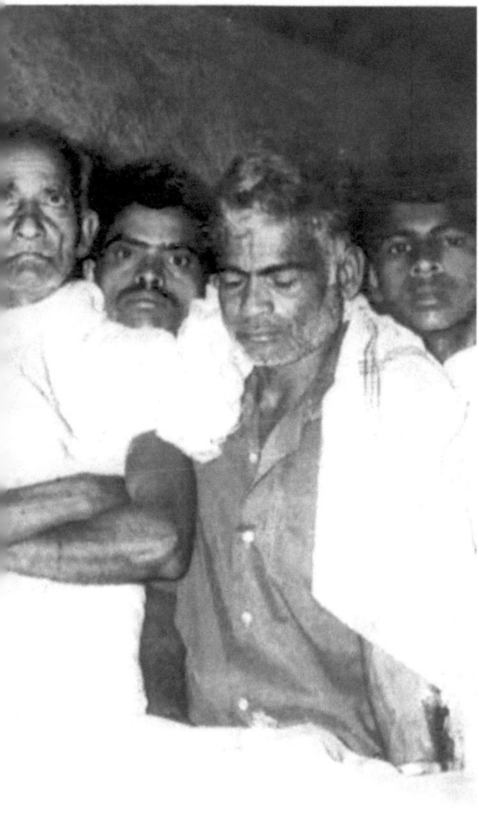

അന്നത്തെ ആഭ്യന്തരമന്ത്രിയായിരുന്ന സി.എച്ച്. മുഹമ്മദ് കോയ വർഗീസ് വധം സംബന്ധിച്ച് നിയമസഭയിൽ നടത്തിയ പ്രസംഗത്തിൽ വർഗീസിനെ ജീവനോടെ പിടികൂടിയില്ല എന്നാണു പറഞ്ഞിരുന്നത്. ഇ.എം. ജോർജിന്റെ ചോദ്യത്തിനുള്ള മറുപടിയായിട്ടായിരുന്നു അദ്ദേഹം വിശദീകരണം നടത്തിയത്.

“എനിക്ക് ഒരു സംഗതിയെ സംബന്ധിച്ച് പറയാനുള്ളത്, തിരുനെല്ലിയിൽ നടന്ന സംഭവത്തെക്കുറിച്ചാണ്. അതിനെപ്പറ്റി നമ്പൂതിരിപ്പാട് ഒരു കുറ്റാന്വേഷണ ഉദ്യോഗസ്ഥന്റെ സൂക്ഷ്മതയോടെ ഒരു അപസർപ്പക വിദഗ്ധന്റെ കൈവിരുതോടുകൂടി ഇവിടെ സംസാരിക്കുകയുണ്ടായി. അതു നിർഭാഗ്യകരമായിപ്പോയി. ഇതിനു മുൻപ് ഇവിടെ നടന്ന അനുഭവങ്ങളെ കാണാതെ നമ്പൂതിരിപ്പാട് സൗകര്യപൂർവം മറുകണ്ടം ചാടുകയാണ് ചെയ്തത്. നിരപരാധികളായ

പൊലീസ് ഉദ്യോഗസ്ഥന്മാരടക്കം നിരവധി ആളുകളെ നിർദ്ദയമായി നിഷ്ഠുരമായി കൊല ചെയ്ത സംഭവങ്ങൾ വളരെ നിസ്സാരമായി തള്ളിക്കളയാവുന്നതാണോ എന്ന് ഞാൻ ചോദിക്കുകയാണ്. ഈ സംഭവം നടന്ന് കഴിഞ്ഞതിനു ശേഷം വയനാടൻ കുന്നുകളിലെ ആളുകൾ ഭയചകിതരായി വീടുകൾ വിട്ടിറങ്ങുകയില്ല. വൈകുന്നേരമായാൽ പുറത്തിറങ്ങുക പോലുമില്ലായിരുന്നു. എല്ലാ ആളുകളും കിടുകിടെ വിറച്ചു കൊണ്ടാണ് താമസിച്ചിരുന്നത്. എപ്പോഴാണു കൊലചെയ്യപ്പെടുകയെന്നറിയില്ലായിരുന്നു. അങ്ങനെയുള്ള സന്ദർഭത്തിൽ മരംകോച്ചുന്ന വയനാടൻ തണുപ്പത്ത് മരണം പതിവായിരിക്കുന്ന കാടുകളിൽ കുറ്റാകുറ്റിയിരുട്ടിൽ ജീവനെ പണയംവച്ചുകൊണ്ട് അന്വേഷണം നടത്തി ഈ ഭീകര പ്രവർത്തകരെ പിടികൂടിയ പൊലീസ് ഉദ്യോഗസ്ഥന്മാരെ അഭിനന്ദിച്ചുകൊണ്ട് ഒരു വാക്കുപോലും പറയാനുള്ള സാമാന്യ മര്യാദയില്ലാതെ പോയതിൽ വേദന തോന്നുകയാണ്. അങ്ങനെ വളരെ ബുദ്ധിമുട്ടി, വളരെ പ്രതികൂല സാഹചര്യത്തിൽ പടപൊരുതിയാണ് ഇവരെ കണ്ടുപിടിച്ചത്. അങ്ങനെ കണ്ടുപിടിച്ച് രണ്ടു മൂന്നു ദിവസം കഴിഞ്ഞതിനു ശേഷമുള്ള ചില പത്രങ്ങളിലെ റിപ്പോർട്ടിന്റെ അടിസ്ഥാനത്തിൽ ചില ആളുകൾ ഈമാതിരി കാര്യങ്ങളെ വെല്ലുവിളിക്കുന്നതു തെറ്റാണ്. വാസ്തവത്തിൽ അവിടെ എന്താണുണ്ടായത്? പൊലീസിനു നേരെ വെടിവെയ്ക്കുകയാണുണ്ടായത്. പൊലീസിനെ വെടിവച്ചപ്പോൾ പൊലീസ് അങ്ങോട്ടും വെടിവെച്ചു. ഉത്തരവാദിത്വമുള്ള ഡിവൈഎസ്പിയുടെ നിർദേശമനുസരിച്ചാണ് വെടിവയ്പുണ്ടായത്. ആ വെടിവെയ്പ്പിൽ നിർഭാഗ്യവശാൽ നക്സലൈറ്റ് വർഗീസ് മരിച്ചു. ജീവനോടെ പിടിക്കാൻ കഴിഞ്ഞിരുന്നെങ്കിൽ ജീവനോടെ പിടിച്ചേനെ. പിടിച്ചിരുന്നെങ്കിൽ അയാളിൽ നിന്നും പല വിവരങ്ങളും കിട്ടുമായിരുന്നു. അവരുടെ കൈയിൽ മാരകായുധങ്ങൾ ഉണ്ടായിരുന്നു. തോക്കുണ്ടായിരുന്നു. ആദ്യത്തെ ദിവസം പൊലീസ് സേനയുമായി നേരിട്ടപ്പോൾ സ്ഫോടക വസ്തുക്കൾ എറിഞ്ഞു മറയുകയാണു ചെയ്തത്. അന്നത്തെ തിരച്ചിൽ ഉപേക്ഷിച്ച് വലിയൊരു പൊലീസ് സേനാ വിഭാഗം എത്രയോ പൊലീസ് ഉദ്യോഗസ്ഥന്മാർ ഉൾപ്പെടെയാണ് ഈ പ്രവർത്തനം നടത്തിയത്. മൂന്നു ഭാഗത്തു നിന്നും തിരച്ചിൽ നടത്തി ഒരു പാറയുടെ അടുത്തെത്തിയപ്പോൾ ആ ഭാഗത്ത് ചലനമുണ്ടായി. അപ്പോൾ വെടിവെച്ചു. അതാണു സത്യം. വെറും രാഷ്ട്രീയമായ നേട്ടങ്ങൾക്കു വേണ്ടിയാണു നിങ്ങൾ ഈ ആരോപണങ്ങൾ ഉന്നയിക്കുന്നത്...."

വർഗീസിനെ പിടികൂടി കഠിനമായി മർദിച്ച്, കണ്ണുകൾ ചൂഴ്ന്നെടുത്ത ശേഷം വെടിവച്ചുകൊല്ലുകയാണുണ്ടായതെന്നാണ് പ്രതിപക്ഷ നേതാവായിരുന്ന ഇ.എം.എസ്. നമ്പൂതിരിപ്പാട് സഭയിൽ പറഞ്ഞത്.

വർഗീസിനെ പിടികൂടി പൊലീസ് ക്യാമ്പിൽ കൊണ്ടുപോയി, പടിക്കൽ-പുലിക്കോടൻ, ലക്ഷ്മണമാരുടെ സകലവിധ രാക്ഷസീയ മർദന

മുറകൾക്കു ശേഷം, വൈകുന്നേരം ജീവച്ഛവമായ അദ്ദേഹത്തെ താങ്ങി യെടുത്ത് കൂമ്പാരക്കുന്നിനു മുകളിൽ ഫോറസ്റ്റിലെ മുളങ്കാട്ടിനടുത്തുള്ള പാറക്കെട്ടിൽ കൊണ്ടുപോയി നാലുപൊലീസുകാർ മൽസരിച്ച് വെടിയു തിർത്ത് കൊലപ്പെടുത്തുകയായിരുന്നെന്നാണ് തേറ്റമല കൃഷ്ണൻകുട്ടി പറഞ്ഞിരുന്നത്.

വർഗീസിന്റെ കൊലപാതകത്തോടെ നക്സലൈറ്റ് പ്രസ്ഥാനത്തി ലേക്കു കൂടുതൽ യുവാക്കൾ ചേരാൻ തയ്യാറായി. വർഗീസ് കൊല്ലപ്പെട്ടത് വയനാട്ടിലാണെങ്കിലും അതിന്റെ അലയൊലി കേരളമാകെയുണ്ടായി രുന്നു. തൃശിലേരി-തിരുനെല്ലി ആക്ഷനു പിന്നാലെ ജന്മിമാർക്കെതിരായ ഉന്മൂലന പരമ്പര തന്നെ കേരളമാകെ നടമാടി. പൊതുവെ നോക്കുമ്പോൾ അരക്ഷിതമായൊരു അന്തരീക്ഷമായിരുന്നു കേരളമാകെയുണ്ടായിരു ന്നത്. പണക്കാരെ വെറുതെ കൊല്ലുന്നവരാണ് നക്സലൈറ്റുകൾ എന്ന് പൊതുവെ എല്ലാവരും വിശ്വസിച്ചു.

തൃശിലേരി- തിരുനെല്ലി കേസിൽ 27 പേരെയാണു പൊലീസ് പ്രതി ചേർത്തത്. കൊല്ലപ്പെട്ട വർഗീസ് ആയിരുന്നു ഒന്നാം പ്രതി. തലശേരി പ്രത്യേക കോടതിയിൽ ആയിരുന്നു വിചാരണ. പ്രതികളെയെല്ലാം കണ്ണൂർ സെൻട്രൽ ജയിലിലാണു താമസിപ്പിച്ചിരുന്നത്. 1976ൽ കേസിലെ പ്രതികളെയെല്ലാം കോടതി വെറുതെ വിട്ടു. മതിയായ സാക്ഷികളില്ലാ ത്തതിന്റെ അടിസ്ഥാനത്തിലായിരുന്നു എല്ലാവരെയും വിട്ടയച്ചത്. എന്നാൽ അടിയന്തരാവസ്ഥ പ്രഖ്യാപിച്ച സമയമായതിനാൽ ഇവരെയൊക്കെ മിസ തടവുകാരായി വീണ്ടും ജയിലിട്ടു. രണ്ടുവർഷ ശേഷമാണ് എല്ലാവരും പുറത്തിറങ്ങുന്നത്.

വർഗീസ് പുനർജനിക്കുന്നു

കൊല്ലപ്പെട്ടിട്ടും മാധ്യമങ്ങളിലൂടെ പുനർജനിക്കുന്ന വർഗീസിനെ യാണു പിന്നീടു കാണുന്നത്. വർഗീസിനെ വെടിവച്ചുകൊന്ന രാമചന്ദ്രൻ നായർ അന്നത്തെ സംഭവത്തെക്കുറിച്ച് വർഗീസിനൊപ്പമുണ്ടായിരുന്ന എ.വാസുവിനോടു പറഞ്ഞിരുന്നു. എ. വാസു ജയിൽമോചിതനായി നാട്ടി ലെത്തിയ സമയത്തായിരുന്നു രാമചന്ദ്രൻനായർ എല്ലാകാര്യവും വാസുവി നോടു തുറന്നു പറഞ്ഞത്. ഇക്കാര്യം പിന്നീട് വാസു കെ.വേണുവിനോടു പറയുകയുണ്ടായി. അന്നത്തെ മലയാളം വാരികയിൽ കെ. വേണു എഴുതിവന്ന ലേഖനത്തിൽ ഇക്കാര്യം പരാമർശിച്ചതോടെയാണ് കേരള ത്തിലെ മാധ്യമങ്ങൾ വർഗീസ് കൊലപാതകത്തിനു പിന്നാലെ പോയത്. മാധ്യമം, മലയാള മനോരമ, കേരള കൗമുദി എന്നീ ദിനപത്രങ്ങളാ യിരുന്നു വർഗീസ് വധം വീണ്ടും പൊതുജനത്തിനു മുൻപിൽ അവതരി പ്പിച്ചത്.

സത്യം എത്രമൂടിവച്ചാലും അതു പുറത്തുവരുമെന്നു പറയുന്നതുപോലെ യായിരുന്നു വർഗീസ് വധം. രാമചന്ദ്രൻനായരുടെ വെളിപ്പെടുത്തലോടെ

കാര്യങ്ങൾ വീണ്ടും സജീവ ചർച്ചയായി. വർഗീസ് വധം പുനർവിചാരണ ചെയ്തു.

രാമചന്ദ്രൻനായരുടെ കത്തിന്റെ അടിസ്ഥാനത്തിൽ നൽകിയ ഒരു ഹർജിയിൽ 1999 ജനുവരി 27ന് വർഗീസ് വധം സിബിഐ അന്വേഷിക്കാൻ കേരള ഹൈക്കോടതി ജസ്റ്റിസ് സി.എസ്. രാജന്റെ ബഞ്ചാണ് ഉത്തരവിട്ടത്. ഇതേതുടർന്ന് അന്വേഷണം ഏറ്റെടുത്ത സിബിഐ രാമചന്ദ്രൻനായർ ഒന്നാം പ്രതിയും ലക്ഷ്മണ രണ്ടാംപ്രതിയും ഡിജിപി പി. വിജയൻ മൂന്നാംപ്രതിയുമായി 2002ൽ കുറ്റപത്രം സമർപ്പിച്ചു.

വർഗീസിനെ വധിച്ചതിന്റെ പേരിൽ ശിക്ഷ അനുഭവിക്കാൻ തയ്യാറാണെന്ന് കോടതിയിൽ ബോധിപ്പിച്ച രാമചന്ദ്രൻനായർ ശിക്ഷ വിധിക്കും മുൻപേ മരിച്ചു. രാമചന്ദ്രൻനായരുടെ വെളിപ്പെടുത്തൽ തന്നെയായിരുന്നു സിബിഐ അന്വേഷണത്തിന്റെ വഴികാട്ടിയെങ്കിലും അദ്ദേഹത്തിന്റെ കുറ്റസമ്മത മൊഴി തെളിവായി സിബിഐ പരിഗണിച്ചില്ല. അന്ന് രാമചന്ദ്രൻനായർക്കൊപ്പമുണ്ടായിരുന്ന ഹനീഫയെന്ന കോൺസ്റ്റബിളിന്റെ മൊഴിയാണ് കേസിൽ നിർണായകമായിത്തീർന്നത്. വിചാരണവേളയിൽ രാമചന്ദ്രൻനായരുടെ മരണത്തോടെ ഹനീഫയുടെ മൊഴി നിർണായകമാകുകയായിരുന്നു. വർഗീസിനെ വെടിവയ്ക്കാൻ ലക്ഷ്മണ നിർദേശം നൽകുന്നതും രാമചന്ദ്രൻ നായർ വെടിവയ്ക്കാൻ നിർബന്ധിതനായതെല്ലാം ഹനീഫ തുറന്നുപറഞ്ഞു.

(വർഗീസിനെ വെടിവച്ചുകൊല്ലുന്നതിനു സാക്ഷിയാകേണ്ടി വന്ന ഹനീഫ പിന്നീട് ജോലി ഉപേക്ഷിച്ച് ബോംബെയിലേക്കു പോകുകയും അവിടെ നിന്നു ഗൾഫിലെത്തുകയും ചെയ്തു. പിന്നീട് വാർധക്യ സഹജമായ അസുഖങ്ങൾ വന്നപ്പോൾ നാട്ടിൽ തിരിച്ചെത്തുകയായിരുന്നു).

വർഗീസ് വധത്തിൽ അന്നത്തെ ഡിവൈഎസ്പി ലക്ഷ്മണ (പിന്നീട് അദ്ദേഹം ഐജിയായി) കുറ്റക്കാരനാണെന്ന് സിബിഐ പ്രത്യേക കോടതി കണ്ടെത്തി. 2010 ഒക്ടോബർ 28നായിരുന്നു ശിക്ഷ വിധിച്ചത്. സ്വർണത്തളിക കൊണ്ടുമൂടിവച്ചാലും സത്യം ഒരുനാൾ പുറത്തുവരും എന്നാണ് സിബിഐ കോടതി ജഡ്ജി, ലക്ഷ്മണയെ ജീവപര്യന്തം തടവിനു ശിക്ഷിച്ചുള്ള വിധിപ്രഖ്യാപനത്തിനിടെ അഭിപ്രായപ്പെട്ടത്. മൂന്നാം പ്രതിയായിരുന്ന പി. വിജയനെ സംശയാതീതമായ തെളിവുകളില്ലെന്ന പേരിൽ കോടതി വെറുതെവിട്ടു. 72 സാക്ഷികളിൽ 31 പേരെ വിസ്തരിച്ചു. വൈക്കം എൻ. പുരുഷോത്തമൻനായരായിരുന്നു സിബിഐ സ്പെഷ്യൽ പ്രോസിക്യൂട്ടർ. പ്രതികൾക്കു വേണ്ടി ഹാജരായത് അഡ്വ. ബി.രാമൻപിള്ളയും രാജാവിജയരാഘവനും. 2011 ജൂൺ 14ന് ഹൈക്കോടതി ലക്ഷ്മണയുടെ ശിക്ഷ ശരിവച്ചു. 75 വയസ്സിനു മുകളിലുള്ളവർക്കു നൽകുന്ന പ്രത്യേക ഇളവിൽ 2013 ജൂലൈ അഞ്ചിന് ലക്ഷ്മണ ജയിൽ മോചിതനായി. കോടതിയിൽ ജനങ്ങൾക്കുള്ള അവസാന വിശ്വാസം ഊട്ടിയുറപ്പിക്കുന്നതായി വർഗീസ് വധക്കേസിലെ പുനർവിചാരണയും ശിക്ഷവിധിക്കലും.

അനുബന്ധം

വർഗീസ് വധം സംബന്ധിച്ച് മാതൃഭൂമിയിൽ വന്ന വാർത്ത

വർഗീസ് വെടിയേറ്റു മരിച്ചു

ഒരു പ്രത്യേക ലേഖകൻ

മാനന്തവാടി, ഫിബ്രവരി 18

"വയനാടൻ വിപ്ലവ"ത്തിന്റെ പ്രമുഖസ്ഥാനം വഹിച്ച നക്സലൈറ്റ് നേതാവ് എ. വർഗീസ് ഇന്ന്, ഇതുവരെയും അയാൾക്ക് അഭയം നൽകിപ്പോന്ന തിരുനെല്ലി വനാന്തരത്തിൽത്തന്നെ പൊലീസിന്റെ വെടിയേറ്റ് പിടഞ്ഞുവീണു അന്ത്യശ്വാസം വലിച്ചു. മിനിഞ്ഞാന്നു കമ്പമലയിൽവെച്ച് പൊലീസുമായി ഏറ്റുമുട്ടിയതിനെ തുടർന്നു കൂട്ടംപിരിഞ്ഞ വർഗീസും അനുയായികളും ചിന്നിച്ചിതറുകയും കാടിന്റെ വിവിധ ഭാഗങ്ങളിലാകുകയും ചെയ്തുവെന്നുവേണം കരുതാൻ. ' ലാൽ ' എന്ന പൊലീസ് നായയുടെ സഹായത്തോടെ കണ്ണൂർ ജില്ലാ പൊലീസ് മേധാവികൾ വർഗീസ് ഒളിച്ചിരുന്ന സങ്കേതത്തിലേക്കു കടന്നുചെന്നുവെന്നും അപ്പോൾ തലശേരി ഡിവൈഎസ്പി ലക്ഷ്മണന്റെ നേരെ വർഗീസ് വെടിവെച്ചുവെന്നും തുടർന്നു സിആർപിക്കാർ വർഗീസിന്റെ നേരെ രണ്ടുറൗണ്ട് തിരയൊഴിച്ചുവെന്നും അതിന്റെ ഫലമായി വർഗീസ് തൽക്ഷണം കൊല്ലപ്പെട്ടുവെന്നുമാണ് ഇവിടെ കിട്ടിയ റിപ്പോർട്ട്. ഡിവൈഎസ്പിക്കു പരിക്കൊന്നും പറ്റിയിട്ടില്ല (മാനന്തവാടിയിൽ നിന്നു 18 നാഴിക അകലെയാണ് സംഭവസ്ഥലം-തിരുനെല്ലിക്കാട്ടിൽ കൂമ്പാരക്കനിയിലുള്ള ജങ്ഷന്റെ വലതുവശത്ത്. ഇന്നു വൈകുന്നേരം 6.15നാണു സംഭവമെന്നും പിന്നീടറിവായി. ഈ റിപ്പോർട്ട് അയയ്ക്കുന്ന സമയത്തും (രാത്രി പന്ത്രണ്ടരമണി) ശ്രീ വർഗീസിന്റെ മൃതദേഹം മാനന്തവാടിയിലേക്കു കൊണ്ടുവന്നിട്ടില്ല. മാനന്തവാടിയിലെ പൊലീസ് ഉദ്യോഗസ്ഥരൊക്കെ ഇപ്പോൾ തിരുനെല്ലിയിലാണുള്ളത്. തിരുനെല്ലി വാസുദേവ അഡിഗയേയും തിരുനെല്ലി ചേക്കുവിനെയും ഒൻപതു ദിവസം മുൻപ് വെടിവെച്ചു കൊല്ലുകയും ആറു വീടുകൾ കൊള്ളയടിക്കുകയും ചെയ്ത വിപ്ലവസംഘത്തിന്റെ നായകനായിരുന്നു വർഗീസ്. പുൽപ്പള്ളി സ്റ്റേഷൻ ആക്രണമണത്തിൽ ഹവിൽദാർ കുഞ്ഞികൃഷ്ണൻനായരെ കുന്തംകൊണ്ടു കുത്തിക്കൊല്ലുകയും ചെട്ടിമാരുടെ വീടുകൾ കൊള്ളയടിക്കുകയും ചെയ്തു. ആദ്യത്തെ 'വയനാടൻ വിപ്ലവത്തിലും ഒരു പ്രമുഖ പങ്ക് വഹിച്ചിരുന്നു'.

ഏഴ്

താവം കൊലപാതകം

“ഞാനിപ്പോൾ നക്സലൈറ്റല്ല. കമ്യൂണിസ്റ്റ് മാർക്സിസ്റ്റ് പാർട്ടിയുടെ പ്രവർത്തകനാണ്. ഒരുകാലത്ത് ഞാൻ നക്സലൈറ്റ് ആയിരുന്നു. ഇപ്പോൾ നക്സലൈറ്റ് കാലത്തെ തള്ളിപ്പറയുന്നുമില്ല. ദീർഘകാലത്തെ ജയിൽശിക്ഷ കഴിഞ്ഞു പുറത്തിറങ്ങിയതോടെ പ്രസ്ഥാനവുമായുള്ള ബന്ധം പൂർണമായും വിച്ഛേദിച്ചു. വീണ്ടും കമ്യൂണിസ്റ്റ് പാർട്ടിയിലേക്കു തന്നെ തിരിച്ചുപോയി. ഇപ്പോൾ പാർട്ടിയെ സ്നേഹിച്ചു കഴിയുന്നു”- താവം കേസ് പ്രതിയായിരുന്ന, സിപിഐഎംഎൽ സംസ്ഥാന സെക്രട്ടറിയായിരുന്ന കണ്ണൂർ മൊറാഴ സ്വദേശി കെ.പി. ഗോപാലൻ പറഞ്ഞു.

കണ്ണൂർ ജില്ലയിലെ അഞ്ചാംപീടികയിൽ 1944 ഏപ്രിൽ ആറിനാണ് എന്റെ ജനനം. അച്ഛൻ കോറോത്ത് പുത്തൻപുരയിൽ കുഞ്ഞപ്പ, അമ്മ പാർവ്വതി. ഞങ്ങൾ ഏഴുമക്കളായിരുന്നു. മൊറാഴ എയുപി സ്കൂളിലാണു ഞാൻ പഠിച്ചിരുന്നത്. ഏഴു വരെ മാത്രമേ പഠിച്ചുള്ളൂ. മൊറാഴ കലാപമൊന്നും എനിക്കോർമ്മയില്ലെങ്കിലും അമ്മ പറഞ്ഞുതന്നിട്ടുണ്ട് കാര്യങ്ങളെല്ലാം. അച്ഛന്റെ മരണത്തോടെ കുടുംബം വല്ലാതെ കഷ്ടപ്പാടിലായി. കർണാടകയിലെ സുബ്രഹ്മണ്യയിൽ കന്നുകളെ വാങ്ങാൻ പോയതായിരുന്നു അച്ഛൻ. കന്നുകളെ കൊണ്ടുമടങ്ങുമ്പോൾ രാത്രിയായി. പയ്യന്നൂർ പെരുമ്പയിലാണു അന്നു രാത്രി കഴിച്ചുകൂട്ടിയത്. രാത്രി കന്നുകളെ ആരോ മോഷ്ടിച്ചു. വിഷമം കാരണം അച്ഛൻ പെരുമ്പയിൽ വച്ച് ആത്മഹത്യ ചെയ്യുകയായിരുന്നു. അച്ഛന്റെ കൂടെ പോയവരാണ് ഇക്കാര്യം പറഞ്ഞത്. അന്നൊന്നും കൂടുതൽ അന്വേഷണത്തിനൊന്നും ആരും താത്പര്യം കാണിച്ചിരുന്നില്ല.

1950 ലെ പൊലീസ് നരനായാട്ടൊക്കെ എനിക്കു ചെറിയൊരു ഓർമയാണ്. ചേട്ടൻ കമ്മാരൻ കമ്യൂണിസ്റ്റുകാരനായിരുന്നു. വരാൻ വൈകുമ്പോൾ അമ്മ ആധിയോടെ കാത്തുനിൽക്കും. അമ്മയുടെ കണ്ണീരുകണ്ടായിരുന്നു ഞങ്ങൾ ഉറങ്ങിയിരുന്നത്. വീടിനടുത്തുള്ള നമ്പ്യാരുടെ അടുക്കള ജോലിക്ക് അമ്മ പോകുമായിരുന്നു. അവിടെ നിന്നുകൊണ്ടുവരുന്ന കഞ്ഞിവെള്ളം കുടിച്ചാണു ഞങ്ങൾ വിശപ്പടക്കിയിരുന്നത്. ചക്കയൊക്കെ തിന്ന് പട്ടിണിമാറ്റിയതൊക്കെ ഇപ്പോഴും ഓർമയുണ്ട്.

ഉള്ളവനും ഇല്ലാത്തവനും എന്ന വേർതിരിവ് എന്റെ മനസ്സിൽ ആ കാലത്തേ ആഴത്തിൽ പതിഞ്ഞിരുന്നു. അപ്പുറത്തെ വീട്ടിൽ സമ്പന്നത യിൽ കഴിയുമ്പോൾ അച്ഛനില്ലാത്ത മക്കൾ ഇപ്പുറത്ത് വിശപ്പു സഹിക്കാ നാവാതെ കഷ്ടപ്പെടുന്നു. വിശപ്പു സഹിച്ചവനേ അതേക്കുറിച്ചു പറയു മ്പോൾ മനസ്സിലാകൂ. 1961ൽ ഞാൻ ബീഡിപ്പണിക്കുപോകാൻ തുടങ്ങി. അന്ന് എട്ടണയാണ് ആയിരം ബീഡി തെറുത്താൽ കിട്ടുക. ബീഡിപ്പണി ക്കൊപ്പം അല്പ സ്വല്പം രാഷ്ട്രീയ പ്രവർത്തനവും. കണ്ണൂർ ജില്ലയിലെ മിക്ക നേതാക്കന്മാരും ബീഡിത്തൊഴിലാളികളായിട്ടാണല്ലോ തുടങ്ങുന്നത്. അങ്ങനെ വളർന്നുവന്ന നേതാക്കളിൽ നിന്നു തന്നെ രാഷ്ട്രീയ വിദ്യാ ഭ്യാസം നേടാൻ എനിക്കു സാധിച്ചു. അറുപത്തിമൂന്ന് ആകുമ്പോഴേക്കും ഞാൻ ഇവിടത്തെ ഗണേഷ് ബീഡിയിലെ യൂണിയന്റെ ഡിവിഷൻ സെക്രട്ടറിയായി.

പാച്ചേനി കുഞ്ഞിരാമേട്ടനും എം.വി.രാഘവനുമാണ് എനിക്കു രാഷ്ട്രീയ വിദ്യാഭ്യാസം നൽകുന്നതിൽ മുൻപന്തിയിലുണ്ടായിരുന്നത്. എംവിആർ അന്ന് പാപ്പിനിശേരിയിലെ കമ്യൂണിസ്റ്റ് പാർട്ടിയുടെ ഉയർന്നു വരുന്ന നേതാവാണ്. നെയ്ത്തുതൊഴിലാളിയായ എംവിആറിന് അന്നേ നല്ല നേതൃത്വപാടവമുണ്ടായിരുന്നു. എന്നും വൈകീട്ട് ജോലി വിട്ടുവരു മ്പോൾ ഞങ്ങൾ ഒന്നിച്ചു കാണും. ചുങ്കത്തെ അജയൻ മെമ്മോറിയൽ ക്ലബ്ബിൽ വച്ചാണു യോഗം. പിന്നീട് പഞ്ചായത്ത് ലൈബ്രറിയിലേക്കു നടക്കും.

ഈ സമയമാകുമ്പോഴേക്കും പാർട്ടി പിളർപ്പിന്റെ വക്കിലെത്തി യിരുന്നു. ഒരു വിഭാഗം സോവിയറ്റ് യൂണിയനെ അനുകൂലിച്ചപ്പോൾ കുറേപേർ ചൈനയ്ക്ക് അനുകൂലമായിരുന്നു. സോഷ്യലിസ്റ്റ് കുപ്പായ മണിഞ്ഞ മുതലാളിത്തമാണ് സോവിയറ്റ് യൂണിയനിൽ നടക്കുന്നതെന്ന ചൈനയുടെ വിമർശനം പിന്നീട് ശരിയായി. അങ്ങനെ ദേശീയ ജനാ ധിപത്യ മുന്നണിയെന്ന ആശയത്തോടെ സിപിഐയും ജനകീയ ജനാധിപത്യം എന്ന ആശയത്തോടെ സിപിഐഎമ്മും രൂപീകൃതമായി. 1963ൽ എനിക്കു പാർട്ടി അംഗത്വം ലഭിച്ചിരുന്നു. അഭിപ്രായ ഭിന്നത രൂക്ഷമായ സമയമാണത്. ഞാൻ ഇടതു കമ്യൂണിസ്റ്റ് ആയി തന്നെ നില കൊണ്ടു. ഞങ്ങളെല്ലാം ചേർന്ന് ഇവിടെ കമ്യൂണിസ്റ്റ് യൂത്ത് ലീഗ് രൂപീ കരിച്ചിരുന്നു. അതുപിന്നീട് മാർക്സിസ്റ്റ് സ്റ്റഡി ഗ്രൂപ്പ് ആയി. പാർട്ടി പിളർന്ന് സിപിഎം രൂപീകരിച്ചെങ്കിലും കുറച്ചു കഴിഞ്ഞപ്പോഴേക്കും അതിലും ഭിന്നത വരാൻ തുടങ്ങി. ദേശീയ ജനാധിപത്യം എന്ന കാഴ്ച പ്പാടുമാറ്റി ജനകീയ ജനാധിപത്യം എന്ന ആശയം മുന്നോട്ടു വച്ചു. ഇന്ത്യൻ മുതലാളിത്ത വർഗം സാമ്രാജ്യത്വത്തിന്റെ ഏജന്റാണെന്ന് മറ്റൊരു വിഭാഗം അഭിപ്രായപ്പെട്ടു. വീണ്ടും ആശയസംഘട്ടനം. ഈ ഭിന്നിപ്പാണ് നക്സലിസത്തിന്റെ ആവിർഭാവത്തിനു തുടക്കം കുറിക്കു ന്നത്.

കെ.പി. ഗോപാലൻ

കുന്നിക്കൽ നാരായണൻ, കെ.പി. നാരായണൻ, ഫിലിപ്പ് എം. പ്രസാദ്, വർഗീസ്, കോസല രാമദാസ് എന്നിവരൊക്കെയായിരുന്നു നക്സൽപ്രസ്ഥാനത്തിന്റെ തുടക്കത്തിലെ നേതൃത്വത്തിൽ ഉണ്ടായിരുന്നത്. വർഗീസ് സിപിഎം ജില്ലാ കമ്മിറ്റി ഓഫീസ് സെക്രട്ടറിയായിരിക്കുന്ന സമയത്തേ ഞാനുമായി നല്ല ബന്ധത്തിലായിരുന്നു. വയനാട് ഏരിയാകമ്മിറ്റിയിലേക്കു പ്രവർത്തനം മാറ്റിയ വർഗീസ് അവിടെ നിന്ന് റിവോൾട്ട് ചെയ്ത് പാർട്ടിയിൽ നിന്നു പുറത്തുവരികയായിരുന്നു. അന്നത്തെ കമ്മിറ്റിയിലെ ഭൂരിപക്ഷം പേരും വർഗീസിനോടൊപ്പമുണ്ടായിരുന്നു.

കെഎസ്‌വൈഎഫിന്റെ സംസ്ഥാന കൺവൻഷൻ കോഴിക്കോട്ടു നടക്കുന്നതോടെയാണ് കണ്ണൂർ ജില്ലയിലെ വലിയൊരു വിഭാഗം കലാപം ചെയ്ത് പാർട്ടിയിൽ നിന്നു പുറത്തുവരുന്നത്. സംഘടനയുടെ രാഷ്ട്രീയ രേഖയെപ്പറ്റി എസ്. രാമചന്ദ്രൻപിള്ളയാണ് പ്രമേയം അവതരിപ്പിച്ചത്. അതിൽ ചർച്ച തുടങ്ങിയതോടെ അഭിപ്രായ വ്യത്യാസം മറനീക്കി പുറത്തുവരാൻ തുടങ്ങി. കണ്ണൂർ ജില്ലാ കമ്മിറ്റി തയ്യാറാക്കിയ പ്രമേയം കോഴിക്കോട്ടെ സമ്മേളനത്തിൽ അവതരിപ്പിക്കാമെന്ന് എ.കെ. ജി ഞങ്ങൾക്ക് ഉറപ്പുതന്നിരുന്നതാണ്. എന്നാൽ അത് അവിടെ അവതരിപ്പിക്കാൻ സമ്മതിച്ചില്ല. ഞങ്ങൾ 36 പേർ ഒറ്റക്കെട്ടായിരുന്നു. ഞങ്ങളെ പരിഹസിച്ചുകൊണ്ട് ടി. ശിവദാസമേനോൻ പറഞ്ഞത് മാർക്സ് ജനിച്ചത് കണ്ണൂരല്ലെന്ന് ഓർക്കണം എന്നായിരുന്നു. അതോടെ പ്രശ്നം കൂടുതൽ വഷളായി. ഞങ്ങൾ 36 പേരും ഇറങ്ങിപ്പോന്നു. ശാന്തഭവൻ ഹോട്ടലിലാണു ഞങ്ങൾ മുറിയെടുത്തത്. തൊട്ടടുത്ത മുറിയിൽ തന്നെ കെ.പി.ആറുണ്ട്. അന്നത്തെ യോഗത്തിൽ എംവി. ആർ ഉണ്ടായിരുന്നില്ല. അദ്ദേഹം കോഴിക്കോട്ടെത്തിയപ്പോൾ ഞങ്ങളെ ടൗൺഹാളിൽ ചർച്ചയ്ക്കു വിളിച്ചു. പാർട്ടിയെ പിളർക്കരുതെന്നും ഒന്നിച്ചുപോകണമെന്നും അദ്ദേഹം ആവശ്യപ്പെട്ടു. എന്നാൽ ഞങ്ങളുടെ ആവശ്യം അംഗീകരിക്കാതെ യോജിപ്പിനില്ലെന്ന നിലപാടിൽ തന്നെ ഞങ്ങളും നിന്നു. കണ്ണൂർ ജില്ലയിൽ നിന്നു പോയ പാട്യം ഗോപാലൻ, പാട്യം രാജൻ, സി. പി. ദാമോദരൻ, പി.പി. കോരൻ എന്നിങ്ങനെ കുറച്ചുപേർ മാത്രമാണ് ഔദ്യോഗിക വിഭാഗത്തിനൊപ്പം നിന്നത്. ഞങ്ങൾ ബഹിഷ്കരണത്തിൽ ഉറച്ചുനിന്നു. യോഗാനന്തരം ഞങ്ങളിൽ ചിലർ കുന്നിക്കൽ നാരായണനെ കാണാൻ പോയി.

കെ.പി.ആർ. ഗോപാലൻ, കാന്തലോട്ട് കരുണൻ, കെ.സി. നന്ദനൻ, അരയക്കണ്ടി അച്യുതൻ, എ. ബാലകൃഷ്ണൻ, കെ.പി.നാരായണൻ എന്നിവരെല്ലാം കലാപം ചെയ്ത് പാർട്ടിയിൽ നിന്നു പുറത്തുപോന്നു. പുത്തൻ റിവിഷനിസ്റ്റുകൾ എന്നായിരുന്നു പാർട്ടി നേതൃത്വം ഞങ്ങളെ വിളിച്ചിരുന്നത്. എ.ബാലകൃഷ്ണൻ, കാന്തലോട്ട്, കെ.സി നന്ദനൻ എന്നിവർ തലശേരിയിൽ യോഗം വിളിച്ചു. ഇനി നമുക്ക് നമ്മുടെ മാർഗം

എന്നാണവർ പറഞ്ഞത്. ഞങ്ങൾ എന്തുകൊണ്ട് പാർട്ടിയിൽ നിന്നു റിവോൾട്ട് ചെയ്തു പുറത്തുവന്നു എന്നുള്ള നോട്ടീസ് അടിച്ച് ഓരോ പ്രദേശത്തും വിതരണം ചെയ്തു. നക്സലൈറ്റ് ഗ്രൂപ്പിന്റെ അഖിലേന്ത്യാ നേതൃത്വവുമായി ബന്ധപ്പെടാൻ തീരുമാനിച്ചു. അമ്പാടി ശങ്കരൻകുട്ടി എന്നൊരാളാണ് ചാരുമജുംദാറുമായി ബന്ധമുള്ള ആളെന്നു മനസ്സിലാക്കി അദ്ദേഹത്തെ ബന്ധപ്പെട്ടു. എന്നാൽ ആദ്ദേഹവുമായുള്ള ബന്ധം അധിക കാലം നീണ്ടുനിന്നില്ല. പറയത്തക്ക കഴിവൊന്നും അദ്ദേഹത്തിനില്ലായിരുന്നു.

ഈ സമയത്താണ് കുന്നിക്കലിന്റെ നേതൃത്വത്തിൽ തലശേരി പൊലീസ് സ്റ്റേഷൻ ആക്രമിക്കാൻ പദ്ധതിയിടുന്നത്. വർഗീസിന്റെ നേതൃത്വത്തിൽ വയനാട്ടിലും കുന്നിക്കലിന്റെയും കെ.പി. നാരായണന്റെ നേതൃത്വത്തിൽ തലശേരിയിലും ആക്ഷൻ പ്ലാൻ ചെയ്തു. കണ്ണൂർ ജില്ലയിലെ സിപിഎമ്മിന്റെ നല്ലൊരു ശതമാനം പേർ നക്സലൈറ്റ് ഗ്രൂപ്പുകളിലേക്കു ചേക്കേറിയിരുന്നു. എല്ലാ പ്രദേശത്തും ഓരോ ഗ്രൂപ്പുകൾ സജീവ പ്രവർത്തനം തുടങ്ങിയിരുന്നു. ആക്ഷനുകൾ സംബന്ധിച്ച് ഞങ്ങൾക്കിടയിൽ തന്നെ ആശയക്കുഴപ്പം ഉടലെടുത്തിരുന്നു. കാർഷിക കലാപത്തിൽ ഉറച്ചുനിൽക്കണമെന്നായിരുന്നു വർഗീസിന്റെ ലൈൻ. ജന്മിത്വമാണ് മുഖ്യ ശത്രു എന്നതായിരുന്നു അദ്ദേഹം പറഞ്ഞിരുന്നത്. എന്നാൽ ഭരണകൂടമാണു മുഖ്യ ശത്രു എന്നായിരുന്നു കുന്നിക്കലിന്റെ ലൈൻ. ശത്രുവിന്റെ സങ്കേതം കയറി ആക്രമിക്കുക എന്നതായിരുന്നു കുന്നിക്കൽ ആക്ഷനെക്കുറിച്ചു വിശദീകരിക്കുമ്പോൾ പറഞ്ഞിരുന്നത്. ഒടുവിൽ ഒരു മധ്യസ്ഥതയിൽ എത്തി. കുന്നിക്കലിന്റെ നേതൃത്വത്തിൽ തലശേരി സ്റ്റേഷൻ ആക്രമിച്ച് ആയുധങ്ങൾ ശേഖരിച്ച് വയനാട്ടിലെത്തുക. അവിടെ വർഗീസിന്റെ നേതൃത്വത്തിൽ ജന്മികൾക്കെതിരെ പോരാടി അവരെ ഉന്മൂലനം ചെയ്ത് രണ്ടു ഗ്രൂപ്പും ചേർന്ന് അവിടെ വിപ്ലവം നടത്തുക.

പിന്നീടു നോക്കിയപ്പോൾ വളരെ അശാസ്ത്രീയമായ കാഴ്ചപ്പാടായിരുന്നു ഇതെന്നു മനസ്സിലായി. നാണക്കേടു തോന്നിയിട്ടുണ്ട് അന്നത്തെ കാര്യം ഓർക്കുമ്പോൾ. ഒന്നും മുൻകൂട്ടി കാണാനുള്ള കഴിവ് ഞങ്ങൾക്കില്ലാതെ പോയി. നമ്മളേക്കാൾ ശക്തരാണ് ഭരണകൂടം എന്ന കാര്യം മറന്നു. തോക്കുമായി വരുന്നവരെ പിച്ചാത്തിയുമായി ഏറ്റുമുട്ടുക. മുൻപ് പുന്നപ്രയിലും വയലാറിലും സംഭവിച്ച അതേ തെറ്റുതന്നെ. ധീരത കാണിച്ചതുകൊണ്ടു മാത്രമായില്ലല്ലോ. പക്ഷേ, ഇങ്ങനെയൊന്നും ചിന്തിക്കാൻ അന്നു കഴിഞ്ഞിരുന്നില്ല.

കെ.പി. നാരായണന്റെ ട്യൂട്ടോറിയലിൽ വച്ച് ആക്ഷൻ പ്ലാൻ ചെയ്തു. എന്നാൽ ആദ്യദിവസം പരാജയപ്പെട്ടു. ആത്മവിശ്വാസം നഷ്ടപ്പെട്ട ഒരു സംഘവുമായിട്ടാണ് കുന്നിക്കലും കെ.പി.നാരായണനുമെല്ലാം സ്റ്റേഷൻ

ആക്രമണത്തിനു പോയത്. ജീവൻ പോകുന്ന കാര്യത്തിൽ ഞങ്ങൾക്കൊന്നും പേടിയുണ്ടായിരുന്നില്ല. തിരിച്ചുവരാമെന്നു പറഞ്ഞല്ല വീട്ടിൽ നിന്നിറങ്ങിയിരുന്നത്. സ്റ്റേഷനു നേരെ എറിഞ്ഞ ആസിഡ് ബൾബ് ബോർഡിൽ തട്ടി തെറിച്ചു. പൊലീസ് സ്റ്റേഷന്റെ മുകളിൽ നിലയിൽ കുറേ പൊലീസുകാർ ഉണ്ടായിരുന്നു. അവർ ബൂട്ടിട്ടു ചാടിവരുന്ന ശബ്ദം കേട്ട് പിൻനിരയിലുള്ളവർ തെറ്റിദ്ധരിച്ചു. ഞങ്ങൾ കൂട്ടത്തോടെ വരുന്നതുകണ്ട് തലശേരി സ്റ്റേഡിയത്തിനു സമീപമുണ്ടായിരുന്ന പശുക്കളും ഭയന്നു അമറി ഓടാൻ തുടങ്ങി. ഇതെല്ലാം കേട്ട് സംഘത്തിലുള്ള പലരും ഓടി രക്ഷപ്പെട്ടു. ഞാനും ഓടി.

ആക്ഷൻ പരാജയപ്പെട്ടു. പലരും പല വഴിക്കായി. ഞാനും രണ്ടു പേരും വയനാട്ടിലേക്കുള്ള വഴിയിലൂടെ നടന്നു. അവിടെയെത്തിയപ്പോഴേക്കും തലശേരി സ്റ്റേഷൻ ആക്രമണം റേഡിയോ വാർത്തയിലൂടെ പുറത്തുവന്നിരുന്നു. ഞങ്ങൾ മാനന്തവാടിക്കടുത്ത് ഒരു തോട്ടിൻ കരയിലാണ് ആ ദിവസം രാത്രി കഴിച്ചുകൂട്ടിയത്. പിറ്റേന്ന് പൊലീസ് വാഹനം നാടുനീളെ പായുന്നതാണു കാണുന്നത്. അപ്പോഴേക്കും പുൽപ്പള്ളി സംഭവം നാടാകെ അറിഞ്ഞിരുന്നു. അന്നു രാത്രി ഞാൻ മറ്റൊരു വഴിയിലൂടെ കണ്ണൂരിലേക്കു പുറപ്പെട്ടു. രാവിലെയാണു നാട്ടിലെത്തിയത്. അപ്പോഴും വിപ്ലവാവേശം എന്നിൽ കെട്ടടങ്ങിയിരുന്നില്ല.

തലശേരി, പുൽപ്പള്ളി സംഭവങ്ങളിലെ പലരും പിടിക്കപ്പെട്ടു. കുന്നിക്കൽ തൃശൂരിൽ വെച്ചു പൊലീസിൽ കീഴടങ്ങി. കുന്നിക്കലിന്റെ കീഴടങ്ങൽ ഞങ്ങളെ വല്ലാതെ തളർത്തി. ഒരു വിപ്ലവകാരി ഒരിക്കലും ചെയ്യാൻ പാടില്ലാത്തതായിരുന്നു അത്. അതോടെ അദ്ദേഹവുമായി ഒരു ബന്ധവും വേണ്ടെന്നു തീരുമാനിച്ചു.

സ്റ്റേഷൻ ആക്രമണം തീരുമാനിക്കുന്നതുവരെ കാന്തലോട്ട് കരുണൻ കൂടെയുണ്ടായിരുന്നു. എന്നാൽ ആക്രമണദിവസം അടുത്തപ്പോൾ അദ്ദേഹം പിൻമാറി. കാന്തലോട്ടിനെ ഞങ്ങൾ ഭീരുവായി മുദ്രകുത്തി.

അടയ്ക്കാത്തോട് വച്ച് ഫിലിപ്പും അജിതയും പിടിയിലായി. വർഗീസ് അവിടെ നിന്നു രക്ഷപ്പെട്ടെത്തിയത് തളിപ്പറമ്പിലായിരുന്നു. കണ്ണൻനായർ എന്ന പാർട്ടി പ്രവർത്തകനാണ് വർഗീസിനെ ബസ് സ്റ്റാൻഡിൽ നിന്ന് പരിയാരത്തെ ഒരു ഒളിസങ്കേതത്തിലേക്കു കൊണ്ടുപോകുന്നത്. പകൽ മുഴുവൻ ഒരു കാട്ടിലായിരുന്നു വർഗീസ് കഴിഞ്ഞിരുന്നത്. രാത്രിയാണു കണ്ണൻനായർ അദ്ദേഹത്തെ കൂട്ടിക്കൊണ്ടുവന്നത്. ഞങ്ങളുടെ നാട്ടിൽ വർഗീസ് സുരക്ഷിതനായിരുന്നു. ഒളിവിൽ കഴിഞ്ഞുകൊണ്ട് മറ്റുള്ളവരുമായി അദ്ദേഹം ബന്ധപ്പെട്ടു.

സ്റ്റേഷൻ ആക്രമണം എന്നതിനോട് വർഗീസ് അപ്പോഴും പൊരുത്തപ്പെട്ടിരുന്നില്ല. അതു ശരിയായില്ല എന്ന നിലപാടിൽ തന്നെയായിരുന്നു.

വീണ്ടുമൊരു കാർഷിക കലാപത്തിനു ഒരുക്കംകൂട്ടുകയായിരുന്നു വർഗീസ്. പാപ്പിനിശേരി, മയ്യിൽ ഭാഗത്ത് ധാരാളം പേർ നക്സലൈറ്റുകളായിരുന്നു. അവിടെയൊക്കെയായിരുന്നു വർഗീസ് ഒളിവിൽ കഴിഞ്ഞിരുന്നത്. വർഗീസാണെന്ന് പലർക്കും അറിയില്ലായിരുന്നു. എന്റെ വീട്ടിൽ തന്നെ കുറച്ചുദിവസം തങ്ങിയിരുന്നു. എനിക്കല്ലാതെ വേറെയാർക്കും വർഗീസാണെന്നറിയില്ലായിരുന്നു. പിന്നീട് ബാലുശേരി അപ്പുവാണ് വർഗീസിനെ ഇവിടെ നിന്നു കൂട്ടിക്കൊണ്ടുപോകുന്നത്. പാർട്ടിയുടെ രഹസ്യസ്വഭാവം നിലനിർത്തേണ്ടതിനാൽ എവിടേക്കാണു കൊണ്ടുപോകുന്നതെന്നൊന്നും അറിയില്ലായിരുന്നു. പിന്നീട് കുറച്ചുകാലം വർഗീസിനെക്കുറിച്ച് വിവരമൊന്നുമില്ലായിരുന്നു. പൊലീസുകാർ വർഗീസിനെ വെടിവച്ചുകൊന്നു എന്നതാണു പിന്നീടറിഞ്ഞത്. ആദ്യം കേട്ടിരുന്നത് പൊലീസുമായുള്ള ഏറ്റുമുട്ടലിൽ കൊല്ലപ്പെട്ടു എന്നായിരുന്നു. പക്ഷേ, അതു വിശ്വസിക്കാൻ ഞങ്ങൾ ഒരുക്കമായിരുന്നില്ല. പൊലീസ് പിടികൂടി വെടിവച്ചുകൊല്ലുകയായിരുന്നു എന്ന് അന്വേഷിച്ചപ്പോൾ മനസ്സിലായി.

വർഗീസ് വധത്തിനു തിരിച്ചടി

ഇതുപോലെയൊരു നേതൃത്വപാടവമുള്ള മറ്റൊരാളെ ഞങ്ങൾക്ക് കിട്ടില്ലായിരുന്നു. മുറിച്ചിട്ടാൽ മുറി കൂടുന്ന ഇനം എന്നൊക്കെ പറയില്ലേ, അതായിരുന്നു വർഗീസ്. വർഗീസിന്റെ കൊലപാതകത്തിനു തിരിച്ചടിക്കണമെന്ന് ഞങ്ങളുടെ ഗ്രൂപ്പ് തീരുമാനിച്ചു. ദേശീയ നേതൃത്വത്തിലുള്ള ചാരുമജുംദാറെ കാണുകയായിരുന്നു ആദ്യ പദ്ധതി. കരിങ്കൽക്കുഴിയിലെ ഗോവിന്ദേട്ടനാണ് കൽക്കത്തയിലേക്കു പോയത്. അദ്ദേഹം മജുംദാറെ കണ്ടു ഇവിടത്തെ കാര്യങ്ങൾ സംസാരിച്ചു. കുറച്ചുദിവസത്തിനുശേഷം മജുംദാർ ഇവിടെ വന്നു. ഇരിണാവിൽ ഒരിടത്താണ് രഹസ്യയോഗം ചേർന്നത്. പ്രധാനപ്പെട്ട ആളുകൾ മാത്രമേ പങ്കെടുത്തിരുന്നുള്ളൂ. കാന്തലോട്ടിനെയൊന്നും കൂടെ കൂട്ടിയില്ല.

മജുംദാർ ഇംഗ്ലീഷിലും ഹിന്ദിയിലുമാണ് ക്ലാസ് എടുത്തിരുന്നത്. വർഗശത്രുവിനെ ഉന്മൂലനം ചെയ്യേണ്ടതിന്റെ പ്രാധാന്യത്തെക്കുറിച്ചായിരുന്നു അദ്ദേഹം ക്ലാസെടുത്തത്. ഏതു ചോദ്യത്തിനും കൃത്യമായ ഉത്തരം അദ്ദേഹം നൽകുമായിരുന്നു.

ഈ യോഗത്തിനു ശേഷമാണ് ഞങ്ങൾ താവം ആക്ഷൻ പ്ലാൻ ചെയ്യുന്നത്. സാധാരണക്കാരെ ദ്രോഹിക്കുന്ന ജന്മിയെ ഉന്മൂലനം ചെയ്യുക, അങ്ങനെയാണ് താവത്തെ കൃഷ്ണൻ നമ്പ്യാരെ ഉന്മൂലനം ചെയ്യാൻ തീരുമാനിച്ചത്. 1970 ഏപ്രിൽ പത്തിനാണ് ആക്ഷൻ പ്ലാൻ ചെയ്തത്. ഞാനന്ന് പാർട്ടിയുടെ സോണൽ സെക്രട്ടറിയാണ്. ആക്ഷൻ ഗ്രൂപ്പിൽ ഞാനില്ലായിരുന്നു. കമാൻഡ് ചന്ദ്രനായിരുന്നു ആക്ഷനൊക്കെ

പ്ലാൻ ചെയ്തിരുന്നത്. അതേക്കുറിച്ച് ഒരു യോഗത്തിലും ചർച്ച ചെയ്തിരുന്നില്ല. ആക്ഷൻ പ്ലാൻ ചെയ്യുന്നതും നടപ്പാക്കുന്നതുമെല്ലാം ചുമതലപ്പെട്ട ഗ്രൂപ്പ് ആണ് ചെയ്യുക. അബ്ദുല്ല, ചന്ദ്രൻ, കൃഷ്ണൻ, മാധവൻ നമ്പ്യാർ എന്നിങ്ങനെ പതിമൂന്നുപേരാണ് കേസിൽ പ്രതികളായി ഉണ്ടായിരുന്നത്.

കൊല്ലപ്പെട്ട കൃഷ്ണൻ നമ്പ്യാർ അത്രയ്ക്കു ചൂഷകനായിരുന്നില്ല എന്നൊരു വാദം പിന്നീടുണ്ടായിരുന്നു. എന്നാൽ ഞങ്ങളുടെ പഠനത്തിൽ അദ്ദേഹം കൊല്ലപ്പെടേണ്ട ആൾ തന്നെയായിരുന്നു. താവം കൊലപാതകം നടപ്പാക്കിയതോടെ ഞാൻ ഒളിവിൽപോയി. തിരുവനന്തപുരം, കൊല്ലം, തൃശൂർ, കോഴിക്കോട് ഭാഗങ്ങളിലായിരുന്നു ഒളിവിൽ കഴിഞ്ഞിരുന്നത്. ആക്ഷനിൽ പങ്കെടുത്തവരെല്ലാം പിടിയിലായ ശേഷമാണ് ഞാൻ ഒളിവിൽപോയത്. പൊലീസ് എന്നെ തിരയുന്നുണ്ടായിരുന്നു. ഒളിവിൽ കഴിയുമ്പോൾ രാജൻ, സത്യൻ എന്നൊക്കെയായിരുന്നു എന്റെ പേര്. ഈ സമയമാകുമ്പോഴേക്കും പാർട്ടിയുടെ സംസ്ഥാന കമ്മിറ്റി പുനഃസംഘടിപ്പിച്ചു. എന്നെ സംസ്ഥാന സെക്രട്ടറിയായി തിരഞ്ഞെടുത്തു. അന്ന് പ്രവർത്തകർ കുറവായിരുന്നെങ്കിലും സംസ്ഥാനത്തിന്റെ എല്ലാ ഭാഗത്തും ആളുണ്ടായിരുന്നു. സംസ്ഥാന കമ്മിറ്റിയിലെ ഒരാൾ പിടിയിലായതോടെയാണ് പൊലീസിന് എന്നെപ്പറ്റി കൂടുതൽ വിവരം ലഭിക്കുന്നത്. തൃശൂരിൽ സംസ്ഥാന കമ്മിറ്റി വിളിക്കാൻ അയാളെ ചുമതലപ്പെടുത്തിയതായിരുന്നു. ആ സമയത്താണ് അദ്ദേഹം പിടിയിലാകുന്നത്. ഇക്കാര്യം ഞാൻ അറിഞ്ഞിരുന്നില്ല. പൊലീസ് മർദനത്തിൽ അയാൾ എല്ലാം തുറന്നുപറഞ്ഞുകാണും. സംസ്ഥാന കമ്മിറ്റി ചേരാനുള്ള ഒരുക്കങ്ങൾ പൂർത്തിയായതുപോലെ അയാളെക്കൊണ്ട് പൊലീസ് എനിക്കൊരു കത്തെഴുതിച്ചു. എന്നിട്ടു ഞാനുമായി ബന്ധപ്പെടുന്ന ആളുടെ കൈവശം കൊടുത്തയച്ചു. ജ്യോതിയെന്ന പേരിൽ ഒളിവിൽ കഴിഞ്ഞിരുന്ന അമീർഅലിയാണ് എനിക്കു കത്തുകൊണ്ടുതന്നത്. തൃശൂരിൽ മീറ്റിങ് നടക്കുന്ന സ്ഥലവും എത്തേണ്ട സമയവും ട്രെയിനുമെല്ലാം കത്തിൽ എഴുതിയിട്ടുണ്ട്. ഒരുതരത്തിലുള്ള സംശയവും തോന്നാതെയാണ് പൊലീസ് കാര്യങ്ങൾ നീക്കിയത്. തലേദിവസം രാത്രി ജ്യോതി എന്നെ കാണാൻ വന്നു. ഞാൻ നാട്ടിൽ തന്നെയാണുണ്ടായിരുന്നത്. രാത്രി ഒൻപതു മണിക്കു കണ്ണപുരം റയിൽവേ സ്റ്റേഷനിൽ നിന്നു കയറാമെന്നും അയാൾ സ്റ്റേഷനിലെത്തിക്കാമെന്നും പറഞ്ഞു. എനിക്കു കൊണ്ടുപോകേണ്ട ബാഗ് അന്നേരം ഞാൻ ജ്യോതിയെ ഏല്പിച്ചു. അതിൽ ചില വിലപ്പെട്ട രേഖകളും ഉണ്ടായിരുന്നു. മജുംദാർ തന്ന പല രേഖകളും അതിലുണ്ടായിരുന്നു. ട്രെയിനിൽ കയറുമ്പോൾ ബാഗ് തരാമെന്നായിരുന്നു ജ്യോതി പറഞ്ഞിരുന്നത്.

രാത്രി 8.45ന് ഞാൻ സ്റ്റേഷനിലെത്തി. ട്രെയിൻ എത്താറായിട്ടും ജ്യോതിയെ കാണാനില്ല. ഒടുവിൽ ബാഗില്ലാതെ ഞാൻ ട്രെയിനിൽ

കയറി. തൃശൂരിൽ എത്തിയാൽ എന്നെ കൊണ്ടുപോകേണ്ട ആളെ മനസ്സിലാക്കാനുള്ള ചില സിഗ്നലുകൾ ഉണ്ട്. അതിലൊന്ന് കൈയിൽ തൂവാലക്കൊണ്ടുള്ള ഒരു കെട്ടാണ്. ട്രെയിൻ തൃശൂരിലെത്തി. അയാളെ കണ്ടാൽ മാത്രമേ ഞാൻ ട്രെയിനിൽ നിന്നിറങ്ങുകയുള്ളൂ. അന്നേരമുണ്ട് ഒരാൾ കൈയിൽ തൂവാല കെട്ടി കംപാർട്ടമെന്റുകളിലേക്കു നോക്കി നടക്കുന്നു. എനിക്ക് ഇറങ്ങാനുള്ള സിഗ്നൽ ആയി. ഞാനവിടെ ഇറങ്ങി. അയാളെ ഇതിനു മുൻപ് ഞാൻ കണ്ടിട്ടില്ലായിരുന്നു. ഞാൻ അയാളുടെ അടുത്തെത്തി, ഏതിലെയാണു പോകുന്നതെന്നു ചോദിച്ചു. ഗേറ്റ് കടന്നു പോയാൽ മതി, അവിടെ വെള്ള കാറുണ്ടെന്ന് അയാൾ പതുക്കെ പറഞ്ഞു. ഞാൻ ഗേറ്റ് കടന്ന് അപ്പുറത്തെത്തി അവിടെ കണ്ട കാറിൽ കയറിയിരുന്നു. പെട്ടെന്നു രണ്ടുപേർ ഡോർ തുറന്ന് എന്റെ രണ്ടുഭാഗത്തുമായി കയറി. തടിമാടന്മാരായ രണ്ടുപേർ. കാറിലെ ഡ്രൈവറും തടിച്ചൊരാൾ തന്നെ. എനിക്കു കാര്യം പിടികിട്ടി, പിടിയിലായി. അവർ രണ്ടുപേരും എന്നെ ബലമായി പിടിച്ചു. എന്റെ അരയിൽ തപ്പി, തോക്കുണ്ടോയെന്നു പരിശോധിച്ചതാണ്. ഞാൻ തോക്കും ബോംബും കൊണ്ടാണു നടക്കുന്നതെന്നാണ് പൊലീസിനു ലഭിച്ചിരുന്ന വിവരം. പൊലീസ് ചോദിച്ചു- ജ്യോതി എന്ന അമീർ അലിയെ അറിയുമോ..ഞാൻ അറിയും എന്നു പറഞ്ഞു. എനിക്കു കാര്യം ഉറപ്പായി. അമീർ അലി എന്നെ ഒറ്റിക്കൊടുത്തതാണ്.

കാർ പൊലീസ് ക്ലബ്ബിലേക്കു പാഞ്ഞു. പൊലീസ് തിരയുന്ന കേരളത്തിലെ ഏറ്റവും വലിയ ഭീകരനെ പിടിച്ച സന്തോഷത്തിലാണ് അവർ. അവിടെ എത്തിയപ്പൊഴേ മർദനം തുടങ്ങി. എനിക്കൊന്നും അറിയില്ലെന്നു മാത്രം പറഞ്ഞു.

മുരളീകൃഷ്ണദാസ്, ലക്ഷ്മണ പണിക്കർ, രാഘവൻ നായർ എന്നീ ക്രൈംബ്രാഞ്ച് ഉദ്യോഗസ്ഥർ സ്ഥലത്തെത്തി. അവർ എന്നെ ചോദ്യം ചെയ്യാൻ തുടങ്ങി. അവർക്കറിയേണ്ടിയിരുന്നത് അന്നേരം ഒളിവിൽ കഴിയുന്നവരെക്കുറിച്ചായിരുന്നു. അവർ താമസിക്കുന്ന സ്ഥലമൊക്കെ ചോദിച്ചു. ഞാൻ ഒന്നിനും മറുപടി പറഞ്ഞില്ല.

രാഘവൻനായരെ എനിക്കറിയാം. നിനക്ക് നാട്ടിൽ ഇത്രയധികം സ്വാധീനമുണ്ടെന്ന് ഇപ്പൊഴാ മനസ്സിലായത്- അദ്ദേഹം പറഞ്ഞു. ഒരു വർഷമായി എന്നെ തേടി നടക്കുകയായിരുന്നു. പക്ഷേ, നാട്ടിൽ നിന്ന് ഒരാൾ പോലും എന്നെക്കുറിച്ച് ഒന്നും പറഞ്ഞിരുന്നില്ല. കേരളത്തിൽ 135 ഇടത്ത് ഞാൻ ഒളിവിൽ കഴിഞ്ഞിട്ടുണ്ട്. അവിടെ നിന്നൊന്നും എന്നെക്കുറിച്ചൊരു വിവരവും അവർക്കു ലഭിച്ചില്ല. ഒടുവിൽ കൂടെയുള്ളവൻ തന്നെ ഒറ്റിക്കൊടുക്കുകയായിരുന്നു. അമീർ അലി പൊലീസ് ഏജന്റാണെന്നാണ് ഞാൻ വിശ്വസിക്കുന്നത്. വർഷങ്ങൾക്കുശേഷം ഞാൻ ജയിലിൽ നിന്നു പുറത്തുവന്നപ്പോൾ അവൻ കാണാൻ വന്നിരുന്നു.

പക്ഷേ, ഞാൻ കാണാൻ കൂട്ടാക്കിയില്ല. എനിക്കു കാണേണ്ടെന്നു പറഞ്ഞു.

1971 മേയ് 13ന് പുലർച്ചെ മൂന്നിന് ആണു ഞാൻ പിടിയിലാകുന്നത്. തൃശൂർ പൊലീസ് ക്ലബ്ബിലെ ചോദ്യം ചെയ്യലിനു ശേഷം അടുത്ത ദിവസം എന്നെ തിരുവനന്തപുരത്തേക്കു കൊണ്ടുപോയി. നക്സൽ പ്രവർത്തകരെ ചോദ്യം ചെയ്യാൻ ജയറാം പടിക്കലിന് അന്നു പ്രത്യേകമായൊരു ക്യാമ്പ് തന്നെയുണ്ടായിരുന്നു. അവിടേക്കാണു കൊണ്ടുപോയത്. ഒരു വീടിന്റെ മുകൾ ഭാഗമാണ്. എന്റെ രണ്ടു കാലിനും ചങ്ങലയുണ്ട്. കൈ സ്വതന്ത്രമാണ്. പടിക്കൽ വന്ന് മുന്നിലിരുന്നു. ഞാൻ തറയിൽ ഇരിക്കുകയാണ്. അദ്ദേഹം കാലു മേശപ്പുറത്തേക്കു കയറ്റിവച്ചു. ചെറിയൊരു പേനാകത്തി കൈവശമുണ്ട്. അത് കൈയിലിട്ടു തിരിച്ചുകൊണ്ടിരിക്കുകയാണ്. അഞ്ചുമിനിറ്റു നേരം എന്റെ മുഖത്തേക്കു തന്നെ നോക്കി. ഞാൻ തിരിച്ചും.

ഉള്ളതു കൃത്യമായി പറഞ്ഞില്ലെങ്കിൽ കൊന്ന് കടലിൽതള്ളും- പടിക്കൽ പറഞ്ഞു. ഞാൻ ചെറുതായൊന്നു ചിരിച്ചു. എത്രയും വേഗം നിങ്ങൾക്കതു ചെയ്യാൻ കഴിയുമോ അത്രയും വേഗം ചെയ്യാം- ഞാൻ മറുപടി പറഞ്ഞു. പിന്നീട് ജയറാം പടിക്കൽ എന്നെ കാണാൻ വന്നിട്ടില്ല.

മുരളീകൃഷ്ണദാസ് ആയിരുന്നു അടുത്തതായി ചോദ്യം ചെയ്യാൻ വന്നത്. അദ്ദേഹവും കാര്യമായ ചോദ്യം ചെയ്യലിനു നിന്നില്ല. അലക്സാണ്ടർ, ഷൺമുഖദാസ് എന്നിവർക്കായിരുന്നു എന്റെ ചുമതല. കെട്ടിയിട്ട പട്ടിയെ തല്ലിയാൽ അതെന്തെങ്കിലും ചെയ്യുമോ? അതായിരുന്നു എന്റെ അവസ്ഥ. അത്രയ്ക്കു ദുഷ്ടത്തരത്തോടെയാണ് ഈ രണ്ടുപേർ എന്നോടു പെരുമാറിയത്. നാലരമാസം അവരുടെ ക്രൂരമായ മർദനമാണു ഞാൻ സഹിച്ചത്. എവിടെയെന്തെങ്കിലും ഉണ്ടായാൽ എന്നെ ചോദ്യം ചെയ്യും. മർദ്ദിക്കും. മൂന്നുമാസം ഞാൻ കുളിച്ചിരുന്നില്ല. ഒടുവിൽ കോടതിയിൽ ഹാജരാക്കാറാകുമ്പോൾ ശരീരം മുഴുവൻ ചൊറി വന്നിരുന്നു. എന്നെ കണ്ടാൽ എനിക്കു തന്നെ തിരിച്ചറിയാൻ പറ്റാത്ത കോലമായിരുന്നു. ഭക്ഷണം അല്പമാണെങ്കിലും ഉള്ളതു കൃത്യമായി ലഭിക്കുമായിരുന്നു രാവിലെ രണ്ടു ദോശയും ചായയും ഉച്ചയ്ക്കു അല്പം ചോറ്, രാത്രി രണ്ടുദോശ. ഇത്രയേ ലഭിക്കുമായിരുന്നുള്ളൂ. എങ്കിലും പൊലീസുകാരിലും മനുഷ്യപ്പറ്റുള്ളവർ ഉണ്ടെന്നു തിരിച്ചറിഞ്ഞത് അവിടെ വച്ചാണ്. എനിക്കു കാവൽ നിൽക്കുന്ന പൊലീസുകാർ ഷൺമുഖദാസ് കാണാതെ കഞ്ഞിവെള്ളം കൊണ്ടുതരും. അവരും പേടിച്ചുകൊണ്ടാണ് കഞ്ഞിവെള്ളമൊക്കെ തരുന്നത്.

മർദനമേറ്റ് ചോര ഛർദിച്ചാൽ മരുന്നു കൊണ്ടുതരും. അല്ലാതെ ആശുപത്രിയിലൊന്നും കൊണ്ടുപോകില്ല. കെ.പി. ഗോപാലൻ എന്ന ഞാൻ

ജീവിച്ചിരിക്കുന്നു എന്നതിന് ഒരു തെളിവുമില്ലായിരുന്നു ആ നാലുമാസം. മർദനമേറ്റു കഴിയുമ്പോൾ ഞാൻ മൂത്രമൊഴിക്കാൻ പോകാനുണ്ടെന്നു പറയും. വലിയൊരു ചങ്ങല കാലിലുണ്ടാകും. കക്കൂസിൽ പോയാൽ ഉടൻ തന്നെ കൈക്കുമ്പിളിലേക്കു മൂത്രമൊഴിക്കും. എന്നിട്ടതു കുടിക്കും. നാട്ടിലെ ഒരു വൈദ്യൻ പറഞ്ഞുതന്ന വിദ്യയായിരുന്നു അത്. നീ വല്യ കമ്യൂണിസ്റ്റല്ലേ, കമ്യൂണിസ്റ്റായി നടന്നാൽ പോരാ. കമ്യൂണിസ്റ്റുകാരന് പൊലീസിന്റെ അടി കിട്ടും. അന്നേരം അടികൊണ്ടു സഹിച്ചിട്ടുമാത്രം കാര്യമില്ല. മർദ്ദനമേറ്റാൽ ഉടൻ മൂത്രം കുടിക്കണം. എന്നിട്ടെന്റെ അടുത്തേക്കു ചികിൽസയ്ക്കു വന്നാൽ മതി, ഞാൻ എല്ലാം ശരിയാക്കിത്തരാം. അദ്ദേഹം പറഞ്ഞതുപ്രകാരമാണു ഞാൻ മൂത്രം കുടിച്ചത്. ഇത്രയൊക്കെ മർദനമേറ്റിട്ടും ഞാനിപ്പോഴും ജീവിച്ചിരിക്കുന്നത് ചിലപ്പോൾ അന്നത്തെ മൂത്രം കുടി കൊണ്ടായിരിക്കാം.

എന്നെ മർദ്ദിക്കുമ്പോൾ ഷൺമുഖദാസ് പറയുമായിരുന്നു– എടാ നീയൊന്നും അധികകാലം ജീവിക്കില്ല. ഇവിടെ നിന്ന് പുറത്തിറങ്ങി വീടുവരെ എത്തില്ല, അതിനു മുൻപേ നീയൊക്കെ ചാകും.

അന്നേരം ഞാൻ മനസ്സിൽ പറയും– എന്നേക്കാൾ മുൻപേ നീ ചാകുമെടാ. ഒടുവിൽ കോടതിമുറിയിൽ വച്ചല്ലേ അദ്ദേഹം വീണുമരിച്ചത്. എന്റെയൊന്നും ശാപമാണെന്നൊന്നും പറയുന്നില്ല. എങ്കിലും ചെയ്തു കൂട്ടിയ പാപം നോക്കുമ്പോൾ അതിന് അർഹനായിരുന്നു അയാൾ.

മേയ് 13ന് കസ്റ്റഡിയിൽ എടുത്ത എന്നെ സെപ്റ്റംബർ 24ന് ആണു കോടതിയിൽ ഹാജരാക്കുന്നത്. എന്നെ പിടികൂടിയപ്പോൾ ഹിന്ദു പത്രത്തിൽ മാത്രം വാർത്ത വന്നിരുന്നു. പാർട്ടി നേതാക്കളൊക്കെ അറിഞ്ഞു കാണും. പക്ഷേ, കോടതിയിൽ വിശ്വാസമില്ലാത്തതുകൊണ്ട് പരാതി നൽകാനൊന്നും ആരും പോയില്ല. പോരാത്തതിന് മിക്കവരും ഒളിവിലായിരുന്നു. അപ്പോൾ പരസ്യമായി പുറത്തുവരാനും ആരും തയ്യാറാകില്ലല്ലോ.

എന്നെ കോടതിയിൽ ഹാജരാക്കിയില്ലെങ്കിൽ നവംബർ 14ന് ശിശുദിനത്തിന്റെ അന്ന് കസ്റ്റഡിയിൽ വച്ച് ആത്മഹത്യ ചെയ്യാൻ ഞാൻ തീരുമാനിച്ചിരുന്നു. ഇങ്ങനെ മർദ്ദനമേറ്റ് കിടക്കുന്നതിലും ഭേദം മരണമാണ്. അവിടെയുള്ള ഒരു വൈദ്യുതിക്കമ്പിയിൽ പിടിച്ച് ആത്മഹത്യ ചെയ്യാനായിരുന്നു മനസ്സിൽ കണ്ടിരുന്നത്. നീതിയില്ലാതെ ഇങ്ങനെ കിടക്കുന്നതിൽ എന്തർഥമാണുള്ളത്.

അതു വേണ്ടിവന്നില്ല. എന്നെ സെപ്റ്റംബർ 23ന് വൈകിട്ട് പൊലീസ് വാഹനത്തിൽ കൊണ്ടുപോയി. നെയ്യാറ്റിൻകര ഭാഗത്തേക്കാണെന്നാണ് അവരുടെ സംസാരത്തിൽ നിന്നു മനസ്സിലായത്. വണ്ടിയിൽ നിലത്തിരുത്തി. ഞങ്ങളെത്തുന്നതിനു മുൻപേ ഒരു പൊലീസുകാരനെ സാധാരണ വേഷത്തിൽ തലയിൽ കറുത്ത തുണികൊണ്ടു കെട്ടി തൊട്ടടുത്ത

വീട്ടിൽ കൊണ്ടുപോയി നിർത്തിയിരുന്നു. ഞങ്ങളുടെ വാഹനം എത്തിയതും കുറച്ചുപൊലീസുകാർ അവിടെ പോയി ആ പൊലീസുകാരനെ കയ്യാമം വച്ച് ഞാനിരിക്കുന്ന വാഹനത്തിലേക്കു കൊണ്ടുവന്നു. എന്നിട്ട് എന്നോട് സീറ്റിൽ കയറിയിരിക്കാൻ പറഞ്ഞു. പൊലീസുകാർ നാട്ടുകാരോടു പറഞ്ഞു- കൊടും നക്സലൈറ്റ് കെ.പി. ഗോപാലനെ ആ വീട്ടിൽ നിന്ന് പൊലീസ് പിടികൂടിയെന്ന്. അന്ന് മിക്ക നക്സലൈറ്റുകാരെയും പൊലീസ് കോടതിയിൽ ഹാജരാക്കിയിരുന്നത് ഇതേപോലെ കള്ളം പറഞ്ഞായിരുന്നു. മാസങ്ങളോളം തടവിലിട്ട് ചോദ്യം ചെയ്ത് ശരീരമെല്ലാം ഇടിച്ചു പഞ്ചറാക്കിയ ശേഷം കോടതിയിൽ ഹാജരാക്കും. തിരുവനന്തപുരത്തുനിന്നു പിടികൂടിയിരുന്ന പി. ടി. തോമസിനെ തമിഴ്നാട്ടിൽ നിന്നു പിടികൂടിയെന്നായിരുന്നു പൊലീസ് കോടതിയിൽ പറഞ്ഞിരുന്നത്. അന്നൊന്നും മറുത്തു ചോദിക്കാൻ ആരുമില്ലല്ലോ.

താവം കൊലക്കേസ്, തിരുവനന്തപുരത്തെ നഗരൂർ, കുമ്മിൾ, കിളിമാനൂർ കേസുകളിലാണ് എന്നെ പ്രതിചേർത്ത്. സംസ്ഥാന സെക്രട്ടറിയായ എന്റെ അറിവോടെയാണ് എല്ലാ ആക്ഷനുകളും നടന്നതെന്നായിരുന്നു പൊലീസിന്റെ കണ്ടെത്തൽ. ഗൂഢാലോചനയായിരുന്നു എന്റെ പേരിൽ ചേർത്തിരുന്നത്. സത്യത്തിൽ കുമ്മിളും കിളിമാനൂരുമൊന്നും ഞാൻ അറിഞ്ഞിരുന്നില്ല. അതൊക്കെ വെള്ളത്തൂവൽ സ്റ്റീഫന്റെ നേതൃത്വത്തിൽ നടന്നതാണ്. നാല് ആക്രമണങ്ങളിലായി മൂന്നുപേരാണു മരിച്ചത്. കുറിയേടത്തു മഠത്തിൽ ഗോപാലകൃഷ്ണൻ പോറ്റി, ജ്യോതിർമഠത്തിൽ കേശവൻ പോറ്റി, കുമ്മിൾ ശങ്കര നാരായണൻ അയ്യർ എന്നിവരായിരുന്നു കൊല്ലപ്പെട്ടത്. തെക്കൻ കേരളത്തിലെ ആദ്യ നക്സൽ ആക്രമണമായിരുന്നു അത്.

ഞാൻ പൂജപ്പുര സെൻട്രൽ ജയിലിലെത്തുമ്പോൾ ഈ കേസുകളിൽ പെട്ടവരെല്ലാം അവിടെയുണ്ടായിരുന്നു. സ്റ്റീഫൻ, സുകുമാരൻ, അസീസ്, അബൂബക്കർ, ഗംഗാധരൻ, ദിവാകരൻ എന്നിങ്ങനെ (പലരുടെയും പേരുകൾ മറന്നുപോയി)മിക്കവരുമുണ്ട്.

തലശ്ശേരി കോടതിയിലായിരുന്നു താവം കേസിന്റെ വിചാരണ നടന്നിരുന്നത്. കോടതിയിൽ ഹാജരാക്കാൻ ഒരു പൊലീസ് വാഹനത്തിലാണു എന്നെ കൊണ്ടുപോകുക. എസ്ഐ, അഞ്ചു പൊലീസുകാർ എന്നിങ്ങനെ. എല്ലാവരും സായുധരായിരിക്കും.

1971 സെപ്റ്റംബർ 24 മുതൽ 1975 ജനുവരി 24 വരെയായിരുന്നു എന്റെ ജയിൽ ജീവിതം. എല്ലാ കേസിലും ഗൂഢാലോചനയായിരുന്നതിനാൽ അതൊന്നും തെളിയിക്കാൻ പ്രോസിക്യൂഷനു സാധിച്ചില്ല. അങ്ങനെ വെറുതെ വിടുകയായിരുന്നു. താവം കേസ് നക്സലൈറ്റ് ആക്രമണം എന്ന രീതിയിലായിരുന്നില്ല ആരും കണ്ടിരുന്നത്. കേസ് അന്വേഷിച്ചിരുന്ന പൊലീസ് ഓഫീസറായിരുന്ന രാഘവൻനായർ റിപ്പോർട്ട്

നൽകിയിരുന്നത് വ്യക്തിവൈരാഗ്യം കൊണ്ടുള്ള കൊലപാതകം എന്ന രീതിക്കായിരുന്നു. കോടതിയിൽ ഹാജരാക്കിയിരുന്നത് കള്ളസാക്ഷി കളെയായിരുന്നു. ഒന്നാം സാക്ഷിയായ പത്മനാഭൻ എന്ന അയൽവാസി പറയുന്നത് നുണയാണെന്ന് ആദ്യദിവസം തന്നെ കോടതിക്കു ബോധ്യ മായിരുന്നു. കൊലപാതകം നടക്കുന്നത് വീട്ടിന്റെ പിന്നിൽ വച്ചായിരുന്നു. സാക്ഷി താമസിച്ചിരുന്നത് വീടിന്റെ മുന്നിലും. വീടിന്റെ പിന്നിലെ കൊല പാതകം മുന്നിൽ താമസിക്കുന്ന നിങ്ങളെങ്ങനെ കണ്ടുവെന്ന ചോദ്യ ത്തിന് അയാൾക്കുത്തരമില്ലായിരുന്നു. സാക്ഷികളൊക്കെ കോടതിയിൽ പൊളിഞ്ഞുപോയത് ഞങ്ങൾക്ക് ഗുണമായി.

ഞാനൊന്നും കേസ് വാദിച്ചിരുന്നില്ല. ബൂർഷ്വാ കോടതിയിൽ വിശ്വാസ മില്ലായിരുന്നു ഞങ്ങൾക്ക്. കോടതിയിൽ ഹാജരാക്കുമ്പോൾ ഞങ്ങൾ കുറച്ചുപേർ മുദ്രാവാക്യം വിളിക്കും. അന്നത്തെ വിപ്ലവാവേശത്തിൽ കോടതിയെ നിഷേധിക്കുകയായിരുന്നു. അന്നത്തെ ജഡ്ജി വളരെ നല്ലൊരു മനുഷ്യനായിരുന്നു. മജുംദാർ കൊല്ലപ്പെട്ട ദിവസം ഞങ്ങൾ കോടതിയിലെത്തിയപ്പോൾ ജഡ്ജിയോടു പറഞ്ഞു മജുംദാറുടെ കൊല പാതകത്തിൽ അനുശോചനം രേഖപ്പെടുത്തണമെന്ന്. പെട്ടെന്ന് അദ്ദേഹം കോടതി നിർത്തിവച്ചു. ഞങ്ങൾ ഒരു മിനിറ്റ് മജുംദാറെക്കുറിച്ച് സംസാ രിച്ചു. ക്രൂരമായ കൊലപാതകത്തിലെ പ്രതിഷേധം രേഖപ്പെടുത്തി. ജഡ്ജിയൊഴികെ ബാക്കിയുള്ളവരെല്ലാം എഴുന്നേറ്റുനിന്നു. ജഡ്ജി മൗനം പാലിച്ചു. ആ സംഭവത്തോടെ അദ്ദേഹത്തോട് ഞങ്ങൾക്കൊക്കെ നല്ല ബഹുമാനം തോന്നി.

ഞങ്ങൾ അഞ്ചുപേരാണ് കോടതിയിൽ വിശ്വാസമില്ലെന്നു പറഞ്ഞ് സ്റ്റേറ്റ്മെന്റ് കൊടുത്തത്. ബാക്കിയുള്ളവർ കേസ് വാദിച്ചു. പിന്നീട് അഡ്വക്കറ്റ് ജനറൽ ആയ അഡ്വ. ദാമോദരൻ ആയിരുന്നു കേസ് വാദിച്ചി രുന്നത്. കേസിന്റെ ചില കാര്യങ്ങൾ ഞങ്ങളോടു സംസാരിക്കാൻ അദ്ദേഹം വരുമ്പോൾ കോടതിയിൽ വിശ്വാസമില്ല എന്നു പറയും. എന്തു ചോദിച്ചാലും ഇല്ല ഇല്ല എന്നു മാത്രമേ പറയാവൂ എന്ന് വക്കീൽ പറയും. പൊലീസ്, ബൂർഷ്വാ കോടതി എന്നിവയിൽ വിശ്വാസമില്ല, അതു കൊണ്ട് മറുത്തൊന്നും ഞങ്ങൾ പറയില്ലെന്നു വക്കീലിനോടു മറുപടി പറയും.

താവം കൊലക്കേസ് നടക്കുമ്പോൾ ഞാൻ സംസ്ഥാന സെക്രട്ട റിയല്ല. സോണൽ സെക്രട്ടറി മാത്രമായിരുന്നു. തിരുവനന്തപുരത്തെ ആക്ഷൻ നടക്കുമ്പോൾ ഞാൻ സെക്രട്ടറിയും. ഈ സമയത്ത് പാല ക്കാട്ടു ജില്ലയിലെ കോങ്ങാട് ഒരു കൊലപാതകം അരങ്ങേറിയിരുന്നു. മുണ്ടൂർ രാവുണ്ണിയൊക്കെയായിരുന്നു ആ ആക്ഷൻ നടത്തിയിരുന്നത്. ഈ ഗ്രൂപ്പുമായി ഞങ്ങൾക്കൊരു ബന്ധവുമില്ലായിരുന്നു. തിരുവനന്തപുരം കേസുകളിൽ ഞാൻ 31-ാം പ്രതിയായിരുന്നു. തിരുവനന്തപുരം പൂജപ്പുര

സെൻട്രൽ ജയിലിൽ വച്ചും ക്രൂരമായി മർദനമേൽക്കേണ്ടി വന്നിട്ടുണ്ട്. ഞങ്ങൾ ചെല്ലുമ്പോഴുണ്ടായിരുന്ന വിശ്വനാഥൻ സൂപ്രണ്ട് കുറച്ചുദിവസത്തിനു ശേഷം പിരിഞ്ഞു. പിന്നീട് വന്നത് ഒരു ജനാർദ്ദനൻ പിള്ളയായിരുന്നു. ക്രിമിനൽ സ്വഭാവമുള്ള ആളായിരുന്നു അദ്ദേഹം. തടവുകാരെ മർദിക്കാൻ മൂന്നു ഗുണ്ടകളെ അദ്ദേഹം എപ്പോഴും കൂടെ കൊണ്ടുനടക്കുമായിരുന്നു. വിശ്വനാഥൻ സൂപ്രണ്ട് ഞങ്ങൾക്കു നൽകിയ ആനുകൂല്യങ്ങളെല്ലാം ഇദ്ദേഹം നിഷേധിച്ചു. ഓരോരുത്തരെ ഓരോ സെല്ലിലായി പൂട്ടിയിട്ടു. വേണുവും സ്റ്റീഫനുമെല്ലാം അകത്തുണ്ട്. വേണുവിനെയും ഗൂഢാലോചനയിലാണ് ശിക്ഷിച്ചത്. സംഭവം നടക്കുമ്പോൾ വേണു ഇൻക്വിലാബിന്റെ പത്രാധിപരായിരുന്നു. വേണുവിനും സുഹൃത്തായ പി.ടി. തോമസിനുമെല്ലാം നന്നായി മർദനമേറ്റിരുന്നു. പി.ടി. തോമസ് പേരൂർക്കട കേസിലാണു പ്രതിയായത്.

വിശ്വനാഥൻ സൂപ്രണ്ട് ഉണ്ടാകുമ്പോൾ ഞങ്ങളെ എന്നും വൈകിട്ട് ഒരു മണിക്കൂർ പുറത്തുവിടുമായിരുന്നു. കുളിക്കാനും കക്കൂസിൽ പോകാനുമെല്ലാം പുറത്തുവിടും. ഇതാണ് ജനാർദ്ദനൻ സൂപ്രണ്ട് നിഷേധിച്ചത്. ഞങ്ങളതിൽ പ്രതിഷേധിച്ചു. അടുത്ത ദിവസം ഞങ്ങളെ കോടതിയിൽ ഹാജരാക്കി കൊണ്ടുവരുമ്പോൾ രണ്ടുപേരെ വീതം കയ്യാമം വച്ചു. ജയിലിലെ ഗേറ്റ് കടന്നതും നേരത്തെ പറഞ്ഞ ഗുണ്ടകൾ അടിച്ച് ഉരുട്ടാൻ തുടങ്ങി. ഗേറ്റ് മുതൽ വാർഡ് വരെ മർദ്ദനമായിരുന്നു. വേണുവിനെയും എന്നെയും ഒന്നിച്ചാണു വിലങ്ങു വച്ചിരുന്നത്. എന്നെ പിടിച്ച് ചുമരിലേക്കെറിഞ്ഞു. പിന്നീട് സെല്ലിലെത്തിയതോടെ അകത്തിട്ടും മർദ്ദിച്ചു. അഞ്ചുവാർഡർമാർ എത്തിയാണ് സെല്ലിൽ മർദിച്ചത്. എന്റെ കാലുപിടിച്ചു തിരിച്ചു. നാലുമാസം എനിക്കു നേരെ നടക്കാൻ പറ്റിയിരുന്നില്ല. കോടതിയിൽ ഹാജരാക്കാൻകൊണ്ടുപോകുമ്പോൾ ആരുടെയെങ്കിലും ചുമലിൽ കൈയിട്ടുവേണമായിരുന്നു നടക്കാൻ.

ഒരുദിവസം ഹെഡ് വാർഡർ രാമകൃഷ്ണ പണിക്കർ സെല്ലിലെത്തി എന്നെ ചുമരിനോടു ചേർത്തുനിർത്തി ചവിട്ടി. വേദന അസഹ്യമായപ്പോൾ ഞാനയാളെ തള്ളി തൊട്ടുപോയാൽ കൊന്നുകളയുമെന്ന് അലറി. പിന്നീട് അയാളെന്നെ തല്ലാൻ വന്നിട്ടില്ലായിരുന്നു. എന്റെ ശരീരത്തിലെ മർദനമേറ്റ പാടുകൾ കണ്ട് ഡോക്ടർ പറഞ്ഞിട്ടുണ്ടായിരുന്നു ഇനിയെന്നെ തല്ലരുതെന്ന്. ഇനിയും തല്ലിയാൽ ചത്തുപോകുമെന്ന്. പക്ഷേ, അതൊന്നും ആരും കേട്ടഭാവം പോലും നടിച്ചിരുന്നില്ല. ജയിലിൽ ആരെങ്കിലും ചത്താൽ ചോദിക്കാൻ പോലും ആരുമുണ്ടാകില്ലല്ലോ. ഇത്രയൊക്കെ മർദനമേറ്റിട്ടും ഞാനിപ്പോഴും ജീവിക്കുന്നു!

ജയിൽ മോചിതനായി ഞാൻ നാട്ടിലേക്കു പോന്നു. ജയിലിൽ വച്ചുതന്നെ ഞാനും വേണുവും ആശയപരമായി വേർപിരിഞ്ഞിരുന്നു. വേണുവിന്റെ ആശയത്തോട് എനിക്കു യോജിപ്പില്ലായിരുന്നു. നമ്മൾ

വീണ്ടും ഒരേ ആശയത്തിലേക്കു വരികയാണെങ്കിൽ അന്ന് ഒന്നിക്കാം എന്നു പറഞ്ഞാണു വേർപിരിഞ്ഞത്.

വീട്ടിലെത്തിയതോടെ ഞാൻ വീണ്ടും ബീഡിത്തൊഴിലിനു പോകാൻ തുടങ്ങി. പഴയ സഹപ്രവർത്തകരൊക്കെ കാണാൻ വന്നിരുന്നു. ഞാനവരെ കാണാൻ താത്പര്യം കാണിച്ചിരുന്നില്ല.

എന്നെ വിവാഹം കഴിപ്പിക്കാനായിരുന്നു ചേട്ടന്റെയൊക്കെ തീരുമാനം. ആദ്യമൊക്കെ ഞാൻ എതിർത്തു. എന്നാൽ അമ്മയുടെ നിർബന്ധത്തിനു വഴങ്ങേണ്ടി വന്നു. എനിക്കു ചില നിബന്ധനകളൊക്കെയുണ്ടായിരുന്നു. അതൊക്കെ അംഗീകരിക്കാമെന്നു ചേട്ടൻ സമ്മതിച്ചു. പെണ്ണുകാണാൻ പോലും ഞാൻ പോയിരുന്നില്ല. ഞങ്ങളുടെ ബന്ധത്തിലുള്ള കോലത്തു വയലിലെ ശാന്തയേയാണ് അവർ കണ്ടുവച്ചിരുന്നത്. അവർക്കും സമ്മത മായിരുന്നു. വിവാഹത്തിന്റെ അന്ന് രാവിലെ ഞാൻ ബീഡിക്കമ്പനിയി ലേക്കു പോയി. പതിനൊന്നു മണിയാകുമ്പോൾ അവിടെ നിന്നിറങ്ങി റജിസ്ട്രാഫീസിലേക്കു പോയി. അവിടെ എല്ലാവരും കാത്തുനിൽക്കു ന്നുണ്ടായിരുന്നു. വിവാഹം കഴിഞ്ഞു വീട്ടിലേക്കു മടങ്ങി. ചേട്ടന്റെ വക കുറച്ചുപേർക്കു സദ്യയൊരുക്കിയിരുന്നു. അതുകഴിഞ്ഞ് ഞാൻ വീണ്ടും ജോലിക്കു പോയി. അഞ്ചുപൈസ ചെലവില്ലാതെയാണു ഞാൻ വിവാഹം കഴിച്ചത്. റജിസ്ട്രേഷൻ ഫീസ് നൽകിയത് ചേട്ടനായിരുന്നു. 1975 മേയ് 29ന് ആയിരുന്നു എന്റെ വിവാഹം. ജൂൺ 25ന് രാത്രി അടിയന്തരാവസ്ഥ പ്രഖ്യാപിച്ചു. 27നു രാത്രി പൊലീസുകാർ എന്നെ തേടിയെത്തി. എസ്പി ഓഫീസിലേക്കു വിളിപ്പിക്കുന്നുണ്ടെന്നു പറഞ്ഞു. അന്നു ഭാര്യ അവളുടെ വീട്ടിലേക്കു പോയതായിരുന്നു. അമ്മ മാത്രമേ വീട്ടിലുണ്ടായിരുന്നുള്ളൂ. വാഹനം പോകുമ്പോൾ വഴിയിൽ നിന്നെല്ലാം ആളുകളെ കയറ്റുന്നുണ്ടാ യിരുന്നു. ക്രൈം ബ്രാഞ്ച് ഓഫീസിലേക്കാണു കൊണ്ടുപോയത്. സിപിഎം ഓഫിസിനടുത്തുള്ള പഴയൊരു വീടായിരുന്നു ക്രൈം ബ്രാഞ്ച് ഓഫീസ്. രാത്രി തന്നെ സെൻട്രൽ ജയിലേക്കു കൊണ്ടുപോയി. 194-ാം നമ്പറുകാരനായി ഞാൻ മിസ ആക്ട് പ്രകാരം ജയിലിലായി. കുറച്ചു ദിവസങ്ങൾകൊണ്ട് എല്ലാവരും ജയിലിലെത്തി. ഞങ്ങളുടെ പ്രവർത്ത കരും മറ്റുപാർട്ടിക്കാരുമെല്ലാമുണ്ടായിരുന്നു. കുന്നിക്കലും കെ. പി. നാരാ യണനുമൊക്കെയുണ്ട്. വായനയുടെയും രാഷ്ട്രീയ ചർച്ചകളുടെയും നാളു കളായിരുന്നു. എങ്കിലും ഞാൻ നക്സൽ സംഘത്തിനോട് അടുപ്പം കാണി ക്കാൻ പോയിരുന്നില്ല.

1977 മാർച്ചിൽ എന്നെ മോചിപ്പിച്ചു. എന്നാൽ ഗേറ്റിനടുത്തെത്തിയ പ്പോൾ വീണ്ടും അറസ്റ്റ് ചെയ്തു. 1971ലെ മിസ പ്രകാരമാണ് വീണ്ടും അറസ്റ്റ് ചെയ്തത്. പുതിയ നമ്പരാണു ലഭിച്ചത്. അങ്ങനെയാണു പുതിയ തടവുകാരനാണെന്നു എനിക്കു മനസ്സിലായത്. ജയിലിൽ എന്നോടപ്പ മുണ്ടായിരുന്ന മുൻ മന്ത്രി കെ. ചന്ദ്രശേഖരന് ഞാൻ എന്റെ രണ്ടാമത്തെ

അറസ്റ്റ് സംബന്ധിച്ച് എഴുതി. ജയിലിൽ നിന്നിറങ്ങുമ്പോൾ അദ്ദേഹം പറഞ്ഞിരുന്നു എന്തു നിയമപ്രശ്നമുണ്ടെങ്കിലും അറിയിക്കാൻ. അദ്ദേഹം മറുപടി നൽകിയതുപ്രകാരം ജയിൽ ഉപദേശക സമിതിക്ക് ഞാൻ അപേക്ഷ നൽകി. ഏപ്രിൽ 12ന് ബോർഡ് യോഗം ചേർന്നു. അന്ന് വൈകിട്ട് കെ.പി. ഗോപാലന് റിലീസ് എന്ന് ജയിലിലേക്ക് സന്ദേശം വന്നു. വിഷുവിന്റെ തലേദിവസമാണു ഞാൻ ജയിലിൽ നിന്നു പുറത്തിറങ്ങുന്നത്.

പുറത്തിറങ്ങി കുറച്ചുദിവസം കഴിഞ്ഞ് എം.വി.രാഘവൻ പറഞ്ഞയച്ച ഒരാൾ വീട്ടിൽ വന്നു. എന്നോടു പാർട്ടി ജില്ലാ ഓഫീസിലെത്താൻ പറഞ്ഞു. വീണ്ടും പാർട്ടിയിൽ പ്രവർത്തിക്കണമെന്നു പറഞ്ഞു. സിപിഎമ്മിൽ പ്രവർത്തിക്കാനുള്ള താത്പര്യം വച്ച് ഒരു സ്റ്റേറ്റ്മെന്റ് എഴുതിത്തരാൻ പറഞ്ഞു. 1977 ആഗസ്റ്റിൽ ഞാൻ എഴുതിയ സ്റ്റേറ്റ്മെന്റ് ദേശാഭിമാനിയിൽ പ്രസിദ്ധീകരിച്ചു. 78ൽ പാർട്ടി അംഗത്വം ലഭിച്ചു. ബീഡിത്തൊഴിലാളികൾക്കിടയിലും കർഷകത്തൊഴിലാളികൾക്കിടയിലും പ്രവർത്തിച്ചു. പിന്നീട് എംവിആർ സിഎംപി രൂപീകരിച്ചു പുറത്തുപോയപ്പോഴും ഞാൻ പാർട്ടിയിൽ തന്നെ ഉറച്ചുനിന്നു. സിഎംപിയിലേക്കു ക്ഷണമുണ്ടായിരുന്നു. പാർട്ടി വിട്ടുപോകാൻ പിന്നീട് എനിക്കു തോന്നിയില്ല. ഇപ്പോഴും പാർട്ടിയുടെ അടിയുറച്ച പ്രവർത്തകനായി തുടരുന്നു.

എട്ട്
കോങ്ങാട് കൊലപാതകം

"നാട്ടിലെ സ്വൈരജീവിതം തകർക്കാനും സ്വന്തം താത്പര്യത്തെ എന്തു ക്രൂരകൃത്യങ്ങളിലൂടെയും നിർവഹിക്കാനും യാതൊരു മടിയും കാണിക്കാത്ത സാമൂഹിക വിരുദ്ധനാണ് നിങ്ങൾ. നിസ്സാര കൂലിക്ക് തൊഴിലാളികളെ കഠിനമായി ജോലി ചെയ്യിക്കുന്നു. കൂലി ചോദിച്ച തൊഴിലാളികളെ ഗുണ്ടകളെ ഉപയോഗിച്ച് ഭീകരമായി പീഡിപ്പിക്കുന്നു. അല്പം കൂടുതൽകൂലി ചോദിച്ച ഒരു സ്ത്രീയെ മാറിടം അരിഞ്ഞ് പാതി ജീവനോടെ കുഴിച്ചുമൂടി. പെൺകുട്ടികളെ ബലമായി പിടിച്ചുകൊണ്ടുവന്ന് ലൈംഗികമായി ഉപയോഗിക്കുന്നു. മൂന്നു ഭാര്യമാരിൽ ഒരാളെ ലൈംഗിക വൈകൃതങ്ങൾക്കു വഴങ്ങാത്തതിനു ചവിട്ടിക്കൊന്നു. സ്വന്തം മകന് സ്വത്തിൽ ഭാഗം കൊടുക്കാതിരിക്കാൻ കൊന്നുകളഞ്ഞു.

ഈ സംഭവങ്ങളിലൂടെയും നാട്ടിലെ അനുഭവസ്ഥരായ പലരുടെയും പുറത്തുപറയാൻ മടിക്കുന്ന മൊഴികളിലൂടെയും ഞങ്ങൾക്കിത് ബോധ്യപ്പെട്ടിരിക്കുകയാണ്. ആകയാൽ ജനവിരുദ്ധനായ നിങ്ങളെ ഉന്മൂലന ശിക്ഷയ്ക്ക് വിധേയനാക്കാൻ അസന്ദിഗ്ധമായി തീരുമാനിച്ചിരിക്കുന്നു."

ചാക്കോ കുറ്റപത്രം വായിച്ചു. ആ പത്തൊൻപതുപേർക്കു മുന്നിൽ കോങ്ങാട് നാരായണൻകുട്ടിനായർക്ക് ഒന്നേ പറയാനുണ്ടായിരുന്നുള്ളൂ. എന്തുവേണമെങ്കിലും തരാം, കൊല്ലരുത്. പക്ഷേ, ശിക്ഷ വിധിച്ച അവർക്കുമുന്നിൽ ആ കണ്ണീരിന് ഒരർഥവുമുണ്ടായിരുന്നില്ല. കാരണം കുറ്റപത്രത്തിൽ പറഞ്ഞതിനേക്കാൾ എത്രയോ മടങ്ങായിരുന്നു അദ്ദേഹം കാട്ടിക്കൂട്ടിയത്. അതെല്ലാം കൃത്യമായി പഠിച്ച ശേഷമായിരുന്നു നാരായണൻകുട്ടി നായരെ കൊല്ലാൻ തീരുമാനിച്ചത്– 1970 ജൂലൈ 30ന് രാത്രി ഒൻപതിനായിരുന്നു പാലക്കാട് ജില്ലയിലെ നക്സൽ ആക്ഷൻ അരങ്ങേറിയത്. നാരായണൻകുട്ടി നായരുടെ ജ്യേഷ്ഠൻ ചിന്നുക്കുട്ടിനായരുടെ ഒന്നാം ശ്രാദ്ധദിനത്തിലായിരുന്നു സുകുമാരൻ എന്ന കമാൻഡറുടെയും മുണ്ടൂർ രാവുണ്ണിയെന്ന പൊളിറ്റിക്കൽ കമ്മിസാറിന്റെയും നേതൃത്വത്തിൽ 19 പേരടങ്ങുന്ന സംഘം നാരായണൻകുട്ടി നായരെ തലവെട്ടിയെടുത്ത് വീട്ടിലേക്കുള്ള വഴിയിലെ കൽപ്പടവിൽ വച്ച് നക്സലൈറ്റ് ഉൻമൂലനം നടപ്പാക്കിയത്.

"സായുധവിപ്ലവത്തിലൂടെ രാഷ്ട്രീയാധികാരം എന്ന ചാരുമജുംദാറുടെ സിദ്ധാന്തം പ്രാവർത്തികമാക്കാനായിരുന്നു ഞങ്ങളുടെ തൃശൂരിൽ ചേർന്ന ആദ്യയോഗത്തിലെ തീരുമാനം. ഗറില്ലാ സമരത്തിന്റെ ആരംഭവും വർഗസമരത്തിന്റെ ഉയർന്ന രൂപവുമാണ് ഉന്മൂലനം എന്ന് മജുംദാർ കൃത്യമായി പറയുന്നുണ്ട്. വർഗസമരം നടക്കുമ്പോൾ ഉന്മൂലനം സംഭവിക്കും. എന്നാൽ അതായിരിക്കരുത് വിപ്ലവകാരികളുടെ ലക്ഷ്യം. പക്ഷേ, വെള്ളത്തൂവൽ സ്റ്റീഫനെ പോലെയുള്ളവർ ഉന്മൂലനത്തിനു മാത്രം പ്രാധാന്യം കൊടുത്തതോടെ മജുംദാറുടെ ആശയത്തിൽ നിന്നു കേരളത്തിലെ നക്സലൈറ്റുകൾ വ്യതിചലിച്ചു"- കോങ്ങാട് ആക്ഷനിലെ പൊളിറ്റിക്കൽ കമ്മീസാറായിരുന്ന മുണ്ടൂർ രാവുണ്ണി അന്നത്തെ സംഭവത്തെ വിലയിരുത്തിക്കൊണ്ട് പറഞ്ഞുതുടങ്ങുന്നു.

ഒരു ഉറച്ച കമ്യൂണിസ്റ്റുകാരനായിരുന്നു മുണ്ടൂർ രാവുണ്ണി. എന്നാൽ പാർട്ടിയിൽ നിന്നുണ്ടായ ചില മോശം അനുഭവങ്ങളെ തുടർന്ന് അദ്ദേഹം സാധാരണക്കാർക്ക് നീതി ലഭ്യമാക്കുന്ന എന്ന ആശയത്തിൽ മാത്രം ഉറച്ചുനിന്നുകൊണ്ട് വിപ്ലവപാതയിലേക്കു തിരിയുകയായിരുന്നു. അന്നത്തെ ആ വിശ്വാസം തന്നെയാണ് അദ്ദേഹത്തിന് ഇപ്പോഴുമുള്ളത്. പെറ്റിബൂർഷ്വാ കാല്പനിക പ്രയോഗമായി നക്സലിസം മാറിപ്പോയെന്ന് വിശ്വസിക്കുമ്പോഴും സാധാരണക്കാരന്റെ നീതി നിഷേധിക്കുമ്പോഴെല്ലാം രാവുണ്ണി സമരമാർഗ്ഗത്തിൽ പ്രത്യക്ഷപ്പെടാറുണ്ട്.

എ.കെ.ജിയുടെ വലംകൈ

കമ്യൂണിസ്റ്റുകാർ വീട്ടിൽ ഒളിവിൽ കഴിയാൻ വരുന്നതുകണ്ടാണ് രാവുണ്ണി വളർന്നത്. മുത്തച്ഛൻ (രാവുണ്ണി)ന്റെ വീട്ടിലെ ഒരു മുറി മാറ്റി വച്ചത് ഒളിവിൽ കഴിയാൻ വരുന്നവർക്കു വേണ്ടിയായിരുന്നു. മുത്തച്ഛൻ കമ്യൂണിസ്റ്റുകാരനായിരുന്നില്ല. ജന്മിയായിരുന്നു. എന്നാൽ കുടിയാന്മാരോടെല്ലാം അനുഭാവമുള്ള ആളായിരുന്നു. എ.കെ.ജിയാണ് ആദ്യം കാണുന്ന വലിയ നേതാവ്. 1953ൽ റഷ്യാ സന്ദർശനത്തിനു ശേഷം നാട്ടിലെത്തിയ അദ്ദേഹത്തിന് ഒറ്റത്തേക്കിൽ നൽകിയ സ്വീകരണത്തിൽ രാവുണ്ണിയും പങ്കെടുത്തു. സ്കൂളിൽ പഠിക്കുമ്പോൾ തന്നെ രാഷ്ട്രീയം തലയ്ക്കു പിടിച്ചിരുന്നു. കോട്ടായി ഹൈസ്കൂളിൽ പത്താംക്ലാസിൽ പഠിക്കുമ്പോൾ 57ലെ തിരഞ്ഞെടുപ്പ് നടക്കുന്നത്. മുഴുവൻ സമയ രാഷ്ട്രീയ പ്രവർത്തകനായപ്പോൾ വിവരം അച്ഛന്റെ ചെവിയിലെത്തി. വീട്ടിൽ പ്രശ്നമായപ്പോൾ പത്താംക്ലാസ് പരീക്ഷ എഴുതാതെ നാടുവിട്ടു. ചെന്നെത്തിയത് മദ്രാസിൽ. അച്ഛന്റെ ബന്ധത്തിലെ ഒരു വക്കീലിനടുത്തേക്കായിരുന്നു പോയതെങ്കിലും കമ്യൂണിസ്റ്റ് പാർട്ടിയുടെ ഓഫീസായിരുന്നു അഭയകേന്ദ്രം. അവിടെയും രാഷ്ട്രീയം തുടർന്നു. പിന്നീട് മദ്രാസ് ഇലക്ട്രിസിറ്റി ഓഫീസിൽ ജോലി ലഭിച്ചു. അവിടെയും രാഷ്ട്രീയം. പെട്ടെന്നു തന്നെ മദ്രാസ് ഇലക്ട്രിസിറ്റി വർക്കേഴ്സ് യൂണിയൻ അസി. സെക്രട്ടറിയായി. എന്നാൽ അധികകാലം ജോലിയിൽ തുടരാൻ കഴിഞ്ഞില്ല. മൂന്നാം

രാവുണ്ണി

വർഷം പിരിച്ചുവിടപ്പെട്ടു. കോൺഫിഡൻഷ്യൽ ഫയലിൽ സൂക്ഷിക്കാൻ ഏല്പിച്ചിരുന്ന ഡിവിഷനൽ എൻജിനീയറുടെ ഒരു കത്ത് കാണാതായ തായിരുന്നു പ്രശ്നം. അസി. എൻജിനീയർ ആ കത്ത് ചോദിച്ചപ്പോൾ എവിടെയാണെന്ന് അറിയില്ലെന്നു പറഞ്ഞു. എൻജിനീയർ ഫയൽ മുഖ ത്തേക്കെറിഞ്ഞപ്പോൾ അതേവേഗത്തിൽ അത് അദ്ദേഹത്തിന്റെ മുഖ ത്തേക്കു തിരിച്ചെറിഞ്ഞു. അതോടെയാണു ജോലിയിൽ നിന്നു പിരിച്ചു വിടപ്പെട്ടത്.

പിന്നീട് സജീവ പാർട്ടി പ്രവർത്തകനായി. ഇന്ത്യാ- ചൈന യുദ്ധ കാലത്താണ് ആശയസംഘർഷം ആരംഭിക്കുന്നത്. ഈ സമയത്താണ് രാവുണ്ണിയെ കാണാൻ പാർട്ടി കേന്ദ്ര കമ്മിറ്റിയംഗം വി.രാമദാസ് എത്തു ന്നത്. ഒരു യഥാർഥ കമ്യൂണിസ്റ്റ് പാർട്ടി കെട്ടിപ്പടുക്കുകയായിരുന്നു ലക്ഷ്യം. ആന്ധ്രയിലും പഞ്ചാബിലും ബംഗാളിലുമെല്ലാം അത്തരം പ്രവർത്തനം തുടങ്ങിക്കഴിഞ്ഞിരുന്നു. അതോടെ ചിന്തയെല്ലാം ആ വഴി ക്കായി. കോമ്രേഡ് എന്ന പേരിലൊരു പത്രം തുടങ്ങാൻ തീരുമാനി ച്ചെങ്കിലും നടന്നില്ല. ഈ സമയത്ത് പാർട്ടിയിൽ നിന്ന് ഒരു ജോലി ഓഫർ വന്നു. സോവിയറ്റ് പ്രസിദ്ധീകരണങ്ങൾ ദക്ഷിണേന്ത്യൻ ഭാഷകളിലേക്കു വിവർത്തനം ചെയ്ത് പ്രസിദ്ധീകരിക്കാൻ മദ്രാസിൽ ഓഫീസ് തുറന്ന പ്പോൾ അവിടെ അസി. എഡിറ്ററായി ജോലി ചെയ്യുക. 200 രൂപ ശമ്പളം. ഒരു വർഷം അവിടെ ജോലി ചെയ്തു.

1963ൽ എ.കെ.ജി മദ്രാസിൽ വന്നപ്പോൾ രാവുണ്ണിയെ ആളയച്ചു വിളി പ്പിച്ചു. എന്നാൽ അദ്ദേഹം കാണാൻ പോയില്ല. എ.കെ.ജിയുടെ ചൈ നീസ് വിരുദ്ധ പരാമർശം കത്തിനിൽക്കുന്ന സമയമായിരുന്നു. പ്രതിപക്ഷ നേതാവായിരുന്ന എ.കെ.ജി സർക്കാരിന്റെ ചൈനീസ് വിരുദ്ധ നിലപാടിനെ അനുകൂലിച്ചും ചൈനയെ വിമർശിച്ചും പ്രസ്താവനയിറക്കി. എന്നാൽ കമ്യൂണിസ്റ്റ് നേതാവായ പ്രതിപക്ഷ നേതാവ് നടത്തിയ പ്രസ്താവന യ്ക്ക് സർക്കാർ അമിത പ്രാധാന്യം നൽകി. എ.കെ.ജി അറിയാതെ പെട്ടു പോയി എന്നു തന്നെ പറയാം. അതുകൊണ്ടായിരുന്നു അദ്ദേഹത്തെ കാണാൻ രാവുണ്ണി പോകാതിരുന്നത്. തന്റെ തെറ്റ് ബോധ്യപ്പെട്ടെന്നും ആ പാപം കഴുകിക്കളയണമെന്നും പറഞ്ഞ് എ.കെ.ജിയുടെ കത്ത് വീണ്ടും വന്നു. സമാന്തര പ്രവർത്തനത്തിന് എ.കെ.ജിയുടെ സർവ പിന്തു ണയും ലഭിച്ചു. കൊൽക്കത്തയിൽ നടന്ന സമാന്തര ഗ്രൂപ്പ് റാലിയിൽ പാർട്ടിയുടെ എതിർപ്പു മാനിക്കാതെ എ.കെ.ജി പങ്കെടുത്തു. എ.കെ.ജി നൽകുന്ന മേൽവിലാസത്തിലെല്ലാം തങ്ങളുടെ രഹസ്യ പ്രസിദ്ധീകര ണങ്ങൾ അയച്ചുകൊടുത്തിരുന്നത് രാവുണ്ണിയായിരുന്നു. വിമത പ്രവർ ത്തനത്തിന് എ.കെ.ജിക്കെതിരെ പാർട്ടി അന്വേഷണം തുടങ്ങി. എച്ച്.വി. ഘാട്ടെ, പി.നാരായണൻനായർ, ഡോ.ജി. അധികാരി എന്നിവരടങ്ങുന്ന കൺട്രോൾ കമ്മീഷൻ ആയിരുന്നു അന്വേഷിച്ചിരുന്നത്. കമ്മീഷന്റെ മുന്നി ലേക്ക് രാവുണ്ണിയേയും വിളിപ്പിച്ചു. എ.കെ.ജിയുടെ നിർദേശാനുസരണം

രാവുണ്ണി എഴുതിയ കത്തുകൾ അവർ കാണിച്ചു. അതോടെ സമാന്തര പ്രവർത്തനത്തിൽ പങ്കെടുത്തകാര്യം പാർട്ടിക്കു ബോധ്യം വന്നു. 63 ഏപ്രിലിൽ ആ മാസത്തെ ശമ്പളവും നൽകി സോവിയറ്റ് ലാൻഡ് പ്രസിദ്ധീകരണത്തിൽ നിന്നു പിരിച്ചുവിട്ടു.

ഈ സമയത്താണ് തമിഴ്നാട് സംസ്ഥാനകമ്മിറ്റിയംഗം എൽ. അപ്പു, എഴുത്തുകാരൻ ചോല എന്നിവർ കാണാൻ വരുന്നത്. ഒരു പത്രം തുടങ്ങണം. അങ്ങനെ മൂന്നുപേരും ചേർന്ന് തീപ്പൊരി എന്നൊരു പത്രം തുടങ്ങാൻ തീരുമാനിച്ചു. അപ്പോഴാണ് അറിയുന്നത് അതേ പേരിൽ വേറെയൊരാൾ രജിസ്ട്രേഷൻ എടുത്തിട്ടുണ്ട്. അയാളെ പോയി കണ്ടു. പക്ഷേ തീപ്പൊരി എന്ന ടൈറ്റിൽ അദ്ദേഹം കൈമാറാൻ തയ്യാറായില്ല. അവിടെ വച്ചാണ് തീക്കതിർ എന്ന പേരു സ്വീകരിക്കുന്നത്. അതിന്റെ സ്ഥാപക എഡിറ്റർമാരിൽ ഒരാളായി.

സമാന ചിന്താഗതിക്കാർ അത്തരത്തിലുള്ള പ്രസിദ്ധീകരണങ്ങൾ മറ്റു സംസ്ഥാനങ്ങളിലും ആരംഭിച്ചു കഴിഞ്ഞിരുന്നു. ബംഗാളിൽ ഗണശക്തി, കേരളത്തിൽ ചിന്ത, ആന്ധ്രയിൽ ജനശക്തി എന്നിവയായിരുന്നു അവ. പാർട്ടിയിലെ ഭിന്നിപ്പ് തടയാൻ ഐക്യത്തിന്റെ ഫോർമുല വന്നപ്പോൾ തീക്കതിർ പ്രസിദ്ധീകരണം നിർത്താൻ ആവശ്യപ്പെട്ടു. എന്നാൽ രാവുണ്ണി അതിനു തയ്യാറായില്ല. അദ്ദേഹം പത്രാധിപരുടെ സ്ഥാനം ഏറ്റെടുത്തു. 64ൽ പാർട്ടി പിളർന്നപ്പോൾ തീക്കതിർ സിപിഎമ്മിന്റെ ഔദ്യോഗിക പത്രമായി. പിന്നീടാണ് ചൈനീസ് ചാരന്മാർ എന്ന മുദ്രകുത്തി പ്രധാനപ്പെട്ടവരെല്ലാം അറസ്റ്റിലാകുന്നത്. 64ൽ അറസ്റ്റിലായ രാവുണ്ണി പുറത്തു വരുന്നത് 66ൽ ആണ്. തീക്കതിർ മുന്നോട്ടുകൊണ്ടുപോകാൻ ബുദ്ധിമുട്ടായപ്പോൾ പത്രാധിപരുടെ സ്ഥാനം രാജിവച്ച്, പത്രത്തിന്റെ റൈറ്റ് പാർട്ടിക്കു കൊടുത്തു.

വിപ്ലവ പ്രവർത്തനത്തിൽ എ.കെ.ജിയെ പിൻതാങ്ങിയ സമയത്ത് ഇമ്പിച്ചിബാവയും കൂടെയുണ്ടായിരുന്നു. 1967ലെ തിരഞ്ഞെടുപ്പിൽ ഇമ്പിച്ചിബാവ മണ്ണാർക്കാട് മൽസരിച്ചപ്പോൾ പാർട്ടിപ്രവർത്തനത്തിനായി അദ്ദേഹത്തെ ക്ഷണിച്ചു. എ.കെ.ജിയും ആവശ്യപ്പെട്ടത് കേരളത്തിലേക്കു തിരിച്ചുവരാനായിരുന്നു. തിരഞ്ഞെടുപ്പ് പ്രചാരണത്തിൽ അധികദിവസം പ്രസംഗിക്കാൻ സാധിച്ചില്ല. ജില്ലാ കമ്മിറ്റി ഇടപെട്ട് രാവുണ്ണിയെ പങ്കെടുപ്പിക്കുന്നതിൽ നിന്നു വിലക്കി. പാർട്ടി നിലപാടിനെതിരെ സംസാരിച്ചു എന്നതായിരുന്നു ആരോപണം. തുടർന്ന് അദ്ദേഹം തീക്കതിർ റിപ്പോർട്ടറായി തിരുവനന്തപുരത്തെത്തി. അപ്പോഴേക്കും സുഹൃത്ത് ഇമ്പിച്ചിബാവ ജയിൽമന്ത്രിയായിരുന്നു. തീക്കതിരിന്റെ അവകാശം പാർട്ടി എഴുതിവാങ്ങിയതിനെതിരെ സുന്ദരയ്യയ്ക്ക് എഴുതാൻ തീരുമാനിച്ചപ്പോൾ അക്കാര്യം എ.കെ.ജിയെ അറിയിച്ചു. പക്ഷേ, ആ കൂടിക്കാഴ്ച രണ്ടുപേരുടെയും അകൽച്ചയിലാണ് അവസാനിച്ചത്.

“പാർട്ടി സംഘടനയാണ്. പാർട്ടിയെടുക്കുന്ന തീരുമാനം അനുസരിക്കണം”- എന്നായിരുന്നു എ.കെ.ജിയുടെ നിലപാട്.

പാർട്ടി പറഞ്ഞത് അനുസരിച്ചിരുന്നെങ്കിൽ 64ൽ പിളരേണ്ടിയിരുന്നില്ലല്ലോ എന്ന് രാവുണ്ണിയും പറഞ്ഞു. വിപ്ലവം പറഞ്ഞ ഇമ്പിച്ചിബാവ മന്ത്രിയായി. എ.കെ.ജി എംപിയാണ്, നാളെ സുശീലയും എംപിയാകും. എന്നെ ചിലപ്പോൾ നിങ്ങൾ എംഎൽഎയാക്കുമായിരിക്കും, അതിന് എനിക്കു കേരളത്തിലേക്കു വരേണ്ടിയിരുന്നില്ല, പാർട്ടി പറയുന്നതുകേട്ട് തമിഴ്നാട്ടിൽ തന്നെ നിന്നാമതിയായിരുന്നു എന്ന് രാവുണ്ണി തുറന്നടിച്ചു.

“എന്നാൽ വാരിക്കുന്തവുമായി പൊയ്ക്കോ” എന്ന് എ.കെ.ജി പറഞ്ഞു. ഇത് അറുപതിലേ പറഞ്ഞിരുന്നെങ്കിൽ മനസ്സിലാക്കാമായിരുന്നു, ഇപ്പോൾ പറയുന്നതിൽ അർഥമില്ലെന്നു പറഞ്ഞ് രാവുണ്ണി ഇറങ്ങിപ്പോന്നു.

വിപ്ലവ പാതയിലേക്ക്

ഇനി നേതാക്കന്മാരെ കാത്തിരുന്നിട്ടു കാര്യമില്ലെന്ന് രാവുണ്ണിക്ക് ബോധ്യമായി. പാലക്കാട് കേന്ദ്രീകരിച്ചു പ്രവർത്തനം ശക്തമാക്കാമെന്നു തീരുമാനിച്ച സമയത്താണു ഭക്ഷ്യക്ഷാമമുണ്ടാകുന്നത്. ജന്മിമാർ പൂഴ്ത്തിവച്ച നെല്ലു പിടിച്ചെടുത്ത് രാവുണ്ണിയുടെ നേതൃത്വത്തിൽ പാവപ്പെട്ടവർക്കു വിതരണം ചെയ്യാൻ തുടങ്ങി. ഒരു രൂപയ്ക്ക് രണ്ടിടങ്ങഴി അരിയാണു നൽകുക. പെട്ടെന്നു തന്നെ സമരം ആളിപ്പടർന്നു. സമരം ഏറ്റവും ദോഷം ചെയ്തത് സിപിഎമ്മിനായിരുന്നു. കാരണം പാർട്ടിക്കാരായ പലരും പൂഴ്ത്തിവയ്പുകാരിൽ ഉണ്ടായിരുന്നു. സിപിഎമ്മിനെ ശരിക്കും പ്രതിരോധത്തിലാക്കിയ സംഭവമായി മാറി. സമരത്തിന് എ.കെ.ജിയുടെ പിന്തുണയും ലഭിച്ചു. ജനങ്ങൾ രംഗത്തിറങ്ങണമെന്ന അദ്ദേഹത്തിന്റെ ആഹ്വാനം വന്നതോടെ സമരത്തിൽ ഇടപെടാതിരിക്കാൻ പാർട്ടിക്കാവാത്ത സ്ഥിതിയായി. ഒടുവിൽ സർക്കാർ തന്നെ മുൻകൈ എടുത്ത് ജനകീയ കമ്മിറ്റിയുണ്ടാക്കി അരിയെത്തിച്ചു നൽകി.

ഘരാവോ ആദ്യമായി കേരളത്തിൽ നടപ്പാക്കിയത് ഞങ്ങളായിരുന്നു. അരി പൂഴ്ത്തിവച്ച മില്ല് ഞങ്ങൾ വളഞ്ഞു. കർഷകത്തൊഴിലാളികളായിരുന്നു കൂടെയുണ്ടായിരുന്നത്. മില്ലുടമ തമിഴ്നാട്ടിൽ നിന്നു ഗുണ്ടകളെ കൊണ്ടുവന്നു. ആയുധമേന്തിയ കർഷകത്തൊഴിലാളികൾക്കു മുൻപിൽ ഗുണ്ടകൾക്ക് ഒന്നും ചെയ്യാൻ കഴിയുമായിരുന്നില്ല. മില്ലിനകത്തേക്ക് ഭക്ഷണം പോലും കൊണ്ടുപോകാൻ അനുവദിച്ചില്ല. 21 മണിക്കൂർ നീണ്ട സമരത്തിനൊടുവിൽ മില്ലുടമ ചർച്ചയ്ക്കു തയ്യാറായി. ഇതൊന്നും പാർട്ടി നേതൃത്വത്തിന് ഇഷ്ടമായിരുന്നില്ല.

ബംഗാളിലെ നക്സൽബാരി സമരത്തെക്കുറിച്ച് അറിഞ്ഞതോടെ അതിന്റെയൊരു അലയൊലി ഇവിടെയുമുണ്ടായി. ആദ്യമായി നക്സൽബാരി കർഷക സഹായ സമിതി രൂപീകരിച്ചു. തുടർന്നാണു കുന്നിക്കൽ

നാരായണനുമായി ബന്ധം ശക്തമാകുന്നത്. കുന്നിക്കലിനെ മുൻപേ തന്നെ പരിചയമുണ്ടായിരുന്നു. മദ്രാസിലൊക്കെ അദ്ദേഹം വന്നപ്പോൾ കണ്ടിരുന്നു. ചൈനീസ് റേഡിയോയയിൽ ഇന്ത്യൻ ചക്രവാളത്തിൽ വസന്തത്തിന്റെ ഇടിമുഴക്കം പ്രക്ഷേപണം ചെയ്തപ്പോൾ അതുകേട്ട് മലയാളത്തിലേക്കു മൊഴിമാറ്റി അച്ചടിച്ചു വിതരണം ചെയ്തത് രാവുണ്ണിയുടെ നേതൃത്വത്തിലായിരുന്നു.

കോഴിക്കോട്ടെ ഗ്രൂപ്പുമായി പ്രവർത്തനം ഊർജിതമാക്കിയതോടെ സിപിഎം നിലപാടും ശക്തമാക്കി. മുണ്ടൂരിൽ പാർട്ടിയിലെ ഭൂരിഭാഗം പേരും രാവുണ്ണിക്കൊപ്പം നിന്നു

എന്റെ ജീവിതത്തിൽ പുതിയൊരു പ്രവർത്തനമേഖല തുറക്കുകയായിരുന്നു- പാലക്കാട്ട് നക്സൽ പ്രവർത്തനത്തിനു നേതൃത്വം നൽകാനുണ്ടായ കാര്യങ്ങളെക്കുറിച്ച് രാവുണ്ണി തന്നെ വിശദീകരിക്കുന്നു.

വിക്ടോറിയ കോളജിലെ വിദ്യാർഥികളെ കെ.എസ്.എഫിൽ നിന്ന് ഒന്നടങ്കം അടർത്തി നക്സലൈറ്റ് അനുഭാവികളാക്കിക്കൊണ്ടാണ് ഞങ്ങൾ തിരിച്ചടി നൽകിയത്. കർഷകത്തൊഴിലാളികളെയും ചെത്തുതൊഴിലാളികളെയും തരിശുഭൂമി കർഷകരെയും സംഘടിപ്പിച്ചു. മാവോ സാഹിത്യവുമായി വിദ്യാർഥികൾ നാട്ടിൻപുറങ്ങളിലേക്കു സഞ്ചരിച്ചു.

അഖിലേന്ത്യാ കോ-ഓർഡിനേഷൻ കമ്മിറ്റിയുടെ ആഹ്വാന പ്രകാരം കേരളത്തിൽ സംസ്ഥാന കമ്മിറ്റി നിലവിൽ വന്നു. കുന്നിക്കലിനൊപ്പം ഞാൻ, കെ.പി. നാരായണൻ, ഫിലിപ്പ് എം. പ്രസാദ് എന്നിവരൊക്കെയാണുണ്ടായിരുന്നത്.

കോഴിക്കോട്, കണ്ണൂർ ജില്ലയിലുള്ളവർ കേരളത്തിലെ ആദ്യ നക്സലൈറ്റ് ആക്ഷൻ നടത്താനുള്ള ഒരുക്കത്തിലായിരുന്നു. കണ്ണൂരിലെ ബീഡിത്തൊഴിലാളികളെയും വയനാട്ടിലെ കുടിയേറ്റ കർഷകരെയും ഉൾപ്പെടുത്തിയൊരു സമരമാണ് കുന്നിക്കലിന്റെ നേതൃത്വത്തിൽ തീരുമാനിച്ചത്. അതിന്റെ ആദ്യയോഗം കോഴിക്കോട്ടു വച്ചു നടന്നു. അതിൽ ഞങ്ങൾ പാലക്കാട്ടുകാർ പങ്കെടുത്തിരുന്നില്ല. കുന്നിക്കലും ഫിലിപ്പും അഖിലേന്ത്യാ കോ-ഓർഡിനേഷൻ കമ്മിറ്റിയുടെ രണ്ടാമത്തെ യോഗത്തിൽ നിന്നു തെറ്റിപ്പിരിഞ്ഞുപോന്ന സമയമായിരുന്നു. കേരളത്തിൽ ശക്തികാട്ടിക്കൊടുക്കാനുള്ള തിടുക്കത്തിലായിരുന്നു അവർ.

കുന്നിക്കലും ഫിലിപ്പും പാലക്കാട്ടുള്ളവരെ പങ്കെടുപ്പിച്ച് ഒരു യോഗം വിളിച്ചു. അതിൽ വിദ്യാർഥികളടക്കം 22 പേരാണു പങ്കെടുത്തത്. മാവോ പറഞ്ഞതുപോലെ ആക്ഷനുള്ള താവളപ്രദേശങ്ങൾ ഒരുക്കിക്കഴിഞ്ഞു. ബീഡിത്തൊഴിലാളികളും കുടിയേറ്റ കർഷകരും കലാപത്തിനു തയ്യാറാണ്. നമ്മൾ എന്തു ചെയ്യണമെന്ന് കുന്നിക്കൽ ചോദിച്ചു. ഞാൻ എതിർപ്പ് വ്യക്തമാക്കി. എങ്കിലും കലാപത്തിൽ പങ്കെടുക്കാമെന്ന് ഉറപ്പു നൽകി.

വിപ്ലവത്തിൽ പങ്കെടുക്കാൻ ഞങ്ങൾ പോകാൻ തീരുമാനിച്ച ദിവസം. പാലക്കാട് വിക്ടോറിയ കോളജിൽ ഞങ്ങൾ ഒത്തുചേർന്നു. ഞങ്ങളോടൊപ്പം പോരാൻ പറ്റാത്തതിൽ ചില വിദ്യാർഥികൾ കരയുന്നുണ്ടായിരുന്നു. വിപ്ലവമുന്നേറ്റത്തിൽ വിജയിച്ചു തിരിച്ചുവരും എന്നു പറഞ്ഞ് യാത്രയായി. പക്ഷേ, നാന്നൂറോളം പേർ പങ്കെടുത്ത തലശേരി പൊലീസ് സ്റ്റേഷൻ ആക്രമണം വൻ പരാജയമായി. കാന്തലോട്ട് കരുണനൊക്കെ അവസാനനിമിഷം പിന്മാറി. സിപിഎമ്മിൽ നിന്നു വിട്ടുവന്ന കാന്തലോട്ടിനെയൊക്കെ ഉൾപ്പെടുത്തിയായിരുന്നു റവല്യൂഷണറി കൗൺസിൽ രൂപീകരിച്ചിരുന്നത്. ഇയാളായിരുന്നു ഞങ്ങളുടെ നാലാം ബറ്റാലിയന്റെ കമാൻഡന്റ്. ഏതു സമയവും പൊലീസ് അറ്റാക്കുണ്ടാകുമെന്നുപറഞ്ഞ് അയാൾ രാത്രി മുഴുവൻ അനിശ്ചിതാവസ്ഥയുണ്ടാക്കിയിരുന്നു. സ്റ്റേഷൻ ആക്രമണം തുടങ്ങി അല്പം കഴിഞ്ഞപ്പോഴേക്കും പശു ഓടുന്ന ശബ്ദം കേട്ട് മിക്കവരും ഓടി രക്ഷപ്പെട്ടു. അവസാന നിമിഷം വരെ ഞങ്ങൾ കുറച്ചുപേർ മാത്രമേ കുന്നിക്കലിനൊപ്പമുണ്ടായിരുന്നുള്ളൂ.

നാട്ടിൻപുറത്തു കേന്ദ്രീകരിക്കാതെ, ജനങ്ങളെ സംഘടിപ്പിക്കാതെ, ആശയ പ്രചാരണം നടത്താതെ ആസൂത്രണം ചെയ്ത ആ പെറ്റി ബൂർഷ്വാ റൊമാന്റിക് ആക്ഷൻ പരാജമായി. വിപ്ലവത്തിന്റെ വലിയൊരു സാധ്യതയാണ് ഇല്ലാതാക്കിയത്. ആക്ഷനു ശേഷം പലരും നിഷ്ക്രിയരായി.

ഈ ആക്ഷനു ശേഷമാണ് ചാരുമജുംദാർ കേരളത്തിൽ രഹസ്യ സന്ദർശനം നടത്തുന്നത്. തമിഴ്നാട്ടിൽ നിന്നായിരുന്നു ഇങ്ങോട്ടു വന്നത്. അവിടെയുള്ള പ്രവർത്തകർ സി.എമ്മിനോട് എന്നെ കാണണമെന്നു പറഞ്ഞിരുന്നു. അമ്പാടി ശങ്കരൻകുട്ടി മേനോനായിരുന്നല്ലോ സി.എമ്മിനൊപ്പം അന്നുണ്ടായിരുന്നത്. ഞങ്ങളെയൊന്നും ഒറ്റപ്പാലത്തെ ക്യാംപിൽ പങ്കെടുപ്പിക്കരുതെന്ന് അദ്ദേഹം നിർദേശം നൽകിയിരുന്നു. മാണിയൻ നായർക്ക് എഴുതിയ കത്തിൽ സി.എം. വരുന്ന കാര്യം രാവുണ്ണി അറിയാതിരിക്കാൻ ശ്രദ്ധിക്കണം, ആൾ അപകടകാരിയാണ് എന്നാണുണ്ടായിരുന്നത്. വിവരമറിഞ്ഞ് ഞങ്ങൾ 25 പേർ ആ ക്യാമ്പിൽ പങ്കെടുക്കാൻ നേരത്തെ തന്നെ എത്തി. കേരളത്തിൽ കുന്നിക്കലിനുള്ള പ്രാധാന്യവും അദ്ദേഹവുമായുള്ള അകൽച്ച ഒഴിവാക്കി ചർച്ചയ്ക്കു തയ്യാറാകണമെന്നും ഞാൻ യോഗത്തിൽ ആവശ്യപ്പെട്ടു. അതിനു സി.എം. തയ്യാറായിരുന്നു. എന്നാൽ ജയിലിലായിരുന്ന കുന്നിക്കൽ ഒരു കൂടിക്കാഴ്ചയ്ക്ക് തയ്യാറായില്ല.

മജുംദാറിന് വർഗീസുമായി ചർച്ച നടത്തണമെന്നുണ്ടായിരുന്നു. എന്നാൽ അമ്പാടി കൂടെയുള്ളതിനാൽ വർഗീസ് കൂടിക്കാഴ്ചയ്ക്കു തയ്യാറായില്ല. അങ്ങനെ സി.എമ്മിന്റെ ആദ്യ സന്ദർശനം കാര്യമായ നേട്ടമുണ്ടാക്കാതെ പോയി. അമ്പാടി കൂടെയുള്ളതുകൊണ്ടായിരുന്നു കാരണം. അദ്ദേഹത്തെ വിശ്വാസത്തിലെടുക്കാൻ ആർക്കും ധൈര്യമുണ്ടായിരുന്നില്ല.

പിന്നീടാണ് വർഗീസും കുന്നിക്കൽ ഗ്രൂപ്പിൽ നിന്നു തെറ്റിപ്പോന്ന വാസുവും സ്റ്റീഫനുമെല്ലാം ചേർന്ന് തൃശൂരിൽ യോഗം ചേർന്ന് പുനഃസംഘടനയെക്കുറിച്ച് ചർച്ച ചെയ്യുന്നത്. ആ യോഗത്തിലാണ് തൃശിലേരി-തിരുനെല്ലി ആക്ഷനുകളെക്കുറിച്ചു ചർച്ച വരുന്നത്. പാലക്കാട് ഒരു ആക്ഷൻ നടത്താൻ ഞങ്ങളും ഒരുങ്ങി. വയനാട്ടിലെ ആക്ഷനു ശേഷം വർഗീസ് കൊല്ലപ്പെട്ടു.

വീണ്ടും പുനഃസംഘടനയുടെ ആവശ്യം വന്നു. അന്ന് പാർട്ടി എന്ന ആശയമൊന്നുമില്ലായിരുന്നു. അതുണ്ടാക്കാനായിരുന്നു ഞങ്ങളെല്ലാം ശ്രമിച്ചത്. എന്നാൽ സി.പി.എമ്മിനോടുള്ള അതൃപ്തി മൂർച്ഛിച്ച് ഉടൻ വിപ്ലവം എന്നായിരുന്നു ഭൂരിപക്ഷം പേരുടെയും അഭിപ്രായം. സ്റ്റീഫനൊക്കയായിരുന്നു ആക്ഷനുവേണ്ടി ശക്തമായി വാദിച്ചത്.

സംസ്ഥാനതലത്തിൽ ഏകോപനത്തിനു സാധ്യത കുറവായിരുന്നു. ആക്ഷൻ കമ്മിറ്റികളായി അധഃപതിച്ചിരിക്കുകയായിരുന്നു എല്ലായിടത്തും. അസഹിഷ്ണുത സഹിഷ്ണുതയെ മറികടക്കുന്നു. ആർക്കും കാത്തുനിൽക്കാൻ വയ്യ. പാർട്ടി കെട്ടിപ്പടുക്കലോ പുനഃസംഘടനയോ പത്രം നടത്തിപ്പോ അല്ല വേണ്ടിയിരുന്നത്, കലാപം ചെയ്യലായിരുന്നു. ഉള്ളതും കൈവിട്ടുപോകുമെന്ന അവസ്ഥ വന്നപ്പോഴാണ് കോങ്ങാട് ആക്ഷൻ നടത്താൻ തീരുമാനിച്ചത്.

നാരായണൻകുട്ടി നായർ കൊല്ലപ്പെടുന്നു

ഗറില്ലാ സമരത്തിന്റെ ആരംഭവും വർഗസമരത്തിന്റെ ഉയർന്ന രൂപവുമാണ് ഉന്മൂലനം എന്നാണല്ലോ. ജനങ്ങളെ ദ്രോഹിക്കുന്ന വർഗശത്രുക്കളെക്കുറിച്ചു ഞങ്ങൾ വിശദമായി പഠിച്ചു. പലതരത്തിൽ വിദ്യാർഥികളടക്കം ആളുകൾക്കിടയിൽ ഇറങ്ങിച്ചെന്നായിരുന്നു പഠനം നടത്തിയത്. അവസാനമാണ് നാരായണൻകുട്ടി നായരെ തിരഞ്ഞെടുത്തത്. വലിയ ഫ്യൂഡൽ കുടുംബത്തിലെ തലവനായിരുന്ന ചിന്നുക്കുട്ടിനായരുടെ അനിയനാണ് നാരായണൻകുട്ടി നായർ. ഒരുവർഷം മുൻപാണ് ചിന്നുക്കുട്ടി നായർ മരിച്ചത്. പിന്നെ നാരായണൻകുട്ടിനായരുടെ വിളയാട്ടമായിരുന്നു.

വലിയൊരു ഗുണ്ടാസംഘം എപ്പോഴും കൂടെയുണ്ടാകും. ഭാര്യയുടെ ആങ്ങള ഗോപാലനാണു അതിൽ പ്രധാനി. ശരിക്കുമൊരു ടെറർ ആയിരുന്നു നാരായണൻകുട്ടി നായർ. നാട് ഇയാളായിരുന്നു ഭരിച്ചിരുന്നത്. തനിക്ക് ഇഷ്ടപ്പെട്ട സ്ത്രീകളെ തട്ടിക്കൊണ്ടുപോകും, ഭർത്താക്കന്മാരെ ആക്രമിച്ച് സ്ത്രീകളെ ഉപദ്രവിക്കും എന്നുവേണ്ട എല്ലാത്തരം ക്രൂരതയുമുണ്ടായിരുന്നു. ഇയാൾക്കു വഴങ്ങിയില്ല എന്നതിന്റെ പേരിൽ ഒരു അലക്കുകാരിയുടെ മുലക്കണ്ണ് മുറിച്ചതായും അന്വേഷണത്തിൽ മനസ്സിലാക്കിയിരുന്നു. ഞങ്ങളുടെ ആളുകൾ ക്രൂരന്മാരായ ജന്മികളെക്കുറിച്ചു പഠനം നടത്തുന്ന സമയത്ത് ഒരു സംഭവമുണ്ടായി. അവിടെ ചങ്ങൻ

എന്നൊരു പറയനുണ്ട്. അവരാണല്ലോ ഒടിയന്മാരുടെ വേഷം കെട്ടുക. ചങ്ങൻ രാത്രി ഒടിയനായി വരുമെന്നൊരു പ്രചാരണമുണ്ടായിരുന്നു. കർക്കടത്തിൽ രണ്ടുപേർ പനി വന്നു മരിച്ചതിനു കാരണം ചങ്ങൻ എന്ന ഒടിയനാണെന്ന് പലരും പറഞ്ഞു. രണ്ടാഴ്ച കഴിഞ്ഞപ്പോൾ ചങ്ങൻ കൊല്ലപ്പെട്ടു. നാരായണൻനായരുടെ നിർദേശപ്രകാരം അയാളുടെ ഗുണ്ടകൾ തല്ലിക്കൊന്നതായിരുന്നു. പാവപ്പെട്ട ഒരു തൊഴിലാളിയായിരുന്നു ചങ്ങൻ. കപ്പക്കൃഷിക്കു കാവൽനിൽക്കുകയായിരുന്നു ജോലി. ചങ്ങന്റെ മരണത്തോടെ ആ കുടുംബ അനാഥമായി. അന്നേരം ഞങ്ങൾ ഉറപ്പിച്ചു- ഉന്മൂലനം ചെയ്യേത് നാരായണൻകുട്ടി നായരെ തന്നെ.

1970 ജൂൺ 30ന് ആക്ഷൻ നടത്താൻ തീരുമാനമായി. 21 പേരടങ്ങുന്ന സംഘം. മിക്കവരും പാലക്കാട് ജില്ലയിൽ തന്നെയുള്ളവരായിരുന്നു. രാവുണ്ണിയെ കൂടാതെ എം. മാണിക്കൻനായർ, സി.വി.രാമൻ, സെബാസ്റ്റ്യൻ, കെ.എ. ചന്ദ്രൻ, കെ. കുമാരൻ, വി.പി. ഭാസ്കരൻ, ചാക്കോ, എം.രാധാകൃഷ്ണൻ, മണി, ഹംസ, ഗോപാലകൃഷ്ണൻ, കെ.ആർ. കൃഷ്ണൻ, നൂറുദ്ദീൻ എങ്ങിങ്ങനെയുള്ളവരെല്ലാം പറഞ്ഞതുപ്രകാരം ആക്ഷനു തയ്യാറായി എത്തി. രണ്ടുപേർ അവസാന നിമിഷം പിൻമാറി. കത്തി, കട്ടപ്പാര, നാടൻ തോക്ക്, ഗ്രനേഡ് എന്നിവയായിരുന്നു ആയുധങ്ങൾ. തലേദിവസം തന്നെ ആയുധങ്ങളെല്ലാം എത്തിയിരുന്നു. മൂന്ന് സ്ക്വാഡായി തിരിച്ചു. ഓരോന്നിനും ഓരോ ലീഡർ. ഇവരെയെല്ലാം യോജിപ്പിക്കുന്ന കമാൻഡന്റ്. മുരളിയായിരുന്നു കമാൻഡന്റ്. ഞാൻ പൊളിറ്റിക്കൽ കമ്മീസാറും. ചാക്കോയ്ക്കായിരുന്നു കുറ്റപത്രം വായിക്കാനുള്ള ഉത്തരവാദിത്വം.

നല്ല മഴയുള്ള സമയമായിരുന്നു. സ്ത്രീകളെയും കുട്ടികളെയും ആക്രമിക്കരുതെന്ന് എല്ലാവർക്കും നിർദേശം നൽകിയിരുന്നു. വീടിന്റെ പുറകിലൂടെയാണ് ഞങ്ങൾ മാർച്ച് ചെയ്തത്. ഒരു സ്ക്വാഡ് മുൻവശത്ത് കാവൽ നിന്നു. രണ്ടു സ്ക്വാഡ് അകത്തുകയറി. എന്നാൽ ഞങ്ങളുടെ കണക്കുകൂട്ടൽ തെറ്റി. അന്നവിടെ ധാരാളം ആളുകൾ. ചിന്നുക്കുട്ടിനായരുടെ ശ്രാദ്ധമായിരുന്നു. അതുകൊണ്ട് ധാരാളം ബന്ധുക്കൾ വന്നിരുന്നു. പടിപ്പുരയിൽ ഇരുന്ന് കുറേപേർ ചീട്ട് കളിക്കുന്നു. അപ്രതീക്ഷിതമായി ഞങ്ങളെ കണ്ടതും അവരൊന്നു ഞെട്ടി. സ്ക്വാഡിലെ ഒരു സഖാവ് ഉറക്കെ വിളിച്ചു പറഞ്ഞു- നമ്പർ 62, ഇവർ മാത്രം ചാകുന്ന ബോംബ് കൊണ്ടുവാ..

അതുകേട്ടതും ചീട്ടുകളിച്ചുകൊണ്ടിരുന്ന പുരുഷന്മാരെല്ലാം ഓടി ഒരു മുറിയിൽ കയറി വാതിലടച്ചു. ഞങ്ങൾ പുറത്തുനിന്നു പൂട്ടി. സ്ത്രീകളെയും കുട്ടികളെയും ഒരുമുറിയിലാക്കി പൂട്ടി. സ്ത്രീകളുടെ ആഭരണങ്ങളെല്ലാം ഊരിവാങ്ങി. (ഇവയൊക്കെ മുക്കുപണ്ടമായിരുന്നെന്ന് പിന്നീടാണു ബോധ്യമായത്).

നാരായണൻകുട്ടിനായരും ഭാര്യയും കുളിക്കടവിലായിരുന്നു. ഇരുവരെയും അവിടെ നിന്നു പിടിച്ചുകൊണ്ടുവന്നു. നാരായണൻകുട്ടിനായരുടെ

മാണിക്കൻ നായർ

ഭാര്യക്കു വസ്ത്രം നൽകി. അവരെ ഒരു മുറിയിലാക്കി പൂട്ടി. നാരായണൻകുട്ടി നായരെ പുറത്തേക്കു പിടിച്ചുകൊണ്ടുവന്നു. ചാക്കോ കുറ്റപത്രം വായിച്ചു.

എന്തുവേണമെങ്കിലും തരാം, ഒന്നും ചെയ്യരുത് എന്ന് അയാൾ കരഞ്ഞുകൊണ്ട് അപേക്ഷിച്ചു. നാരായണൻകുട്ടി നായരെ കുളപ്പടിയിലേക്കു കൊണ്ടുപോയി. ശിക്ഷ നടപ്പാക്കി. തല അറുത്തെടുത്ത് ഉമ്മറപ്പടിയിൽ വച്ചു. നക്സൽബാരി സിന്ദാബാദ് എന്നുവിളിച്ച് ഞങ്ങൾ പിരിഞ്ഞു. ഒരു വർഗശത്രുവിനെ ഉന്മൂലനം ചെയ്യുന്ന എന്ന വികാരം മാത്രമേ അപ്പോഴുണ്ടായുള്ളൂ.

വലിയൊരു പൊട്ടിത്തെറിയാണ് ആക്ഷൻ നാട്ടിലുണ്ടാക്കിയത്. തലപ്പുഴ താലൂക്കിലെ ധനാഢ്യരെല്ലാം നാടുവിട്ടു. കുടുംബത്തെയൊക്കെ നാട്ടിൽ ഉപേക്ഷിച്ചാണ് അവർ ബോംബെ, ഡൽഹി എന്നിവിടങ്ങളിലേക്കു ജീവൻകൊണ്ടു രക്ഷപ്പെട്ടത്. സ്വയം മോശമാണെന്നു തോന്നിയ ജന്മിമാരായിരുന്നു ഇങ്ങനെ നാടുവിട്ടത്.

ആക്ഷൻ നാട്ടുകാർക്കും ഉപകാരം ചെയ്തു. പല ജന്മികുടുംബങ്ങളും കുടിയാന്മാർക്കു സ്ഥലമെല്ലാം വിട്ടുകൊടുത്തു. പൂമുള്ളി മനക്കാരുടെ സ്ഥലമെല്ലാം കിട്ടിയ വിലയ്ക്കാണു വിറ്റത്. വില്പനയെ സഹായിച്ച ഇടനിലക്കാരന് ഒരു മന തന്നെ സൗജന്യമായി നൽകി. ജനങ്ങൾ സ്വയം സ്ക്വാഡ് രൂപീകരിക്കാൻ തുടങ്ങി.

കൊല്ലപ്പെട്ട നാരായണൻനായരുടെ മരുമകനായിരുന്നു അന്നത്തെ ഐജി രാജൻ. അമ്മാവനെ കൊന്നവരെ പിടികൂടാൻ അദ്ദേഹം നാടൊട്ടാകെ വലവിരിച്ചു. ആക്ഷനു ശേഷം ഞങ്ങളെല്ലാം ഒളിവിലായിരുന്നു. ഞാൻ ഇവിടെയൊക്കെ തന്നെയുണ്ടായിരുന്നു. ഒരാഴ്ച കഴിഞ്ഞപ്പോൾ ഞങ്ങളുടെ സ്ക്വാഡിൽ ഉണ്ടായിരുന്ന ഹംസ പൊലീസ് പിടിയിലായി. ഹംസയെ ചോദ്യം ചെയ്യാൻ തുടങ്ങിയതോടെ ഓരോരുത്തരായി പിടിക്കപ്പെട്ടു. അപ്പോഴേക്കും ഞാൻ കാസർകോട്ടേക്കു പോന്നു. ഒരു വർഷം കഴിഞ്ഞാണു പിടിയിലാകുന്നത്.

കാസർകോട്ടെ പടന്നയിൽ ഒരു ഹരിജൻ കോളനിയിലായിരുന്നു ഞാൻ. അന്ന് കാസർകോട്ട് സിപിഎം-ലീഗ് സംഘർഷം ശക്തമായ സമയമായിരുന്നു. അപരിചിതൻ എന്ന നിലയ്ക്കാണ് എന്നെ പൊലീസ് ആദ്യം പിടികൂടിയത്. പിന്നീടാണ് രാവുണ്ണിയാണെന്നും കോങ്ങാട് കേസിലെ പ്രതിയാണെന്നും മനസ്സിലായത്. എന്നെ മുറിയിലടച്ച് മർദിക്കാൻ തുടങ്ങി. ഞാൻ പുറത്തുചാടി ഓടി. പക്ഷേ, അധികനേരം ഓടാൻ സാധിച്ചില്ല.അതിനു മുൻപേ പിടിയിലായി. പിന്നെ ക്രൂരമായ മർദനം. ഒടുവിൽ മുട്ടിക്കുളങ്ങര കെ.എ.പി. ക്യാമ്പിൽ കൊണ്ടുവന്നു. കോടതിയിൽ ഹാജരാക്കി, വിയ്യൂർ ജയിലിലേക്കു മാറ്റി.

ഞങ്ങൾ 36 പേരാണ് കേസിൽ പിടിയിലായത്. മാണിക്കൻ നായർ പിടിയിലാകുന്നത് ഒലവക്കോട്ട് വച്ചാണ്. ആക്ഷനു ശേഷം അദ്ദേഹം

കോയമ്പത്തൂരിലേക്കും അവിടെ നിന്നു തിരുപ്പൂരിലേക്കും പോയി. എട്ടുമാസ ശേഷം ഒലവക്കോട് വന്നപ്പോൾ പിടിയിലായി.

ജയിൽചാട്ടം

കോങ്ങാട് കേസിൽ പിടിയിലായ കുറച്ചുപേർ പാലക്കാട് സബ് ജയിലിലായിരുന്നു. മാണിക്കൻനായരൊക്കെ അവിടെയായിരുന്നു. ജലിയിൽ ഒരു സൗകര്യവും അവർക്ക് അനുവദിച്ചിരുന്നില്ല. അതിനെ തുടർന്ന് ആഹാരത്തിനു വേണ്ടി പുറത്തിറങ്ങിയ ഒരുനാൾ അവരെല്ലാം അവിടെയുള്ള ഒരു കെട്ടിടത്തിന്റെ മുകളിൽ കയറി മുദ്രാവാക്യം വിളിച്ചു. ജയിലിലെ മുദ്രാവാക്യം വിളി കേട്ട് സമീപത്തുള്ള സ്ഥാപനങ്ങളിലുള്ളവരെല്ലാം ഓടിവന്നു. കുറച്ചുകഴിഞ്ഞപ്പോഴേക്കും സി.ആർ.പി.എഫും എത്തി. ഒടുവിൽ മജിസ്ട്രേറ്റ് വന്നതിനു ശേഷമാണ് തടവുകാർ താഴെയിറങ്ങിയത്. ഈ സമരത്തെ തുടർന്ന് അവരെയെല്ലാം വിയ്യൂരിലേക്കു കൊണ്ടുവന്നു.

ജയിലും കോടതിയുമായി കഴിയുന്ന സമയത്താണ് ജയിൽ ചാടാനുള്ള പദ്ധതി ആസൂത്രണം ചെയ്യുന്നത്. കോടതിയിൽ പോകുമ്പോൾ രഹസ്യമായി ശേഖരിക്കുന്ന ഇരുമ്പുകഷണങ്ങളും മറ്റും ഉപയോഗിച്ച് കക്കൂസിന്റെ പുറത്തേക്കുള്ള ഭിത്തിയിൽ തുളയുണ്ടാക്കാൻ തുടങ്ങി. 1971 മെയ് 27ന് രാത്രി നല്ല മഴ പെയ്തപ്പോൾ ഞങ്ങൾ ഒൻപതുപേർ ഈ ദ്വാരം വഴി പുറത്തിറങ്ങി. ജമുക്കാളം കെട്ടി നീണ്ട കയർ ഉണ്ടാക്കി മതിൽ ചാടുകയായിരുന്നു. ജയിൽ ഭിത്തിയിലെല്ലാം മുദ്രാവാക്യം എഴുതിവച്ചതിനു ശേഷമാണു രക്ഷപ്പെട്ടത്. മുരളി, മണി, ഭാസ്കരൻ, കുമാരൻ, നൂറുദ്ദീൻ, ഹംസ, ഗോപാലകൃഷ്ണൻ, രാധാകൃഷ്ണൻ എന്നിവരൊക്കെയാണ് കൂടെയുണ്ടായിരുന്നത്. അതിസാഹസികമായിരുന്നു ആ ജയിൽചാട്ടം.

പക്ഷേ, ജയിൽചാടിയവർക്ക് അധികനാൾ പുറത്തുനിൽക്കാൻ സാധിച്ചില്ല. അപ്പോഴേക്കും സംഘടനയെല്ലാം ദുർബലമായിരുന്നു. പൊലീസ് ശക്തമായതു തന്നെ കാരണം. നക്സലൈറ്റ് ആക്ഷൻ ഇനി നടക്കരുതെന്ന സർക്കാർ നിർദേശം പാലിക്കാൻ പൊലീസ് എല്ലായിടത്തും സജീവമായിരുന്നു. അതുകൊണ്ടുതന്നെ മിക്കവരും ദിവസങ്ങൾക്കകം പിടിയിലായി.

ജയിൽ ചാടിയവരിൽ, മുൻധാരണ പ്രകാരം കുറച്ചുപേർ കൊൽക്കത്തയിലേക്കു പോയി. ചാരുമജുംദാറെ കാണുകയായിരുന്നു ലക്ഷ്യം. എന്നാൽ അവർക്ക് അതിനു സാധിച്ചില്ല. തിരിച്ചുവരുമ്പോൾ കോയമ്പത്തൂരിൽ വച്ച് അവർ പിടിയിലായി. ഭാസ്കരനും ഞാനുമാണ് ഇനി പിടിയിലാകാനുണ്ടായിരുന്നത്. എനിക്ക് കേരളത്തിലങ്ങോളമിങ്ങോളം ബന്ധമുണ്ടായിരുന്നതിനാൽ ഷെൽട്ടറിന് പ്രയാസമുണ്ടായില്ല. കണ്ണൂരിലെ കരിവെള്ളൂരിൽ വച്ചാണു ഞാൻ പിടിയിലാകുന്നത്. ഞങ്ങളുടെ കുറേ

പ്രവർത്തകർ ഉള്ള സ്ഥലമായിരുന്നു കരിവെള്ളൂർ. അവിടെ സുബ്രഹ്മ ണ്യൻ തിരുമുമ്പിന്റെ ഒരു മഠത്തിലായിരുന്നു ഞാൻ കഴിഞ്ഞിരുന്നത്. വേണു എന്നായിരുന്നു അന്നത്തെ പേര്.

മുൻപ് പടന്നയിൽ നിന്നു പിടിയിലായതിനാൽ ഞാൻ അവിടെയോ സമീപപ്രദേശങ്ങളിലോ ഉണ്ടാകുമെന്ന് പൊലീസിന് ഉറപ്പായിരുന്നു. ഞാനുമായി ബന്ധമുള്ള ഒരാളെ പൊലീസ് പിടികൂടി ചോദ്യം ചെയ്തു. അയാളുടെ ലിംഗത്തിൽ അവർ തീവച്ചപ്പോൾ സത്യം പറയേണ്ടി വന്നു. മുരളീകൃഷ്ണദാസിന്റെ നേതൃത്വത്തിൽ അവർ മഠം വളഞ്ഞു. പിടിക്ക പ്പെടും എന്നുറപ്പായപ്പോൾ ഞാൻ മച്ചിന്റെ ഓട് പൊളിച്ച് പുറത്തുചാടി ഓടാൻ തുടങ്ങി. കുറേ ഓടിയപ്പോൾ തളർന്നു, തലകറങ്ങി വീണു.

ഞാൻ ഓടുമ്പോൾ പൊലീസ് കള്ളൻ, കള്ളൻ എന്നു വിളിച്ചുപറ യുന്നുണ്ടായിരുന്നു. എന്നാൽ നക്സൽബാരി സിന്ദാബാദ് എന്നു വിളിച്ചുപറഞ്ഞാണു ഞാൻ ഓടിയത്. പിടികൂടിയ പൊലീസ് എന്റെ നാവടക്കാൻ വേണ്ടി തൊണ്ടയിലെ സ്വനഗ്രാഹി വലിച്ചുപൊട്ടിച്ചു. ഒരു സഞ്ചികൊണ്ട് തലമൂടിക്കെട്ടി വളപട്ടണം സ്റ്റേഷനിൽ കൊണ്ടുവന്നു. അവിടെ നിന്ന് തിരുവനന്തപുരത്ത് ജയറാം പടിക്കലിന്റെ സ്പെഷൽ ബ്രാഞ്ച് ഓഫീസിൽ രണ്ടരമാസം പുറംലോകം കാണാതെ, അതിക്രൂര മർദനമേറ്റ് കഴിഞ്ഞു.

ബെഞ്ചിലോ പലകയിലോ മലർത്തിക്കിടത്തി കൈകൾ ആമം വച്ച് ബഞ്ചിനോടു ചേർത്തു ബന്ധിക്കും. കാലിലെ തള്ളവിരലുകൾ തമ്മിൽ കൂട്ടിക്കെട്ടിയിരിക്കും. ഇരുമുട്ടുകളിലും രണ്ടുപേർ കയറിനിൽക്കും. ഇരുമ്പു ദണ്ഡുകൊണ്ട് രണ്ടുതുടകളിലും ഉരുട്ടാൻ തുടങ്ങും. പിന്നീട് മുട്ടിനു താഴെ. അതാണ് അസഹനീയം. മാംസം എല്ലിൽ നിന്നു ഉരിഞ്ഞുവരുന്ന ശബ്ദം കേൾക്കാം. ഇതിനെല്ലാം പുറമെ കണ്ടുനിൽക്കുന്ന പൊലീസു കാരുടെ മർദനം വേറെയും.

ഉരുട്ടുമ്പോൾ വേദന സഹിക്കാനാവാതെ ഞാൻ 'മാ' എന്നുവിളി ച്ചാണു കരഞ്ഞിരുന്നത്. അന്നേരം 'നീ ഇപ്പോഴും മാവോയെ വിളിക്കു കയാണോടാ' എന്നു ചോദിച്ച് ഉരുട്ടൽ കൂടുതൽ ശക്തമാക്കും.

രണ്ടരമാസശേഷം കോടതിയിൽ ഹാജരാക്കി. അന്നേരത്തേക്കും ജീവ ച്ഛവമായിരുന്നു ഞാൻ. മാനസികമായ ധൈര്യം ഉള്ളതുകൊണ്ടായിരുന്നു പിടിച്ചുനിന്നത്. പിന്നെ അഞ്ചുവർഷം ഏകാന്ത തടവ്. വിയ്യൂരിലെ 42 സെല്ലുകളുള്ള വലിയ ബാരക്കിൽ ഞാനും ഭാസ്കരനും ചന്ദ്രനും ഓരോ സെല്ലിൽ. ഈ പ്രപഞ്ചത്തിലെ ജീവസാന്നിധ്യങ്ങളെക്കുറിച്ചൊന്നുമറി യാതെ. ഉറക്കെ സംസാരിച്ചുകൊണ്ടാണ് ഞങ്ങൾ ഏകാന്തതയെ മറി കടന്നത്.

അഞ്ചുവർഷത്തിനുശേഷമാണ് വിചാരണ ആരംഭിച്ചത്. ബൂർഷ്വാ കോടതിയിൽ വിശ്വാസമില്ലാത്തതുകൊണ്ട് ഞങ്ങൾ കേസ് വാദിച്ചില്ല.

കോടതിമുറികളിൽ ഞങ്ങൾ രാഷ്ട്രീയം മാത്രം സംസാരിച്ചു. അപ്പോഴാണ് അടിയന്തരാവസ്ഥ പ്രഖ്യാപിക്കുന്നത്. ഞങ്ങളെ കണ്ണൂരിലെ ക്ലോസ്ഡ് പ്രിസണിലേക്കു മാറ്റി. അവിടെ വച്ചാണു കെ.വേണുവിനെ ആദ്യമായി കാണുന്നത്. കുന്നിക്കലും എ.വാസുവും അജിതയുമൊക്കെയുണ്ടായിരുന്നു. രാഷ്ട്രീയ ചർച്ച, വായന, അവകാശങ്ങൾക്കായുള്ള സമരങ്ങൾ എന്നിവയൊക്കെയായി അടിയന്തരാവസ്ഥക്കാലം കഴിഞ്ഞു. പിന്നീട് എല്ലാവരെയും വിട്ടയച്ചു, ഞങ്ങൾ കോങ്ങാട് കേസിലെ പ്രതികളെ മാത്രം വിട്ടില്ല. പരോളിനു വേണ്ടി നിരാഹാര സമരമൊക്കെ അരങ്ങേറി. ഞാൻ ഹൈക്കോടതിയിൽ പരോളിനായി അപേക്ഷ നൽകി. പക്ഷേ, പരിഗണിച്ചില്ല. പത്രവാർത്തകളെ തുടർന്ന് പ്രശ്നം ദേശീയ ശ്രദ്ധയാകർഷിച്ചു. ബോംബെയിൽ ഘനശ്യാംപർദേശിയുടെ നേതൃത്വത്തിൽ ജസ്റ്റിസ് ഭാസ്കരനെ വളഞ്ഞുവച്ചതോടെയാണ് പ്രശ്നം ദേശീയപ്രാധാന്യം നേടിയത്. ഞങ്ങളെ വിട്ടയയ്ക്കണമെന്നാവശ്യപ്പെട്ട് 81 എംഎൽഎമാർ ഒപ്പിട്ട നിവേദനം സമർപ്പിച്ചു. എം.വി.രാഘവനും വയലാർ രവിയുമൊക്കെ എന്നെ കാണാൻ വന്നിരുന്നു. നക്സലൈറ്റുകൾക്കെതിരെ ശക്തമായ നിലപാടെടുത്തിരുന്ന കെ.കരുണാകരൻ സമ്മതിക്കാത്തതുകൊണ്ടാണ് എന്നെ മോചിപ്പിക്കാത്തതെന്നായിരുന്നു വയലാർ രവി പറഞ്ഞത്. 1985ൽ ആണു ഞാൻ പുറത്തുവരുന്നത്.

പുറത്തിറങ്ങിയ സമയത്ത് വലിയ ആശയക്കുഴപ്പമായിരുന്നു. 15 വർഷത്തെ തടവുകഴിഞ്ഞിറങ്ങുകയാണ്. 71ലെ ജയിൽ ചാട്ടത്തിനു ശേഷം 72 ൽ പിടിയിലായി. പിന്നെ പുറംലോകം കണ്ടിട്ടില്ലല്ലോ. ജയിലും പുറംസമൂഹവുമായി ഒരു മതിലിന്റെ വേർതിരിവേ ഉള്ളൂ എന്നുപറഞ്ഞാലും ആകെ ഒരു തപ്പൽ. ബസിൽ കയറി യാത്ര ചെയ്യാൻ, പൈസ എണ്ണിക്കൊടുക്കാൻ ഒക്കെ പ്രയാസമായിരുന്നു. കുറച്ചുകാലം കൊണ്ട് അതൊക്കെ മാറിക്കിട്ടി.

അന്നത്തെ പോരാട്ടവീര്യത്തെ 15 വർഷത്തെ തടവുകൊണ്ട് ഇല്ലാതാക്കാനൊന്നും സാധിച്ചിട്ടില്ല. വേണുവിനൊപ്പം കുറച്ചുകാലം പ്രവർത്തിച്ചു. പിന്നീട് വേണുവിന്റെ ആശയവുമായി ഒത്തുപോകില്ല എന്നു തോന്നിയപ്പോൾ സി.ആർ.സി.സി.പി.ഐ.എം.എല്ലിന്റെ സംസ്ഥാന സെക്രട്ടറി സ്ഥാനം രാജിവച്ചു. ഇപ്പോൾ മാവോയിസ്റ്റ് വർഗ, ബഹുജന സംഘടനകളുടെ മുന്നണിയായ പോരാട്ടത്തിലൂടെ പോരാട്ടം തുടരുന്നു.

ഒമ്പത്

വെള്ളത്തൂവൽ
നഗരൂർ-കുമ്മിൾ-കിളിമാനൂർ

വിപ്ലവത്തിന്റെ ചോരപ്പുര വഴിയിൽ നിന്ന് ക്രിസ്തുവിന്റെ ശാന്തിയുടെയും സമാധാനത്തിന്റെയും പാതയിലേക്കായിരുന്നു വെള്ളത്തൂവൽ സ്റ്റീഫൻ എന്ന നക്സലൈറ്റിന്റെ യാത്ര. ചൂഷണമില്ലാത്തൊരു ലോകം കെട്ടിപ്പടുക്കാൻ ഇറങ്ങിത്തിരിച്ച യാത്രയിൽ പലരുടെയും ജീവനെടുക്കേണ്ടി വന്നു. പിന്നെ ജയിലിൽ അക്ഷരങ്ങളുടെ വെളിച്ചത്തിൽ ജീവിച്ചപ്പോൾ ചെയ്തതെല്ലാം തെറ്റായിപ്പോയെന്ന് തോന്നി. മോചനം സാധ്യമായപ്പോൾ പിഴച്ചുപോയ പ്രത്യയശാസ്ത്ര പ്രയോഗത്തെക്കുറിച്ച് തീരാത്ത കുറ്റബോധം. അന്യന്റെ കണ്ണീരൊപ്പാൻ സമാധാനത്തിന്റെ പാതയാണു നല്ലതെന്ന് വിളിച്ചുപറയുന്ന ദൈവത്തിന്റെ മഹത്വം വിളിച്ചോതിയായിരുന്നു പിന്നീടുള്ള ജീവിതം. എങ്കിലും അവിടെയും ദൈവത്തെ വില്പനച്ചരക്കാക്കിയിരിക്കുകയാണെന്നു ബോധ്യം വന്നപ്പോൾ അന്നന്നത്തെ അന്നത്തിനുള്ള വഴി കണ്ടെത്താൻ തയ്യൽ ജോലിയിലേക്കു തന്നെ തിരിച്ചുപോന്നു.

കേരളത്തെ ഞെട്ടിച്ച വെള്ളത്തൂവൽ, നഗരൂർ-കുമ്മിൾ- കിളിമാനൂർ നക്സലൈറ്റ് ആക്ഷനുകൾക്കു നേതൃത്വം നൽകിയ വെള്ളത്തൂവൽ സ്റ്റീഫന്റെ ജീവിതം മറ്റൊരു നക്സലൈറ്റിനും പറയാൻ കഴിയാത്തതാണ്. അച്ഛൻ കമ്യൂണിസ്റ്റ് ആയതിന്റെ പേരിൽ കുട്ടിക്കാലം മുതൽക്കേ കഷ്ടപ്പാട് അനുഭവിച്ചായിരുന്നു സ്റ്റീഫന്റെ ജീവിതം. പല കഷണങ്ങളായി മുറിച്ചിട്ട തുണിക്കഷണങ്ങൾ തുന്നിച്ചേർക്കുന്ന ടൈലറെ പോലെ നഷ്ടമായ ശാന്ത ജീവിതവും സമാധാനത്തിന്റെ നൂലിഴ കൊണ്ട് തുന്നിച്ചേർക്കുകയാണ് അദ്ദേഹം.

'രാവിലെ എഴുന്നേറ്റാൽ ഒരു ഗ്ലാസ് രക്തം കുടിക്കുന്ന ഭീകരൻ, പിടിച്ചുകൊടുത്താൽ 5000 രൂപ പാരിതോഷികം ലഭിക്കുന്ന നക്സലൈറ്റ്'... വിശേഷണങ്ങൾ പലതായിരുന്നു ഒരു കാലത്ത് വെള്ളത്തൂവൽ സ്റ്റീഫന്. ഇടുക്കിയിലെ ചേലച്ചുവട്ടിലെ ചെറിയ തയ്യൽക്കടയിലിരുന്ന് സാവധാനം ജോലി ചെയ്തിരുന്ന ഇദ്ദേഹമാണോ പൊലീസിനെ വെട്ടിച്ച് പിടികിട്ടാപ്പുള്ളിയായി കുറേക്കാലം കഴിഞ്ഞതെന്നു സംശയിച്ചുപോകും.

കോട്ടയം കങ്ങഴ സ്വദേശിയായ ചുമണ്ണിൽ സ്കറിയ ആദ്യകാലത്തെ കമ്യൂണിസ്റ്റുകാരനായിരുന്നു. ദൈവത്തെയും പള്ളിക്കാരെയും നിഷേധിച്ചുകൊണ്ട് നാട്ടിൽ ജീവിക്കാൻ കഴിയാതെ വന്നപ്പോൾ ഹൈറേഞ്ചിലേക്കു കുടുംബത്തെയും കൊണ്ട് പലായനം ചെയ്യേണ്ടിവന്നു. കമ്യൂണിസ്റ്റ് പാർട്ടിയുടെ യോഗം ചേരുന്ന സ്കറിയയുടെ വീടിന് പള്ളിക്കാരും കുടുംബക്കാരും ഊരുവിലക്ക് ഏർപ്പെടുത്തുകയായിരുന്നു. ഭാര്യ അന്നമ്മയേയും ഏഴുമക്കളെയും കൂട്ടി അദ്ദേഹം കല്ലൂരിലുള്ള തോട്ടത്തിലേക്കു പോന്നു. കമ്യൂണിസ്റ്റുകാരായ രാഘവക്കുറുപ്പിന്റെയും തങ്കപ്പക്കുറുപ്പിന്റെയും തോട്ടത്തിന്റെ നോട്ടക്കാരനായിട്ടാണ് വെള്ളത്തൂവലിൽ എത്തുന്നത്. അവിടെയും പാർട്ടി വളർത്താൻ സ്കറിയ സമയം കണ്ടെത്തി. കെപിഎസിയുടെ നാടകമൊക്കെ മൂന്നാറിൽ വരുമ്പോൾ ആളെക്കൂട്ടാൻ കിലോമീറ്ററുകൾ നടന്നിട്ടായിരുന്നു സ്കറിയയുടെ പ്രവർത്തനം.

കുഞ്ഞുമോൻ എന്നു വിളിക്കുന്ന സ്റ്റീഫന് അന്ന് പ്രായം ഏഴ്. കമ്യൂണിസ്റ്റ് നേതാക്കളായ പി.ടി.പുന്നൂസ്, പി.ആർ. നമ്പ്യാർ എന്നിവരൊക്കെ വീട്ടിൽ വരുന്നതുകണ്ടാണ് സ്റ്റീഫനും വളർന്നത്. അപ്പനോടൊപ്പം പാർട്ടി ഓഫീസിൽ പോകാൻ തുടങ്ങിയതോടെ അവിടെയുള്ള പുസ്തകങ്ങളായി സ്റ്റീഫന്റെ കൂട്ട്. പതുക്കെ പതുക്കെ സ്റ്റീഫന്റെ മനസ്സിലും കമ്യൂണിസം വളരാൻ തുടങ്ങി. ചെങ്ങളത്ത് വൈദ്യുതി വകുപ്പ് ജീവനക്കാരുടെ മക്കൾക്കായി തുടങ്ങിയ സ്കൂളിലായിരുന്നു വിദ്യാഭ്യാസം. അഞ്ചുകിലോമീറ്റർ നടന്നുപോകണം. സ്കൂൾ പഠനകാലത്തും ഇല്ലാത്തവരും ഉള്ളവരും തമ്മിലുള്ള വ്യത്യാസം സ്റ്റീഫൻ ശരിക്കും അറിഞ്ഞു. വൈദ്യുതി വകുപ്പ് ജീവനക്കാരുടെ മക്കളോടായിരുന്നു അധ്യാപകർക്കെല്ലാം താത്പര്യം. കുടിയേറ്റക്കാരുടെ വീട്ടിൽ നിന്നു ദാരിദ്ര്യത്തിന്റെ കൂട്ടുപിടിച്ചു വരുന്ന കുട്ടികളെ അധ്യാപകരൊന്നും ഗൗനിക്കുക പോലുമുണ്ടായില്ല.

സ്കറിയയ്ക്ക് പത്രത്തിന്റെ ഏജൻസിയുണ്ടായിരുന്നു. അതിരാവിലെ പത്രവിതരണം കഴിഞ്ഞാണ് സ്റ്റീഫൻ സ്കൂളിൽ പോയിരുന്നത്. സ്കൂൾ വിട്ടെത്തിയാൽ പാർട്ടി ഓഫീസിൽ പോയിരുന്ന് വായിക്കും.

കമ്യൂണിസ്റ്റുകാരനായതുകൊണ്ട് സ്കറിയയുടെ മൂത്തമകളുടെ വിവാഹം പള്ളിയിൽ വച്ചു നടത്താൻ പള്ളിക്കാർ സമ്മതിച്ചില്ല. കമ്യൂണിസ്റ്റ് പാർട്ടി ഓഫീസിൽ വച്ചായിരുന്നു പിന്നീട് വിവാഹം. തയ്യൽ ജോലിക്കാരനായിരുന്നു വരൻ. അദ്ദേഹത്തിന്റെ കൂടെ നിന്ന് സ്റ്റീഫനും തയ്യൽ പഠിച്ചു.

കമ്യൂണിസ്റ്റ് പാർട്ടിയുടെ പിളർപ്പ് സ്കറിയയുടെ വീട്ടിലും അനന്തരഫലമുണ്ടാക്കി. എ.കെ.ജിയായിരുന്നു സ്കറിയയുടെ ആദർശപുരുഷൻ. എ.കെ.ജിക്കൊപ്പം നിൽക്കുക എന്നതായിരുന്നു അവരുടെയൊക്കെ തീരുമാനം. അങ്ങനെ സ്കറിയ സിപിഎമ്മും സ്റ്റീഫൻ സിപിഐയുമായി. ഭൂരിഭാഗം പേരും സിപിഎമ്മിലായിരുന്നു. ആളില്ലാത്തതിനാൽ സ്റ്റീഫനെ

സിപിഐ ദേവികുളം താലൂക്ക് കമ്മിറ്റിയംഗമാക്കി. 1967ൽ സിപിഐ അടക്കമുള്ള സപ്തമുന്നണി അധികാരത്തിലെത്തിയപ്പോൾ സ്റ്റീഫൻ സന്തോഷിച്ചിരുന്നു. എന്നാൽ അധികാരം മനുഷ്യനെ മത്തുപിടിപ്പിക്കുന്നതാണ് പിന്നീടു കാണുന്നത്. അഴിമതിക്കും സ്വജനപക്ഷപാതത്തിനും അതീതരാണ് കമ്യൂണിസ്റ്റുകാർ എന്നു വിശ്വസിച്ചിരുന്ന സ്റ്റീഫനു കാര്യങ്ങൾ പെട്ടെന്നു പിടികിട്ടി. സൈദ്ധാന്തികമായ പഠനം പാർട്ടി ഉപേക്ഷിച്ചു. സംഘടിച്ചു നിൽക്കുന്നവരുടെ സ്വാർഥതയെ പരിലാളിക്കുക എന്നതായി പാർട്ടിയുടെ വർഗസമരം.

ഇടുക്കി ചെങ്ങളം അണക്കെട്ടിന്റെ കാച്ച്മെന്റ് ഏരിയയിൽ ഭൂമി കൈയേറി താമസമാക്കാൻ തുടങ്ങി. പാർട്ടിയുടെ അറിവോടെ തന്നെ പൊലീസുകാരും ഗുണ്ടകളും ചേർന്ന് അവരെ അവിടെ നിന്ന് ക്രൂരമായി മർദ്ദിച്ച് ആട്ടിയോടിച്ചു. നിരാശ്രയരായ അവർ ചെന്നത് സ്റ്റീഫന്റെ അടുക്കലേക്കായിരുന്നു. ഭൂമിക്കുവേണ്ടിയുള്ള ആ സമരം സ്റ്റീഫന്റെ നേതൃത്വത്തിൽ ഏറ്റെടുത്തു. അടുത്ത ദിവസം തന്നെ അവിടെയൊരു പൊതുയോഗം നടത്തി സ്റ്റീഫൻ പ്രസംഗിച്ചു. ആ യോഗത്തിനു ശേഷം രൂപീകരിച്ച ഹൈറേഞ്ച് കർഷകരക്ഷാ സമിതിയുടെ കൺവീനറായി അദ്ദേഹത്തെ തിരഞ്ഞെടുത്തു. അതോടെ ജീവിതത്തിൽ പുതിയൊരു വഴി തുറക്കുകയായി.

കമ്യൂണിസ്റ്റുകാരൻ എങ്ങനെയായിരിക്കണമെന്ന സ്റ്റീഫന്റെ പ്രസംഗം എല്ലാവരെയും ആകർഷിച്ചിരുന്നു. കുറച്ചുദിവസം കഴിഞ്ഞപ്പോൾ രണ്ടുപേർ സ്റ്റീഫനെ കാണാൻ വന്നു. കോഴിക്കോട്ടുകാരനായ ദാസൻ ആയിരുന്നു അതിലൊരാൾ. ശരിക്കും കമ്യൂണിസം ഉൾക്കൊണ്ടിട്ടാണോ അങ്ങനെ പ്രസംഗിച്ചതെന്നായിരുന്നു അവർക്ക് അറിയേണ്ടിയിരുന്നത്. അതെ എന്നുപറഞ്ഞപ്പോൾ യഥാർഥ കമ്യൂണിസ്റ്റുകാരനാകാൻ ആഗ്രഹിക്കുന്നെങ്കിൽ കോഴിക്കോട്ടെ കുന്നിക്കൽ നാരായണനെ പരിചയപ്പെടണമെന്ന് ദാസൻ പറഞ്ഞു. കുന്നിക്കലിന്റെ നേതൃത്വത്തിൽ പ്രസിദ്ധപ്പെടുത്തുന്ന റിബൽ പബ്ലിക്കേഷന്റെ കുറച്ചു പുസ്തകങ്ങൾ ദാസൻ സമ്മാനിച്ചു. അതെല്ലാം വായിച്ചതോടെ താൻ ആകെ മാറിപ്പോകുന്നത് സ്റ്റീഫൻ തിരിച്ചറിഞ്ഞു.

ഹൈറേഞ്ചിലെ വിപ്ലവത്താവളങ്ങൾ ഒരുക്കുന്നതിന്റെ ഭാഗമായി കുന്നിക്കൽ ഒരുദിവസം ദാസനോടൊപ്പം വെള്ളത്തൂവലിലെത്തി. അവിടെ വച്ചാണ് സ്റ്റീഫൻ കുന്നിക്കലിനെ പരിചയപ്പെടുന്നത്. അദ്ദേഹത്തിന്റെ നിർദേശപ്രകാരം ഗ്രേസ് മാർക്ക് പബ്ലിക്കേഷൻ തുടങ്ങി വിപ്ലവ ആശയങ്ങൾ പ്രചരിപ്പിക്കാൻ തുടങ്ങി. ഇതിനിടെ തോക്ക് ഉപയോഗിക്കാനും ബോംബ് ഉണ്ടാക്കാനുമെല്ലാം പഠിച്ചിരുന്നു.

തലശേരി-പുൽപ്പള്ളി ആക്ഷൻ പ്ലാൻ ചെയ്യാൻ നേരം കുന്നിക്കലിന്റെ സന്ദേശം ലഭിച്ചതോടെ സ്റ്റീഫൻ കോഴിക്കോട്ടേക്കു പുറപ്പെട്ടു. അങ്ങനെയാണു തലശേരി പൊലീസ് സ്റ്റേഷൻ ആക്രമണത്തിൽ

വെള്ളത്തൂവൽ സ്റ്റീഫൻ

കുന്നിക്കലിന്റെ വലംകൈ ആയി പ്രവർത്തിക്കുന്നത്. സ്റ്റേഷനിലെ സെൻട്രിക്കു നേരെ ബോംബെറിഞ്ഞത് സ്റ്റീഫനായിരുന്നു. എന്നാൽ ആ ബോംബ് പൊട്ടിയില്ല. സ്റ്റേഷൻ ആക്രമണത്തിന്റെ അവസാന നിമിഷം വരെ കുന്നിക്കലിനൊപ്പം ഉണ്ടായ കുറച്ചുപേരിൽ ഒരാൾ സ്റ്റീഫനായിരുന്നു. അതായിരുന്നു സ്റ്റീഫന്റെ ധൈര്യം. എല്ലാവരും ഒളിവിൽ പോയതോടെ സ്റ്റീഫൻ വെള്ളത്തൂവലിലേക്കു തന്നെ മടങ്ങി. തലശേരി ആക്ഷൻ നടക്കുമ്പോൾ സ്റ്റീഫന് പതിനേഴു വയസ്സുമാത്രമേ ഉണ്ടായിരുന്നുള്ളൂ. അതുകൊണ്ടുതന്നെ പൊലീസ് സ്റ്റീഫനെ സംശയിച്ചിരുന്നില്ല.

ഒളിവിൽ കഴിയുമ്പോഴും സ്റ്റീഫൻ വിപ്ലവ പ്രവർത്തനം തുടർന്നുകൊണ്ടിരുന്നു. പിന്നീടാണ് വർഗീസിന്റെ നേതൃത്വത്തിൽ തൃശൂരിൽ വച്ച് പുനഃസംഘടനാ യോഗം നടക്കുന്നതും തിരുനെല്ലി- തൃശിലേരി ആക്ഷൻ പ്ലാൻ ചെയ്യുന്നതും. വർഗീസിൽ നിന്നു വിവരം കിട്ടിയപ്പോൾ ബോംബും മറ്റു സ്ഫോടക വസ്തുക്കളുമായി സ്റ്റീഫനും ചുരംകയറി. സമർഥമായി തോക്ക് ഉപയോഗിക്കാൻ അറിയാമെന്നതും എന്തിനും മുന്നിൽ നിൽക്കാനുള്ള ധൈര്യവുമായിരുന്നു സ്റ്റീഫനെ കൂടെ നിർത്താൻ എല്ലാവരെയും പ്രേരിപ്പിച്ചത്. എപ്പോഴും കൈത്തോക്കുമായിട്ടായിരുന്നു സ്റ്റീഫൻ സഞ്ചരിക്കാറുള്ളത്.

തൃശിലേരി- തിരുനെല്ലി ആക്ഷനെ തുടർന്ന് കാട്ടിലൊളിച്ച സ്റ്റീഫൻ സി.ആർ.പി.എഫുകാരുടെ പിടിയിലാകാതെ രക്ഷപ്പെട്ടത് അതിസാഹസികമായിട്ടായിരുന്നു. കോഴിക്കോട്ടുകാരൻ എം.എ. ബലരാമനോടൊപ്പം ഭക്ഷണം ശേഖരിക്കാൻ പുറപ്പെട്ടതായിരുന്നു സ്റ്റീഫൻ. തോക്കുമായി മൃഗങ്ങളെ വേട്ടയാടി കൊണ്ടുവരാനായിരുന്നു അവർ പോയത്. ഒരു കരിങ്കുരങ്ങിനെ വെടിവച്ചു പിടിച്ചുവരുമ്പോഴേക്കും കാട്ടിലെ ക്യാമ്പിൽ ആരുമുണ്ടായിരുന്നില്ല. സി.ആർ.പി.എഫുകാർ വളഞ്ഞപ്പോൾ വർഗീസും എ.വാസുവുമെല്ലാം രക്ഷപ്പെട്ടിരുന്നു. സ്റ്റീഫനും ബലരാമനും കൂടി ജെസി എസ്റ്റേറ്റിലേക്കു കടന്നു. ദിവസങ്ങളോളം കാട്ടിൽ അലഞ്ഞ ശേഷമാണ് ജെസി എസ്റ്റേറ്റിലെത്തിയത്. അപ്പോഴേക്കും അവിടെ ശക്തമായ പൊലീസുണ്ടായിരുന്നു. ജെസി എസ്റ്റേറ്റ് ഉടമയെ നക്സലൈറ്റുകൾ കൊല്ലാൻ പ്ലാൻ ചെയ്തിട്ടുണ്ടെന്ന വാർത്ത പരന്നതോടെയാണ് പൊലീസ് കാവൽ ശക്തമാക്കിയത്. അവിടെ നിന്നു രക്ഷപ്പെട്ട് എത്തിയത് നക്സലൈറ്റ് അനുഭവിയായ തോണിക്കുഴി ഔസേപ്പിന്റെ വീട്ടിൽ. അവരാണു വർഗീസ് കൊല്ലപ്പെട്ട വിവരം സ്റ്റീഫനോടു പറയുന്നത്. സ്റ്റീഫനും ബലരാമനും അവിടെയെത്തിയ വിവരം എങ്ങനെയോ ചോർന്ന് പൊലീസ് പരിശോധനയ്ക്കെത്തി. അവിടെ നിന്ന് തലനാരിഴയ്ക്കു രക്ഷപ്പെട്ട് മാനന്തവാടിയിലെത്തി. പുലർച്ചെയുള്ള ബസ്സിൽ കോഴിക്കോട്ടേക്കു പോകുമ്പോൾ താമരശേരി ചുരത്തിനു ചുവട്ടിൽ വച്ച് പൊലീസ് ബസ്സ് പരിശോധനയ്ക്കു കയറി. കൂടെയുണ്ടായിരുന്ന ബലരാമൻ പിടിക്കപ്പെട്ടു.

പൊലീസിന് സ്റ്റീഫനെ തിരിച്ചറിയാൻ സാധിച്ചില്ല. പൊലീസിനു പിടി കൊടുക്കാതെ കോഴിക്കോട്ടെത്തി സ്റ്റീഫൻ നേരെ ചെന്നത് മുണ്ടൂർ രാവുണ്ണിയുടെ അടുത്തേക്കാണ്. പാലക്കാട്ടു നിന്ന് വീണ്ടും വെള്ളത്തൂ വലിലേക്കു തന്നെ പോയി.

വെള്ളത്തൂവൽ ആക്ഷൻ

വർഗീസിന്റെ കൊലപാതകത്തിനു ശേഷം തൃശൂരിൽ മുണ്ടൂർ രാവുണ്ണി വിളിച്ചു ചേർത്ത യോഗത്തിൽ സ്റ്റീഫനും പങ്കെടുത്തിരുന്നു. മജുംദാറുടെ ഉന്മൂലന സമരം തുടരുക എന്ന് യോഗത്തിൽ ഐകക ണ്ഠ്യേന തീരുമാനിച്ചു. പാലക്കാട്ടു ജില്ലയിൽ ആക്ഷൻ നടത്താൻ രാവുണ്ണിയേയും ഹൈറേഞ്ചിലെ ആക്ഷന് സ്റ്റീഫനെയും ചുമതല പ്പെടുത്തി. ഉന്മൂലന സമരം വിജയിപ്പിച്ച് ബംഗാളിൽ പോയി മജുംദാറെ കാണുക, കേരളത്തിലെ ഔദ്യോഗിക വിഭാഗം തങ്ങളാണെന്ന് ബോധ്യ പ്പെടുത്തുക എന്നതായിരുന്നു ആത്യന്തികമായ ലക്ഷ്യം.

വെള്ളത്തൂവലിൽ തിരിച്ചെത്തിയ സ്റ്റീഫൻ കോഴിക്കോട്ടുനിന്നെത്തിയ ബീഡിത്തൊഴിലാളികളായ പ്രവർത്തകരോട് യോഗതീരുമാനം അറിയിച്ചു. ഉന്മൂലനം ചെയ്യേണ്ട വർഗശത്രുവാരെന്നുള്ള പഠനത്തിലാണ് മാൻകട വിലെ ഇടശേരി മുതലാളിയുടെ അടുത്തെത്തുന്നത്. ഏലത്തോട്ടത്തി ന്റെയും ഈർച്ചമില്ലിന്റെയും ഉടമയായ അദ്ദേഹം കാട്ടിലെ തടിവെട്ടി വിറ്റാണു പണക്കാരനായത്. വെള്ളത്തൂവൽ പഞ്ചായത്ത് പ്രസിഡന്റും മങ്കട എസ്റ്റേറ്റ് ഉടമയുമായ പി.എം. ജോസഫും ചേർന്നുള്ള ഒത്തുകളി യിലൂടെ ഇടശേരി മുതലാളി ധാരാളം പണമുണ്ടാക്കിയിരുന്നു. ഇവർ രണ്ടു പേരും ഒത്തുകളിച്ചതിന്റെ ഫലമായി ധാരാളം കുടിയേറ്റക്കാരെ പൊലീസ് മരംമുറിച്ചെന്ന പേരിൽ അറസ്റ്റ് ചെയ്തിരുന്നു. ഇതായിരുന്നു കൊല്ല പ്പെടേണ്ട ആൾ എന്ന് സ്റ്റീഫനും കൂട്ടരും തീരുമാനിക്കാൻ കാരണം. ആദ്യം ജോസഫിന്റെ വീട്ടിൽ ചെന്ന് മുന്നറിയിപ്പു നൽകുക, പിന്നീട് ഇടശേരി മുതലാളിയെ ഉന്മൂലനം ചെയ്യുക എന്നരീതിയിൽ ആക്ഷൻ പ്ലാൻ ചെയ്തു. സ്റ്റീഫൻ തന്നെയായിരുന്നു എല്ലാം പ്ലാൻ ചെയ്തത്.

സ്റ്റീഫൻ, ദാമോദരൻ, നാണു, അലക്സാണ്ടർ, ശ്രീനി, സോമദത്തൻ എന്നിവരായിരുന്നു ആക്ഷൻ ടീം. വയനാട്ടിലെ ആക്ഷനിടെ സ്റ്റീഫന്റെ കൈവശമുണ്ടായിരുന്ന തോക്കെല്ലാം നഷ്ടമായിരുന്നു. ആക്ഷൻ തുട ങ്ങുന്നത് ഇരുട്ടുകാനത്തുള്ള ചെറിയാൻ എന്നയാളുടെ വീട്ടിൽ നിന്നാണ്. അവിടെയെത്തിയ സംഘം തോക്ക് കൈവശമാക്കി ജോസഫിന്റെ വീട്ടി ലേക്കു മാർച്ച് ചെയ്തു. ജോസഫും ഭാര്യയും മക്കളുമായിരുന്നു വീട്ടി ലുണ്ടായിരുന്നത്. വാതിൽ പൊളിച്ചു അകത്തുകടന്ന സംഘം ജോസ ഫിന്റെ ഭാര്യയെ തോക്കുമുനയിൽ നിർത്തി അലമാരയിൽ നിന്ന് പണവും ആഭരണങ്ങളും എടുപ്പിച്ചു. ബഹളം കേട്ടെത്തിയ ജോസഫിനെ സ്റ്റീഫൻ എതിരിട്ടു. നല്ല ആരോഗ്യമുണ്ടായിരുന്ന ജോസഫും സ്റ്റീഫനും തമ്മിൽ

മൽപിടുത്തം നടക്കുന്നതിനിടെയാണ് സംഘം അദ്ദേഹത്തെ വെട്ടി വീഴ്ത്തുന്നത്. അതോടെ ആക്ഷൻ പാളി. ലക്ഷ്യമിട്ടിരുന്ന ഇടശേരി മുതലാളിയുടെ വീട്ടിലേക്കു പോകാതെ ആക്ഷൻ നിർത്തി എല്ലാവരും മടങ്ങി. ആശുപത്രിയിലേക്കു കൊണ്ടുപോകും വഴിയാണു ജോസഫ് മരിച്ചത്. ഹൈറേഞ്ചിൽ നടന്ന ആദ്യ നക്സലൈറ്റ് കൊലപാതകം എല്ലാ തോട്ടം മുതലാളിമാരെയും പേടിപ്പിച്ചു. ഭരണത്തിൽ പിടിപാടുണ്ടായിരുന്ന അവർ വലിയൊരു സൈന്യത്തെ ഹൈറേഞ്ചിലെത്തിച്ചു. ഇടശേരി മുതലാളിയെ ഉന്മൂലനം ചെയ്യുന്നത് തത്ക്കാലം നിർത്തി സ്റ്റീഫനും സംഘവും ഹൈറേഞ്ചിൽ നിന്നു കോട്ടയത്തേക്കു പോയി.

കുട്ടനാട്ടിലെ ഇലഞ്ഞിക്കൽ ബേബി മുതലാളിയെന്ന ഇ. ജോൺ ജേക്കബിനെയാണ് സ്റ്റീഫൻ അടുത്ത ലക്ഷ്യമിട്ടിരുന്നത്. കർഷകർക്കെല്ലാം പേടിസ്വപ്നമായിരുന്ന അദ്ദേഹം ഭരണത്തിലുള്ളവരുടെ പിൻബലത്തിലായിരുന്നു കർഷകരെയൊക്കെ ദ്രോഹിച്ചിരുന്നത്. ഒളിവിലായിരുന്ന സ്റ്റീഫന്റെ അടുക്കൽ ചിലർ വന്ന് ബേബി മുതലാളിയുടെ ക്രൂരതയെക്കുറിച്ചു പറഞ്ഞു. അങ്ങനെയാണു സ്റ്റീഫൻ ഒളിത്താമസം കുട്ടനാട്ടിലേക്കു മാറ്റുന്നത്. അതുവരെ കൂടെയുണ്ടായിരുന്ന നക്സലൈറ്റ് പ്രവർത്തകരൊന്നും സ്റ്റീഫനൊപ്പം അന്നുണ്ടായിരുന്നില്ല. മിക്കവരും ഒളിവിലോ പൊലീസ് പിടിയിലോ ആയിരുന്നു. അതുകൊണ്ടു തന്നെ പുതിയൊരു ആക്ഷന് പുതിയ ആളുകളെ പരിശീലിപ്പിച്ചെടുക്കണമായിരുന്നു.

കുട്ടനാട്ടിലെത്തിയ സ്റ്റീഫൻ അവിടെയുള്ള നക്സൽ അനുഭാവികളായ കുറച്ചു ചെറുപ്പക്കാർക്കു ബോംബുണ്ടാക്കാൻ പരിശീലനം തുടങ്ങി. പൊലീസിനെ ഭയന്ന് സ്ഫോടക വസ്തുക്കൾ മണ്ണിനടിയിൽ കുഴിച്ചിട്ടിരിക്കുകയായിരുന്നു. ബോംബ് നിർമാണത്തിനിടെ ഇതെല്ലാം പൊട്ടിത്തെറിച്ച് സ്റ്റീഫന് ഗുരുതരമായി പരിക്കേറ്റു. മുഖത്തെല്ലാം പൊള്ളലേറ്റ് അതീവ ഗുരുതരാവസ്ഥയിൽ ആലപ്പുഴയിലെ ഒരു സ്വകാര്യ ആശുപത്രിയിൽ പ്രവേശിപ്പിച്ചു. ഇതിനിടെ സ്ഫോടന വിവരം പൊലീസ് അറിഞ്ഞ് പല ആശുപത്രിയിലും തിരച്ചിൽ നടത്തിയെങ്കിലും സ്റ്റീഫനെ പിടിക്കാൻ സാധിച്ചില്ല. കൂടെയുള്ളവർ രഹസ്യ സങ്കേതങ്ങൾ മാറ്റിക്കൊണ്ടിരുന്നു. വെള്ളത്തൂവൽ ആക്ഷനിൽ കൂടെയുണ്ടായിരുന്ന സോമദത്തൻ ഇതിനിടെ പിടിയിലായി. തൊട്ടുപിന്നാലെ ദാമോദരൻ, നാണു, ശ്രീനി, അലക്സാണ്ടർ എന്നിവരും. ആലപ്പുഴയിൽ രക്ഷയില്ലെന്നു കണ്ടപ്പോൾ പ്രവർത്തകർ സ്റ്റീഫനെ കളിയിക്കാവിളയിലേക്ക് രഹസ്യമായി കൊണ്ടുപോയി. കളിയിക്കാവിളയിൽ ഒരു നാടാരുടെ വീട്ടിലായിരുന്നു സ്റ്റീഫനെ ഒളിവിൽ താമസിപ്പിച്ചത്. നാടാരാണു പൊള്ളലേറ്റ സ്റ്റീഫനെ ശരിക്കും ശുശ്രൂഷിച്ചത്. വീടിനു സമീപത്ത് ഈറ്റകൊണ്ടുണ്ടാക്കിയ ഒളിസങ്കേതത്തിലായിരുന്നു നാടാർ സ്റ്റീഫനെ പാർപ്പിച്ചിരുന്നത്. മുറിവുണങ്ങി ഒരുവിധം നടക്കാൻ കഴിയുമെന്നായപ്പോൾ പ്രവർത്തകർ വന്ന്

സ്റ്റീഫനെ കിളിമാനൂരിലേക്കു കൂട്ടിക്കൊണ്ടുപോയി. കിളിമാനൂരിൽ പെട്ടെന്നു തന്നെ സ്റ്റീഫന് നക്സൽ അനുഭാവികളായ ഒരു ഗ്രൂപ്പിനെ വളർത്തിയെടുക്കാൻ സാധിച്ചു.

ഈ സമയത്താണ് കെ. വേണു പ്രസ്ഥാനത്തിലേക്കു കടന്നുവരുന്നത്. തിരുവനന്തപുരത്ത് സർക്കാർ ജീവനക്കാരായ ധാരാളം പേർ നക്സൽ അനുഭാവികളായി ഉണ്ടായിരുന്നു. അവരെല്ലാം വേണുവുമായി എപ്പോഴും ബന്ധപ്പെട്ടുകൊണ്ടിരുന്നു.

1970ൽ സപ്തമുന്നണി അധികാരത്തിൽ വന്നതോടെ നക്സലൈറ്റ് വേട്ട കൂടുതൽ ശക്തമാക്കി. ആഭ്യന്തര മന്ത്രിയായ കെ. കരുണാകരൻ ഇതിനായി ക്രൈം ബ്രാഞ്ചിന്റെ പുതിയൊരു വിഭാഗത്തെ തന്നെ നിയോഗിച്ചു. ജയറാം പടിക്കലിനായിരുന്നു അതിന്റെ ചുമതല. നക്സലൈറ്റ് ഭീഷണി നേരിടാൻ ഏതുരീതിയും സ്വീകരിക്കാനുള്ള അധികാരം പടിക്കലിനു കരുണാകരൻ അനുവദിക്കുകയുണ്ടായി.

നക്സലൈറ്റ് ആക്രമണമുണ്ടായ സ്ഥലത്തെല്ലാം ക്രൈംബ്രാഞ്ചിന്റെ പ്രത്യേക ക്യാമ്പ് തുറക്കും. സംശയം തോന്നിയവരെയെല്ലാം അവിടെ കൊണ്ടുവന്ന് അതിക്രൂരമായി മർദിക്കും. ചോദ്യം ചെയ്യാനായി ഉരുട്ടൽ തന്ത്രം ഈ ക്യാമ്പുകളിലാണ് ആദ്യമായി നടപ്പാക്കുന്നത്. വെള്ളത്തൂവൽ, കോങ്ങാട് ആക്ഷനുകൾ നടന്നിടത്തെല്ലാം ക്രൈംബ്രാഞ്ച് ക്യാംപ് തുറന്ന് ചോദ്യം ചെയ്യലും മർദനവും ആരംഭിച്ചിരുന്നു.

നഗരൂർ-കുമ്മിൾ-കിളിമാനൂർ

ഹംസ എന്ന പ്രവർത്തകൻ വഴിയാണ് സ്റ്റീഫൻ കെ.വേണുവിനെ കിളിമാനൂരിലെ തന്റെ രഹസ്യകേന്ദ്രത്തിലേക്കു വിളിപ്പിക്കുന്നത്. ഗോപിനാഥൻ ഗുരുക്കൾ എന്നയാളുടെ വീട്ടിൽ വച്ചായിരുന്നു വേണുവും സ്റ്റീഫനും കണ്ടുമുട്ടിയത്. എത്രയും വേഗം മജുംദാറെ കണ്ട് കേരളത്തിലെ ചിതറിക്കിടക്കുന്ന വിഭാഗങ്ങളെ ഒന്നിപ്പിക്കാനുള്ള ശ്രമത്തിനു വേണു മുൻകൈ എടുക്കണമെന്ന് സ്റ്റീഫൻ ആവശ്യപ്പെട്ടു. തുടർന്നാണ് വേണു കൊൽക്കത്തയിൽ പോകുന്നത്. അതിനു ശേഷം വേണുവും സ്റ്റീഫനും കണ്ണൂരിലുള്ള കെ.പി. ഗോപാലനുമെല്ലാം കിളിമാനൂരിൽ യോഗം ചേർന്നു. 1970 നവംബർ ഒന്നിനാണ് കിളിമാനൂരിനടുത്തുള്ള നഗരൂരിൽ വച്ച് കെ.വേണുവിന്റെ നേതൃത്വത്തിൽ പുതിയൊരു പ്രവർത്തനം ആസൂത്രണം ചെയ്യാനായി എല്ലാവരും യോഗം ചേരുന്നത്. കെ.പി. ഗോപാലൻ, ചന്ദ്രൻ, അഹമ്മദ്കോയ, കുട്ടപ്പൻ, ഫ്രാൻസിസ് (ചാണ്ടിയുടെ മകൻ), ദിലീപ് കുമാർ എന്നിവരും യോഗത്തിൽ പങ്കെടുത്തു. ആ യോഗത്തിലാണ് കെ.പി. ഗോപാലനെ പുനഃസംഘടിപ്പിച്ച കമ്മിറ്റിയുടെ സംസ്ഥാന സെക്രട്ടറിയായി തിരഞ്ഞെടുക്കുന്നത്.

യോഗം കഴിഞ്ഞ് രണ്ടാഴ്ച പിന്നിട്ടപ്പോഴേക്കും സ്റ്റീഫന്റെ നേതൃത്വത്തിൽ നഗരൂർ-കുമ്മിൾ-കിളിമാനൂർ എന്നിവിടങ്ങളിലായി മൂന്ന്

ആക്ഷനുകൾ നടന്നു. ഓരോ പ്രദേശത്തെയും ആക്ഷനുകൾ അതതുപ്രദേശത്തെ പ്രാദേശികകമ്മിറ്റികൾ മാത്രമേ അറിയാൻ പാടുള്ളൂ എന്നതിനാൽ സംസ്ഥാന സെക്രട്ടറിയോ കെ. വേണുവോ ഇതേക്കുറിച്ച് ഒന്നും അറിഞ്ഞിരുന്നില്ല. നാലുപേരാണ് അന്നത്തെ ആക്ഷനുകളിൽ മരിച്ചത്. കേരളം കണ്ട ഏറ്റവും വലിയ നക്സലൈറ്റ് ആക്ഷനുകൾ. ജയറാം പടിക്കലിന്റെ ക്രൈംബ്രാഞ്ച് ഇത്രയും ശക്തമായിരുന്നിട്ടും ഒളിവിൽ കഴിഞ്ഞിരുന്ന സ്റ്റീഫന്റെ നേതൃത്വത്തിൽ ഉന്മൂലനം നടപ്പാക്കി.

പ്രാദേശിക ഘടകം നൽകിയ റിപ്പോർട്ടിന്റെ അടിസ്ഥാനത്തിലായിരുന്നു ആക്ഷൻ നടപ്പാക്കിയത്. മൂന്നു സംഘങ്ങളായി നാലിടത്താണ് ആക്ഷൻ നടന്നത്. കുറിയേടത്തു മഠത്തിൽ ഗോപാലകൃഷ്ണൻ പോറ്റി, ജ്യോതിർമഠത്തിൽ കേശവൻപോറ്റി, കുമ്മിൾ ചോന്നാട്ടുമുക്കു മഠത്തിൽ ശങ്കരനാരായണ അയ്യർ എന്നിവരാണു കൊല്ലപ്പെട്ട ജന്മിമാർ. ശങ്കരനാരായണ അയ്യരുടെ വീട്ടിലെത്തിയ സംഘത്തെ തടഞ്ഞ ഉത്തമൻ പിള്ള എന്ന കാര്യസ്ഥനും കൊല്ലപ്പെട്ടു. കുറിയേടത്തു മഠത്തിലും ജ്യോതിർമഠത്തിലും ഒരേ സംഘം തന്നെയാണ് ആക്ഷൻ നടത്തിയത്. ആറുപേരാണ് സംഘത്തിലുണ്ടായിരുന്നത്. ഗോപിനാഥ ഗുരുക്കളായിരുന്നു ഇതിനു നേതൃത്വം നൽകിയത്. പിഎസ്സിയിൽ ടൈപ്പിസ്റ്റായ ഗുരുക്കൾ സ്റ്റീഫനുമായുള്ള പരിചയത്തിലാണ് പ്രസ്ഥാനത്തിലേക്കു വരുന്നത്.

ജ്യോതിർമഠത്തിലെ ജന്മിയേയായിരുന്നു സംഘം തേടിയെത്തിയത്. എന്നാൽ അദ്ദേഹം സ്ഥലത്തുണ്ടായിരുന്നില്ല. തിരുവനന്തപുരത്ത് സർക്കാർ ജീവനക്കാരായ മകൻ കേശവൻപോറ്റിയായിരുന്നു വീട്ടിലുണ്ടായിരുന്നത്. കേശവൻപോറ്റിയും അമ്മയും ചില ബന്ധുക്കളുമായിരുന്നു വീട്ടിലുണ്ടായിരുന്നത്. നാടൻബോംബ് പൊട്ടിച്ചാണ് സംഘം വീട്ടിൽ കയറിയത്. അച്ഛനെ കിട്ടാത്തതിന് മകനെ പിടിച്ചുകൊണ്ടുവന്ന് മുറ്റത്തിട്ട് തലയ്ക്കു വെട്ടി. സിപിഐഎംഎല്ലിന്റെ പോസ്റ്റർ വീട്ടിൽ പതിച്ചാണു ഗുരുക്കളും സംഘവും അവിടെ വിടുന്നത്. കുറച്ചകലെയുള്ള കുറിയേടത്തു മഠത്തിൽ ഗോപാലകൃഷ്ണൻ പോറ്റിയുടെ വീട്ടിലേക്കാണു പിന്നീടു പോയത്. കേശവൻപോറ്റിയുടെ ബന്ധുവാണ് ഗോപാലകൃഷ്ണൻപോറ്റി. അവിടെയും വാതിൽ തകർത്ത് അകത്തുകടന്ന് യുവാവായ ഗോപാലകൃഷ്ണൻപോറ്റിയെ പിടിച്ചുകൊണ്ടുവന്ന് തലയ്ക്കു വെട്ടിക്കൊല്ലുകയായിരുന്നു. അദ്ദേഹത്തിന്റെ അനുജനെയും ആക്രമിച്ചു. പേടിച്ചു കരഞ്ഞ സ്ത്രീകളുടെയെല്ലാം ആഭരണങ്ങൾ അഴിച്ചുവാങ്ങിയാണ് സംഘം സ്ഥലം വിട്ടത്. പോകാൻ നേരം പാർട്ടിയുടെ പോസ്റ്റർ വീടിന്റെ ചുമരിൽ പതിച്ചു.

കുമ്മിൾ ചോന്നാട്ടുമുക്കു മഠത്തിൽ ശങ്കരനാരായണ അയ്യരുടെ വീട്ടിൽ പതിനൊന്നംഗ സംഘമാണ് ആക്ഷനു ചെന്നത്. ജന്മിയായിരുന്ന

ഇദ്ദേഹം സാധാരണക്കാരെ പലിശ വാങ്ങി ദ്രോഹിച്ചിരുന്നെന്നാണ് വിലയിരുത്തിയിരുന്നത്. അർധരാത്രി എത്തിയ സംഘത്തെ തടയാൻ ശ്രമിച്ച വേലക്കാരൻ ഉത്തമൻപിള്ളയ്ക്കു വെട്ടേറ്റു. അദ്ദേഹം പിന്നീടു മരിച്ചു. ശങ്കരനാരായണ അയ്യരുടെ വീടിന്റെ വാതിൽ പൊളിച്ച് അകത്തു കടന്ന് പലിശ വാങ്ങാനായി സാധാരണക്കാരിൽ നിന്നു വാങ്ങിവച്ചിരുന്ന ആധാരങ്ങളും മുദ്രപത്രങ്ങളുമെല്ലാം സംഘം തീയിട്ടു. അതിനുശേഷം അയ്യരെ തൂണിൽ കെട്ടിയിട്ടു. തലവെട്ടിയെടുത്ത് വീടിന്റെ മുന്നിലെ മതിലിൽ കൊണ്ടുവച്ചു.

സ്റ്റീഫന്റെ നേതൃത്വത്തിലുള്ള സംഘമാണ് കിളിമാനൂരിലെ പാപ്പാലയിൽ ആക്ഷൻ നടത്തിയത്. പത്മനാഭൻ മുതലാളിയേയായിരുന്നു സ്റ്റീഫനും സംഘവും ലക്ഷ്യമിട്ടിരുന്നത്. കൊള്ളപ്പലിശക്കാരൻ എന്ന നിലയ്ക്കാണു പത്മനാഭനെ നക്സലൈറ്റുകൾ ഉന്മൂലനം ചെയ്യാൻ തീരുമാനിച്ചത്. വാതിലിൽ മുട്ടുന്ന ശബ്ദം കേട്ട് അദ്ദേഹം നാലായി തുറക്കുന്ന വാതിൽ തുറന്നപ്പോഴേക്കും സ്റ്റീഫനും സംഘവും വെട്ടി. അദ്ദേഹത്തിന്റെ ഭാര്യയുടെ സന്ദർഭോചിത ഇടപെടൽ കൊണ്ട് പെട്ടെന്നു തന്നെ വാതിൽ അടയ്ക്കാൻ സാധിച്ചു. അങ്ങനെയാണ് പത്മനാഭൻ രക്ഷപ്പെടുന്നത്.

നഗരൂർ-കുമ്മിൾ- കിളിമാനൂർ എന്നീ ആക്ഷനുകളിൽ കൊല്ലപ്പെട്ടവരൊന്നും മജുംദാർ പറഞ്ഞതുപ്രകാരം കൊല്ലപ്പെടേണ്ട വർഗശത്രുക്കളായിരുന്നില്ല. പ്രാദേശികഘടകം തന്നെ തെറ്റിദ്ധരിപ്പിക്കുകയായിരുന്നെന്നാണ് സ്റ്റീഫൻ ഇതേക്കുറിച്ചു പറഞ്ഞത്. കൊല്ലപ്പെട്ട പോറ്റിമാർ ഭൂവുടമകളായിരുന്നു. എന്നാൽ പാവങ്ങളെ സഹായിക്കുന്നവരായിരുന്നു അവർ. സഹായം തേടിയെത്തുന്നവരെയൊന്നും മടക്കിയയയ്ക്കാറില്ല. വർഗശത്രുക്കളെക്കുറിച്ചു പഠനം നടത്താൻ ചുമതലപ്പെടുത്തിയവർ തെറ്റായ വിവരമാണു നൽകിയതെന്നും അതുകൊണ്ടാണ് പാവങ്ങൾ കൊല്ലപ്പെട്ടതെന്നും സ്റ്റീഫൻ പറഞ്ഞു.

നാലുപേർ കൊല്ലപ്പെട്ടതോടെ കേരളമാകെ നക്സൽവിരുദ്ധ തരംഗം അലയടിച്ചു. നക്സലൈറ്റ് എന്നാൽ തലകൊയ്യുന്നവർ എന്ന വ്യാഖ്യാനം വന്നു. കുട്ടികളെ പേടിപ്പിക്കാൻ ദാ, നക്സലൈറ്റുകൾ വരുന്നു എന്ന് അമ്മമാർ പറഞ്ഞുതുടങ്ങി. ജയറാം പടിക്കലിന്റെ നേതൃത്വത്തിൽ ക്രൈംബ്രാഞ്ചിന്റെ പുതിയ ക്യാംപ് കിളിമാനൂരിൽ തുറന്നു. ഗോപിനാഥ ഗുരുക്കളെയാണ് ആദ്യം പിടികൂടിയത്. സ്റ്റീഫനും ഗുരുക്കളും ക്ലാസെടുത്ത ചിലരാണു പൊലീസിനു വിവരം നൽകിയത്. ക്രൈംബ്രാഞ്ചുകാരുടെ മർദനത്തെ തുടർന്നായിരുന്നു അവർ സത്യം പറഞ്ഞത്. കേസിൽ സ്റ്റീഫനൊഴികെ എല്ലാവരും പിടിയിലായി. നഗരൂർ യോഗത്തിൽ പങ്കെടുത്ത കെ. വേണുവിനെയും ജയറാം പടിക്കൽ ചോദ്യം ചെയ്യാൻ കസ്റ്റഡിയിലെടുത്തു.

സ്റ്റീഫൻ പിടിയിലാകുന്നു

കേരളത്തിൽ ഏറ്റവുമധികം പേടിക്കപ്പെടുന്ന നക്സലൈറ്റ് ആയി മാറി സ്റ്റീഫൻ. പിടികിട്ടാപ്പുള്ളിയായ സ്റ്റീഫന്റെ തലയ്ക്ക് സർക്കാർ വിലയിട്ടു- അയ്യായിരം രൂപ. 1971ൽ ആണ് സ്റ്റീഫൻ പിടിയിലാകുന്നത്. എറണാകുളത്തെ ചെലവന്നൂരിൽ ഒളിസങ്കേതത്തിൽ നിന്നാണു പിടി കൂടിയത്. ഒരു കർഷകത്തൊഴിലാളിയുടെ വീട്ടിലായിരുന്നു സ്റ്റീഫനുണ്ടായിരുന്നത്. സ്റ്റീഫനാണെന്ന് വീട്ടുകാർക്ക് അറിയില്ലായിരുന്നു. പേരുമാറ്റിയായിരുന്നു താമസിച്ചിരുന്നത്. വയറിളക്കം ബാധിച്ച് അവശനിലയിലായിരുന്നു പിടിയിലാകുമ്പോൾ. സിപിഎം പ്രവർത്തകർ ഒറ്റിക്കൊടുത്തെന്നാണ് സ്റ്റീഫൻ പറയുന്നത്. വയറിളക്കം ബാധിച്ച് ഇടയ്ക്കിടെ വീട്ടിൽ നിന്നു പുറത്തിറങ്ങുന്നത് വീടിനടുത്തുള്ള ഒരു സിപിഎമ്മുകാരന്റെ ശ്രദ്ധയിൽപ്പെട്ടുവത്രെ. അദ്ദേഹം നേതാക്കളെ അറിയിക്കുകയായിരുന്നു. നേതാക്കളാണു പൊലീസിനു വിവരം കൊടുത്തത്. ഈ പ്രദേശത്ത് ഒറ്റപ്പൂ കൃഷി ചെയ്ത സ്ഥലത്ത് സമരം നടക്കുന്നുണ്ടായിരുന്നു. സിപിഎം സമരത്തിനെതിരായിരുന്നു. സ്റ്റീഫൻ സമരക്കാർക്കൊപ്പം നിലകൊണ്ടിരുന്നു. തങ്ങളുടെ പാർട്ടി പ്രവർത്തകരെ നക്സലിസത്തിലേക്കു കൊണ്ടുപോകുന്നത് തടയുക കൂടി സിപിഎമ്മിന്റെ ആവശ്യമായിരുന്നു.

പിടിയിലാകുമ്പോൾ പൊലീസിനു പോലും വിശ്വാസം വന്നിരുന്നില്ല സ്റ്റീഫനാണെന്ന്. മുൻപ് കുന്നിക്കൽ നാരായണൻ തൃശൂർപൊലീസിൽ കീഴടങ്ങാൻ ചെന്നതുപോലെയായിരുന്നു. പൊലീസെത്തിയപ്പോൾ അവശനായി കിടക്കുകയായിരുന്നു സ്റ്റീഫൻ. കീഴടങ്ങി കൈ പൊക്കി നിന്നപ്പോൾ അറസ്റ്റ് ചെയ്യാൻ വന്ന ഉദ്യോഗസ്ഥൻ പോലും പേടിച്ചുകൊണ്ടാണ് അടുത്തേക്കെത്തിയതെന്ന് സ്റ്റീഫൻ ചിരിച്ചുകൊണ്ടു പറഞ്ഞു. അയലിൽ കിടന്ന തോർത്തെടുത്ത് കൈ പിറകോട്ടു കെട്ടി. ഒരു തോർത്തുകൊണ്ട് മുഖവും മൂടി. അപ്പോഴേക്കും വൻജനാവലി അവിടെയെത്തിയിരുന്നു. ആരെയാണു പിടികൂടിയതെന്ന് അവർക്കറിയില്ലായിരുന്നു. കള്ളനോട്ട് കേസിലെ പ്രതിയേയാണ് പിടികൂടിയതെന്ന് പൊലീസ് പറഞ്ഞു. അന്നേരം സ്റ്റീഫനു ശ്വാസം മുട്ടൽ വന്നപ്പോൾ പൊലീസ് മുഖത്തെ കെട്ടഴിച്ചു. ഈ തക്കത്തിൽ താൻ വെള്ളത്തൂവൽ സ്റ്റീഫനാണെന്ന് അദ്ദേഹം ഉറക്കെ വിളിച്ചുപറഞ്ഞു. അന്നേരമാണു നാട്ടുകാർ തന്നെ വിവരമറിയുന്നത്.

തിരുവനന്തപുരം ക്രൈംബ്രാഞ്ച് ക്യാംപിലേക്കാണു സ്റ്റീഫനെ കൊണ്ടുപോയത്. അവിടെ ലക്ഷ്മണയായിരുന്നു ചോദ്യം ചെയ്തത്. അതിക്രൂരമായ മർദ്ദനമാണു അനുഭവിക്കേണ്ടി വന്നതെന്ന് സ്റ്റീഫൻ പറഞ്ഞു. മുഖ്യമന്ത്രി അച്യുതമേനോന്റെ ഇടപെടൽ കൊണ്ടാണ് താൻ കസ്റ്റഡിയിൽ കൊല്ലപ്പെടാതിരുന്നതെന്നാണ് അദ്ദേഹം വിശ്വസിക്കുന്നത്. അല്ലെങ്കിൽ വർഗീസിനെ പോലെ വ്യാജഏറ്റുമുട്ടലിൽ താനും

കൊല്ലപ്പെടുമായിരുന്നു. പൊലീസിന് വർഗീസിനെക്കാളേറെ ബുദ്ധിമുട്ടുണ്ടാക്കിയത് സ്റ്റീഫനായിരുന്നു. അന്നത്തെ സമയത്ത് ക്രൈംബ്രാഞ്ച് കസ്റ്റഡിയിൽ ഒരാൾ കൊല്ലപ്പെട്ടാൽ പോലും ആരും ചോദിക്കാനുണ്ടാകുമായിരുന്നില്ല.

സ്റ്റീഫൻ കൂടി പിടിക്കപ്പെട്ടതോടെ സർക്കാറിന് ആശ്വാസമായി. കേരളത്തെ ഞെട്ടിച്ച നക്സലൈറ്റ് നേതാക്കളെല്ലാം പിടിയിലായി. എറണാകുളം മജിസ്ട്രേറ്റ് കോടതിയിൽ ഹാജരാക്കിയ സ്റ്റീഫനെ ആറ്റിങ്ങൽ സബ് ജയിലിലേക്കാണ് അയച്ചത്. സ്റ്റീഫനെ പോലെ പേടിക്കപ്പെടേണ്ട ഒരു നക്സലൈറ്റിന് ആറ്റിങ്ങൽ ജയിലിൽ സുരക്ഷ പോരെന്നു പറഞ്ഞു തിരുവനന്തപുരം സെൻട്രൽ ജയിലിലേക്കു മാറ്റി. കോങ്ങാട് കേസിലെ പ്രതികളെല്ലാം വിയ്യൂർ സബ് ജയിലിൽ നിന്നു ചാടിപ്പോയതിനെ തുടർന്നാണ് ആറ്റിങ്ങളിലുണ്ടായിരുന്നവരെയെല്ലാം തിരുവനന്തപുരത്തേക്കു മാറ്റിയത്.

12 കേസുകളാണ് സ്റ്റീഫന്റെ പേരിലുണ്ടായിരുന്നത്. തൃശിലേരി-തിരുനെല്ലി കേസിൽ മൂന്നാംപ്രതിയായിരുന്നു. കോങ്ങാട് ആക്ഷനിൽ പങ്കെടുത്തില്ലെങ്കിലും പ്രതിയാക്കപ്പെട്ടു. നഗരൂർ-കുമ്മിൾ-കിളിമാനൂർ കേസുകളിൽ ഒന്നാംപ്രതിയായി. ജയിലിലും അതിക്രൂരമായ മർദനമാണ് ഏൽക്കേണ്ടി വന്നത്. ജയിലിൽ വച്ച് സ്റ്റീഫനു മാനസാന്തരം വന്നു. രക്തപാതയിലൂടെ യാത്ര തെറ്റായിരുന്നെന്നു ബോധ്യമായി. ജയിലിൽ വച്ച് തുറക്കപ്പെട്ട വായനയുടെ വിശാലലോകമാണ് സ്റ്റീഫന്റെ ജീവിതം മാറ്റിമറിച്ചത്. വായിക്കാൻ പുസ്തകം ലഭിക്കാൻ വേണ്ടി ജയിലിൽ സമരം ചെയ്യേണ്ടി വന്നിട്ടുണ്ട് സ്റ്റീഫന്.

1975 ജനുവരി 25ന് ആണ് നഗരൂർ-കുമ്മിൾ-കിളിമാനൂർ കേസിലെ വിധി വന്നത്. ഗോപിനാഥഗുരുക്കൾ, വിശ്വരൂപൻ, ഭാസ്കരൻപിള്ള എന്നിവർക്കു വധശിക്ഷ, 18 പേർക്കു ജീവപര്യന്തം, 12 പേരെ വെറുതെ വിട്ടു. വിട്ടയച്ചവരുടെ കൂട്ടത്തിൽ പ്രധാനി കെ.വേണുവായിരുന്നു. ജീവപര്യന്തം ശിക്ഷിക്കപ്പെട്ട സ്റ്റീഫൻ 1985ൽ ആണു പുറത്തിറങ്ങുന്നത്. അപ്പോഴേക്കും പഴയ ചിന്തയെല്ലാം വിട്ട് സമാധാനത്തിന്റേതായ മാർഗത്തിലൂടെ സഞ്ചരിക്കാനായിരുന്നു തീരുമാനിച്ചിരുന്നത്. യേശുവിനെക്കുറിച്ചുള്ള ചിന്തയായിരുന്നു ആ മനസ്സിനെ പാകപ്പെടുത്തിയത്.

ജയിലിൽ നിന്നു പുറത്തിറങ്ങിയപ്പോൾ ആദ്യകാല പ്രവർത്തകരെല്ലാം വീണ്ടും സജീവമാകാൻ ക്ഷണിച്ചിരുന്നു. അവരെയെല്ലാം സ്റ്റീഫൻ പറഞ്ഞയച്ചു. തുടർന്നാണ് ചേലച്ചുവട്ടിൽ തന്നെയുള്ള മാലതിയെ വിവാഹം കഴിക്കുന്നത്. നായർ സ്ത്രീയെ വിവാഹം കഴിച്ചതിനു പലരിൽ നിന്നും ഒറ്റപ്പെടുത്തലുണ്ടായി. മാലതിയുടെ തറവാടു സ്വത്തായി ലഭിച്ച സ്ഥലം വിറ്റ് ചേലച്ചുവട്ടിൽ വീടവച്ചു താമസമാക്കി. പിന്നെ കുറച്ചുകാലം സുവിശേഷ പ്രാസംഗികനായി കഴിഞ്ഞു. അവിടെയും മനസ്സ് തങ്ങിനിന്നില്ല.

ഒടുവിൽ പഴയ ജോലിയിലേക്കു തന്നെ തിരിച്ചുപോന്നു. ഇപ്പോൾ തയ്യൽ ജോലി ചെയ്ത് കുടുംബം പുലർത്തുന്നു.

ചെയ്തതെല്ലാം തെറ്റായോ എന്നു ചോദിച്ചാൽ സ്റ്റീഫന് ഒരു ഉത്തര മേയുള്ളൂ- അന്ന് അതെല്ലാം ശരിയായിരുന്നു. ഇപ്പോഴത്തെ സാഹചര്യം വച്ച് അന്നത്തെ കാലത്തെ വിലയിരുത്തുന്നതു ശരിയല്ല. അന്ന് ഉന്മൂലന ത്തിൽ വിശ്വസിച്ചിരുന്നു. എന്നാൽ ഉന്മൂലനം ചെയ്യപ്പെട്ടവർ യഥാർഥ ത്തിൽ മരിക്കേണ്ടവരായിരുന്നില്ല എന്ന് ഞാൻ തുറന്നു പറഞ്ഞിട്ടുണ്ട്. അവരെക്കുറിച്ച് പ്രാദേശിക ഘടകത്തിലെ ആളുകൾ തെറ്റായ വിവര ങ്ങൾ നൽകിയതായിരുന്നു. ഇപ്പോൾ അതിനെക്കുറിച്ചൊന്നും ചിന്തിക്കു ന്നില്ല. ഇന്ന് എന്റെ മനസ്സ് ശാന്തമാണ്.

പത്ത്

വേണു മജുംദാറെ സന്ദർശിക്കുന്നു

കോട്ടയം ചങ്ങനാശേരി തൃക്കൊടിത്താനം പുത്തൂർവീട്ടിൽ തോമസ്-മറിയാമ്മ ദമ്പതികളുടെ മകനായ പി.ടി. തോമസ് വ്യക്തമായ രാഷ്ട്രീയ ബോധത്തോടെയായിരുന്നില്ല തിരുവനന്തപുരം ഏജീസ് ഓഫീസിൽ ജോലിയിൽ ചേരാനെത്തിയത്. ചങ്ങാനാശ്ശേരി എസ്.ബി. കോളേജിൽ നിന്ന് സയൻസിൽ ബിരുദമെടുത്ത തോമസിന് ഉടൻ തന്നെ ഏജീസ് ഓഫീസിൽ ഓഡിറ്ററായി ജോലി ലഭിക്കുകയായിരുന്നു.

സെക്രട്ടറിയേറ്റിനു സമീപമുള്ള കോ-ഓപ്പറേറ്റീവ് ഹോം എന്ന ലോഡ്ജിലായിരുന്നു അദ്ദേഹത്തിന്റെ താമസം. അവിടെ വച്ചാണ് കെ.വേണു, എൽഐസിയിലെ ജീവനക്കാരനായിരുന്ന കെ.പി. കുമാരൻ (സംവിധായകൻ) തുടങ്ങിയവരുമൊക്കെയായി പരിചയമാകുന്നത്. ആ പരിചയമാണ് തോമസിന്റെ ജീവിതം പുതിയൊരു വഴിത്തിരിവിലേക്കു കൊണ്ടുപോകുന്നത്. അന്നത്തെ ഏജീസ് ഓഫീസ്, എൽഐസി ഓഫീസ് എന്നിവിടങ്ങളിൽ ജോലി ചെയ്തിരുന്ന ധാരാളം പേർ സിപിഎം നിലപാടിൽ പ്രതിഷേധിച്ച് വിപ്ലവത്തിന്റെ വഴിയെക്കുറിച്ചു ചിന്തിക്കുന്നവരായിരുന്നു. അവരുമായുള്ള അടുപ്പം പി.ടി.യുടെ ചിന്തയേയും മാറ്റിമറിച്ചു. ചെഗുവേരയുടെ ഡയറിക്കുറിപ്പുകൾ വായിച്ചതോടെ ചിന്ത തന്നെ മാറി.

വിപ്ലവചിന്തയുണ്ടായിരുന്നെങ്കിലും ആരും പ്രത്യക്ഷമായ പ്രവർത്തനത്തിലൊന്നും ഏർപ്പെട്ടിരുന്നില്ല. തലശേരി-പുൽപ്പള്ളി ആക്ഷനിൽ പങ്കെടുത്തിരുന്ന ഫിലിപ്പ് എം.പ്രസാദ് അക്കാലത്ത് ഈ ഗ്രൂപ്പുമായി ബന്ധം പുലർത്തിയിരുന്നു. വിപ്ലവാഭിമുഖ്യമുള്ളവരുടെ ഒരു പ്രസിദ്ധീകരണം ആരംഭിക്കണമെന്ന ആഗ്രഹം തിരുവനന്തപുരം ഗ്രൂപ്പിന്റെ ചിന്തയിൽ സജീവമായി വന്നു. എന്നാൽ മിക്കവരും സർക്കാർ ഉദ്യോഗസ്ഥരായിരുന്നതിനാൽ പ്രസിദ്ധീകരണത്തിന്റെ ചുമതല ഏറ്റെടുക്കാൻ ആരും താത്പര്യം കാണിച്ചിരുന്നില്ല. ദേശാഭിമാനിക്കു വേണ്ടി തർജമ ജോലി ചെയ്തിരുന്ന കെ. വേണു പ്രസിദ്ധീകരണത്തിന്റെ ചുമതലയേൽക്കാൻ തീരുമാനിച്ചു. ഇൻക്വിലാബ് എന്നു പ്രസിദ്ധീകരണത്തിനു പേരുമിട്ടു.

ചാരുമജുംദാർ ആദ്യമായി കേരളം സന്ദർശിച്ച സമയം. അമ്പാടി ശങ്കരൻകുട്ടി മേനോനും കോസല രാമദാസും കണ്ണൂർ ജില്ലയിലെ കെ.പി. ഗോപാലനും കൂട്ടരുമായിരുന്നു മജുംദാറുടെ കേരള സന്ദർശത്തിനു കളമൊരുക്കിയത്. തുടർന്നാണ് താവം കൊലപാതകം നടക്കുന്നത്. താവം ആക്ഷനിൽ പങ്കെടുത്തിരുന്ന ശിവപ്രസാദ്, മാധവൻ നമ്പ്യാർ എന്നിവർ തിരുവനന്തപുരത്തെത്തി അവിടെയുള്ള നക്സൽ ആഭിമുഖ്യ ഗ്രൂപ്പുമായി ബന്ധം പുലർത്തി. ഇവർ വഴി അമ്പാടിയും കോസല രാമ ദാസും കെ. വേണുവുമായി പരിചയം സ്ഥാപിച്ചു. വേണുവിന്റെ നേതൃത്വത്തിൽ പ്രസിദ്ധീകരണം തുടങ്ങുന്ന കാര്യം അവർ അറിഞ്ഞി രുന്നു. ആ പ്രസിദ്ധീകരണത്തെ കേരളത്തിലെ സിപിഐഎംഎല്ലിന്റെ ഔദ്യോഗിക പത്രമാക്കി മാറ്റാൻ പറ്റുമോ എന്നറിയാനായിരുന്നു അമ്പാടി എത്തിയത്. പാർട്ടിയുടെ ഔദ്യോഗിക പത്രമായ ലിബറേഷന്റെ മല യാളം തർജമയായിരുന്നു അവർ അതുവരെ പ്രസിദ്ധീകരിച്ചിരുന്നത്. എന്നാൽ ഇൻക്വിബാലിനെ അവർക്കു കൈമാറാൻ വേണു ഒരുക്കമായി രുന്നില്ല.

തിരുവനന്തപുരം ഗ്രൂപ്പിന്റെ പ്രസിദ്ധീകരണം തുടങ്ങാറായപ്പോഴേക്കും അവിടെയും പ്രശ്നം ആരംഭിച്ചു. സിപിഐഎംഎല്ലിന്റെ പിന്തുണയുള്ള ഒരു പ്രസിദ്ധീകരണം എന്നായിരുന്നു വേണു മുന്നോട്ടു വച്ച നിർദേശം. സ്വതന്ത്രമായ നക്സലൈറ്റ് ആഭിമുഖ്യമുള്ള പത്രം മതി എന്നു മറ്റുള്ള വരും. അമ്പാടിയും കോസല രാമദാസുമായി വേണു ബന്ധം സ്ഥാപിച്ച കാര്യം കെ.പി. കുമാരനൊന്നും അറിയില്ലായിരുന്നു. വേണുവിന്റെ നില പാട് എല്ലാവരിലും പ്രതിഷേധമുണ്ടാക്കി; ഒരാളൊഴികെ, അത് പി.ടി. തോമസായിരുന്നു.

ഗ്രൂപ്പ് എന്ന രീതിയിൽ പ്രസിദ്ധീകരണം തുടങ്ങുന്ന കാര്യം ഉപേ ക്ഷിക്കാമെന്നും വേണുവിന് ഇഷ്ടമുള്ളതുപോലെ പ്രസിദ്ധീകരണം ആരംഭിക്കാമെന്നുമാണ് പി.ടിയൊഴികെയുള്ളവരെല്ലാം നിലപാട് എടു ത്തത്. ഉത്തരവാദിത്വം ഏറ്റെടുക്കാൻ വേണുവിന് ധൈര്യമുണ്ടെങ്കിൽ ഞാനും കൂടെയുണ്ടെന്ന് പി.ടി. അസന്ദിഗ്ധമായി പറഞ്ഞു. വേണുവും പി.ടിയും ഇൻക്വിലാബ് തുടങ്ങാനുള്ള പദ്ധതികളുമായി മുന്നോട്ടുപോയി. പ്രസിദ്ധീകരണത്തിനോടൊപ്പമില്ലെങ്കിലും സാമ്പത്തികമായി സഹായി ക്കാമെന്ന് കെ.പി. കുമാരനൊക്കെ അറിയിച്ചു.

നക്സലൈറ്റ് ആഭിമുഖ്യമുള്ളൊരു പ്രസിദ്ധീകരണം അച്ചടിക്കാൻ പ്രസ് ലഭിക്കുക ഏറെ പ്രയാസകരമായിരുന്നു. വേണുവും പി.ടിയും ഇതി നായി ഏറെ നടന്നു. തിരുവനന്തപുരത്തുള്ള പി.പി. പ്രസ്സിൽ നിന്നാണ് ഇൻക്വിലാബ് അച്ചടിച്ചത്. വേണുവായിരുന്നു ഉള്ളടക്കമെല്ലാം തയ്യാറാ ക്കിയത്. മാവോയുടെയും മജുംദാറുടെയുമൊക്കെ ലേഖനങ്ങൾ അതിൽ പ്രസിദ്ധീകരിച്ചിരുന്നു. വേണു നൽകിയ മേൽവിലാസത്തിലെല്ലാം

ഇൻക്വിലാബ് അയച്ചുകൊടുക്കുന്നതിന്റെ ചുമതലയായിരുന്നു പി.ടിക്ക്. ഈ സമയത്ത് മിക്ക നക്സലൈറ്റുകളും ഒളിവിലായിരുന്നു. അതുകൊണ്ടുതന്നെ ഏറെ സാഹസപ്പെട്ടാണ് അവരുടെയൊക്കെ മേൽവിലാസം സംഘടിപ്പിച്ചതും എത്തിക്കാൻ ഏർപ്പാടു ചെയ്തതുമെന്ന് പി.ടി. പറഞ്ഞു. 1970 ജൂണിലാണ് ഇൻക്വിലാബിന്റെ ആദ്യലക്കം പുറത്തിറങ്ങിയത്. ആയിരം കോപ്പിയാണ് പ്രിന്റ് ചെയ്തത്. എല്ലായിടത്തും നല്ല സ്വീകാര്യതയാണു ലഭിച്ചത്. വേണുവിന്റെ ലോഡ്ജിലെ മേൽവിലാസമായിരുന്നു അന്നുകൊടുത്തിരുന്നത്. ഇൻക്വിലാബ് പ്രസിദ്ധീകരണം തുടങ്ങിയതോടെ വേണു പൊലീസിന്റെ രഹസ്യ നിരീക്ഷണത്തിലായി. വേണുവിന് സഹായം നൽകുന്നവരെയൊന്നും അന്നു നിരീക്ഷിച്ചിരുന്നില്ല. ജൂണിലായിരുന്നു ആദ്യലക്കം പ്രസിദ്ധീകരിച്ചത്. ജൂലൈ ലക്കം കൂടി പ്രസിദ്ധീകരിച്ചതോടെ കേരളത്തിലെ നക്സൽ ഗ്രൂപ്പുകളൊക്കെ വേണുമായി രഹസ്യമായി ബന്ധപ്പെടാൻ തുടങ്ങി. അതേപോലെ പൊലീസിന്റെ നിരീക്ഷണവും ശക്തമായി. പി.ടി. പോസ്റ്റ് ഓഫീസ് വഴി ഇൻക്വിലാബ് അയയ്ക്കുന്ന മേൽവിലാസമെല്ലാം പൊലീസ് രഹസ്യമായി ശേഖരിക്കുന്നുണ്ടായിരുന്നു. അത് വേണുവും പി.ടിയും അറിഞ്ഞിരുന്നു. ഏതുസമയത്തും തങ്ങൾ താമസിക്കുന്നിടത്ത് പൊലീസ് റെയ്ഡ് ഉണ്ടാകുമെന്നറിയുന്നതിനാൽ മേൽവിലാസം എഴുതുന്ന പുസ്തകം പി.ടിയാണു രഹസ്യമായി സൂക്ഷിച്ചിരുന്നത്. ഒരു ദിവസം പൊലീസ് ഉദ്യോഗസ്ഥൻ വേണുവിന്റെ ലോഡ്ജിലെത്തി പരിശോധന നടത്തുകയും ചെയ്തു മേൽവിലാസമെഴുതുന്ന പുസ്തകമായിരുന്നു അദ്ദേഹത്തിനു വേണ്ടിയിരുന്നത്.

നക്സലൈറ്റുകളെ വേട്ടയാടാൻ രൂപീകരിച്ച ക്രൈംബ്രാഞ്ചിലെ ഉദ്യോഗസ്ഥനായിരുന്നു വേണുവിനെ തേടിയെത്തിയത്. അദ്ദേഹം വേണുവിനെ ചോദ്യം ചെയ്യാൻ എസ്പി ജയറാം പടിക്കലിന്റെ ഓഫീസിലേക്കു കൊണ്ടുപോയി. ഇൻക്വിലാബിനെക്കുറിച്ചും അമ്പാടിയുമായുള്ള ബന്ധത്തെക്കുറിച്ചുമൊക്കെയാണ് ജയറാം പടിക്കൽ വേണുവിനോടു ചോദിച്ചത്. ആരെല്ലാം കൂടെയുണ്ട് എന്നതിന് പി.ടിയുടെ പേരൊന്നും വേണു പറഞ്ഞിരുന്നില്ല. ഇൻക്വിലാബ് സ്വന്തമായിട്ടാണ് അച്ചടിട്ടു പ്രസിദ്ധീകരിച്ചിരുന്നതെന്നു പറഞ്ഞു. രണ്ടുദിവസം ചോദ്യം ചെയ്തെങ്കിലും നക്സലൈറ്റ് ഗ്രൂപ്പുമായി ബന്ധപ്പെട്ടതിന്റെ കാര്യമായ വിവരമൊന്നും ലഭിച്ചില്ല. പ്രപഞ്ചവും മനുഷ്യനും എന്ന പുസ്തകമെഴുതിയ വേണുവിനെ പോലെയൊരാൾ നല്ലമാർഗത്തിലൂടെ വേണം ജീവിക്കാൻ എന്നായിരുന്നു പടിക്കലിന്റെ ഉപദേശം.

കേരളത്തെ ഞെട്ടിച്ച കോങ്ങാട്, വെള്ളത്തൂവൽ ആക്ഷനുകൾ അരങ്ങേറിയതോടെ നക്സലൈറ്റ് വേട്ട പൊലീസ് ശക്തമാക്കി. ഏതുസമയത്തും വേണു അറസ്റ്റ് പ്രതീക്ഷിച്ചിരുന്നു. അപ്പോഴേക്കും വേണുവിനു

സഹായം നൽകുന്ന ആളെന്ന നിലയ്ക്ക് പി.ടിയും പൊലീസിന്റെ നോട്ട പ്പുള്ളിയായിരുന്നു. നിയമസഭാ തിരഞ്ഞെടുപ്പിനു മുന്നോടിയായി അമ്പാടി ശങ്കരൻകുട്ടി മേനോൻ സിപിഐഎംഎൽ ബന്ധം ഉപേക്ഷിക്കുകയും കോൺഗ്രസിൽ ചേരുകയും ചെയ്തു. ഇത് അദ്ദേഹത്തെ പിൻതുണച്ചി രുന്ന ഔദ്യോഗിക വിഭാഗത്തെ ആകെ ഞെട്ടിച്ചു. മജുംദാറുമായി അവർ ക്കുള്ള ഏക ബന്ധം അമ്പാടിയായിരുന്നു. അതില്ലാതായതോടെ നാഥ നില്ലാത്ത അവസ്ഥയായി. മജുംദാറുമായി ബന്ധപ്പെടാൻ പറ്റിയ ആൾ ഇനിയാരെന്ന ചോദ്യം അവസാനിച്ചത് വേണുവിലായിരുന്നു. വേണു കേരളത്തിലെ ഔദ്യോഗിക വിഭാഗത്തിന്റെ ചുമതലയേൽക്കണമെന്ന് പലരും രഹസ്യമായി വന്ന് ആവശ്യപ്പെട്ടു. എന്നാൽ പി.ടി. ഇതിനോട് യോജിച്ചിരുന്നില്ല.

ഒളിവിലായിരുന്ന വെള്ളത്തൂവൽ സ്റ്റീഫൻ വേണുവിനെ കാണാൻ താൽപര്യം പ്രകടിപ്പിച്ചു. ബോംബുണ്ടാക്കുമ്പോൾ സംഭവിച്ച സ്ഫോട നത്തിൽ പരിക്കേറ്റ് ഒളിവിൽ ചികിൽസയിൽ കഴിഞ്ഞിരുന്ന സ്റ്റീഫനെ വേണു അവിടെ ചെന്നുകാണുകയായിരുന്നു. കൽക്കത്തയിൽ പോയി മജുംദാറെ കണ്ട് കേരളത്തിലെ കാര്യങ്ങൾ ബോധ്യപ്പെടുത്തണമെന്ന് സ്റ്റീഫനും ആവശ്യപ്പെട്ടു. മജുംദാറുമായി സംസാരിച്ച് കേരളത്തിൽ ഔദ്യോഗികമായൊരു പാർട്ടി ഗ്രൂപ്പ് ഉണ്ടാക്കിയില്ലെങ്കിൽ സമാന്തര ഗ്രൂപ്പു കൾ കൂടുതൽ ശക്തമാകുമെന്നായിരുന്നു സ്റ്റീഫൻ അഭിപ്രായപ്പെട്ടത്. അതുപ്രകാരമാണ് ഒക്ടോബറിൽ വേണു മജുംദാറെ കാണാനായി കൊൽ ക്കത്തയിലേക്കു പോകുന്നത്.

ഇൻക്വിലാബിന്റെ അഞ്ചാം ലക്കം അയച്ചുകൊടുക്കുന്നതിന്റെ തിരക്കി ലായിരുന്നു പി.ടി. വേണുവിന്റെ സഹായികളെക്കുറിച്ച് വിവരം കിട്ടി യിരുന്നെങ്കിലും പൊലീസ് പരിശോധനയ്ക്കൊന്നും മിനക്കെട്ടിരുന്നില്ല. എൽഐസിയിലും ഏജീസ് ഓഫീസിലുമുള്ള ധാരാളം പേർ നക്സ ലൈറ്റ് അനുഭാവമുള്ളവരാണെന്ന് പൊലീസിനു വിവരം ലഭിച്ചിരുന്നു. കേന്ദ്ര ഓഫിസിലെ ഉദ്യോഗസ്ഥരായതിനാൽ കൃത്യമായ വിവരത്തിനായി കാത്തിരിക്കുകയായിരുന്നു പൊലീസ്.

മുൻപ് വേണുവിനെ കാണാൻ കേരളത്തിലെത്തിയ തപൻദാസ് എന്നയാൾ മുഖാന്തിരമാണ് മജുംദാറെ കാണാൻ വേണുവിന് അവസര മൊത്തത്. അതിസാഹസികമായി, രഹസ്യ വഴികളിലൂടെയൊക്കെ സഞ്ച രിച്ച ശേഷമാണ് വേണു മജുംദാറുടെ അടുക്കലെത്തിയത്. കേരളത്തിലെ പാർട്ടിയുടെ അവസ്ഥ വേണു കൃത്യമായി അദ്ദേഹത്തെ ബോധ്യ പ്പെടുത്തി. സംസ്ഥാനതലത്തിലുള്ള പുനഃസംഘടനാ ചുമതല അദ്ദേഹം വേണുവിനെ ഏല്പിക്കുകയുണ്ടായി. സമാന്തര പ്രവർത്തനം നടത്തു ന്നവരെ സ്വയം വിമർശനം നടത്തിയ ശേഷം മാത്രമേ പുനഃസംഘടന യിൽ കൂട്ടാൻ പാടുള്ളൂ എന്നായിരുന്നു മജുംദാർ നൽകിയ നിർദേശം.

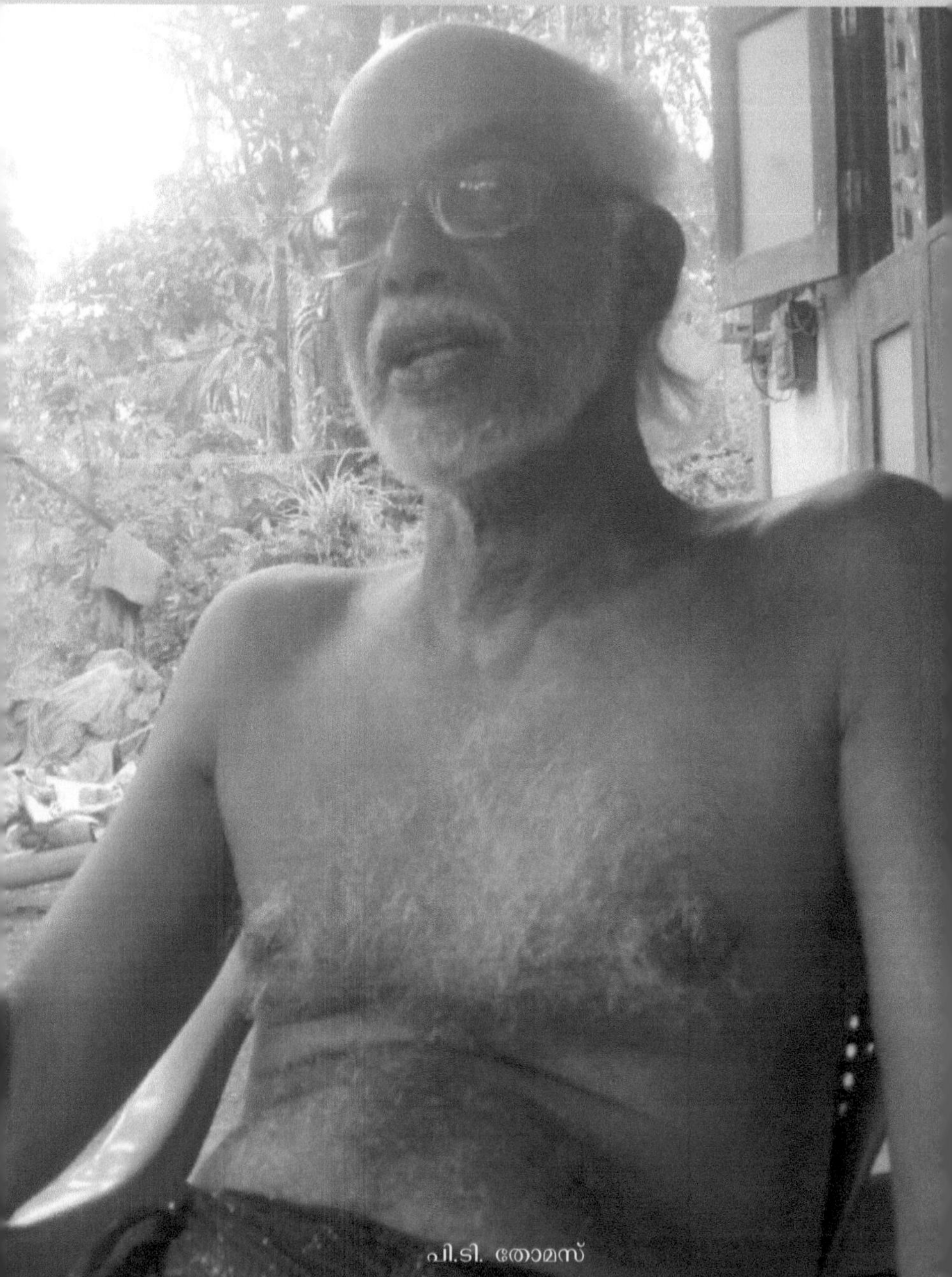

പി.ടി. തോമസ്

കേരളത്തിൽ തിരിച്ചെത്തിയ വേണു ആദ്യം കണ്ടത് സ്റ്റീഫനെയായിരുന്നു. പുനഃസംഘടനാ ചുമതല മജുംദാർ ഏൽപ്പിച്ച കാര്യം വേണു പറഞ്ഞു. സമാന്തര പ്രവർത്തനം നടത്തിയവർ സ്വയം വിമർശനം നടത്തിയിട്ടു വേണം പുനഃസംഘടനയിൽ ഉൾപ്പെടാൻ എന്നു വേണു പറഞ്ഞു. എന്നാൽ വേണുവിന്റെ നടപടി സ്റ്റീഫന് ഇഷ്ടമായിരുന്നില്ല. മജുംദാറെ കണ്ടു മടങ്ങിയെത്തിയ വേണു സ്വയമൊരു നേതാവായി ചമയുകയാണെന്ന് അദ്ദേഹത്തിനു തോന്നി. പരിക്കുകൾ ഭേദമാകാതെ പുറത്തേക്കിറങ്ങാൻ പറ്റാത്തതിനാൽ സ്റ്റീഫൻ അന്നേരം എതിരഭിപ്രായം പറയുകയുണ്ടായില്ല. നവംബറിൽ കിളിമാനൂരിൽ വച്ച് വേണു, സ്റ്റീഫൻ എന്നിവരുടെ നേതൃത്വത്തിൽ കണ്ണൂർ, കോഴിക്കോട്, തിരുവനന്തപുരം എന്നിവിടങ്ങളിലെ പ്രധാന പ്രവർത്തകരെ വിളിച്ച് രഹസ്യ യോഗം ചേരുകയുണ്ടായി. കണ്ണൂരിൽ നിന്ന് കെ.പി. ഗോപാലൻ, ചന്ദ്രൻ, കോഴിക്കോട്ടു നിന്ന് അഹമ്മദ് കോയ, കുട്ടപ്പൻ, നിലമ്പൂരിലെ ചാണ്ടിയുടെ മകൻ ഫ്രാൻസിസ് എന്നിവരാണ് മലബാറിൽ നിന്നു പങ്കെടുത്തത്. സ്റ്റീഫനോടൊപ്പം തിരുവനന്തപുരത്തെ ദിലീപ്കുമാർ, ഗോപിനാഥ ഗുരുക്കൾ എന്നിവരുമാണ് യോഗത്തിൽ പങ്കെടുത്തത്. കെ.പി. ഗോപാലനെ പാർട്ടി സെക്രട്ടറിയായി തിരഞ്ഞെടുത്തു. ഏഴംഗ കമ്മിറ്റിയിൽ വേണുവും അംഗമായി.

പി.ടിയും വേണുവും തമ്മിലുണ്ടാക്കിയ വ്യവസ്ഥയ്ക്ക് എതിരായിരുന്നു ഇത്. വേണു പുനഃസംഘടനാ കമ്മിറ്റിയിൽ അംഗമാകില്ലെന്നും ഇൻക്വിലാബിന്റെ ചുമതലമാത്രമായി നിൽക്കുകയുള്ളൂവെന്നുമായിരുന്നു രണ്ടുപേരും തമ്മിലുള്ള ധാരണ. എന്നാൽ പുനഃസംഘടന വിജയിപ്പിക്കാൻ വേണ്ടി വേണു കമ്മിറ്റിയിൽ അംഗമായി. വേണുവിന്റെ നടപടിയെ പി.ടി. വിമർശിച്ചു. എങ്കിലും ഇൻക്വിലാബിന്റെ പ്രവർത്തനത്തിന് അതൊരു തടസ്സമാകില്ലെന്ന് വേണു ഉറപ്പുകൊടുത്തു. ഇൻക്വിലാബിന്റെ ആറാം ലക്കത്തിന്റെ പണിയിലായിരുന്നു രണ്ടുപേരും. അപ്പോഴാണ് കേരളത്തെ ഞെട്ടിച്ച വലിയൊരു നക്സൽ ആക്ഷൻ നടക്കുന്നത്. നഗരൂർ-കുമ്മിൾ- കിളിമാനൂർ എന്നിവിടങ്ങളിൽ നടന്ന കൊലപാതകങ്ങൾ പുനഃസംഘടന എന്ന ആശയം തുടക്കത്തിൽ തന്നെ നശിപ്പിച്ചു. വേണു പാർട്ടിയുടെ നേതൃത്വം പിടിച്ചടക്കുമെന്ന് ആശങ്കപൂണ്ട സ്റ്റീഫൻ ഇടപെട്ട് പെട്ടെന്നൊരു ആക്ഷൻ നടപ്പാക്കുകയായിരുന്നു. ഇതേക്കുറിച്ച് വേണുവിനോ മറ്റുള്ളവർക്കോ ഒരു സൂചനയും നൽകിയിരുന്നുമില്ല. നാലുപേരുടെ മരണത്തോടെ കേരളത്തിലാകെ നക്സൽ വിരുദ്ധ തരംഗം അലയടിച്ചു. കിട്ടിയ അവസരം ക്രൈംബ്രാഞ്ച് ഉപയോഗപ്പെടുത്തുകയും ചെയ്തു. സംശയം തോന്നിയവരെയെല്ലാം പിടികൂടി. കിളിമാനൂരിൽ ക്രൈംബ്രാഞ്ചിന്റെ ക്യാമ്പ് തുറന്നു. വേണുവും പി.ടിയും പൊലീസ് പിടിയിലായി. പിന്നെ അതിക്രൂരമായ പൊലീസ് മർദനത്തിന്റെ നാളുകളായിരുന്നു.

വേണുവിന്റെ കൽക്കത്ത യാത്രയെക്കുറിച്ചും കിളിമാനൂരിൽ നടന്ന രഹസ്യ യോഗത്തെക്കുറിച്ചുമായിരുന്നു ചോദിച്ചിരുന്നത്. വേണുവാണ് ആദ്യം പിടിയിലായത്. പിന്നീട് പി.ടിയും. താമസിക്കുന്ന ലോഡ്ജിൽ വച്ചായിരുന്നു പി.ടിയെ പിടികൂടിയത്. തനിക്ക് പാർട്ടിയുമായി ബന്ധമില്ലെന്നും വേണുവുമായി മാത്രമേ ബന്ധമുള്ളൂവെന്നു പറഞ്ഞിട്ടൊന്നും ക്രൈംബ്രാഞ്ച് വിശ്വസിച്ചില്ല. പടിക്കൽ, ലക്ഷ്മണ, മുരളീകൃഷ്ണദാസ് എന്നിവർ മാറി മാറി ചോദ്യം ചെയ്തു. ഒരു മാസമാണ് കസ്റ്റഡിയിൽ ഉണ്ടായിരുന്നത്. ശരീരമാകെ ക്രൈംബ്രാഞ്ചുകാർ നടനമാടിയിരുന്നു. ഒടുവിൽ മജിസ്ട്രേറ്റിനു മുന്നിൽ ഹാജരാക്കി ആറ്റിങ്ങൽ സബ് ജയിലിൽ റിമാൻഡ് ചെയ്തു. 1972ൽ പി.ടിയെ സർവീസിൽ നിന്നു പിരിച്ചുവിട്ടു. ഭരണഘടനാ വകുപ്പു പ്രകാരമായിരുന്നു നടപടി. അതുകൊണ്ടു തന്നെ പിന്നീടൊരിക്കലും ഒരു ഗവൺമെന്റ് ജോലിയിലും പ്രവേശിക്കാൻ സാധിക്കില്ലായിരുന്നു. പി.ടിയെ പിരിച്ചുവിട്ടതിൽ പ്രതിഷേധിച്ച് ഏജീസ് ഓഫീസിൽ ശക്തമായ സമരം നടന്നു. കഥാകൃത്ത് എം. സുകുമാരനൊക്കെ സമരത്തിൽ പങ്കാളിയായി. പക്ഷേ, അതുകൊണ്ടൊന്നും കാര്യമുണ്ടായില്ല. പത്തു പേരെ കൂടി പിരിച്ചുവിട്ടു.

പൊലീസിനു രഹസ്യങ്ങൾ പറഞ്ഞുകൊടുക്കാതെ, മർദനങ്ങൾ സഹിച്ച പി.ടിയെക്കുറിച്ച് കെ.വേണു കൃത്യമായി എഴുതിയിട്ടുണ്ട്.

"ഇൻക്വിലാബ് തുടർന്നു പ്രസിദ്ധീകരിക്കാൻ പി.ടി. തോമസ് ശ്രമിക്കുമെന്ന് ഞാൻ കരുതിയിരുന്നു. ശ്രമം എന്തായി എന്നറിയാൻ വലിയ ജിജ്ഞാസയുണ്ടായിരുന്നു. നവംബർ ഒന്നിന്റെ ലക്കമാണ് ഞാൻ ഇറക്കിയത്. ഡിസംബർ ആദ്യമാണ് ഞാൻ ജയിലിലെത്തുന്നത്. രണ്ടു മാസമോ മറ്റോ ആയിക്കാണും, പി.ടി.തോമസ് അറസ്റ്റിലായ വാർത്ത പത്രങ്ങളിൽ വന്നു. തോമസ് താമസിച്ചിരുന്ന ലോഡ്ജിൽ നിന്ന് പൊലീസ് പിടിച്ചുകൊണ്ടുപോയിട്ട് ദിവസങ്ങൾ കഴിഞ്ഞിട്ടും വിടാതിരിക്കുകയും കോടതിയിൽ ഹാജരാക്കാതിരിക്കുകയും ചെയ്തപ്പോൾ ഏജീസ് ഓഫീസിലെ തോമസിന്റെ സഹപ്രവർത്തകർ സമരരംഗത്തിറങ്ങുകയാണുണ്ടായത്. രാഷ്ട്രീയ പരിഗണനയൊന്നും കൂടാതെ എല്ലാവരും ഒന്നിച്ചു സമരരംഗത്തിറങ്ങിയത് സർക്കാരിനു വലിയ തലവേദന സൃഷ്ടിച്ചു. ഈ സമരവാർത്തയിലൂടെയാണ് തോമസിന്റെ അറസ്റ്റ് വിവരം പത്രങ്ങളിൽ വന്നത്.

പിൽക്കാലത്ത്, പ്രസിദ്ധ കഥാകൃത്ത് ആയിത്തീർന്ന എം.സുകുമാരൻ അന്ന് ഏജീസ് ഓഫീസിൽ തോമസിന്റെ അടുത്ത സുഹൃത്തായിട്ടുണ്ടായിരുന്നു. രാഷ്ട്രീയമായി അനുഭാവമുണ്ടായിരുന്ന സുകുമാരനെ ഏതാനും തവണ തോമസിനോടൊപ്പം ഞാൻ കണ്ടിട്ടുണ്ട്. അടുത്തു പരിചയമുണ്ടായിരുന്നില്ല. സുകുമാരനും ഏജീസ് ഓഫീസിലെ യൂണിയൻ നേതാക്കളായ പലരും അന്ന് നക്സലൈറ്റ് അനുഭാവമുള്ളവരായിരുന്നതു

കൊണ്ടുകൂടിയാണ് തോമസിനെ വിട്ടയയ്ക്കുകയോ കോടതയിൽ ഹാജരാക്കുകയോ ചെയ്യണമെന്ന ആവശ്യവുമായി ജീവനക്കാരുടെ സമരം ശക്തിപ്പെട്ടത്. ജീവനക്കാർ മുഖ്യമന്ത്രി അച്യുതമേനോനെ നേരിൽക്കണ്ട് നിവേദനം നൽകുകയും ചെയ്തിരുന്നു. ഹൈക്കോടതിയിൽ ഹേബിയസ് കോർപസ് ഹർജിയും എത്തി.

രണ്ടാഴ്ചയിലധികം കഴിഞ്ഞപ്പോഴാണെന്നു തോന്നുന്നു തോമസിനെ കോടതിയിൽ ഹാജരാക്കിയതായി വാർത്ത വന്നു. അതോടെയാണു സമരം അവസാനിച്ചത്. പിന്നീട് തിരുവനന്തപുരം ജയിലിൽ വച്ച് തോമസുമായി സംസാരിക്കാൻ അവസരം കിട്ടിയപ്പോഴാണ് അന്നു നടന്ന കാര്യങ്ങൾ മനസ്സിലായത്. ഇൻക്വിലാബിന്റെ അടുത്ത ലക്കം ഇറക്കാനുള്ള പണി തുടർന്നിരുന്നു. കവറൊഴിച്ച് എല്ലാം പ്രിന്റ് ചെയ്തിരുന്നു. പ്രസിദ്ധീകരിക്കാൻ കഴിയുന്നതിനു മുൻപാണു തോമസ് അറസ്റ്റ് ചെയ്യപ്പെട്ടത്. ഞാൻ അറസ്റ്റ് ചെയ്യപ്പെട്ട സാഹചര്യത്തിൽ ഞാൻ ചെയ്ത കാര്യങ്ങളെല്ലാം തുടരാൻ തോമസ് ശ്രമിച്ചിരുന്നു. കൊടുങ്ങല്ലൂരിൽ പോയി എന്റെ ചേട്ടൻ രാജനെ കാണുകയും രാജൻ തോമസിനെ പല കാര്യങ്ങളിൽ സഹായിക്കാൻ തയ്യാറാവുകയുമുണ്ടായി. നഗരൂരിൽ വച്ചു കൂടിയ യോഗത്തിൽ പങ്കെടുത്തിരുന്ന കെ.പി. ഗോപാലൻ, ഫ്രാൻസിസ് എന്നിവരെ തോമസ് ബന്ധപ്പെടുകയും അവരെല്ലാം ചേർന്നുള്ള യോഗം കൊടുങ്ങല്ലൂരിൽ സംഘടിപ്പിക്കുകയും ചെയ്തു. സ്റ്റീഫനെയും തോമസ് ബന്ധപ്പെടുകയും ഷെൽട്ടറുകൾ ഏർപ്പാടു ചെയ്യുകയുമുണ്ടായി. ടി.എൻ. ജോയി അന്നു കൊടുങ്ങല്ലൂരുണ്ടായിരുന്നു. രാജനുമായി ബന്ധപ്പെട്ടു കൊണ്ട് ജോയിയും തോമസുമായി ചേർന്ന് പ്രവർത്തനരംഗത്തേക്കു നീങ്ങാൻ തുടങ്ങിയിരുന്നു. ഇതിനിടയ്ക്കാണ് എന്റെ കൂടെയുള്ള ആളെന്ന നിലയ്ക്ക് ക്രൈംബ്രാഞ്ചുകാർ തോമസിനെ അറസ്റ്റ് ചെയ്തത്.

സ്റ്റീഫനെ പിടിക്കുകയായിരുന്നു പൊലീസിന്റെ ലക്ഷ്യം. തോമസിന് സ്റ്റീഫനുമായി ബന്ധമുണ്ടെന്ന് അവർക്കു സംശയമുണ്ടായിരുന്നു. അതുവച്ച് ആ രഹസ്യം ചോർത്താൻ വേണ്ടിയുള്ള ഭീകരമായ മർദ്ദനമാണ് അവർ തോമസിനു മേൽ പ്രയോഗിച്ചത്. അതിന്റെ വിശദാംശങ്ങൾ സംസാരിക്കാൻ തോമസ് ഇഷ്ടപ്പെടാറില്ല. രണ്ടാഴ്ചയോളം നീണ്ടുനിന്ന തുടർച്ചയായ പല രീതികൾ പ്രയോഗിച്ചുകൊണ്ടുള്ള മർദ്ദനമുറകളായിരുന്നു അത്. പിടിച്ചുനിൽക്കാനാവില്ലെന്നു തോന്നിയ നിമിഷങ്ങൾ പലപ്പോഴും ഉണ്ടായതായി തോമസ് പറഞ്ഞിട്ടുണ്ട്. ശരിക്കും മരണത്തെ മുഖാമുഖം കണ്ട നിമിഷങ്ങളായിരുന്നു അവ. വേദനകളെല്ലാം പിന്നിട്ട് മരണപരാക്രമത്തിൽ ചുമരിൽ അള്ളിപ്പിടിച്ചുപോയ സന്ദർഭത്തെക്കുറിച്ച് ഒരിക്കൽ തോമസ് എന്നോടു പറഞ്ഞിട്ടുണ്ട്. സ്റ്റീഫന്റെ ഷെൽട്ടർ അറിയാമായിരുന്ന തോമസ് അതു വിട്ടുകൊടുത്തില്ല. ഒരുപക്ഷേ, സഹപ്രവർത്തകരുടെ സമരമുണ്ടായിരുന്നില്ലെങ്കിൽ മർദനമേറ്റ് തോമസ് അന്നു കൊല്ലപ്പെടുമായിരുന്നു.

എന്റെ അറിവിൽ, പി.ടി. തോമസ് മർദനത്തെ അഭിമുഖീകരിച്ച് രഹസ്യങ്ങൾ വിട്ടുകൊടുക്കാതെ നിന്നതുപോലെ മറ്റാർക്കും കഴിഞ്ഞിട്ടുണ്ടാകില്ല. സാധാരണഗതിയിൽ ശാന്തനും മൃദുഭാഷിയുമായ തോമസിന്റെ മനക്കരുത്ത് എന്നെ അദ്ഭുതപ്പെടുത്തിയിട്ടുണ്ട്. തോമസ് പരീക്ഷിക്കപ്പെട്ടതുപോലെ തുടർച്ചയായ മർദ്ദനം അനുഭവിക്കേണ്ടിവന്നിരുന്നെങ്കിൽ എനിക്കു പിടിച്ചുനിൽക്കാൻ കഴിയുമായിരുന്നില്ലെന്നാണു ഞാൻ കരുതുന്നത്. സാധാരണ മനുഷ്യർക്കു മാത്രമല്ല, അസാധാരണർക്കു കൂടി ചെയ്യാൻ കഴിയാത്തതാണ് തോമസ് ചെയ്തത്. തോമസിന്റെ അസാധാരണ വ്യക്തിത്വത്തോട് അന്നുമുതൽക്കേ തോന്നിയിട്ടുള്ള ബഹുമാനം ഇന്നും കാത്തുസൂക്ഷിക്കുന്നയാളാണ് ഞാൻ.

തോമസിന്റെ അറസ്റ്റും മർദ്ദനവും പശ്ചാത്തലമാക്കി അക്കാലത്ത് തന്നെ എം. സുകുമാരൻ മാതൃഭൂമി ആഴ്ചപ്പതിപ്പിൽ എഴുതിയ കഥ അന്നേ ഞാൻ ശ്രദ്ധിക്കുകയുണ്ടായി. ലോകമെമ്പാടുമുള്ള മാവോയിസ്റ്റുകളും ഇന്ത്യയിലെ നക്സലൈറ്റുകളും ഹൃദിസ്ഥമാക്കിയ മാവോയുടെ ഒരു ചെറുലേഖനത്തെ ഓർമിപ്പിക്കുന്ന തലക്കെട്ടാണു ചെറുകഥയ്ക്ക് സുകുമാരൻ നൽകിയത്- “പർവ്വതങ്ങളെ നീക്കം ചെയ്ത വിഡ്ഢിയായ വൃദ്ധന്റെ കഥ” (മാതൃഭൂമി ആഴ്ചപ്പതിപ്പ്-1174 ധനു 24).

തോമസിനെ കോടതിയിൽ ഹാജരാക്കി റിമാൻഡ് ചെയ്തു. അതിനു ശേഷമാണ് വെള്ളത്തൂവൽ സ്റ്റീഫൻ പിടിയിലാകുന്നത്. കോഴിക്കോട് സ്വദേശികളായ ദാമോദരൻ, അഹമ്മദ് കോയ, കുട്ടപ്പൻ, നഗരൂർ കേസിലെ വിശ്വരൂപൻ, മണികണ്ഠൻ നായർ, പ്രകാശൻ, അബ്ദുൽ സലാം, സൈനുദ്ദീൻ, അബ്ദുൽ അസീസ് എന്നിവരെല്ലാം വേണുവിനൊപ്പം ആറ്റിങ്ങൽ സബ്ജയിലിലായിരുന്നു. ജയിലിൽ വച്ചാണ് ഇവരിൽ പലരും പരസ്പരം പരിചയപ്പെടുന്നതു തന്നെ. എന്നാൽ ഏതാനും ദിവസങ്ങൾക്കു ശേഷം കോങ്ങാട്കേസിലെ പ്രതികൾ തൃശൂരിലെ സബ് ജയിൽ ചാടി. നക്സൽ കേസിലെ പ്രതികളെയെല്ലാം സെൻട്രൽ ജയിലിലേക്കു മാറ്റാൻ സർക്കാർ തീരുമാനിച്ചു. അതോടെ ആറ്റിങ്ങൽ സബ് ജയിലിൽ നിന്ന് എല്ലാവരെയും പൂജപ്പുര സെൻട്രൽ ജയിലിലേക്കു മാറ്റി. ഒറ്റമുറികളുള്ള ക്ലോസ്ഡ് പ്രിസണിലാണ് എല്ലാവരെയും താമസിപ്പിച്ചത്. ജയിലിൽ എഴുത്തും വായനയും നിഷേധിച്ചപ്പോൾ കെ.വേണു, സ്റ്റീഫൻ എന്നിവരുടെ നേതൃത്വത്തിൽ ദിവസങ്ങൾ നീണ്ട നിരാഹാരസമരം നടന്നു. 37 ദിവസശേഷമാണ് എഴുതാനും വായിക്കാനുമുള്ള അവകാശം അനുവദിച്ചുകൊടുത്തത്. ഇതിനിടെ ജയിലിലെ നക്സൽ പ്രവർത്തകർക്കിടയിൽ ശക്തമായ ചേരിതിരിവ് വളർന്നിരുന്നു. കെ. വേണു ഒരു ഭാഗത്തും മറുഭാഗത്ത് വെള്ളത്തൂവൽ സ്റ്റീഫനുമായിരുന്നു. വേണു ചാരുമജുംദാറുടെ ലൈനിനെ അനുകൂലിച്ച്, വർഗീസ് നടത്തിയത് സമാന്തര പ്രവർത്തനമാണെന്ന് വാദിച്ചപ്പോൾ സ്റ്റീഫൻ സംസാരിച്ചത് വർഗീസ്

ചെയ്തത് ശരിയാണെന്നായിരുന്നു. ശക്തമായ വാദപ്രതിവാദമാണ് ഇത് ഇവർക്കിടയിൽ ഉണ്ടാക്കിയത്. കോടതിയിൽ ഹാജരാക്കാൻ കൊണ്ടു പോകുമ്പോൾ വേണുവും കൂട്ടരും മജുംദാറുടെ പേരിൽ മുദ്രാവാക്യം വിളിച്ചപ്പോൾ സ്റ്റീഫന്റെ നേതൃത്വത്തിൽ വർഗീസിന്റെ പേരിലാണു മുദ്രാ വാക്യമുയർത്തിയത്. കണ്ണൂർ സെൻട്രൽ ജയിലിലും ഇതുതന്നെയായി രുന്നു അവസ്ഥ. അവിടെ തടവിലുണ്ടായിരുന്നവർക്കിടയിലും രണ്ടു ഗ്രൂപ്പു കളുണ്ടായിരുന്നു.

കേരളത്തിലെ അവസ്ഥ തന്നെയായിരുന്നു ദേശീയ തലത്തിലും. 1972 പകുതിയോടെ കനുസന്യാലും മജുംദാറും തമ്മിൽ വേർപിരിഞ്ഞു. സന്യാൽ സിപിഐ എംഎൽ കേന്ദ്രകമ്മിറ്റിയിൽ നിന്നു രാജിവച്ചു പുതിയ പാർട്ടിയുണ്ടാക്കാൻ തീരുമാനിച്ചു. കേന്ദ്രകമ്മിറ്റിയംഗമായിരുന്ന സത്യനാരായൺ സിങ് പാർട്ടി വിട്ടു. ജൂലൈ പകുതിയോടെ മജുംദാർ രഹസ്യ സങ്കേതത്തിൽ വച്ച് പൊലീസ് പിടിയിലായി. എന്നാൽ 28ന് അദ്ദേഹം കസ്റ്റഡിയിൽ വച്ചു മരിച്ചു. പൊലീസ് മർദനമാണോ അതോ കൃത്യസമയത്തു ചികിൽസ കിട്ടാത്തതാണോ കാരണമെന്ന് വ്യക്തമാ യിരുന്നില്ല. മജുംദാറുടെ മരണത്തോടെ പ്രസ്ഥാനം അഖിലേന്ത്യാ തല ത്തിൽ പെട്ടെന്നു തന്നെ ശിഥിലമായി. പലരും സ്വന്തം ഗ്രൂപ്പുകളുണ്ടാക്കി പുറത്തിറങ്ങി.

എന്നാൽ കേരളത്തിൽ രണ്ടു ലൈൻ രൂപപ്പെട്ടിരുന്നെങ്കിലും അതിനെ വളർത്താൻ ജയിലിനു പുറത്ത് ആരുമുണ്ടായിരുന്നില്ല. കൊടുങ്ങല്ലൂ രിലെ ടി.എൻ. ജോയിയുടെ നേതൃത്വത്തിലായിരുന്നു കൂട്ടായ്മ രൂപീ കരണം നടന്നിരുന്നത്. അതും എറണാകുളം ജില്ല കേന്ദ്രീകരിച്ചും. ബാക്കിയെല്ലായിടത്തും പ്രവർത്തനം നിർജീവമായിരുന്നു. അതിനിടെ സാഹിത്യകാരന്മാരായ കുറച്ചുപേർ അനുഭാവ പൂർവ്വം എഴുത്തും ചർച്ച യുമായി സജീവമായി വരുന്നുണ്ടായിരുന്നു.

നഗരൂർ- കുമ്മിൾ-കിളിമാനൂർ കേസ് വിചാരണ നീണ്ടുപോയി. നിസ്സാരകേസുമാത്രമുണ്ടായിരുന്ന പി. ടി. തോമസിന് ആദ്യം പുറത്തിറ ങ്ങാൻ കഴിയുമെന്നായിരുന്നു എല്ലാവരും കണക്കുകൂട്ടയിരുന്നത്. സ്റ്റീഫനു ഷെൽട്ടർ നൽകിയെന്നതായിരുന്നു പി.ടിക്കെതിരെയുള്ള പ്രധാന കേസ്. ഇതിനിടെ പി.ടിയെ സർവ്വീസിൽ നിന്നു സസ്പെൻഡ് ചെയ്തിരുന്നു. പി.ടിയുടെ കേസ് പെട്ടെന്നു തീരാതിരിക്കാനായിരുന്നു ക്രൈംബ്രാഞ്ച് ശ്രമിച്ചിരുന്നത്.

1975 ജനുവരി 25ന് ആണ് കേസിൽ വിധി പറഞ്ഞത്. മൂന്നുപേർക്കു വധശിക്ഷ. മൂന്നു സംഭവങ്ങളിലും പങ്കെടുത്ത ബാക്കി 18നു പേർക്ക് ജീവപര്യന്തം. 12 പേരെ വിട്ടയച്ചു. നഗരൂർ കേസിലെ ഗോപിനാഥ ഗുരുക്കൾ, വിശ്വരൂപൻ, ഭാസ്കരൻപിള്ള എന്നിവർക്കായിരുന്നു വധശിക്ഷ. കെ. വേണു വിട്ടയച്ചവരുടെ കൂട്ടത്തിലുണ്ടായിരുന്നു. സ്റ്റീഫന് ജീവ പര്യന്തം. പി.ടി. തോമസിന്റെ കേസിൽ വിധി പറഞ്ഞിരുന്നില്ല.

ജയിലിനു പുറത്തിറങ്ങിയവരിൽ കെ.പി. ഗോപാലൻ പാർട്ടിയുമായി ചേർന്നു ഇനി പ്രവർത്തിക്കാനില്ലെന്ന് അറിയിച്ചു. തുടർന്ന് കെ. വേണു പാർട്ടിയുടെ സാരഥ്യം ഏറ്റെടുത്തു. അപ്പോഴേക്കും കോഴിക്കോട്, കണ്ണൂർ, തൃശൂർ, എറണാകുളം എന്നിവിടങ്ങളിൽ ചെറുപ്പക്കാരായ കുറേപേരുടെ ഗ്രൂപ്പുകൾ സജീവമായി വരുന്നുണ്ടായിരുന്നു. പുനഃസംഘടനയിലൂടെ പാർട്ടിയെ ശക്തിപ്പെടുത്താൻ സാധിക്കുമെന്നൊരു തോന്നൽ വേണുവിനെല്ലാമുണ്ടായി. വിദ്യാർഥികളും സർക്കാർജീവനക്കാരും കോളജ് അധ്യാപകരുമെല്ലാം ഇത്തരം ഗ്രൂപ്പുകളിൽ സജീവമായിരുന്നു.

അടിയന്തരാവസ്ഥയ്ക്കു കുറച്ചുമുൻപാണ് പി. ടി. തോമസ് ജയിലിൽ നിന്നു പുറത്തിറങ്ങുന്നത്. പിന്നീട് സാംസ്കാരിക വേദിയിൽ കുറച്ചു കാലം പ്രവർത്തിച്ചു. പ്രവർത്തകർക്കിടയിൽ ഗ്രൂപ്പിസം ശക്തിപ്പെട്ടതോടെ എല്ലാം ഉപേക്ഷിച്ചു ഡൽഹിയിലേക്കു പോയി. അവിടെ പല കമ്പനികളിൽ കുറച്ചുകാലം ജോലി ചെയ്ത ശേഷം കണ്ണൂർ ജില്ലയിലെ മലയോരഗ്രാമമായ കാർത്തികപുരത്തെത്തി. തോട്ടംതൊഴിലാളികൾക്കിടയിലെ കൂലിവർധനവിനുള്ള സമരം നടക്കുന്ന കാലമായിരുന്നു. സമരത്തിൽ പങ്കെടുത്ത് പ്രവർത്തന കേന്ദ്രം അവിടെത്തന്നെയാക്കി. തോട്ടം തൊഴിലാളിയായ ശാന്തയെ 1976ൽ വിവാഹം കഴിച്ചു. പിന്നീട് പാരലൽ കോളജ് അധ്യാപകനായി തളിപ്പറമ്പിൽ ദീർഘകാലം പ്രവർത്തിച്ചു. വായനയും എഴുത്തുമായി ബൗദ്ധികരംഗത്ത് സജീവമാണ് പി.ടി. ■

www.ingramcontent.com/pod-product-compliance
Ingram Content Group UK Ltd.
Pitfield, Milton Keynes, MK11 3LW, UK
UKHW042103021026
15589UKWH00001B/159

9 789386 120250